# 15 ઓગસ્ટ 1947

# 5 ઓગસ્ટ 2019

**ઇતિહાસની જ્ઞાનયાત્રા**

એક સ્વયંસેવકનાં સંસ્મરણ

લેખક

ઘનશ્યામ જયંતિલાલ મણિયાર

ISBN 979-8-88546-382-9

જેઓ વયમ્ હિન્દુ રાષ્ટ્રાન્ગભૂતામાં
માને છે તે બધાને સમર્પિત

# અનુક્રમણિકા

# સ્વીકારોક્તિ

ઐતિહાસિક તથ્યો, ઈન્ટરનેટ, વિકિપીડિયા, યુટ્યુબ અને Quora ઉપર ઉપલબ્ધ સામગ્રીથી લીધા છે. અમુક મંથન શ્રી પુષ્પેન્દ્ર કુલશ્રેષ્ઠ, શ્રી સંજય દીક્ષિતનાં જયપુર ડાયલોગ્સ અને પબ્લિક ડોમેઈનમાં ઉપલબ્ધ સામગ્રીથી લીધા છે. શ્રી મનોજ મુન્તશીરની એક પ્રસિદ્ધ કવિતા યુટ્યૂબથી લીધી છે. આ બધાનો આભારી છું.

વિષયની વ્યાખ્યા અને અર્થ યા અનર્થ ઘટનની જિમ્મેવારી મારી છે.

આ પ્રસ્તુતિથી કોઈની પણ લાગણીઓ દુભાવવાનો લેશમાત્ર આશય નથી. તે છતાંય અનાયાસે કોઈની પણ લાગણી દુભાઈ હોય તો ક્ષમાપ્રાર્થી છું. કોઈ પણ ભૂલસુધાર માટે તત્પર છું.

પુસ્તકની લેખનયાત્રા માં મારાં અનુજ શ્રી હરિભાઈ મણિયાર આરંભથી અંત સુધી સતત સાથે રહ્યાં, ઉપયુક્ત સલાહ સૂચનો, સામગ્રી, સંપાદન અને ભૂલસુધાર કરતા રહ્યાં અને ઉત્સાહિત કરતાં રહ્યાં તેનો વિશેષ ઉલ્લેખ કરવો જ રહ્યો.

ગુજરાતી અનુવાદના લેખનમાં મારાં અગ્રજ શ્રી લલિતભાઈનો સહયોગ આશીર્વાદ રૂપે પ્રાપ્ત થયો છે. તેમણે પ્રૂફ રીડીંગ અને સંપાદન કર્યું. ગુજરાતીનાં શબ્દોમાં ઉચિત સુધાર કર્યા. તેનાં વગર પુસ્તકની ભાષા અસંતુલિત ખીચડી થઇ ગઈ હોત. તેમનો ઋણ સ્વીકાર.

વિશેષ આભાર સંજીવ કૈલ્વૂ, હેમાંગીની, શશાંક, પૂર્વી, જ્યોત્સ્ના જોશી અને અનેક શુભચિંતકો નો જેમણે વખતોવખત પોતાના પ્રતિભાવ અને સલાહસૂચનો આપ્યાં.

જમ્મૂ કાશ્મીરની સમસ્યાઓ થી વિશેષરૂપે અવગત કરાવવા માટે શ્રી સાગરચંદ શર્મા, એક્સ-ડીઆઈજી, જમ્મૂ નો આભારી છું.

નોશન પ્રેસ, ચેન્નાઈ, જેમણે આ પુસ્તક પ્રકાશિત કરી તેમનો પણ આભાર.

મારી પૌત્રી ચિ. મીરા અને પૌત્ર ચિ. વિવાને પોતાના બાલસુલભ પ્રતિભાવ આપ્યાં તેનાથી પુસ્તકની રોચકતાની પુષ્ટિ થઇ. મારાં આશિર્વાદ.

શ્રી પુષ્પેન્દ્ર કુલશ્રેષ્ઠનો વિશેષ ઋણી છું જેમણે પોતાના વ્યાખ્યાનોમાં મારાં મૂળ અંગ્રેજી પુસ્તકની ચર્ચા કરી.

અંતે, ડો. ગિરિરાજ પ્રસાદ શર્મા અને પંડિત હરે કૃષ્ણ શાસ્ત્રીજીનો ખૂબ જ આભાર જેમણે પોતાના વ્યસ્ત સમયમાં પણ પુસ્તક માટે શુભેચ્છા સંદેશ લખી મોકલ્યા. શ્રી સંજીવ કૈલ્વૂએ પણ સમય કાઢીને પોતાના પ્રતિભાવ આપ્યાં તેનો ઋણી છું.

મૂળ પુસ્તક અંગ્રેજીમાં લખ્યું જે Amazon અને Flipkart પર ઉપલબ્ધ છે. ગુજરાતી પાઠકોનો આભારી છું જેમણે ગુજરાતીમાં અનુવાદ કરવાની પ્રેરણા આપી.

# શુભેચ્છા સંદેશ – 1

પ્રાચીન અને સમકાલીન ઈતિહાસ એવં વર્તમાન અને ભવિષ્ય નાં પડકારોને સંકલિત કરીને પ્રસ્તુત કરતું આ એક અદભૂત પુસ્તક છે.

ભારતનાં બધાં જ પ્રધાન મંત્રીઓનું દેશ માટેનું યોગદાન અને ભૂલોનું નિષ્પક્ષ આકલન રસપ્રદ છે. ઈતિહાસ વિનાનાં રાષ્ટ્રની કલ્પના અશક્ય છે. લેખકે વર્તમાનમાં ભણાવાતા દુષિત ઈતિહાસ અને શિક્ષા પ્રણાલીની સાર્થક આલોચના કરી છે.

બાલ્યાવસ્થાથી RSS નાં એક સ્વયંસેવક હોવાના લીધે RSS નું કરેલું વર્ણન વિશ્વસનીય લાગે છે. RSS પ્રતિ પોતાના મંતવ્યો લેખકે પ્રામાણિક રૂપે પ્રસ્તુત કર્યા છે.

આ પુસ્તક વર્તમાન સમસ્યાઓ અને જરૂરી સુધારાઓની સમજણ આપે છે. દેશના યુવાનો માટે દેશની બાબતોમાં સક્રિય ભાગીદારી માટે પ્રેરણાદાયક સંદેશ છે.

કોઈ શંકા નથી કે 15 મી અગસ્ટ 1947 થી 5 ઓગસ્ટ 2019 વચ્ચેનું સંધાન પુસ્તકમાં સારી રીતે સ્થાપિત થયું છે.

**હરે કૃષ્ણ શાસ્ત્રી,**

**સૂર્પનખાની શિવપૂજા અને અન્ય પુસ્તકોનાં લેખક**

# શુભેચ્છા સંદેશ – 2

આપણી સ્વતંત્રતા, કલમ 370 અને 35A, આપણો ભારતીય ઇતિહાસ, આપણા શિક્ષણની ખામીઓ, સિસ્ટમ, નેહરુવાદી નીતિઓ, વર્તમાન સમસ્યાઓ વગેરે જેવા વિવિધ વિષયો પર પુષ્કળ પુસ્તકો ઉપલબ્ધ છે. પણ આ પુસ્તકમાં બધા મુદ્દાઓને એક જગ્યાએ લાવીને તેમને ખૂબ સરસ રીતે ગૂંથ્યા છે. મણિયારે પોતાના વિષયને સંતુલિત અને નિષ્પક્ષ રાખ્યો છે.

પુસ્તક આપણો ભવ્ય પ્રાચીન ઇતિહાસ તેમજ વિકૃતિઓનો વિષદ ઉલ્લેખ કરે છે જેના કારણે દેશ જાતિવાદ, આરક્ષણ અને સામ્પ્રદયિક્તાઓની સમસ્યાઓથી ઘેરાયેલો છે જે દેશની પ્રગતિમાં અત્યંત બાધક છે.

આ પુસ્તકમાં તમામ ભારતીય વડાપ્રધાનોના યોગદાન અને ભૂલોનું આબેહૂબ વર્ણન છે. પુસ્તક દેશના યુવાનો માટે પ્રેરણાદાયક છે અને તેમને તેમની ફરજો અને જવાબદારીઓ તરફ દિશા આપે છે. RSS પર એક સંપૂર્ણ પ્રકરણ પ્રેરણાદાયક છે અને RSS અને સંઘ પરિવારની સાચી સમજ આપે છે.

નરેન્દ્ર મોદીનો ઉદય અને કલમ 370 અને 35A નાબૂદ કરવાની તેમની હિમ્મત અને તેની જરૂરિયાત સારી રીતે દર્શાવવામાં આવી છે.

પુસ્તકનું શીર્ષક ઘણું બધું કહી જાય છે.

-ડો. ગિરિરાજ પ્રસાદ શર્મા, Ph.D., સંસ્કૃત વિદ્વાન

# પ્રસ્તાવના

મારા પુત્ર સમન્વય, પુત્રી કવિતા અને કેટલાક નજીકના મિત્રોના પ્રોત્સાહન પર, મેં મારું પ્રથમ પુસ્તક "Relishing Moments..." લખ્યું. પ્રાપ્ત સમીક્ષાઓએ મને આ બીજું પુસ્તક લખવા માટે પ્રેરિત કર્યા. મને મારી લેખન ક્ષમતા વિષે ખાતરી નહોતી અને મેં લોકપ્રિય પુસ્તકો લખવાની ક્યારેય કોઈ તાલીમ લીધી નથી. આથી કથન એક સામાન્ય વ્યક્તિનું છે.

1958 માં 14 વર્ષની ઉંમરે હું RSSનો સ્વયંસેવક બન્યો. રાષ્ટ્રીય સ્વયંસેવક સંઘ (RSS) ની સ્થાપના ડો. કેશવ રાવ બલિરામ હેડગેવારે વર્ષ 1925 માં નાગપુરમાં માત્ર 5 સભ્યો સાથે કરી હતી. RSSનું વિગતવાર વર્ણન પુસ્તકમાં આગળ કરવામાં આવ્યું છે.

સ્વતંત્રતા, રાષ્ટ્રીય રાજકારણ, રાષ્ટ્રીય દૃશ્ય, કલમ 370 વગેરે વિષયો પર તથ્યો અને આંકડાઓ સાથે પ્રખ્યાત લેખકો દ્વારા લખાયેલા વિવિધ પુસ્તકો અને લેખો ઉપલબ્ધ છે. પરંતુ મને હજુ પણ લાગે છે કે એક સર્વગ્રાહી ચિત્ર કંઈક અંશે ખૂટે છે. જે ખૂટે છે તેનાં લીધે જ યુવા પીઢી સમસ્યાઓના મૂળ કારણોથી અનભિજ્ઞ છે. આ દૃશ્ય મને આ પુસ્તક લખવા માટે પ્રેરિત કરે છે.

આ પુસ્તક લખવાનું મુખ્ય કારણ આપણી આગામી પીઢીને પ્રેરિત કરવાનું છે જે પશ્ચિમી સંસ્કૃતિથી ખૂબ પ્રભાવિત છે અને આપણા મહાન રાષ્ટ્રની અત્યંત ગહન અને સમૃદ્ધ હિન્દુ સંસ્કૃતિની વાસ્તવિકતાઓથી અજાણ છે. હવે વિકસિત દેશોના પ્રબુદ્ધ વ્યક્તિઓ અને સમાજોએ અમુક અંશે તેનું પાલન કરવાનું શરૂ કર્યું છે. ગીતા અને સંસ્કૃતનું શિક્ષણ

જર્મની, પશ્ચિમી વિશ્વ, રશિયા, નાસામાં થાય છે. સમગ્ર વિશ્વમાં હરે રામ હરે કૃષ્ણનો સંપ્રદાય અને સ્વામી નારાયણ મંદિરોની સ્થાપના હિન્દુ ધર્મ અને હિન્દુ સંસ્કૃતિની લોકપ્રિયતાના જ્વલંત ઉદાહરણો છે. ભારતમાં આપણે તેને સનાતન ધર્મ પણ કહીએ છીએ. ઘણા મુસ્લિમો અને ખ્રિસ્તીઓએ સમજ્યા પછી સનાતન ધર્મ અપનાવ્યો છે. હિંદુ ધર્મ એ રિલીજીયનની સમકક્ષ નથી. જ્યારે રિલીજીયન કેટલાક ઈશ્વર/દેવીઓની પૂજા કરવાની રીત છે, ધર્મ એ જીવનનો માર્ગ છે. ધર્મ માટે કોઈ અંગ્રેજી શબ્દ ઉપલબ્ધ નથી. રિલીજીયન કોમી અથવા ધર્માંધ બની શકે છે, ધર્મમાં સાર્વત્રિક પવિત્ર અપીલ છે. ટૂંકમાં હિન્દુ ધર્મ કહે છે **"સર્વે સંતુ નિરામય"** એટલે દરેક વ્યક્તિ સ્વસ્થ રહે.

આગામી પેઢી કોઈપણ દેશની કરોડરજ્જુ છે. સદભાગ્યે, આપણી આગામી પેઢી ની ક્રીમ ઉચ્ચ શિક્ષિત, સમૃદ્ધ છે અને આરામ, આનંદ અને પ્રમોદ માટે પૂરતો સમય ફાળવે છે. તેમાંના મોટા ભાગના વર્તમાન બાબતો પ્રત્યે ઉદાસીન છે અને પોતાનામાં મગ્ન છે. વધુ શિક્ષિત અને સારી રીતે કમાનારા લોકોની સમાજ પ્રત્યેની જવાબદારીઓ વધારે હોય છે. પણ વાસ્તવિકતા જુદી છે. મધ્યમ અને નીચલા વર્ગના લોકો વર્તમાન બાબતો પ્રત્યે વધુ જાગૃતિ ધરાવે છે પરંતુ આર્થિક રીતે બંને છેડાને પહોંચી વળવાના સંઘર્ષ કર્યા પછી તેમની પાસે જુજ સમય, શક્તિ અને સંસાધનો બાકી રહે છે. આ દૃશ્ય બદલવાની જરૂર છે. બૌદ્ધિક અને સમૃદ્ધ વર્ગને તેમના શેલમાંથી બહાર લાવવો પડશે અને મુખ્ય પ્રવાહમાં જોડાવું પડશે. તે આપણા અસ્તિત્વ માટે વર્તમાન સમયની જરૂરિયાત છે.

## પ્રસ્તાવના

આપણા પ્રથમ હિન્દુ રાષ્ટ્રવાદી વડાપ્રધાન, શ્રી નરેન્દ્ર મોદી, જેમણે કલમ 370, 35એ અને ટ્રિપલ તલાકને રદ કરવાના ખૂબ જ સાહસિક નિર્ણયો લીધા છે અને જેમણે અયોધ્યામાં રામમંદિરનો પાયો નાખ્યો છે તેઓ પણ આ પુસ્તકના લેખન માટે પ્રેરક છે. (શ્રી અટલ બિહારી વાજપેયી, ભાજપના ભૂતપૂર્વ વડા પ્રધાન (1999 - 2004) ગઠબંધનની મજબૂરીઓથી સંકુચિત હતા અને ઉપરોક્ત નિર્ણયો લઈ શક્યા ન હતા).

હું વ્યવસાયે એન્જિનિયર છું. મારી પાસે યોગ્ય અભિવ્યક્તિની કોઈ સાહિત્યિક કુશળતા નથી. આથી આ પુસ્તક એક સામાન્ય વ્યક્તિએ, વર્ષ 1958 થી 2021 સુધીની ધારણા મુજબ, સ્વયંભૂ લખ્યું છે. વર્ણવેલ ઘટનાઓની કાયદેસરતા અને શુદ્ધતાની કાળજી લેવાનો પ્રયત્ન કર્યો છે. તે લાખો સ્વયંસેવકો અને કરોડો ભારતીયો દ્વારા કેળવાયેલી લાગણીઓની અભિવ્યક્તિ છે જે તેઓ જાહેરમાં ભારપૂર્વક વ્યક્ત નથી કરી શકતા.

પુસ્તકનું સમગ્ર લેખન મારાં લેન્સથી થયું છે. તથ્યોમાં અજાણતા કોઈ ભૂલો સર્જાઈ ગઈ હોય તો હું અગાઉથી માફી માંગું છું અને સુધારા માટે તત્પર છું.

સવાલ એ છે કે હું આ પુસ્તક શા માટે લખી રહ્યો છું જ્યારે 7 વર્ષનું નરેન્દ્ર મોદીનું શાસન વિતી ચુક્યું છે. અગાઉ કેમ નહીં? રાષ્ટ્રવાદી સરકાર પાસેથી ઘણી બધી આશાઓ અને અપેક્ષાઓ હોવું સ્વાભાવિક છે. પહેલાં પાંચ વર્ષમાં તે બધી અપેક્ષાઓ પૂર્ણ ન જ થાય. પણ સરકાર યોગ્ય દિશામાં જઈ રહી છે કે નહી તેનું આકલન કરવાની જાગૃત નાગરિકનું કર્તવ્ય છે. આ પુસ્તક જનભાવનાઓનો પડઘો છે તેમ હું માનું છું. આપણી અપેક્ષાઓ પૂર્ણ કરવામાં શું મુશ્કેલીઓ આવી રહી છે.

તે માટે આપણું શું કર્તવ્ય છે તેની પ્રતીતિ થવી જોઈએ. લોકજુવાળ એટલો પ્રચ્છન્ન હોવો જોઈએ કે તે શાસનને યોગ્ય દિશામાં જવા માટે બાધ્ય કરી શકે. મારા જીવનની આ **યોગ-ક્ષણ** છે જે મને આ બધું લખવા માટે પ્રેરિત અને પ્રોત્સાહિત કરી રહી છે. અલબત્ત અનેક વર્ષોથી નિરંતર થઇ રહેલાં સામાજીક, રાજનૈતિક, ધાર્મિક અને ઐતિહાસિક અસત્ય, દુર્વ્યવહાર, અન્યાય, અપમાનજનક સૂત્રોની વિપુલતા સામે મારી ચેતા બળવો કરવા માટે ભારે તીવ્રતા સાથે ધ્રુજી રહી હતી. RSS, BJP અને રાષ્ટ્રવાદી નેતાઓનું સતત અનર્ગલ અપમાન સહન કરવું કઠીન હતું. નિજી સ્વાર્થ માટે રાષ્ટ્રવાદી દળોનો વિરોધ ઝડપથી વધી રહ્યો છે અને તે ઉપરાંત પાકિસ્તાન અને ચીન જેવા ભારતની બહારના દુશ્મનોથી પણ દેશને નબળા પાડવા માટેની વ્યુહરચના કરવામાં આવી છે. દેશના જાણ્યા-અજાણ્યા દેશદ્રોહીઓ અને ભારતીય મૂળના કેટલાક દેશદ્રોહીઓ જે કેનેડા, યુકે અને અમેરિકામાં સ્થાયી થયા છે અને ખાલિસ્તાનીઓ, નક્સલવાદીઓ, સામ્યવાદીઓ જેવા બળવાખોર દળોને ભંડોળ પૂરું પાડે છે. તેમને ખુલ્લા પાડવાની જરૂર છે.

મારી પીડાનાં સ્પન્દનો વરસોથી વિવિધ તીવ્રતાઓમાં ઉકળી રહ્યાં હતાં પરંતુ હવે શિખર આવી ગયું છે. શોણિત શિરાઓથી બહાર આવવા મથી રહ્યું છે. જો હું આગામી પીઢી ને વાસ્તવિકતાઓ સાથે જોડવામાં નિષ્ફળ રહીશ તો હું 78 વર્ષની ઉંમરે મારી ફરજ બજાવવામાં અસફળ રહીશ. જો હું ભારતના યુવાનોના લોક-જાગરણ માં યોગદાન ન આપું તો એ મારૂ ગુનાહિત મૌન ગણાશે જે મારી અંતરાત્માની વિરુદ્ધ હશે.

જો અન્ય રાષ્ટ્રવાદી ભારતીયોના આહ્લેક સાથેના મારા પ્રયાસો રાષ્ટ્રવિરોધી તત્વો સામે પ્રચંડ પડઘો ઉત્પન્ન કરશે અને વિશ્વના સર્વોચ્ચ

હેપીનેસ ઈન્ડેક્સ સાથે સમૃદ્ધ, શકિતશાળી, સાધનસંપન્ન અને શાંતિપૂર્ણ ભારતવર્ષ તરફનો માર્ગ મોકળો કરશે તો મને આનંદ થશે. પુસ્તકની સામગ્રી માટે વાંચકે **નીર ક્ષીર વિવેક** નો ઉપયોગ કરવો. અસ્તુ.

# પ્રાક્કથન

## સન 1992 માં શ્રીનગરમાં ભારતમાતાકી જય..., ભારતમાતાકી જય... તિરંગો ઝંડો!!

આ શું? શ્રીનગરની હિંદુ પ્રજા અવાચક દિડગમૂઢ થઇ ગઈ. અનેક વર્ષોથી આ નારો સંભળાયો ન હતો. શ્રીનગરનાં લાલચોકમાં તિરંગો કોઈ ફહેરાવી ન શક્યું હતું. કાશ્મીરનાં અલ્ગાવવાદીઓ અને આતંકવાદીઓનો આ પડકાર હતો કે લાલ ચોકમાં કોઈ તિરંગો ફહેરાવીને દેખાડે. શાસકીય રાજનૈતિક પાર્ટીઓનું કલમ 370 નાં હેઠળ તેમને મૌન સમર્થન હતું.

પણ રાષ્ટ્રપ્રેમથી થનગનતો, જવાનીનાં જોશથી ભરપૂર, માતૃભૂમિ માટે બલિદાન કરવા તત્પર એક સાહસી યુવાએ માત્ર ૧૫-૨૦ જણાની ટુકડી સાથે યા..હોમ.. કરીને લાલચોકમાં 26 મી જાન્યુઆરી 1992 ના રોજ ફખ્ર સાથે તિરંગો ફહેરાવ્યો અને સલામી આપી.

તે દિવસથી 5 ઓગસ્ટ 2019 સુધી ફરી કોઈએ બીજીવાર હિંમત ના કરી. કાશ્મીર અલગાવવાદીઓ અને આતંકવાદીઓનું કેન્દ્ર બની રહ્યું. પ્રજા પીડાતી રહી. શાસકો મોજ કરતા રહ્યાં અને પોતાના ખિસ્સા ભરતા રહ્યાં. ભારતની સેના પ્રજા અને સીમાઓના રક્ષણમાં સૈનિકોનું બલિદાન આપતી રહી.

વિધિની નિયતિ જુઓ. 1992 માં લાલચોકમાં તિરંગો ફહેરાવનાર યુવક 2014 માં દેશનાં વડા પ્રધાન, નરેન્દ્ર મોદી, બન્યા.

## 2019 ની શરૂઆતમાં...

**શેરીઓમાં લોહી વહેશે** - મહેબૂબા મુફ્તી, જમ્મુ-કાશ્મીરના ભૂતપૂર્વ મુખ્ય મંત્રી.

**તિરંગો પકડવા માટે કોઈ હાથ ઉપલબ્ધ થશે નહીં** - ફારુક અબ્દુલ્લા, જમ્મુ-કાશ્મીરના ભૂતપૂર્વ મુખ્યમંત્રી.

અન્ય કેટલાક અલગાવવાદીઓ, આતંકવાદીઓ, પાકિસ્તાનના વડાપ્રધાન ઇમરાન ખાન, પાકિસ્તાની સંસદ અને કેટલાક દેશ-વિરોધિયોએ પણ સમાન પ્રલાપ કર્યો હતો.

આ શબ્દો હતા અને માહૌલ હતો જ્યારે નરેન્દ્ર મોદી, વડાપ્રધાન, ભારત અને તેમના મંત્રીમંડળે કલમ 370 અને 35A રદ્દ કરવા માટે વર્ષ 2019 ના પ્રારંભમાં સંસદમાં બિલ રજૂ કર્યું હતું.

નરેન્દ્ર મોદીએ આવા ઉપદ્રવિયોને અને મુશ્કેલી સર્જકોને રાઉન્ડઅપ કર્યા અને સંસદના બંને ગૃહોમાં 5 ઓગસ્ટ 2019 ના રોજ કલમ 370 અને 35A ના નાબૂદી માટેનું બિલ પાસ કરાવ્યું. **1947 થી 2019 સુધી કોઈ સરકાર જે ન કરી શકી તે નરેન્દ્ર મોદીએ કરી બતાવ્યું. જમ્મુ-કાશ્મીર રાજ્યનો વિધિવત ભારતમાં વિલય થયો. કાશ્મીર અલગાવવાદીઓથી પૂર્ણતયા અને આતંકવાદીઓથી અંશતઃ મુક્ત થયું.**

તે પછી દેશના કોઈ પણ ભાગમાં કશું અનિચ્છનીય બન્યું નથી. તેના બદલે ત્યાં 70 વર્ષ જૂની સમસ્યાને હલ કરવા માટેનો આનંદ અને ઉત્સાહ હતો. જેને અગાઉની કોઈ પણ સરકારે સ્પર્શ કરવાની હિંમત કરી ન હતી તે નરેન્દ્ર મોદીની સરકારે કરી બતાવ્યું.

તે સમજવાની જરૂર છે કે ભારતિયોનું આ પરિવર્તન કેવી રીતે થયું?

આ પુસ્તક લખવાનો મૂળ ઉદ્દેશ્ય આ જ છે.

*****

વર્ષ 2013 માં, હું લખનૌમાં મારા ઘણા જૂના મિત્રોને મળ્યો. BHU ના ભૂતપૂર્વ સમકાલીન વિદ્યાર્થીઓ સર્વશ્રી ગૌરીશંકર ગુપ્તા, પ્રભુ નારાયણ શ્રીવાસ્તવ, વિશ્વંભર નાથ પાંડે અને વિશ્વનાથ ખેમકા, તમામ એન્જિનિયરો અને વ્યાવસાયિકો જાહેર સાહસોમાંથી નિવૃત્ત થઈને લખનૌમાં સ્થાયી થયેલા. આ બધા RSS ના નિષ્ઠાવાન સ્વયંસેવકો છે.

આગામી સામાન્ય ચૂંટણીઓ વર્ષ 2014 ના બીજા ત્રિમાસિકમાં યોજાવાની હતી. દેખીતી રીતે, અમારી ચર્ચા મુખ્યત્વે યુપીમાં ભાજપની સ્થિતિ અને કેન્દ્રમાં આગામી સરકારની રચના માટે ભાજપની સંભાવનાઓ વિષે હતી. ગત સંસદમાં ભાજપ પાસે યુપીના માત્ર 20 સાંસદો હતા. યુપીમાં ભાજપનું સંગઠન વેરવિખેર અને નિરાશાજનક હતું. કોઈએ પણ આગામી સામાન્ય ચૂંટણીમાં 20-25 થી વધુ બેઠકોની આગાહી કરી નહી. કેન્દ્રમાં ભાજપે સત્તામાં આવવું હોય તો ઓછામાં ઓછી 40-50 બેઠકો ઉત્તરપ્રદેશથી આવવી જોઈએ અન્યથા સત્તામાં આવવાનું ભાજપને ભૂલી જવું પડશે. પ્રભુ નારાયણ શ્રીવાસ્તવ અને અન્ય બધા માનતા હતા કે જો નરેન્દ્ર મોદીને પીએમ પદના ઉમેદવાર જાહેર કરવામાં આવે અને જો તેમને લખનૌ અથવા વારાણસીમાંથી ચૂંટણી લડવાનું કહેવામાં આવે તો RSSની નિષ્ક્રિય કેડર સક્રિય થશે અને ભાજપ માટે આગામી સરકાર રચવાની તક ઉભી થશે. જો કે, ભાજપના અગ્રણી દિગ્ગજો જેમ કે શ્રી લાલકૃષ્ણ અડવાણી, સુષમા સ્વરાજ અને ઘણા વરિષ્ઠો નરેન્દ્ર મોદીની તરફેણમાં ન હતા. કારણ કે કોઈને સ્પષ્ટ બહુમતીની આશા કે અપેક્ષા નહોતી. તેથી ગઠબંધન

સરકાર જ બની શકશે તેવી ધારણા હતી. શિવસેના અને એસએડી સિવાય, જેડીયુ, ટીડીપી, બીએસપી વગેરે જેવા અન્ય સંભાવિત ગઠબંધન ભાગીદારો સ્યુડો-સેક્યુલરવાદી હતા જે કટ્ટર રાષ્ટ્રવાદી નરેન્દ્ર મોદીને સ્વીકારશે નહીં. ગઠબંધન સરકારનું સંચાલન કરી શકે તેવા અટલ બિહારી વાજપેયી જેવા નરમ વ્યક્તિની જરૂર હતી. અટલ બિહારી પોતે અક્ષમ થઇ ચુક્યા હતા.

લાલકૃષ્ણ અડવાણીએ પોતાની છબી હાર્ડ લાઇનરથી સોફ્ટ લાઇનર બનાવવાનો પ્રયાસ કર્યો જેથી તેઓ કોંગ્રેસ-વિરુદ્ધ બિનસાંપ્રદાયિક પક્ષોને સ્વીકાર્ય બની શકે. તે માટે તેમણે પાકિસ્તાનની મુલાકાત વખતે મોહમ્મદઅલી ઝીણાને તેમની કબર પર શ્રદ્ધાંજલિ આપી. તેમણે બ્રિટિશરો પાસેથી સ્વતંત્રતા મેળવવામાં જિન્નાની ભૂમિકાની પ્રશંસા કરી. બહુમતી સ્વયંસેવકોને લાલકૃષ્ણ અડવાણી જેવા સંનિષ્ઠ અગ્રણી પાસેથી આવી અપેક્ષા નહોતી. તેમણે RSS કેડરમાં પોતાનું સન્માન ગુમાવ્યું.

RSS કેડર તત્કાલીન માહોલમાં હતાશ થઈ ગયું હતું. તે ક્યારેય ભાજપના નેતૃત્વમાં બીજી ગઠબંધન સરકાર ઇચ્છતી ન હતી. એક પૂર્ણ બહુમતી સરકાર જ રાષ્ટ્રના ઉદ્દેશોને પૂર્ણ કરી શકે છે. જો તેઓએ 70 વર્ષ સુધી રાહ જોઈ હોય, તો વધુ 5 વર્ષ રાહ જોઈ શકે છે. પરંતુ તેઓને કેન્દ્રમાં સંપૂર્ણ બહુમતી સિવાય બીજું કશું ખપતું ન હતું.

થોડા દિવસ પછી શ્રી ગૌરી શંકર ગુપ્તાનો સંદેશ આવ્યો કે શ્રી કલરાજ મિશ્ર સુરતની મુલાકાતે આવવાના છે અને મારે તેમને મળવું જોઈએ. શ્રી કલરાજ મિશ્ર યુવાનીથી જ RSSના પ્રચારક હતા અને યુપીમાં કામ

કરવા માટે RSS દ્વારા ભાજપને ફાળવવામાં આવ્યા હતા. હું 1962 થી 1969 દરમિયાન BHU માં અભ્યાસ કરતો હતો ત્યારે તેમને ક્યારેક મળતો હતો.

તે સુરતની હોટલ તાજમાં રોકાયા હતા. હું તેમને મારા ભાઈ શ્રી શરદચંદ્ર મણિયાર સાથે મળ્યો. તે મને ઓળખી ગયા અને રાજકીય પરિદૃશ્ય પર પૂરા દિલથી ચર્ચા કરી. તેમણે કહ્યું કે તેઓ યુપી ભાજપ કેડરમાં પ્રવર્તમાન જૂથવાદ અને ભાજપના અગ્રણીઓની મહત્વાકાંક્ષાઓ વિષે ખૂબ જ વ્યથિત અને નિરાશ હતા. તેમણે આગાહી કરી કે યુપીમાંથી 25 થી વધુ સાંસદો ચૂંટાશે નહીં. ચર્ચામાં તેઓ સંમત થયા કે યુપીથી જો ભાજપના લગભગ 40-50 સાંસદો ચૂંટાય તો જ ભાજપ સરકાર બનાવવાનું વિચારી શકે. અમે નરેન્દ્ર મોદીના પીએમ ઉમેદવાર તરીકે જાહેર થવાની શક્યતાઓ અંગે ચર્ચા કરી કેમકે બહુમતી સ્વયંસેવકો એક ગતિશીલ વ્યક્તિ ઇચ્છતા હતા. તેમણે શેયર કર્યું કે ભાજપના ઘણા નેતાઓનો નરેન્દ્ર મોદી પ્રત્યે સખત વિરોધ છે કેમકે નરેન્દ્ર મોદીથી વરિષ્ઠ નેતાઓ પીએમ ઉમેદવાર બનવાની હરોળમાં છે. હળવાશમાં, તેમણે કહ્યું કે તે પોતે પણ નરેન્દ્ર મોદીથી વરિષ્ઠ છે.

*(શ્રી કલરાજ મિશ્રાને નરેન્દ્ર મોદીની સરકારમાં કેબિનેટ મંત્રી બનાવવામાં આવ્યા હતા)*

# પ્રકરણ 1: વર્ષ 2013 માં રાજકારણનું દૃશ્યમ

વર્ષ 1999 થી 2004 અટલ બિહારી વાજપેયીના નેતૃત્વવાળી એનડીએ સરકારે શાસન કર્યું. એવી અટકળો હતી કે સુશાસનના કારણે અટલ બિહારી વાજપેયી આગામી 5 વર્ષમાં ચાલુ રહેશે. જો કે, કેટલાક આંતરિક કારણોસર એનડીએને હાર મળી અને યુપીએની સરકાર અન્ય પક્ષો સાથે ગઠબંધનની મદદથી બની ગઈ. સરદાર મનમોહન સિંહને સોનિયા ગાંધીએ વડા પ્રધાન બનાવ્યા કારણ કે તેઓ બેવડી નાગરિકતાને કારણે પોતે વડાપ્રધાન ન બની શક્યા. *(વાસ્તવમાં, સરકાર સોનિયા ગાંધી દ્વારા જ ચલાવવામાં આવતી હતી. ભારતની મુલાકાત દરમિયાન વિદેશી મહાનુભાવો પણ પહેલા તેમને અને પછી સરદાર મનમોહન સિંહને મળતા હતા).* તે ગઠબંધન સરકાર હતી. સરદાર મનમોહન સિંહે સારું પ્રદર્શન કર્યું અને આગામી સરકાર 2009 થી 2014 સુધી ફરી એક ગઠબંધન સરકાર બનાવી. 2009 - 2014 નો કાર્યકાળ સ્વતંત્ર ભારતની સૌથી ભ્રષ્ટ સરકારનો કહી શકાય. ગઠબંધન સરકારના વડા, સરદાર મનમોહન સિંહ, પોતે સ્વચ્છ, ઈમાનદાર અને વ્યવસ્થિત સજ્જન હતા. કોંગ્રેસ સહિત યુપીએના તમામ પક્ષો દ્વારા સ્પષ્ટ ભ્રષ્ટાચાર ચાલી રહ્યો હતો પણ સિંહ સાહેબ ગઠબંધન સરકારની મજબૂરીઓને કારણે ભ્રષ્ટ મંત્રીઓ પ્રત્યે કોઈ પણ પગલાં લેવામાં લાચાર હતા. જો તેમણે કોઈ પગલાં લીધા હોત તો સરકાર પડી ગઈ હોત. તેના કારણે લોકોમાં ભારે અશાંતિ હતી. સરકારની સ્વતંત્ર ઓડિટ એજન્સી, કેગ (CAG), દ્વારા પણ અત્યધિક ભ્રષ્ટાચારનો પર્દાફાશ કરવામાં આવ્યો હતો.

જનતા અશાંત હતી. સરકારમાં પરિવર્તન માટે મજબૂત ચળવળ ઉભી થઇ રહી હતી. વિપક્ષ વિખરાયેલો હતો. ભાજપ સિવાય કોઈ રાષ્ટ્રીય પડકાર ન હતો. અન્ય પ્રાદેશિક પક્ષો પોતાના પ્રદેશોમાં જ સીમીત હતા. જેમકે શિરોમણી અકાલી દલ પંજાબમાં જનતા યુનાઇટેડ દળ બિહારમાં, AIDMK/DMK તમિલનાડુ સુધી સીમિત, તેલુગુ દેશમ પાર્ટી આંધ્રપ્રદેશમાં, બીજુ જનતા દળ ઓરિસ્સામાં, તૃણમૂલ કોંગ્રેસ પશ્ચિમ બંગાળમાં. ડાબેરીઓ માત્ર કેરળ સુધી. અન્યત્ર કાં તો કોંગ્રેસ અથવા ભાજપ હતી. ભાજપા, શિવસેના અને શિરોમણી અકાલી દલ સિવાયના અન્ય પક્ષો કથિત સેક્યુલરવાદી હતા અને મુસ્લિમ તુષ્ટિકરણ (મુસ્લિમ મતો માટે) માં માનતા હતા. સમાજવાદી પાર્ટી અને રાષ્ટ્રીય જનતા દલ સ્થાનિક યાદવ બહુમતીવાળા અને બહુજન સમાજવાદી પાર્ટી દલિત બહુમતીવાળા પક્ષો હતા. સાધારણ રીતે લોકસભાની ચૂંટણી માં ઉત્તર ભારતીય પ્રાદેશિક પક્ષોનું બહુ મહત્વ નથી હોતું.

## નરેન્દ્ર મોદીનું ઉત્થાન

નરેન્દ્ર મોદી ગુજરાતમાં વર્ષ 2001 થી લગાતાર શાસન કરી રહ્યાં હતા. સન 2002 નાં ગોધરા કાંડના કૌમી રમખાણો થયા પછી 2013 સુધી એક પણ કૌમી રમખાણ થયું ન હતું. તે ઉપરાંત **સબકા સાથ સબકા વિકાસ** નાં નારા સાથે તેમણે ખરેખર ગુજરાતને વિકાસના પાટા પર મુક્યું. તેની નોંધ રાષ્ટ્રીય સ્તરે લેવાઈ. તેમના શાસનમાં સર્વાંગી પ્રગતિ થઈ. કૃષિ અને વીજળી માં ગુજરાતને આત્મનિર્ભર બનાવ્યું, સરદાર સરોવર ડેમ પૂર્ણ કરવામાં અને સૌરાષ્ટ્ર અને કચ્છ જેવા પાણીથી તરસ્યા વિસ્તારો માટે પાણી પહોંચાડ્યું. ઘણા રાષ્ટ્રીય એક્સપ્રેસ હાઇવે અને સ્ટેટ હાઇવે બનડાવ્યા. ગુજરાત રાજ્ય સૌથી વધુ GDP સાથે

આર્થિક મોડેલ રાજ્ય બન્યું હતું. નરેન્દ્ર મોદી સતત ત્રણ વાર ગુજરાતની ચુંટણીમાં જીત્યા - 2002, 2007 અને 2012 માં. વાઇબ્રન્ટ ગુજરાત દ્વારા ગુજરાતનો ઔદ્યોગિક વિકાસ એક મોટી સફળતા હતી. ગુજરાતમાં ઘણી એફડીઆઈ લાવ્યા હતા. તેમનો માસ્ટર સ્ટ્રોક પશ્ચિમ બંગાળથી ટાટાનો નેનો કાર પ્રોજેક્ટ લાવવાનો તો હતો. *(મમતા બેનર્જીએ , પશ્ચિમ બંગાળના મુખ્યમંત્રી, સિંગુરમાં નેનો પ્રોજેક્ટની સ્થાપનાનો વિરોધ કર્યો હતો. નરેન્દ્ર મોદીએ માત્ર એક શબ્દની ચીટ રતન ટાટાને એક મોકલી હતી. "સુ-સ્વાગતમ". રતન ટાટાને સંકેત મળ્યો અને ગુજરાતમાં સાણંદમાં તેમનો નેનો પ્લાન્ટ સ્થાપ્યો. આજે સાણંદ ગુજરાતમાં ઓટોમોબાઈલ હબ બની ગયું છે).* નરેન્દ્ર મોદી ખૂબ જ લોકપ્રિય બન્યા અને રતન ટાટા, મુકેશ અંબાણી, ગોદરેજ, અદાણી, મિત્તલ અને અન્ય ઘણા અગ્રણી ઉદ્યોગપતિઓને તેઓ પસંદ હતા.

નરેન્દ્ર મોદી વધુ શાસન અને ઓછી સરકારમાં માનતા હતા. ગુજરાતમાં વિકાસના ફળ કોઈ ભેદભાવ વગર બધા સુધી પહોંચ્યા. ગુજરાતના મુસ્લિમો અન્ય રાજ્યોની સરખામણીમાં ખીલી ઉઠ્યા છે અને સુખી છે. ગુજરાતમાં ઘણા મુસ્લિમો મોદીના પ્રશંસક બની ગયા છે. સુપ્રીમ કોર્ટ અને સ્પેશિયલ ઈન્વેસ્ટિગેટીંગ ટીમ (SIT) એ ગોધરાકાંડ પર નરેન્દ્ર મોદીને ક્લીનચીટ આપી હતી. નરેન્દ્ર મોદી RSSના આદરણીય પ્રચારક હતા અને તેમણે હિમાચલ પ્રદેશ સહિત ઘણા રાજ્યોમાં બીજેપીના પ્રભારી તરીકે પોતાની ક્ષમતા બતાવી હતી અને હિમાચલ પ્રદેશમાં ભાજપની સરકાર સ્થાપવામાં નિર્ણાયક ભૂમિકા ભજવી હતી. ગુજરાતમાં પણ જ્યારે કેશુભાઈ પટેલ ગુજરાતના મુખ્યમંત્રી તરીકે ડગમગી રહ્યા હતા, ત્યારે નરેન્દ્ર મોદીને પરિસ્થિતિ સંભાળવાનું કહેવામાં આવ્યું હતું. વર્ષ 2000 એ ગુજરાતમાં વિનાશક ભૂકંપ જોયો હતો અને તેનું કેન્દ્ર

ભુજ માં હતું અને આંચકાઓ ઉત્તર ગુજરાતથી દક્ષિણ ગુજરાત સુધી ગયા હતા. હજારો નાગરિક માળખાં અને ઇમારતો નાશ પામી, હજારો લોકો માર્યા ગયા, અને લાખો બેઘર બન્યા. કુદરતી આફતની આંતરરાષ્ટ્રીય માન્યતા હતી અને સમગ્ર વિશ્વમાંથી સહાય આવી. અમેરિકાના ભૂતપૂર્વ રાષ્ટ્રપતિ બિલ ક્લિન્ટને અસરગ્રસ્તોની મુલાકાત લીધી અને પૂરતી મદદ પણ કરી. નરેન્દ્ર મોદીને પરિસ્થિતિ સંભાળવા માટે કહેવામાં આવ્યું હતું. તેમણે આફત અને તેના પછીના સમયમાં એટલું સારું કામ કર્યું કે તેમની કાર્યક્ષમતા અને ઉચ્ચ નેતૃત્વની વિવિધ લોકોએ પ્રશંસા કરી.

**તે વખતે નરેન્દ્ર મોદીએ કહ્યું હતું કે આ જ સમય છે જ્યારે આપણે સ્વનિર્ભર અને આત્મનિર્ભર થવું જોઈએ અને ભુજને વિકાસના એક મોડેલ તરીકે વિકસાવવું જોઈએ. નરેન્દ્ર મોદીની આ જ વિચક્ષણતા છે જે આફતને તક માં ફેરવી દે છે. અને ચુનૌતી સામે બાથ ભીડે છે.**

# પ્રકરણ 2: વિદ્યુત ક્ષણ

સોશિયલ મીડિયા હંમેશા ઝડપી અને તેજસ્વી હોય છે. તેમની પાસે પવન ક્યાં ફૂંકાઈ રહ્યો છે તે જાણવાની ક્ષમતા હોય છે. તેથી પ્રિન્ટ મીડિયાની જાણીતી પ્રકાશન કંપની રાઇટર્સનાં રોસ કોલ્વિન અને શ્રુતિ ગોટીપતિએ, 13 જૂન, 2013 ના રોજ નરેન્દ્ર મોદીની મુલાકાત લીધી.

અનેક પ્રશ્નોમાં સૌથી યક્ષ પ્રશ્ન હતો - **"વાસ્તવિક મોદી કોણ છે? હિન્દુ રાષ્ટ્રવાદી નેતા અથવા વ્યવસાય લક્ષી મુખ્યમંત્રી?**

જવાબ હતો - **"હું રાષ્ટ્રવાદી છું. હું દેશભક્ત છું. કંઈ ખોટું નથી. હું જન્મજાત હિન્દુ છું. કંઈ ખોટું નથી. તેથી, હું હિન્દુ રાષ્ટ્રવાદી છું તેથી હા, તમે કહી શકો છો કે હું હિન્દુ રાષ્ટ્રવાદી છું. જ્યાં સુધી પ્રગતિશીલ, વિકાસલક્ષી, વર્કહોલિક કહે તેમાં કોઈ વિરોધાભાસ નથી. તે જ છવિ છે.**

*****

તે દિવસો હતા જ્યારે પોતાને હિન્દુ રાષ્ટ્રવાદી કહેવું નિષિદ્ધ હતું. કોંગ્રેસ, સામ્યવાદીઓ અને સ્યુડોસેક્યુલરિસ્ટ સાથેનાં પ્રાદેશિક પક્ષો સત્તામાં હતાં. કુલીન સમાજમાં હિન્દુ શબ્દ સમ્પ્રદાયવાદી ગણાતો. RSSનાં સ્વયંસેવકોને સંઘી કહીને નફરતથી જોવામાં આવતા હતા અને તેઓ અસ્પૃશ્ય હતા. તેથી પ્રોફેશનલ અને કુલીન સમાજના સ્વયંસેવકો પોતાની સ્વયંસેવકની પૃષ્ઠભૂમિની ઓળખાણ છુપાવતા અને હિન્દુત્વ પ્રત્યે જાહેરમાં મૌન રહેતા.

જો કે, આડકતરી રીતે તેઓ હિન્દુત્વનો પ્રચાર કરતા અને રાજકીય નેતાઓનાં બેજવાબદાર ઉચ્ચારણો, ગેરરીતિઓ અને ભ્રષ્ટાચારનો સામનો કરવા માટે લોક જાગરણનું કર્તવ્ય અહર્નિશ નિભાવતા. સંઘના

સ્વયંસેવકો એક પ્રકારે Latent Heat છે. સુપ્ત શક્તિ છે. જયારે પણ જરુર પડે ત્યારે વિરાટ સ્વરૂપમાં પ્રકટ થઇ શકે છે.

નરેન્દ્ર મોદીએ હિંમત કરીને જાહેરમાં જ્યારે પોતાને હિન્દુ રાષ્ટ્રવાદી કહ્યું ત્યારે રાષ્ટ્રવાદી હિન્દુ સમાજમાં વિદ્યુતના કરેન્ટ જેવી ચેતનાની લહેર આવી ગઈ. તેમને એક સિંહ મળ્યો જે જંગલમાં બહાદુરીથી અને ગર્વથી કહી શકે કે **"હું હિન્દુ રાષ્ટ્રવાદી છું". આ જ હતી તે વિદ્યુત ક્ષણ!**

RSSનાં સ્વયંસેવકો સ્વામી વિવેકાનંદથી પ્રભાવિત છે જેમણે કહ્યું કે **"ગર્વ સે કહો હમ હિન્દુ હૈ"**. સ્વયંસેવકોની સુષુપ્ત ઉર્જા જીવંત બની. તેઓ તેમના હાઇબરનેટિંગ શેલમાંથી ઉત્સાહ અને ઉર્જાનાં વિસ્ફોટ સાથે બહાર આવ્યા. ભૂલભરેલાં ભ્રષ્ટ ગઠબંધનવાળા શાસનને ઉખાડી ફેંકવાની યોગ્ય ક્ષણ આવી હતી. જ્યારે સ્વયંસેવકો જીવંત થાય છે, ત્યારે સામાન્ય જનતા જનાર્દન પણ વિદ્યુતમય બને છે.

RSSની બીજેપી પર સંપૂર્ણ પકડ હતી અને તે પણ લોકનાડી સારી રીતે જાણતી હતી. તેઓએ રાષ્ટ્રની ચેતાને અનુરૂપ નિર્ણય લીધો અને ભાજપના તત્કાલીન પ્રમુખ રાજનાથ સિંહને નરેન્દ્ર મોદીને પીએમ પદ માટે ભાજપના ઉમેદવાર ઘોષિત કરવાના સંકેત આપ્યા. 14 સપ્ટેમ્બર, 2013 ના રોજ, ગોવામાં ભાજપના સંમેલનમાં પીએમ પદના ઉમેદવાર તરીકે નરેન્દ્ર મોદીની ઘોષણા થઇ.

પીએમ પદના ઉમેદવાર તરીકે નરેન્દ્ર મોદી જાહેર થયા પછી શું થયું? લક્ષ્ય હતું પૂર્ણ બહુમતી સરકાર બનાવવાનું જેથી રાષ્ટ્રહિતમાં સુયોગ્ય અને કઠિન નિર્ણયો લઇ શકાય. અનેક પડકારો અને અડચણો હતી. કોંગ્રેસ અને અન્ય રાજકીય પક્ષો પીએમ તરીકે ચાયવાલાની પસંદગીથી ખુશ થયા. કોંગ્રેસ નેતા મણિશંકર અય્યરે જાહેરમાં વ્યંગ્ય કર્યો કે એક ચાયવાલા ક્યા પીએમ બનેગા? તેમણે નરેન્દ્ર મોદીને ચૂંટણીમાં હાર બાદ કોંગ્રેસ કાર્યાલયની બહાર ચાનો સ્ટોલ ઉદારતાથી ઓફર કર્યો.

# પ્રકરણ 3: સામાન્ય ચૂંટણી 2014

પીએમ પદનાં ઉમેદવાર જાહેર થયાં છતાં ય રસ્તો સરળ નહોતો. લાલકૃષ્ણ અડવાણી રિસાઈ બેઠા હતા. સંમેલનમાં હાજરી આપી ન હતી. એમ.એમ.જોશી તટસ્થ રહ્યા. સુષ્મા સ્વરાજ દુ:ખી જોવા મળ્યા હતા. NDA ના ઘટકોમાંથી એક JDU, બિહારના મુખ્યમંત્રી નીતીશ કુમારે બળવો કર્યો. અંદર અને બહારનાં અનેક પરિબળોએ સહકાર આપ્યો નહીં.

નરેન્દ્ર મોદીની ઉમેદવારી પર વિપક્ષો ખૂબ ખુશ હતા કારણ કે તેમને લાગ્યું કે ખૂબ જ નમ્ર પૃષ્ઠભૂમિની વ્યક્તિ, જે એક સમયે ચાયવાલા હતા તે શું ઉકાળશે? કોંગ્રેસના અગ્રણી નેતા મણિશંકર અય્યરે "એક ચાયવાલા ક્યા પીએમ બનેગા?" એમ બોલ્યા. કોંગ્રેસ અને અન્ય પક્ષોમાં સમાન વિચાર ધરાવતા ઘણાં નેતાઓ હતા જેમણે આવું વિચાર્યું હતું. તેથી નરેન્દ્ર મોદીએ "ચાય પે ચર્ચા" નું અભિયાન શરૂ કર્યું જે ખૂબ જ લોકપ્રિય થયું. પછી સોનિયા ગાંધીએ ગોધરા રમખાણોની પૃષ્ઠભૂમિમાં તેમને "મૌત કા સૌદાગર" કહેવાની ભૂલ કરી. નરેન્દ્ર મોદીએ પોતાની વોટબેંકને સમૃદ્ધ બનાવવા માટે એ સૂત્રનો પણ પોતાના પક્ષમાં પ્રભાવશાળી ઉપયોગ કર્યો. વિપક્ષમાં તેમના વક્તૃત્વનો કોઈ જોટો ન હતો.

## 3.1 આપ કી અદાલતમાં રજત શર્મા દ્વારા નરેન્દ્ર મોદીનો ટીવી ઇન્ટરવ્યૂ

પીએમ પદના ઉમેદવાર તરીકે નરેન્દ્ર મોદીનો ટીવી ઇન્ટરવ્યૂ 13 મી એપ્રિલ 2014 ના રોજ ખૂબ જ પ્રખ્યાત ટીવી ચેનલ નાં પ્રખ્યાત કાર્યક્રમ

આપકી અદાલત પર યોજાયો હતો. આ ઇન્ટરવ્યૂ દર્શકોએ ખુબ પસંદ કર્યો. પ્રેક્ષકોનો જબરજસ્ત ટેકો હતો અને તેઓ મોદી, મોદીના નારા લગાવી રહ્યા હતા. તેનાથી સમગ્ર દેશમાં મોદીની તરફેણમાં વાતાવરણ બન્યું. કેટલાક અંશો નીચે પ્રસ્તુત છે:

**પ્રશ્ન: વિપક્ષના એક નેતાએ તમને કૂતરો કહ્યો. તમારે શું કહેવું છે?**

જ: કૂતરાઓ ખૂબ વિશ્વાસુ છે. તેથી મને તેની સાથે કોઈ સમસ્યા નથી. હું એ સજ્જનનો આભારી છું કે ઓછામાં ઓછું તે મને વફાદાર માને છે.

**પ્રશ્ન: વિપક્ષ તમારી વિભાજનકારી નીતિઓ માટે તમને જવાબદાર ઠેરવે છે. તમે મતદારોનું ધ્રુવીકરણ કરવા માંગો છો.**

જ: છેલ્લા 70 વર્ષથી આ દેશને કોણ ચલાવી રહ્યું છે? ભારતનું વિભાજન કોણે સ્વીકાર્યું? વંદે માતરમ રાષ્ટ્રીય ગીત કોણે કાપ્યું? હું આમાં ક્યાંય નહોતો. હાલમાં તે લોકો જ દેશ પર શાસન કરી રહ્યા છે, એટલે કે કોંગ્રેસે આ બધું કર્યું અને તેઓ કયા અધિકારથી મને દોષી ઠેરવી રહ્યા છે? કોણ જાતિવાદી નીતિઓ રમે છે? હાલની કોંગ્રેસ સરકારે સેનાને હિન્દુ જવાનો અને મુસ્લિમ જવાનોની સંખ્યા જાહેર કરવા કહ્યું. તેઓએ સૈન્યને ધાર્મિક ધોરણે વિભાજીત કરવાનો પ્રયાસ કર્યો. જો કે, મને મારી સેના પર ગર્વ છે કે સેનાએ આ નંબર આપવાનો ઇનકાર કર્યો હતો કારણ કે સેનામાં દરેક ભારતીય છે. જ્યારે હું ગુજરાતનો મુખ્યમંત્રી હતો, ત્યારે મેં હંમેશા તેમને "મારા 5 કરોડ નાગરિકોને" સંબોધ્યા હતા. આજે મારા ચૂંટણી પ્રચાર દરમિયાન, હું "મારા 120 કરોડ નાગરિકો" તરીકે સંબોધું છું. હું વિકાસ એટલે કે વિકાસમાં જ માનું છું. જ્યારે પ્રગતિ થાય છે, તે બધા માટે છે. મુસ્લિમ કે હિંદુ કે શીખ માટે નહીં. પ્રગતિના

ફળ બધા નાગરિકોમાં તેમની જાતિ, પંથ અથવા ધર્મને ધ્યાનમાં લીધા વગર પહોંચે છે.

**પ્રશ્ન: તમે કોમી છો કારણ કે તમે એક ઇમામ દ્વારા તમને ઓફર કરવામાં આવેલી મુસ્લિમ ટોપી (skull cap) પહેરવાનો ઇનકાર કર્યો હતો.**

જ: મેં ક્યારેય ગાંધી કે સરદાર વલ્લભભાઈ પટેલને **મુસ્લિમ સ્કલકેપ** પહેરેલા જોયા નથી.  પં. જવાહરલાલ નહેરુને પણ નહીં. શું તેઓ કોમી હતા? હું તમામ ધર્મોનું સન્માન કરું છું. હું કૃત્રિમ ફોટો શોપમાં માનતો નથી. પણ જો કોઈ બીજાના ધર્મોનો અનાદર કરશે, તો હું ગુનેગારને સજા કરીશ. મદરેસામાં અભ્યાસ કરતા મુસ્લિમ વિદ્યાર્થીઓ માટે હું કહું છું કે યુવાન મુસ્લિમ વિદ્યાર્થીઓના એક હાથમાં કુરાન હોઈ શકે છે. મને કોઈ વાંધો નથી. પરંતુ બીજી બાજુ તેમની પાસે કમ્પ્યુટર પણ હોવું જોઈએ. ત્યારે જ આધુનિક શિક્ષણ દ્વારા મુસ્લિમ સમાજ પ્રગતિ કરશે. મને આશ્ચર્ય છે કે શા માટે અગાઉની તમામ સરકારોમાં આવા કોઈ વિચારો ન હતા. તેઓએ મુસ્લિમોની પછાતતા તેમની વોટ બેન્કો માટે જાળવી રાખી હતી.

**પ્રશ્ન: જો તમે પીએમ બનશો, તો શું તમે ખ્રિસ્તીઓની સલામતીની ખાતરી કરશો? તેમના ચર્ચોનો નાશ નહીં થાય?**

જ: ગુજરાતમાં, પારસી નામની સૂક્ષ્મ લઘુમતી છે જેઓ છેલ્લા 1000 થી વધુ વર્ષોથી શાંતિથી જીવે છે. તેઓ કોઈ પણ પ્રતિબંધ વિના તેમના ધર્મને અનુસરે છે. ગુજરાતમાં, કોઈ પણ ચર્ચનો નાશ કરવાની ઘટના નથી બની. આ હિંદુ પરંપરા છે કે આપણે બધાં ધર્મોનો આદર કરીએ છીએ. હજારો વર્ષોના હિન્દુ ઇતિહાસનો વિચાર કરો. હિન્દુઓએ  ક્યારેય અન્ય દેશ પર આક્રમણ કર્યું નથી. તે હિન્દુ નીતિ નથી. આપણું બંધારણ

પણ તેની મંજૂરી આપતું નથી. ભાજપનું સૂત્ર છે "સર્વ-પંથ સમભાવ". તેનો અર્થ એ છે કે ભગવાન એક છે પરંતુ તેને પહોંચવાના રસ્તાઓ અલગ હોઈ શકે છે. અમે કોઈના ધર્મમાં દખલ કરતા નથી. અમે તમામ ધર્મોનું સન્માન કરીએ છીએ.

**પ્રશ્ન: તમે ખ્રિસ્તીઓ અને પારસીઓને ખાતરી આપી છે. પરંતુ તમે મુસ્લિમોને પણ ખાતરી આપી શકો છો.?**

જ: આ દેશના કોઈપણ નાગરિકને સમાન અધિકારો છે. નરેન્દ્ર મોદી

દેશના બંધારણ માટે પ્રતિબદ્ધ છે અને તેનું પાલન કરશે.

**પ્રશ્ન: શું કોઈએ તમારાથી ડરવું જોઈએ?**

જ: કેટલાક લોકોએ મારાથી ડરવું પડશે. રાષ્ટ્રવિરોધી લોકો, જે લોકો આતંકવાદી છે, એવા લોકો કે જેઓ આપણું બંધારણ માનતા નથી. જેની નિષ્ઠા આપણા રાષ્ટ્રની બહાર છે. જે લોકો આ દેશને લૂંટી રહ્યા છે. જે લોકો અન્યોને અન્યાય કરે છે તેઓએ ડરવું પડશે. કોઈપણ રાષ્ટ્ર શિસ્ત વગર ટકી શકતું નથી.

**પ્રશ્ન: ઘણા વિપક્ષી નેતાઓ કહે છે કે ગુજરાતનો વિકાસ તમારા દાવા મુજબ થયો નથી. તમે માત્ર પ્રચાર કરો છો. કોઈ વાસ્તવિક પ્રગતિ નથી થઇ.**

જ: વિકાસ એટલે લગભગ 24 કલાક વીજળીની ઉપલબ્ધતા, નળ દ્વારા પીવાના પાણીની ઉપલબ્ધતા, 99% ગામડાઓ રસ્તાઓથી જોડાયેલા છે વગેરે. કહો કે તે માત્ર પ્રચાર છે. પણ ગુજરાતના લોકો પ્રચારથી પ્રભાવિત થશે નહીં. તેઓ જોઈ રહ્યા છે દિવસ અને રાત વિકાસ થઇ રહ્યો છે. જો તેઓ સંતુષ્ટ નથી તો તેઓ શા માટે મારી સરકારને સતત

3 વખત પૂર્ણ બહુમતીથી ચૂંટી કાઢી? ભાજપનો ચૂંટણીપત્ર વિકાસ આધારિત છે. અન્ય રાજકીય પક્ષો જાતિવાદી અને વિભાજનકારી રાજનીતિ રમી રહ્યા છે. તેમની પાસે વિકાસના મુદ્દે લડવાની હિંમત નથી. 2001 માં જ્યારે મેં ગુજરાતની કમાન સંભાળી ત્યારે રાજ્યમાં વીજળીની અછત હતી. લોડ શેડિંગ અને અંધારપટ હતો. હવે ગુજરાત વીજળીમાં સરપ્લસ છે. આવી સ્થિતિ પ્રચારથી નહીં આવે. આ માટે, અમે સખત મહેનત કરી છે. ગુજરાતમાં સર્વાંગી વિકાસ છે અને ગુજરાતનો GDP દેશમાં સૌથી વધુ છે. ગુજરાતનું કૃષિ GDP આશરે 14% છે જ્યારે રાષ્ટ્રીય સરેરાશ 3% છે. વિકાસ બીજું શું છે?

**પ્રશ્ન: રાજકીય પક્ષોના ઘણા નેતાઓ આરોપ લગાવી રહ્યા છે કે તમે અદાણી અને ટાટા જેવા ઉદ્યોગપતિઓને જમીનનો મોટો હિસ્સો નજીવા ભાવે ફાળવી દીધો છે.**

જ: પ્રથમ, એવું નથી. બીજું, જો મેં ગુનો કર્યો હોય તો કેન્દ્ર સરકાર શું કરી રહી છે? તેઓ મારી સામે કોઈ કાર્યવાહી કેમ નથી કરી રહ્યા? હકીકત એ છે કે સુપ્રીમ કોર્ટે પણ કહ્યું છે કે ગુજરાત સરકાર દ્વારા જમીન સંપાદન એક મોડેલ છે જેનું અન્ય રાજ્યોએ અનુકરણ કરવું જોઈએ. ટાટાને તેમની નેનો માટે જમીન આપવામાં આવી હતી બજાર દર પર. ગુજરાત નીતિ આધારિત રાજ્ય છે. કોઈની તરફેણ કે છૂટછાટ નથી. ટાટાને મળેલી શરતો પર દરેકને જમીન મળશે.

**પ્રશ્ન: સોનિયાજી કહે છે કે તમે ઝેર ફેલાવો છો.**

જ: રાહુલ ગાંધીએ ઉપપ્રમુખ બનતા જયપુરમાં કહ્યું કે તેની મમ્મીએ તેને કહ્યું કે સત્તાનો પાવર ઝેર છે. હવે હું પૂછું છું કે, મોટાભાગના વર્ષો

સુધી સત્તામાં કોણ રહ્યું. તે કોંગ્રેસ છે. આથી કોણે વધારે ઝેરનું સેવન કર્યું? તે કોંગ્રેસ છે. તો કોણ વધારે ઝેર ઓકશે? તે કોંગ્રેસ છે. તો પછી તેઓ શા માટે મને દોષ આપે છે, જે હજી દેશના પીએમ બનવાના બાકી છે.

**પ્રશ્ન: તમને અમેરિકન વિઝા નકારવામાં આવ્યો હતો. પીએમ બન્યા પછી તમે અમેરિકા જશો?**

જ: મેં અગાઉ 2005 માં એક પ્રેસ કોન્ફરન્સમાં કહ્યું હતું કે હું ભારતને એટલું મજબૂત બનાવવા માંગુ છું કે અમેરિકા જનારા ભારતીયોને બદલે અમેરિકનોને ભારત આવવા માટે વિઝા માટે કતારમાં ઉભા રહેવું પડે.

**પ્રશ્ન: તમે છેલ્લા 2 મહિનાથી સતત પ્રચાર કરી રહ્યા છો. ક્યાંથી તમને ઉર્જા અને પ્રેરણા મળે છે? શું તમને થાક નથી લાગતો?**

જ: હું નાનપણથી જ કામદાર રહ્યો છું. સખત મહેનતની આદત થઈ ગઈ છે. હું રોજ યોગ અને પ્રાણાયામ કરું છું. બીજું મને નથી લાગતું કે તમે કામના બોજથી થાકી જાઓ છો. જ્યારે તમે નિષ્ક્રિય હો ત્યારે તમે થાકી જાઓ છો. જનતાનો આશીર્વાદ અને સ્નેહ મને બળ આપે છે. મારા સમગ્ર અભિયાન માટે છેલ્લા 6 મહિના, મેં ખૂબ પ્રેમ અને જોડાણ અનુભવ્યું છે. મારા 120 કરોડ લોકો પાસેથી મને  પ્રેરણા મળે છે.

*****

આ ઇન્ટરવ્યૂ ખૂબ જબરજસ્ત હતો. લાગણીઓ, ગૂંચવણ ભર્યા પ્રશ્નો, નરેન્દ્ર મોદીની પારદર્શિતા, તેમના ગંભીર અને રમૂજી જવાબો, તેમના મનની સ્પષ્ટતા, નમ્ર વલણ વગેરે. ઇન્ટરવ્યૂ જોવા લાયક છે અને

શબ્દોમાં વર્ણવી શકાતો નથી. તેમનો ઇન્ટરવ્યૂ યુ ટ્યુબ પર ઉપલબ્ધ છે અને 23 લાખથી વધુ દર્શકો દ્વારા જોવામાં આવ્યો છે.

## 3.2 અર્નબ ગોસ્વામી સાથે નરેન્દ્ર મોદીનો ટીવી ઇન્ટરવ્યૂ

રાહુલ ગાંધીને કોંગ્રેસ તરફથી પીએમ પદના ઉમેદવાર તરીકે રજૂ કરવામાં આવ્યા હતા.

પ્રખ્યાત ન્યૂઝ એન્કર અર્નબ ગોસ્વામી તે દિવસોમાં ટાઇમ્સ નાઉ ટીવી ચેનલ સાથે સંકળાયેલા હતા. તેઓ તેજસ્વી હતા પણ રાજદીપ સરદેસાઈ, બરખા દત્ત અને નિહારિકા ઘોષ જેવા લ્યુટીયન સંવાદદાતાઓના જૂથમાં સમ્મિલિત હતા, જે મોટાભાગે સ્યુડો - સેક્યુલરવાદીઓ અને કોંગ્રેસ - સામ્યવાદી લક્ષી હતા. તેઓને લાગતું હતું કે નરેન્દ્ર મોદી પીએમ બની શકે તે અશક્ય છે. મીડિયા, કોંગ્રેસ અને રાહુલ ગાંધીનો પ્રચાર કરી રહ્યું હતું.

અર્નબ ગોસ્વામીએ જાન્યુઆરી 2014માં રાહુલ ગાંધી સાથે ટીવી ચેટ કરી હતી. કમનસીબે, રાહુલ ગાંધીનું પ્રદર્શન નિરાશાજનક હતું અને તેનો તેજસ્વી અર્નબ ગોસ્વામી સામે કોઈ મેચ ન હતો. આપકી અદાલતમાં નરેન્દ્ર મોદીના ઝળહળતા પ્રદર્શનની સરખામણીમાં ટીવી દર્શકો આ રાહુલ ગાંધીના પ્રદર્શનથી મોટા પ્રમાણમાં નિરાશ થયા હતા. નરેન્દ્ર મોદીના અભિયાનનાં વાવાઝોડાનાં કારણે તેમજ ભાજપ/RSS કાર્યકરોની સખત મહેનત વાતાવરણ ભાજપ અને નરેન્દ્ર મોદીની તરફેણમાં બદલી રહી હતી.

અર્નબ ગોસ્વામી એક બુદ્ધિશાળી, તેજસ્વી અને ચતુર પત્રકાર છે, જેણે નરેન્દ્ર મોદીને મે 2014 ના પહેલા સપ્તાહમાં ચૂંટણી પૂરી થયાના 2 અઠવાડિયા પહેલા ટીવી ચેટ માટે આમંત્રણ આપ્યું હતું. આ યુ ટ્યુબ પર ઉપલબ્ધ છે. વાચકો તે લાંબી ચેટ યુટ્યૂબમાં જોઈ શકે છે.

અર્નબ ગોસ્વામીએ નરેન્દ્ર મોદીને તેમની ચાયવાલાની પૃષ્ઠભૂમિથી લઈને તેમની કોમવાદી તરીકેની છવિ, ગુજરાતમાં વિકાસને લગતા તેમના પ્રચારથી લઈને ઘણા અજીબોગરીબ પ્રશ્નો પૂછીને વિવિધ પાસાઓ ઉજાગર કરવાનો શ્રેષ્ઠ પ્રયાસ કર્યો. તેમણે ઘણા મુશ્કેલ પ્રશ્નો પણ પૂછ્યા કે જો તેઓ પીએમ બનશે તો શું કરશે. તમામ દર્શકો માટે એક સુખદ આશ્ચર્ય હતું કે નરેન્દ્ર મોદીએ આત્મવિશ્વાસ અને બહાદુરીથી તેમનો સામનો કર્યો હતો અને અનેક પ્રશ્નો પર અર્નબ ગોસ્વામીને ફટકાર્યા હતા. અર્નબને લાંબા પ્રશ્નોનું પુનરાવર્તન કરીને અને ઇન્ટરવ્યુ લેનારને તેના જવાબ પૂર્ણ કરવા ન દેવાની સ્વ-એકપાત્રી નાટક કરવાની ટેવ છે. ટાઈમ્સ નાઉ તેમની ચેનલ છે અને આ ઈન્ટરવ્યુ પછી તેઓ તેમના એકપાત્રી નાટક ચાલુ રાખી શકે છે એમ કહીને મોદીએ તેને યોગ્ય રીતે કદમાં વેતર્યા.

આ ઇન્ટરવ્યુએ નરેન્દ્ર મોદીની ખૂબ જ સકારાત્મક છવિ સ્થાપિત કરી કે તેઓ મુખ્ય મુદ્દાઓ પર સ્પષ્ટ છે અને હિંમતવાન માણસ છે. *(પાછળથી, અર્નબ ગોસ્વામીએ ટાઈમ્સ નાઉ છોડી દીધું અને "રિપબ્લિક ભારત" તરીકે ઓળખાતી પોતાની ચેનલ શરૂ કરી. 2014 માં ભાજપની જીત પછી, અર્નબ ગોસ્વામી એક બદલાયેલા માણસ હતા. તેઓ નરેન્દ્ર મોદીની સીધી અને સ્પષ્ટ સ્પષ્ટતાથી ખૂબ પ્રભાવિત હતા. તે હવે લુટીયન-જૂથની ગેંગમાં નથી અને રાષ્ટ્રવાદીઓની તરફેણ કરે છે).*

## 3.3 ભાજપની વ્યૂહરચના

ભાજપના મુખ્ય ચૂંટણી મુદ્દા નીચે મુજબ હતા:

- સબકા સાથ, સબકા વિકાસ. નરેન્દ્ર મોદીએ ગુજરાતના વિકાસના મોડેલ વિષે વિસ્તૃત રીતે વાત કરી અને ઘણી રેલીઓને સંબોધતા ભારતનો પવનવેગે પ્રવાસ કર્યો.
- કોંગ્રેસ મુક્ત ભારત.
- અબકી બાર મોદી સરકાર.
- સર્વ પંથ સમભાવ.
- ટ્રિપલ તલાક નાબૂદ કરીને મુસ્લિમોનું ઉત્થાન અને મદારસામાં વિજ્ઞાન અને કોમ્પ્યુટર્સનું શિક્ષણ રજૂ કરવું.
- રામ મંદિરનું નિર્માણ.
- કૃષિમાં સુધારા.
- ગામડાઓનું 100% વીજળીકરણ.
- યુવાનોને રોજગાર આપવો.
- વિવિધ કલ્યાણ યોજનાઓ જેમ કે ઉજ્જવલા યોજના, કૌશલ્ય-ભારત, મેક-ઇન-ઇન્ડિયા વગેરે.
- સ્વચ્છ ભારત.
- 300 સાંસદોનો લક્ષ્યાંક.

RSS અને ભાજપ કેડર ગેલ્વેનાઈઝ્ડ થઇ ગયા હતા અને સંસદમાં સંપૂર્ણ બહુમતી માટે તેઓએ સખત મહેનત કરી હતી. ઉપરોક્ત તમામ ચુંટણી પ્રચાર ઉપરાંત ચુંટણીનો મુખ્ય મુદ્દો યુપીના સાંસદોની સંખ્યા હતી. નરેન્દ્ર મોદી પાસે તેમના મેન ફ્રાઈડે અમિત શાહ હતા. તેમને

યુપીમાં કેમ્પ કરવા માટે કહેવામાં આવ્યું હતું. તેમણે કેડરને સજ્જ કર્યું. સમગ્ર ભાજપ/RSS મશીનરીએ 80 માંથી 72 બેઠકો મેળવી.

## 3.4 સ્યુડો-સેક્યુલરિઝમનું ઉદાહરણ

પ્રચાર દરમિયાન જ્યારે કોંગ્રેસને ખ્યાલ આવવા લાગ્યો કે તેઓ ચૂંટણી હારી જવાનાં છે ત્યારે સોનિયા ગાંધી દિલ્હીમાં જામા મસ્જિદના ઇમામને મળ્યા અને મુસ્લિમ મતોની વિનંતી કરી. જામા મસ્જિદના ઇમામ મુસ્લિમ અનુયાયીઓની ઉચ્ચ સત્તા  ધરાવે છે. જો તે નિવેદન આપે તો મોટાભાગના મુસ્લિમો તેનું પાલન કરે તેવી શક્યતા હોય છે. ઈમામે શુક્રવારની નમાઝમાં કોંગ્રેસને મત આપવાની ખાતરી આપી. આ સંદેશ જંગલી આગની જેમ ફેલાઈ ગયો. જ્યારે કેટલાક સંવાદદાતાઓએ સોનિયા ગાંધીને પૂછ્યું કે તેઓ ધાર્મિક કોમી કાર્ડ કેવી રીતે રમ્યા, ત્યારે તેમણે જવાબ આપ્યો કે તેઓ તો બિનસાંપ્રદાયિક (સેક્યુલર) મત માંગવા ગયા હતા. આ પગલું કોંગ્રેસ માટે બુમરેંગ સાબિત થયું અને નરેન્દ્ર મોદીની તરફેણમાં હિન્દુ મતોનું ધ્રુવીકરણ થયું. કોંગ્રેસ અને સ્યુડો-સેક્યુલરવાદીઓ મુસ્લિમ મતો માગે તે બિનસાંપ્રદાયિક પરંતુ જો ભાજપ હિંદુ મતો માટે વિનંતી કરે તો તે કોમી!

એ જ રીતે મણિશંકર અય્યરે પાકિસ્તાન જઈને મુસ્લિમોને ભારતમાં તેમના મુસ્લિમ ભાઈઓ દ્વારા ભાજપને હરાવવા વિનંતી કરી.  મુસ્લિમ મત માંગતા કોંગ્રેસ અને ધર્મનિરપેક્ષ પક્ષો બિનસાંપ્રદાયિક હતા, સાંપ્રદાયિક નહોતા. પરંતુ ભાજપ હિન્દુ મત નથી માગી શકતો કારણ કે તે બિનસાંપ્રદાયિક નથી પરંતુ કોમી છે. આવી ધારણા લોકો ઉપર ઠોકી બેસાડી હતી તે હવે નષ્ટ થઇ.

ડૉ.મનમોહન સિંહે તેમના એક ભાષણમાં કહ્યું હતું કે "ભારતના સંસાધનો પર મુસ્લિમોનો પ્રથમ અધિકાર છે". આ શાસક પક્ષ દ્વારા મુસ્લિમ મતો માટે તીવ્ર મુસ્લિમ તુષ્ટિકરણ દર્શાવે છે. રાહુલ ગાંધીએ લોકોની નાડી કંઈક અંશે પકડી લીધી હતી અને સમજી ગયા હતા કે પવન કઈ દિશામાં ક્યાં વહી રહ્યો છે. તેથી તેમણે નરમ હિન્દુત્વ અપનાવ્યું અને વિવિધ મંદિરોની મુલાકાત લેવાનું અને પૂજા અને હવન કરવાનું શરૂ કર્યું. એક મંદિરમાં, પૂજારીએ તેની બેસવાની મુદ્રા માટે ઠપકો આપ્યો હતો, જે મુસ્લિમોનો નમાઝ પઢવા જેવો હતો. તેમણે રાહુલ ગાંધીને હિન્દુ પરંપરા મુજબ સુખાસનમાં યોગ્ય રીતે બેસવા કહ્યું. દુર્ભાગ્યે, એક મુસ્લિમ મેળાવડામાં જ્યારે તેઓ મુસ્લિમ મતો માટે વિનંતી કરી રહ્યા હતા, ત્યારે તેમણે ઉચ્ચાર્યું કે કોંગ્રેસ એક મુસ્લિમ પક્ષ છે. તે સાંસદ નેતા કમલનાથ દ્વારા આયોજીત મુસ્લિમો સાથે ગુપ્ત સંમેલન હતું, પરંતુ સમાચાર લીક થયા અને જનતાને કોંગ્રેસની બેવડી લાક્ષણિકતાઓ વિષે ખબર પડી. કોંગ્રેસી નેતાઓના આવા કૃત્યો જાહેર ભાવનાઓને ઠેસ પહોંચાડતા હતા.

## 3.5 ભાજપે 2014 ની સામાન્ય ચૂંટણી જીતી

ત્યારબાદ જે બન્યું તે ઇતિહાસ છે. નરેન્દ્ર મોદી લોકનાડી જાણતા હતા. તે એવી વ્યક્તિ હતી જે જમીની વાસ્તવિકતાઓ સાથે જોડાયેલી હતી. તે પ્રખર વક્તા હતા. જ્યારે તેઓ ચૂંટણી સભાઓમાં બોલ્યા ત્યારે જનતાને લાગ્યું કે તેઓ તેમની નિરાશા, તેમની સમસ્યાઓ, તેમની તકલીફો અને વિકાસ વિષે બોલી રહ્યા છે અને સમસ્યાઓના ઉકેલો વિષે બોલી રહ્યા હતા. જનતાએ ઘણા વર્ષોથી કોંગ્રેસને અજમાવી હતી.

જનતાને લાગ્યું કે કોંગ્રેસના શાસન દરમિયાન તેઓ હજુ 1947 ના યુગમાં છે. કોંગ્રેસના છેલ્લા 5 વર્ષ એટલા સ્પષ્ટપણે ભ્રષ્ટ હતા કે જનતા પરિવર્તન ઇચ્છતી હતી. ઓછામાં ઓછા એક વખત નવા નેતા જે અપેક્ષિત, હિંમતવાન હતા અને ગુજરાતમાં પોતાની ક્ષમતા સાબિત કરી ચૂક્યા હતા. નરેન્દ્ર મોદી જે મંચ પરથી બોલતા હતા તે જનતાનો અવાજ હતો. ગુજરાતે 26/26, રાજસ્થાન 25/25, દિલ્હી 7/7, UP 72/80, MP 27/29, HP 4/4, બિહાર 22/44, ઝારખંડ 12/14, કર્ણાટક 17/28, હરિયાણા 7/10 સાંસદ આપ્યાં. ઉપરોક્ત રાજ્યોમાંથી કુલ 219/260. તે અદભૂત પ્રદર્શન હતું.

2014 ની સામાન્ય ચૂંટણીમાં ભાજપે 282 ની બહુમતીથી જીત મેળવી હતી. એટલે કે 300 ના લક્ષ્યાંક સામે 94% સિદ્ધિ. કોંગ્રેસનો વિનાશ શરૂ થયો હતો. નરેન્દ્ર મોદીએ 26 મી મે 2014 ના રોજ વડાપ્રધાન તરીકે શપથ લીધા.  ભાજપને સંપૂર્ણ બહુમતી મળી હતી તે છતાં નરેન્દ્ર મોદીએ SAD, શિવસેના અને ટીડીપી વગેરે જેવા સમાન વિચારધારા ધરાવતા પક્ષોના મંત્રીઓનો સમાવેશ કર્યો હતો.

શપથ સમારોહની ખાસ વાત એ હતી કે નરેન્દ્ર મોદીએ સમારોહમાં ભાગ લેવા માટે પાકિસ્તાન સહિત સાર્ક દેશોના તમામ વડાઓને આમંત્રણ આપ્યું હતું અને બધા હાજર હતા. આ હાવભાવ દર્શાવે છે કે ભાજપ સરકાર પાકિસ્તાન અને બાંગ્લાદેશ સહિત તમામ પડોશી દેશો સાથે ખૂબ જ સુમેળભર્યા સંબંધો રાખવા માંગે છે.

**જ્યારે એક તરફ ભાજપ અને RSS કેડર અને સમર્થકો બહુમતીથી ચૂંટણી જીતવા માટે રોમાંચિત હતા, ત્યારે બીજી બાજુ, દરેક વ્યક્તિ એ**

જાણવા માટે બેચેન હતા કે કેવી રીતે બિનઅનુભવી નરેન્દ્ર મોદી મોટા પાયે રાષ્ટ્રવાદી જનતાની આશાઓ પૂરી કરશે. અપેક્ષાઓ ગગનચુંબી હતી પરંતુ જમીની વાસ્તવિકતાઓ તદ્દન પ્રતિકૂળ હતી. સરકારી તિજોરી ખાલી હતી અને સરકારી ઓફિસોમાં અને ન્યાયતંત્રમાં કોંગ્રેસ દ્વારા નિમાયેલાં ઓફિસરો હતાં.

મનમોહન સિંહ સરકારે ઓઇલ બોન્ડની ચુકવણીનો મોટો બોજ ભવિષ્યની સરકાર પર છોડી દીધો હતો. ભ્રષ્ટાચાર અને બિન-આયોજિત ખર્ચમાં વિશાળ ભંડોળનો ઉપયોગ કરવામાં આવ્યો હતો. પી ચિદમ્બરમે અયોગ્ય ઉદ્યોગોને મોટી લોન આપી હતી જે બિન-કાર્યક્ષમ હતા. એક ઉર્દૂ કહેવત છે - એક આગ કા દરિયા હૈ ઔર ડૂબ કે જાના હૈ. આનો અર્થ એ છે કે આગળનો રસ્તો કાંટાથી ભરેલો છે અને તમારે ચાલવું નહીં પણ દોડવું પડશે. લાંબા 70 વર્ષોમાં ભેગો થયેલો બેકલોગ 5 વર્ષના ટૂંકા સમયમાં સાફ કરવાનો હતો. કોંગ્રેસની સંસ્કૃતિ માટે પ્રતિબદ્ધ અમલદારશાહી હતી. સચિવો સવારે ગોલ્ફ રમવામાં વધુ રસ ધરાવતા હતા, બપોરની આસપાસ ઓફિસમાં આવતા. તેમાંના મોટા ભાગના સ્વયંભૂ મહારાજા હતા, જેઓ માત્ર તેમના ભવ્ય જીવનમાં રસ ધરાવતા હતા, સમસ્યાનું સમાધાન કરવાને બદલે ટાળતાં રહેતાં હતાં. Pass the buck કરતા હતા, નિર્ણયોમાં વિલંબ કરતા હતા.

મનમોહન સિંહ સરકારની નીતિ લકવાગ્રસ્ત હતી. આરબીઆઈના ગવર્નર કોંગ્રેસ લક્ષી યુએસ પ્રશિક્ષિત કહેવાતા આર્થિક નિષ્ણાત હતા જે મોટાભાગે પદની સ્વતંત્રતાની આડમાં સરકારની નીતિ વિરુદ્ધ જતા હતા. સુપ્રીમ કોર્ટ એક કોંગ્રેસી કાર્યકર્તાની ભૂમિકા ભજવી રહી હતી. તે સામ્યવાદ લક્ષી હતી. કાર્યપાલિકા અને ન્યાયપાલિકાની યથાવત

સ્થિતિ અને સ્ટીલ ફ્રેમને રાતોરાત બદલવી અશક્ય છે. નેહરુવાદ નીતિઓ અને નેહરુવાદમાં ઉંડી જડતા છે. તેમ છતાં, જનતાએ સતત 12 વર્ષ સુધી ગુજરાતમાં કરિશ્મા ધરાવતા યોગ્ય માણસ પર વિશ્વાસ મૂક્યો હતો. છેવટે, તે નરેન્દ્ર મોદી હતા જેમની પાસે દ્રઢતા, હિંમત, પ્રતિબદ્ધતા, પ્રતીતિ, આત્મવિશ્વાસ, ઉત્સાહ અને અપાર રાષ્ટ્રવાદી ઉત્સાહ હતો અને એક અનુભવી કલાકારની જેમ સર્વાંગી વિરોધની તીવ્ર લહેરોમાં સર્ફિંગ કરવાની આવડત અને ધગશ હતી.

**નરેન્દ્ર મોદીની પ્રેરણાથી બનેલું અમદાવાદનું સાબરમતી રિવર ફ્રન્ટ**

# પ્રકરણ 4: નરેન્દ્ર મોદી સરકારનો પ્રથમ કાર્યકાળ (2014 - 19)

નરેન્દ્ર મોદીએ, કેન્દ્ર સરકારમાં શિખાઉ હોવાથી, રાજનાથ સિંહ, સુષમા સ્વરાજ, નીતિન ગડકરી, અરુણ જેટલી અને અન્ય ઘણા તેમના જેવા વરિષ્ઠ મંત્રીઓની દેખરેખમાં કેન્દ્ર સરકારની પદ્ધતિયો સમજવામાં થોડો સમય લીધો. તે ઉતાવળિયા અને અધૂરા પગલાં લેવા માંગતા ન હતા. જો કે, એકવાર તેમણે શરૂ કર્યા પછી પાછું વળીને જોયું નહીં. વાચક સામાન્ય રીતે અને બીપીએલ (ગરીબી રેખા નીચે) લોકોના જીવનને સુધારવા માટે તેમણે હાથ ધરેલા પ્રોજેક્ટ્સ વિષે ગૂગલ કરી શકે છે. તેમણે હાથ ધરેલા અને નોંધપાત્ર રીતે આગળ વધેલા કેટલાક મહત્વપૂર્ણ પ્રોજેક્ટ નીચે મુજબ છે:

1. **જન ધન યોજના** - તેમણે બેંકોને બીપીએલ જનતાના બચત ખાતા શૂન્ય બેલેન્સ સાથે ખોલવા નિર્દેશ આપ્યો. કરોડો ગરીબ લોકોએ આખા ભારતમાં આવા ખાતા ખોલાવ્યા. ફાયદો એ હતો કે સરકાર અથવા ખાનગી ક્ષેત્રના કામદારો અને ખેડૂતોની ચૂકવણી સીધી તેમના ખાતામાં જમા કરવામાં આવી હતી જેથી મોટા પ્રમાણમાં ભ્રષ્ટાચાર ઓછો થયો. અગાઉ ભૂતપૂર્વ વડા પ્રધાન રાજીવ ગાંધીએ કબૂલાત કરી હતી કે પ્રાપ્તકર્તાને સરકાર દ્વારા આપવામાં આવેલા રૂપિયા એક (100 પૈસા) માંથી માત્ર 15 પૈસા મળે છે. વહીવટ અને વચેટિયાઓ દ્વારા બાકીના 85 પૈસા હડપ કરવામાં આવતા હતા. હવે કામદારો અને ખેડૂતોના બેંક ખાતામાં સંપૂર્ણ ચુકવણી મળવા લાગી. આ યોજનાની

આડપેદાશ એ હતી કે અગાઉ કરેલી અનેક કાલ્પનિક ચુકવણીઓથી સરકારી તિજોરીના કરોડો રૂપિયાની ખાયકી બંધ થઈ ગઈ હતી.

**2. ગામડાઓનું 100% વીજળીકરણ** - 70 વર્ષ વીતી ગયા પછી પણ ઘણા ગામોમાં વીજળી જોવા મળી નથી. ભાજપ સરકારે ગામડાઓનું 100% વીજળીકરણ સુનિશ્ચિત કર્યું. આપણા રોજિંદા જીવનમાં વીજળીના મહત્વને કોઈ પણ સમજી શકે છે.

**3. બીપીએલ જનતાને એલપીજી ગેસ પૂરો પાડવો** - ભાજપ સરકારે બીપીએલ જનતાને એલપીજી અને બર્નર મફત આપ્યાં. તેથી પ્રદૂષણ ઘટ્યું,, લાખો વૃક્ષો બચ્યા અને ગામની મહિલાઓનું સ્વાસ્થ્ય પણ સુધર્યું.

**4. ગામડાઓમાં શૌચાલય પૂરું પાડવું** - આ એક ક્રાંતિકારી પગલું હતું. આ પગલાથી ગામની મહિલાઓએ રાહતનો શ્વાસ લીધો હતો.

**5. 1000 અને 500 રૂપિયાની નોટનું ડિમોનેટાઇઝેશન** - આ ભાજપ સરકારનું કઠોર પગલું હતું. રાજકીય પક્ષોના સખત વિરોધ સામે જનતાએ મોટા પ્રમાણમાં સહકાર આપ્યો હતો. આ પગલાંથી આશરે 20 લાખ બોગસ કંપનીઓ બંધ થઈ ગઈ, લોકો (મોટાભાગે રાજકારણીઓ અને ઉદ્યોગપતિઓ અને વ્યાવસાયિકો)ના ખજાનામાંથી ન વપરાયેલા નાણાં બહાર આવ્યા અને બનાવટી ચલણ નાબૂદ થઈ. એવો અંદાજ લગાવવામાં આવ્યો હતો કે પાકિસ્તાન અને ચીન દ્વારા આપણી સિસ્ટમમાં ઘુસાડાયેલા લગભગ 50% નકલી ચલણ હતી જે આપણી આર્થિક પ્રગતિને નુકસાન પહોંચાડે છે. આના કારણે કેટલીક

અગવડતાઓ પણ થઇ હતી પરંતુ મોટા પ્રમાણમાં જનતા આ પગલાથી ખુશ હતી.

**6. તમામ નાણાકીય વ્યવહારોમાં આધારકાર્ડ ફરજિયાત બનાવવું અને પાનકાર્ડને આધારકાર્ડ સાથે લિંક કરવું** - આ પગલાંથી વિવિધ કલ્યાણકારી યોજનાઓના લાખો નકલી લાભાર્થીઓ સ્વયમેવ નાબૂદ થઇ ગયાં. સરકારી તિજોરીના કરોડો રૂપિયાની બચત થઈ.

**7. એલપીજી સબસિડી ગ્રાહકને સીધી જમા કરવામાં આવશે** - આ પગલાથી લાખો નકલી એલપીજી ગ્રાહકો નાબૂદ થઇ ગયાં અને વાસ્તવિક ગ્રાહકોએ કોઇપણ ભ્રષ્ટાચાર વગર તેમના બેંક ખાતામાં સીધી ક્રેડિટ મેળવી.

**8. સ્ટેચ્યુ ઓફ યુનિટી** - નરેન્દ્ર મોદીએ નર્મદા સરોવર ડેમ પાસે શ્રી વલ્લભભાઈ પટેલની 183 મીટર દુનિયાની સૌથી ઉંચી પ્રતિમાની સ્થાપના કરી. પ્રોજેક્ટ પૂર્ણ થઈ ગયો છે અને લાખો લોકો આ સ્થળની મુલાકાત લે છે. આ એક અદ્ભુત પ્રવાસન કેન્દ્ર બની ગયું છે.

**9. પાકિસ્તાન સામે સર્જિકલ સ્ટ્રાઈક** - અગાઉની કોઈ પણ સરકાર પાકિસ્તાન સામે સર્જિકલ સ્ટ્રાઈક કરી શકી ન હતી. ભારત-પાકિસ્તાન સરહદ પરથી કાર્યરત આતંકવાદી શિબિરો સામે સર્જિકલ સ્ટ્રાઈક કરવાની હિંમત નરેન્દ્ર મોદીએ બતાવી અને પાકિસ્તાનની ધરતી પર લગભગ 300 આતંકવાદીઓનો નાશ કર્યો ત્યારે એક પણ ભારતીય જાનહાનિ નહોતી થઇ. આ ઘટના પર યુરી (URI) નામની વ્યાવસાયિક ફિલ્મ પછીથી બનાવવામાં આવી હતી જે જોવા જેવી છે.

**10. નાગરિક સુધારો કાયદો** - આ વચન ભાજપ સરકાર દ્વારા પૂર્ણ કરવામાં આવ્યું હતું. તેનો ભારે વિરોધ મુસ્લિમો દ્વારા કરવામાં આવ્યો હતો. શાહીન બાગનાં વિરોધ માં મુસ્લિમ મહિલાઓને મોખરે રાખીને લગભગ 2 મહિના સુધી વિરોધ ચાલુ રહ્યો. આખરે સુપ્રીમ કોર્ટનાં હુકમ અને આંદોલનમાં યોગ્યતાનાં અભાવનાં લીધે તે આંદોલન અસફળ રહ્યું.

**11. વિદેશોમાં ભારતની છબી** - આંતરરાષ્ટ્રીય ક્ષેત્રે, તેમણે ઘણા દેશોની મુલાકાત લીધી અને ઘણા દેશોના વડાઓને આમંત્રણ આપ્યું. અગાઉના શાસન દરમિયાન એક રિવાજ હતો કે આવા મહેમાનોને તાજમહેલની પ્રતિકૃતિ આપવામાં આવતી હતી. પરંતુ નરેન્દ્ર મોદીએ ભગવદગીતા આપવાનું શરૂ કર્યું.

તેમની વિદેશયાત્રા દરમિયાન, તેમણે એકાદશી અને નવરાત્રી પર ઉપવાસ કરવાની તેમની ભારતીય અને ધાર્મિક સંસ્કૃતિનું પાલન કરવાનું ચાલુ રાખ્યું. જ્યારે ઓબામા અમેરિકાના પ્રમુખ હતા ત્યારે તેમણે નવરાત્રી દરમ્યાન અમેરિકાની મુલાકાત લીધી હતી. નરેન્દ્ર

મોદીએ નવરાત્રિના તમામ 9 દિવસ માત્ર લીંબુપાણી પર જ રહ્યાં. તેમના સન્માનમાં ગોઠવાયેલા ભોજન સમારંભમાં પણ તેમણે લીંબુપાણી જ લીધું હતું.

વિદેશમાં તેમની અનેક મુલાકાતોનાં કારણે FDI નો પ્રવાહ વધ્યો. ભારતીય સંરક્ષણ દળોને મજબૂત કરવા તેમજ આર્થિક પ્રગતિ માટે અનેક સંરક્ષણ અને આર્થિક સમજૂતીઓ કરી. તેમણે અમદાવાદથી મુંબઈ સુધી બુલેટ ટ્રેન માટે જાપાન સાથે કરાર કર્યો. તે માટે જાપાને રૂ. 88,087 કરોડની લોન 50 વર્ષની અવધિ માટે, ફક્ત 0.1% વાર્ષિક વ્યાજ 15 વર્ષના મોરેટોરીયમ સાથે આપી.

હવે સેમસંગ અને એપલ દ્વારા ભારતમાં સ્માર્ટ મોબાઈલ ફોન બનાવવામાં આવી રહ્યા છે.

વિદેશની વિવિધ ઓટોમોબાઇલ કંપનીઓએ ભારતમાં તેમની કાર અને 2-વ્હીલર્સનું ઉત્પાદન શરૂ કર્યું છે.

મોદી એટલા કુશળ છે કે તેમનાથી પ્રભાવિત થઇ સાઉદી અરેબિયા કિંગડમે ત્યાં હિન્દુ મંદિર બનાવવા માટે સંમતિ આપી અને બનાવ્યું. આ પ્રસંગ એટલો અદભૂત હતો કે સાઉદી અરેબિયન બેગમો મંદિર સુધીનાં સરઘસમાં તેમના માથા પર ભારતીય પવિત્ર પુસ્તકો લઈને ચાલ્યાં હતા અને આપણા પ્રખ્યાત સંત મોરારી બાપુ સાથે ત્યાંનો ભદ્ર વર્ગ સરઘસ અને સમારોહ દરમિયાન હાજર હતો.

*ભાજપ સરકાર દ્વારા હાથ ધરવામાં આવેલી ઘણી વધુ યોજનાઓ અને પ્રોજેક્ટ છે જેની યાદી ઇન્ટરનેટ પર ઉપલબ્ધ છે.*

**12. ચીન અને પાકિસ્તાન સામે લડવા માટે વ્યૂહાત્મક સંબંધો** - તેમણે ઇઝરાયલ, પેલેસ્ટાઇન અને સાઉદી અરેબિયા સાથે પણ ગાઢ સંબંધો વિકસાવ્યા. આજે તુર્કી સિવાય મુસ્લિમ દેશો પણ આંતરરાષ્ટ્રીય મંચ પર પાકિસ્તાનનો પક્ષ લેતા નથી. એ જ રીતે, તેમણે અમેરિકા અને રશિયા સાથે ઉત્તમ સંબંધો વિકસાવ્યા અને આંતરરાષ્ટ્રીય મંચ પર ચીન અને પાકિસ્તાનને અલગ-થલગ કરી દીધું.

**13. સંરક્ષણ સુવિધાઓનું આધુનિકીકરણ** - મોદીએ ફ્રાન્સથી ફાઈટર પ્લેન રાફેલની નવીનતમ પેઢી, રશિયા તરફથી નવીનતમ S-400 મિસાઈલો અને ઈઝરાયેલ તરફથી નવીનતમ ઇલેક્ટ્રોનિક રડાર અને સર્વેલન્સ સાધનોની વ્યવસ્થા કરી. ભારતે બ્રહ્મોસ મિસાઇલ વિકસાવી છે જેને યુપીએ સરકારે રોકી દીધી હતી. એવો દાવો કરવામાં આવે છે કે બ્રહ્મોસ મિસાઇલ માટે અમેરિકા, રશિયા અને ચીન પાસે પણ કોઈ તોડ ઉપલબ્ધ નથી. તે આપણી આંતરરાષ્ટ્રીય સરહદોની સુરક્ષા વધારે છે.

નરેન્દ્ર મોદીએ લશ્કર અને પુરવઠાની ઝડપી તૈનાતી માટે ચીન બૉર્ડર પર રસ્તાઓ અને પુલોના વિકાસને પણ વેગ આપ્યો હતો અને લદ્દાખ અને અરુણાચલ પ્રદેશમાં ચીની હિલચાલ સામે દેખરેખ માટે ડ્રોન પણ મૂક્યા છે. ઉપરોક્ત અસરકારક પગલાઓને કારણે ચીન ઘણી હદે શિસ્તબદ્ધ થયું છે.

DRDO અને મેક-ઇન-ઇન્ડિયા યોજના હેઠળ, હવે ભારતે સુધારેલ બોફોર્સ ગન સહિત અનેક સંરક્ષણ શસ્ત્રોનો નિકાસ શરૂ કર્યો છે.

**14. રૂપિયામાં ઇંધણની પ્રાપ્તિ** – અત્યાર સુધી આપણે ઇંધણનાં આયાત માટે ડોલરમાં ચુકવણી કરતા હતાં. ડોલરના રૂપિયાની વધઘટથી આપણા વિદેશી હૂંડિયામણમાં ઘટાડો થાય છે કારણ કે આપણે તેલના વિદેશી પુરવઠા પર નિર્ભર છીએ. નરેન્દ્ર મોદી ઈરાનને આશરે 11 મિલિયન ડોલરની કિંમત જેટલું ઓઈલનું પેમેન્ટ ડોલરનાં બદલે રૂપિયામાં કરાવવા માટે સંમત કરવામાં સફળ રહ્યા હતા. આમ ઈરાન સાથેના તેલના ભાવ ડોલર-રૂપિયાની વધઘટથી ઇન્સ્યુલેટેડ કરવામાં આવ્યા છે જે સામાન્ય રીતે માત્ર ઉત્તરોત્તર વધતા જ હોય છે.

## 4.1 ભાજપ દ્વારા તેમના ઢંઢેરા (મેનિફેસ્ટો) મુજબ તેમની પ્રથમ ટર્મમાં શું કરી શકયું નથી?

**જોબ્સ ફ્રન્ટ** - ઘણા વિપક્ષી નેતાઓ દાવો કરે છે કે નરેન્દ્ર મોદીએ તેમના ચૂંટણી ભાષણ દરમિયાન 2 કરોડ નોકરીઓનું વચન આપ્યું હતું. પૂરતી તકો ન હોવાથી કોઈ પણ સરકાર આટલી બધી નોકરીઓ આપી શકતી નથી. તેમણે જે ઓફર કરી હતી તે હતી રોજગાર એટલે પૈસા કમાવવાના રસ્તા માટે કરી હતી. નોકરીયો અપાવવા માટે ન હતી કરી. લોકોએ ઉદ્યોગસાહસિક બનવું પડશે અને પોતાનો વ્યવસાય શરૂ કરવો પડશે. ખૂબ નાનો વ્યવસાય પણ 1 થી 5 લોકોને રોજગારી આપતો હોય છે. આ માટે, ભાજપ સરકારે નાની લોન માટે કોલેટરલ સિક્યોરિટીઝ નાબૂદ કરી. નાના પાયાની અને SME વ્યવસાયોની વ્યાખ્યા બદલી. ટેક્સની ભરમાર નાબૂદી કરી અને GST ને એક રાષ્ટ્ર એક કર તરીકે રજૂ કર્યો, કૌશલ્ય વિકાસ કાર્યક્રમો શરૂ કર્યા, સ્ટાર્ટ-અપ્સને પ્રોત્સાહન

આપ્યું અને મેક-ઇન-ઇન્ડિયાને પણ પ્રોત્સાહન આપ્યું. *તો પણ વિપક્ષ નોકરીઓ ના આપી શકવાનો મિથ્યા આરોપ લગાવતા જ રહે છે.*

**કૃષિ સુધારણા** - આ લગભગ તૈયાર છે અને બાદમાં રજૂઆત કરાશે.

**ભાવ વધારો** - ભાવવધારાને રોકવા માટે સંતુલિત ભંડોળ બનાવવાનું વચન આપવામાં આવ્યું હતું. તે હજુ પૂર્ણ થવાનું બાકી છે.

**મૂળભૂત આવશ્યકતાઓ** - 'બિલ્ડિંગ ઇન્ડિયા' નો ભાજપના ઢંઢેરા માં ઉલ્લેખ કરવામાં આવ્યો છે કે સરકાર વીજળી, પાણી, શૌચાલય અને દરેક વ્યક્તિની સુવિધા સુનિશ્ચિત કરશે. આ એક મોટું કામ છે પણ સરકારે તે દિશામાં ઉચિત પગલા ભર્યા છે. આ કંઈ 5 વર્ષનું કામ નથી. આમાં સમય લાગશે.

**બુલેટ ટ્રેન** - ભાજપે 'ડાયમંડ ચતુર્ભુજ' બુલેટ ટ્રેન નેટવર્ક પ્રોજેક્ટ શરૂ કરવાની ખાતરી આપી હતી. જો કે, તે માત્ર અમદાવાદ-મુંબઈ ખંડ પર જ આગળ વધ્યું છે. તેમાં પણ મહારાષ્ટ્ર સરકાર સહકાર આપી રહી નથી કારણ કે તેમને બુલેટ ટ્રેનની જરૂર નથી લાગતી. એક અંદાજ મુજબ ગુજરાતમાં બુલેટ ટ્રેનનો વિસ્તાર વર્ષ 2023 સુધીમાં પૂર્ણ થઈ જશે.

**કાળું નાણું અને 15 લાખની વાતો** - ભાજપના નેતાઓએ વિદેશી બેંકોમાં રોકાયેલા કાળા નાણાં પરત લાવવાનું વચન આપ્યું હતું. યુપીએના શાસન દરમિયાન સુપ્રીમ કોર્ટે નિર્દેશ આપ્યા મુજબ ભાજપે આ માટે પહેલેથી જ એક ટાસ્ક ફોર્સ (સમિતિ) બનાવી છે. આ સરળ કાર્ય નથી કારણ કે આમાં વિદેશી દેશો સામેલ છે અને તેમના ગ્રાહકો

સાથે ગુપ્તતાની કલમો છે. વિદેશમાંથી કાળું નાણું પરત લાવવામાં ઘણો સમય લાગશે. વિપક્ષ, ખાસ કરીને રાહુલ ગાંધી, ભાજપ પર કટાક્ષ કરે છે કે શું મોદી સરકારે લોકોનાં બેંક ખાતામાં 15 લાખ રૂપિયા જમા કરાવ્યા છે? આ મુખ્ય વિપક્ષી નેતાનું જ તોફાન છે. નરેન્દ્ર મોદીએ તેમના ચૂંટણી ભાષણ દરમિયાન ક્યારેય આવું કહ્યું ન હતું. તેમણે શું કહ્યું કે વિદેશી બેંકમાં રોકાયેલા કાળા નાણાંનો જથ્થો એટલો મોટો છે કે જો વહેંચવામાં આવે તો દરેક ઘરને રૂ. 15 લાખ મળે. તેમણે ક્યારેય એવું નથી કહ્યું કે આ પૈસા પાછા લાવવામાં આવે તો તમારા બેંક ખાતામાં રૂ.15 લાખ જમા થશે. કોઈ પણ સરકાર આવું વચન આપી ના શકે.

**મહિલા અનામત** – ભાજપ સરકાર મહિલાઓને 33 ટકા અનામત આપવાની તરફેણમાં છે જ. તે માટે બંધારણીય સુધારાની આવશ્યકતા છે. વિપક્ષો આ માટે એકમત નથી. રાજ્યસભામાં ભાજપ પાસે બહુમત ન હોવાના લીધે વાર લાગશે.

મોદી સરકારની ઉપલબ્ધિઓની લાંબી યાદી જાહેર ક્ષેત્રમાં ઉપલબ્ધ છે. કોઈપણ સરકારની સિદ્ધિ આ પુસ્તકનો વિષય નથી. આથી વાચકની જાણકારી માટે માત્ર થોડી ઝલક આપવામાં આવી છે.

2014 વાળો લોકસભાનો સમય સમાપ્ત થઇ રહ્યો હતો. ૨૦૧૯ની ચુંટણીનો સમય નજીક આવી રહ્યો હતો. વિપક્ષ મુજબ, મોદી સરકારે ઘણી ભૂલો કરી હતી અને ઘણા અપ્રિય પગલા લીધા હતા. આથી તેઓએ ઉચ્ચ કક્ષાનું વિરોધી પ્રચાર અભિયાન છેડ્યું, જોડાણો કર્યા, જનતાને અગમ્ય વચનો આપ્યા અને મોદી અને તેમની સરકાર પર

પુષ્કળ આરોપો લગાવ્યા. તેઓએ સરકાર દ્વારા જે પણ કરવામાં આવતું હતું તેનો ઉગ્ર વિરોધ માત્ર વિરોધ હેતુ કર્યો.

કોંગ્રેસે સરકારને બદનામ કરવા માટે વિદેશી પ્રચાર એજન્સીઓ પણ રાખી હતી. આજકાલ ઇલેક્ટ્રોનિક મીડિયા દ્વારા સોશિયલ મીડિયા ખૂબ જ શક્તિશાળી છે. જેના માટે વિશાળ ડેટા જરૂરી છે. કોંગ્રેસે આવા જાહેર ડેટાની ગેરકાયદેસર રીતે ચોરી કરી હોય તેવી એજન્સીઓને ભાડે રાખી હતી અને તેમને સરકાર સામે દુષ્પ્રચાર કરવા માટે કામે લગાડ્યા હતા. તેમની ભૂલો એ હતી કે તેઓ અગમ્ય વચનો સિવાય મોટેભાગે વૈકલ્પિક ઉકેલ આપી શક્યા ન હતા અને મોટાભાગે કાદવછાળવામાં વ્યસ્ત હતા.

આ વખતે રાહુલ ગાંધીએ રાફેલ સોદાનો આશરો લીધો અને ચોકીદાર ચોર હૈ નો નારો આપ્યો. નરેન્દ્ર મોદીએ શિંગડા વડે બળદને પકડ્યો અને તેમના શાનદાર વક્તૃત્વ દ્વારા અનુમાન અને વિરોધી પ્રચારને તોડી નાખ્યો. ભાજપ અને RSSએ મજબૂત સંગઠનાત્મક ટેકો આપ્યો. બીજેપીએ 2014 (208) ની સરખામણીમાં વધુ બેઠકો (303) સાથે જીત મેળવી. સુપ્રીમ કોર્ટ તેમજ જાહેર અદાલતમાં કોંગ્રેસનો પરાજય થયો.

# પ્રકરણ 5: 2019 નું આગમન અને મુખ્ય સુધારાઓ

2014 થી 2019 સુધીના પ્રદર્શનના આધારે, ભાજપે વધેલી બેઠકો સાથે જીત મેળવી. નીચેનું કોષ્ટક 2014 અને 2019 માં રાજ્યવાર ભાજપના સાંસદો દર્શાવે છે.

| ક્રમ | રાજ્ય | કુલ બેઠકો | ભાજપ 2014 | ભાજપ 2019 |
|---|---|---|---|---|
| 1 | આંધ્ર પ્રદેશ | 25 | 3 | 0 |
| 2 | અરુલાચલ પ્રદેશ | 2 | 1 | 2 |
| 3 | આસામ | 14 | 7 | 9 |
| 4 | બિહાર | 40 | 22 | 17 |
| 5 | છત્તીસગઢ | 11 | 10 | 9 |
| 6 | ગોવા | 2 | 2 | 1 |
| 7 | ગુજરાત | 26 | 26 | 26 |
| 8 | હરિયાણા | 10 | 7 | 10 |
| 9 | હિમાચલ પ્રદેશ | 4 | 4 | 4 |
| 10 | જમ્મુ-કાશ્મીર | 6 | 3 | 3 |

| 11 | ઝારખંડ | 14 | 12 | 11 |
|---|---|---|---|---|
| 12 | કર્નાટક | 28 | 17 | 25 |
| 13 | કેરળ | 20 | 0 | 0 |
| 14 | મધ્ય પ્રદેશ | 29 | 27 | 28 |
| 15 | મહારાષ્ટ્ર | 48 | 23 | 23 |
| 16 | મણિપુર | 2 | 0 | 1 |
| 17 | મેઘાલય | 2 | 0 | 0 |
| 18 | મિઝોરમ | 1 | 0 | 0 |
| 19 | નાગાલેંડ | 1 | 0 | 0 |
| 20 | ઓરિસ્સા | 21 | 1 | 8 |
| 21 | પંજાબ | 13 | 2 | 2 |
| 22 | રાજસ્થાન | 25 | 25 | 24 |
| 23 | સિક્કિમ | 1 | 0 | 0 |
| 24 | તામીલનાડુ | 38 | 1 | 0 |
| 25 | તેલંગાના | 17 | 0 | 4 |
| 26 | ત્રિપુરા | 2 | 0 | 2 |

| | | | | |
|---|---|---|---|---|
| 27 | ઉત્તર પ્રદેશ | 80 | 71 | 62 |
| 28 | ઉત્તરાખંડ | 5 | 5 | 5 |
| 29 | પશ્ચિમ બંગાળ | 42 | 2 | 18 |
| | યુનિયન ટેરીટરી | | | |
| 1 | અંદામાન અને નિકોબાર | 1 | 1 | 0 |
| 2 | ચંડીગઢ | 1 | 1 | 1 |
| 3 | દાદરા અને નગર હવેલી | 1 | 1 | 0 |
| 4 | દમન અને દીવ | 1 | 1 | 1 |
| 5 | દિલ્લી | 7 | 7 | 7 |
| 6 | લક્ષદ્વીપ | 1 | 0 | 0 |
| 7 | પોંડીચેરી | 1 | 0 | 0 |
| | **All India** | 542 | 282 | 303 |

નોંધ -

1. જોઈ શકાય છે કે ડિમોનેટાઇઝેશન અને અન્ય સુધારાઓ જેવા મજબૂત પગલાઓ સાથે પણ ભાજપનાં સુશાસનનાં કારણે ભાજપે 2014 માં 282 થી 2019 માં પોતાની સંખ્યા વધારીને 303 કરી.

2. વધુ સારા પ્રતિનિધિત્વ માટે ભાજપે આંધ્ર, કેરળ, ઓડિશા, પંજાબ, તમિલનાડુ અને તેલંગાણા જેવા રાજ્યો પર ધ્યાન કેન્દ્રિત કરવાની જરૂર છે.

3. મહારાષ્ટ્ર, ઉત્તર પ્રદેશ અને પશ્ચિમ બંગાળમાં ભાજપને વધુ બેઠકો જીતવાની જરૂર છે.

રાહુલ ગાંધીએ રાબેતા મુજબ ફ્રાન્સ પાસેથી રાફેલ ફાઇટર્સની ખરીદીમાં સ્પષ્ટ ભ્રષ્ટાચાર થયો હોવાનું અને નરેન્દ્ર મોદીને “ચોર” કહીને દુશ્પ્રચાર કર્યો હતો. તેમના ચૂંટણી પ્રચાર દરમિયાન, તેમણે બાળકો પાસે “ચોકીદાર ચોર હૈ” ના નારા લગડાવ્યા. તે સામાન્ય જનતા માટે ધૃણાસ્પદ હતું. એક નાગરિકે સુપ્રીમ કોર્ટમાં PIL કરી હતી. સુપ્રીમ કોર્ટે રાહુલ ગાંધીના આરોપોની નોંધ લીધી અને સરકારને તમામ સંબંધિત દસ્તાવેજો રજૂ કરીને મુદ્દાઓને સ્પષ્ટ કરવા કહ્યું. અંતે, સુપ્રીમ કોર્ટે ચુકાદો આપ્યો કે - રાફેલ સોદામાં કશું અયોગ્ય મળ્યું નથી. સુપ્રીમ કોર્ટે રાહુલ ગાંધીને લેખિતમાં માફી માંગવાનું પણ કહ્યું. શરૂઆતમાં, તેમણે ખચકાટ કર્યો અને કેટલીક અસ્પષ્ટ મૌખિક માફી આપી પરંતુ સુપ્રીમ કોર્ટે આગ્રહ કર્યો અને રાહુલ ગાંધીએ "મોદી ચોર હૈ" કહેવા માટે લેખિત માફી માંગવી પડી. નરેન્દ્ર મોદીએ આ તક ઝડપી લીધી અને ભાજપના તમામ પ્રધાનો, સભ્યો અને ટેકેદારો કહેવા લાગ્યા - "મેં ભી ચોકીદાર હું". રાહુલ ગાંધીની આ ચાલ કોંગ્રેસ પર ભારે પડી હતી.

બંને ગૃહોમાં સ્પષ્ટ બહુમતીના આધારે નરેન્દ્ર મોદી કેટલાક સ્પષ્ટ સુધારા લાવ્યા જે ગઠબંધનની મજબૂરીઓને કારણે અટલ બિહારી વાજપેયી લાવી શક્યા ન હતા.

આ પુસ્તક ભાજપ સરકાર દ્વારા ગામોના 100% વીજળીકરણ, ઉજ્જવલા યોજના, જન-ધન યોજના વગેરેને લગતા સામાજિક સુધારાઓ વર્ણવવા માટે નથી. તે બધું તો ઈન્ટરનેટ પર ઉપલબ્ધ છે. ઐતિહાસિક મહત્વ ધરાવતા સૌથી મહત્વપૂર્ણ સુધારાઓ નીચે મુજબ હતા:

1. ટ્રિપલ તલાક નાબૂદ.

2. 5 ઓગસ્ટ 2019 ના રોજ કલમ 370 અને 35A ને રદ કરવી.

3. રામ મંદિરનું ભૂમિપૂજન.

કમનસીબે, ઉપરોક્ત ત્રણેય કટ્ટર મુસ્લિમો સાથે સંબંધિત છે. તે છતાં, મુસ્લિમોની બહુમતી પણ આ સુધારાઓની તરફેણમાં હતી.

## 5.1 ટ્રિપલ તલાક નાબૂદ

ભારત એક ધર્મનિરપેક્ષ દેશ છે  જે બંધારણ દ્વારા સંચાલિત છે. જે દેશના દરેક નાગરિકને સમાન નાગરિક અધિકારો આપે છે.

સાઉદી અરેબિયા, જે ઇસ્લામનું જન્મસ્થળ માનવામાં આવે છે અને અત્યંત રૂઢીચુસ્ત દેશ તરીકે જાણીતું છે, ત્યાં પણ આ પ્રથા પર પ્રતિબંધ છે. 1961 માં પાકિસ્તાનમાં જ્યારે મુસ્લિમ ફેમિલી લો ઓર્ડિનન્સ બહાર પાડવામાં આવ્યું ત્યારે આ પ્રથા પર પ્રતિબંધ મૂકવામાં આવ્યો હતો. પરંતુ ભારત જે ધર્મનિરપેક્ષ દેશ છે તે કટ્ટર મુસ્લિમોના બળને અને સ્યુડો-સેક્યુલર્કાદિઓનાં મુસ્લિમ તુષ્ટિકરણ નાં કારણે ટ્રિપલ તલાકને અનુસરી રહ્યો હતો.

### 5.1.1 ટ્રિપલ તલાક આપવાનાં તુચ્છ કારણો

- દહેજ
- માત્ર બાળકીઓનો જન્મ
- બીજા લગ્ન
- રાંધેલું સ્વાદિષ્ટ નથી
- ઝઘડાલુ વર્તણૂક
- કોઈપણ તુચ્છ કારણ

### 5.1.2 ટ્રિપલ તલાક આપવાની પ્રચલિત પદ્ધતિઓ

- શબ્દો દ્વારા
- પત્ર દ્વારા
- ફોન દ્વારા
- Whatsapp દ્વારા
- તૃતીય પક્ષ દ્વારા

નોંધનીય છે કે કુરાનમાં ટ્રિપલ તલાક માટેની કોઈ જોગવાઈ નથી. શરિયા ત્રણ તલાકનો ઉલ્લેખ કરે છે. ત્રણ તલાક ઓછામાં ઓછા એક મહિનાના અંતરાલ સાથે એક તલાક આપવો જોઈએ. જો કે, મૌલવીઓ દ્વારા સમયના અંતર વગર ત્વરિત ટ્રિપલ તલાક સ્વીકારવામાં આવ્યા હતા. છૂટાછેડા લીધેલી મહિલાને થોડાક નાણાં આપી ઘરમાંથી કાઢી મૂકવામાં આવતી હતી. મૌલવીઓ અને મુસ્લિમ સમાજ અસરગ્રસ્ત સ્ત્રી પ્રત્યે માત્ર મૌખિક સહાનુભૂતિ દર્શાવતા હતા પણ કોઈ જાતની મદદ નહોતા કરતા.

### 5.1.3 પ્રખ્યાત શાહબાનો કેસ

એક પ્રખ્યાત શાહબાનો કેસ છે જ્યાં એક ખૂબ જ વૃદ્ધ મહિલાએ તેના ભરણપોષણ માટે માત્ર રૂ. 200 પ્રતિમાસનો દાવો દાખલ કર્યો હતો. આ કેસ સુપ્રીમ કોર્ટમાં ગયો. સુપ્રીમ કોર્ટે શાહબાનોની તરફેણમાં કેસનો નિર્ણય કર્યો. ત્યાર બાદ મુસ્લિમ કટ્ટરપંથીઓ તરફથી એવો હોબાળો થયો કે સુપ્રીમ કોર્ટ તેમના મુસ્લિમ પર્સનલ લોમાં દખલ ન કરી શકે. રાજીવ ગાંધી તે સમયે વડાપ્રધાન હતા. હવે, આપણા બંધારણ મુજબ, સુપ્રીમ કોર્ટ બંધારણની જોગવાઈઓનું અર્થઘટન કરવાનું છે. સુપ્રીમ કોર્ટ એ તે મુજબ નિર્ણય કર્યો હતો. મુસ્લિમ દબાણ હેઠળ, રાજીવ ગાંધીએ બંધારણમાં સુધારો કર્યો અને સુપ્રીમ કોર્ટના ચુકાદાને રદ કર્યો.

નરેન્દ્ર મોદી સરકારે હિંમતથી ટ્રિપલ તલાક પર પ્રતિબંધ મૂક્યો. મુસ્લિમો સુપ્રીમ કોર્ટમાં ગયા. સુપ્રીમ કોર્ટ એ પ્રતિબંધને માન્ય રાખ્યો.

કટ્ટરપંથી મુસલમાનો તરફથી હાહાકાર મચ્યો હતો પરંતુ આખરે મોટાભાગના મુસ્લિમોએ આ સુધારાને સ્વીકાર્યો હતો કારણ કે તેનો ઉલ્લેખ કુરાનમાં નથી અને ભારતીય મુસ્લિમો દ્વારા અનુસરવામાં આવતી એક ખરાબ પ્રથા હતી.

આમ મુસ્લિમો દ્વારા સેંકડો વર્ષોથી ચાલતી એક કઠોર વિધિ નાબૂદ કરવામાં આવી હતી. અગાઉની સરકારોમાં કોઈને પણ આ મુદ્દો સ્પર્શ કરવાની હિંમત નહોતી, જોકે દરેકને ખબર હતી કે આવી ધાર્મિક વિધિ અત્યાચારી હતી. તેણે મુસ્લિમ મહિલાઓ સાથે સેંકડો વર્ષો સુધી દુર્વ્યવહાર કર્યો અને તેમના જીવનને ગંભીર હદ સુધી અસર કરી.

### 5.1.4 હલાલા

જો પતિને લાગે કે તેણે ભૂલથી ટ્રિપલ તલાક આપી દીધો છે અને તે તેની પત્નીને પાછો સ્વીકારવા માંગે તો શરિયા મુજબ તે તેમ કરી શકતો નથી જ્યાં સુધી તેની પત્ની હલાલા નાં કરી લે. કુરાનમાં હલાલાનો ઉલ્લેખ નથી. હલાલામાં, છૂટાછેડા લીધેલી સ્ત્રીએ બીજા પુરુષ સાથે લગ્ન કરવા પડે છે, તેની સાથે સૂવું પડે છે અને પછી તેની પાસેથી છૂટાછેડા લે છે. પછી તે ફરીથી તેના અગાઉના પતિ સાથે લગ્ન કરી શકશે. આવા મહિલાઓ પ્રત્યે જઘન્ય ગુનાહિત કૃત્ય પાકિસ્તાન સહિત ઘણા મુસ્લિમ દેશોમાં પણ ચાલુ નથી. પરંતુ તે આજે પણ ભારતમાં પ્રવર્તે છે.

## 5.2 કલમ 370 અને 35A રદ

આ ખૂબ લાંબી વાર્તા છે અને આ પુસ્તક લખવાનો આધાર છે. આ વિષય પર વિસ્તૃત ચર્ચા આગામી પ્રકરણમાં આપવામાં આવી છે. જો કે, મુખ્ય મુદ્દાઓ નીચે મુજબ છે:

- શરૂઆતમાં, મહારાજા હરિસિંહ પાકિસ્તાન અથવા ભારતમાં જમ્મુ-કાશ્મીર રાજ્યને વિલય કરવાનું મન બનાવી ન શક્યા.
- દરમિયાન, 15 મી ઓગસ્ટ 1947 પછી તરત જ પાકિસ્તાને તેના કબાલીઓ દ્વારા કાશ્મીર પર આક્રમણ કર્યું અને મોટી જમીન પડાવી લીધી.
- મહારાજા હરિસિંહની સેના કબાઈલીઓ સામે લડી ન શકી અને મહારાજાએ ભારતને કબાઈલીઓને ભગાડવા માટે ભારતીય સેના મોકલવા વિનંતી કરી.

- જમ્મુ-કાશ્મીર રાજ્ય ભારતમાં વિલય ના થાય ત્યાં સુધી ભારત હસ્તક્ષેપ કરી શકે નહી.
- મહારાજા હરિસિંહે અન્ય રાજ્યોની જેમ ભારતમાં વિલયપત્ર પર હસ્તાક્ષર કર્યા હતા.
- તે પછી ભારતીય સેનાને કબાયલીઓને  શ્રીનગર પર કબજો કરતા રોકવા માટે મોકલવામાં આવી હતી.
- ભારતીય સેના ઘણી ઝૂંટવેલી જમીન પરત મેળવવામાં સફળ રહી હતી.
- દરમિયાન, નહેરુએ યુદ્ધવિરામની જાહેરાત કરી. તેમણે કાશ્મીર સમસ્યાને યુએનમાં લઇ જવાનું નક્કી કર્યું.
- યુએન એ શરત પર જનમત કરવા માટે સંમત થયા કે 15 ઓગસ્ટ 1947ની યથાસ્થિતિ જાળવી રાખવામાં આવે.
- જો કે, પાકિસ્તાન પીછેહઠ કરતું નથી. પાકિસ્તાન અધિકૃત કાશ્મીરને પીઓકે કહેવાય છે. પાકિસ્તાને પીઓકેની ડેમોગ્રાફી પણ બદલી નાખી.
- આ કારણોના લીધે હવે યુએન જનમત યોજવાની સ્થિતિમાં નથી.
- 1947 માં જ, પ્રદેશમાં શાંતિ પુનઃ સ્થાપિત કરવા માટે, શેખ અબ્દુલ્લાની અલગ બંધારણ, અલગ ધ્વજ અને જમ્મુ-કાશ્મીર રાજ્યનાં વિશેષ દરજ્જાની માંગણી માટે નેહરુ સંમત થયા.
- નહેરુએ આવી બધી માંગણીઓ માટે સંમતિ આપી અને આ હેતુ માટે કલમ 370 લાગુ કરી. જોકે, સરદાર વલ્લભભાઈ પટેલે કલમ 370 માં 'કામચલાઉ' શબ્દ ઉમેર્યો.

- 1954 માં, નેહરુએ સંસદની મંજૂરી વગર રાષ્ટ્રપતિના આદેશ દ્વારા કલમ 35A જોડી.
- કલમ 370 અને 35A અત્યંત ભેદભાવપૂર્ણ હતી અને કાશ્મીરના શાસકીય પક્ષો દ્વારા તેનો દુરુપયોગ કરવામાં આવી રહ્યો હતો.
- જમ્મુ-કાશ્મીર રાજ્ય બળવાખોરી, અલગાવવાદીઓ અને આતંકવાદીઓને કારણે પરેશાન રાજ્ય રહ્યું.
- ભારતમાં જમ્મુ-કાશ્મીર રાજ્યના અંતિમ વિલયનો એકમાત્ર રસ્તો કલમ 370 અને 35A ને રદ કરવાનો હતો.

મુસ્લિમ તુષ્ટિકરણને કારણે કોઈ પણ રાજકીય પક્ષે આ સંવેદનશીલ વિષયને સ્પર્શ કરવાની હિંમત કરી ન હતી. આખરે નરેન્દ્ર મોદીએ સંસદના બંને ગૃહોમાં કલમ 370 અને 35A રદ કરવાનો પ્રસ્તાવ પાસ કરાવ્યો.

જમ્મુ-કાશ્મીર રાજ્યના મુદ્દાની વિગતોમાં જતા પહેલા, આપણે આપણા દેશ અને રાષ્ટ્ર વિષે ઘણી મૂળભૂત બાબતોને સમજવી પડશે. આપણે આપણા દેશનો સાચો ઇતિહાસ સમજવો પડશે. શા માટે આપણે લાંબા 800 વર્ષો સુધી આપણી સ્વતંત્રતા ગુમાવી. વિદેશી આક્રમણકારો દ્વારા આપણું શોષણ કેવી રીતે થયું. ભારતીય રાષ્ટ્રીય કોંગ્રેસ દ્વારા આપણું શોષણ કેવી રીતે થયું. આપણે આટલા લાંબા સમય સુધી અવિકસિત દેશ કેમ રહ્યા? આપણા દેશને મજબૂત અને સુપર પાવર બનાવવા માટે શું કરવાની જરૂરતો છે? કેવી રીતે નરેન્દ્ર મોદીએ પ્રક્રિયા શરૂ કરી દીધી? હાલની મુશ્કેલીઓ શું છે? આપણી આગામી પીઢીની ભૂમિકા શું હોવી જોઈએ? વગેરે.

આ પુસ્તક "15 મી ઓગસ્ટથી 5 ઓગસ્ટ" લખવાનો સાચો હેતુ આ જ છે. 5 ઓગસ્ટ 2019 પહેલા, આપણા દેશનો એક ભાગ, એટલે કે, જમ્મુ-કાશ્મીર રાજ્ય, એક અલગ બંધારણ અને અલગ ધ્વજ ધરાવતું પરાયું ગણાતું રાજ્ય હતું.

રાજ્ય અલગતાવાદીઓ અને આતંકવાદીઓના પ્રભાવ હેઠળ હતું અને કોંગ્રેસ અને નેશનલ કોન્ફરન્સના નેતૃત્વમાં તત્કાલીન શાસક પક્ષો દ્વારા સમર્થન આપવામાં આવતું હતું. શ્રીનગરના લાલ ચોકમાં ભારતીય તિરંગો ધ્વજ ફરકાવવો પડકાર હતો. તે નરેન્દ્ર મોદી મુરલી મનોહર જોશી સહિત 1992 માં આશરે 15 મિનિટ માટે લગભગ 15 ભાજપના કાર્યકરોની ટીમ સાથે ભારે પોલીસ સુરક્ષા સાથે કરી શક્યા હતા.

અપૂર્ણ આઝાદીથી આપણા દેશના એકીકરણ સુધી આપણે કેવી રીતે મુસાફરી કરી તે જાણવું આ પુસ્તકનો વિષય છે.

## 5.3 શ્રી રામ મંદિરનું ભૂમિપૂજન

અયોધ્યા રામ મંદિર 500 થી વધુ વર્ષોથી મુકદ્દમા હેઠળ હતું. આ મુદ્દાને ઉકેલવામાં હિંદુઓ સિવાય કોઈને રસ નહોતો. હિન્દુ રાષ્ટ્રવાદીઓના નેતૃત્વમાં વિવાદિત બાબરી મસ્જિદનો ધ્વંસ 1992 માં કારસેવકોએ કર્યો. જેના લીધે 500 વરસોથી ચાલતા કોર્ટ કેસમાં તેજી આવી. કોંગ્રેસે કોર્ટમાં એ કહેવાની હદ કરી કે રામ ક્યારેય અસ્તિત્વમાં ન હતા. અને તેઓ એક કાલ્પનિક પૌરાણિક પાત્ર છે. અન્ય સ્યુડો-સેક્યુલરવાદીઓને રામ કે હિન્દુ ધર્મમાં કોઈ રસ નહોતો. તે પછી અલાહાબાદની હાઈ કોર્ટના હુકમથી વિવાદિત ઢાંચાનું સર્વેક્ષણ રીજનલ ડાયરેક્ટર ઓફ નોધર્ન રીજન ઓફ ASI (Archeological Survey Of India), કે કે

મોહમ્મદની અધ્યક્ષતામાં કરવામાં આવ્યું અને તે પુરવાર થયું કે વિવાદિત ઢાંચો મંદિર તોડીને બનાવાયો હતો. તે છતાં મુસ્લિમોની હઠધર્મિતા અને કોંગ્રેસની મુસ્લિમ તુષ્ટિકરણની નીતિયોના કારણે આ કેસ બીજા 28 વરસ સુધી ચાલ્યો. 9 નવેમ્બર, 2019 ના રોજ સુપ્રિમ કોર્ટે અયોધ્યામાં રામ મંદિરના અસ્તિત્વની તરફેણમાં પોતાનો અંતિમ ચુકાદો આપ્યો. આ ચુકાદા પર કરોડો હિન્દુઓએ રાહતનો શ્વાસ લીધો. નરેન્દ્ર મોદીએ 5 ઓગસ્ટ 2020 ના રોજ અયોધ્યામાં પ્રસ્તાવિત રામમંદિરનું કોંગ્રેસ, સામ્યવાદીઓ અને સ્યુડો-સેક્યુલરવાદીઓની ઇચ્છા અને વિરોધ સામે ભૂમિપૂજન કર્યું હતું.

*(ભારતના પ્રથમ વડા પ્રધાન શ્રી જવાહરલાલ નહેરુએ તત્કાલીન રાષ્ટ્રપતિ શ્રી રાજેન્દ્ર પ્રસાદને ગુજરાતમાં જીર્ણોદ્ધાર સોમનાથ મંદિરના ઉદ્ઘાટનથી અટકાવવાનો પ્રયાસ કર્યો હતો તે ઉલ્લેખનીય છે. જોકે, રાજેન્દ્ર પ્રસાદે તેમની સલાહને અવગણીને સોમનાથનું ઉદ્ઘાટન કર્યું હતું. દુ:ખની વાત છે કે નેહરુએ રાષ્ટ્રવાદી રાજેન્દ્ર પ્રસાદને રાષ્ટ્રપતિની નિવૃત્તિના લાભોનો ઇનકાર કરીને તેનો બદલો લીધો.)*

પરંતુ નરેન્દ્ર મોદીને સ્યુડો-સેક્યુલરિઝમની આવી ગેરસમજ નહોતી. તેમના આ કાર્યને ભારતના ઇતિહાસમાં સુવર્ણ શબ્દો સાથે યાદ કરવામાં આવશે.

## 5.4 કોરોનાની વેક્સિનનું ભારતમાં ઉત્પાદન

ભારતમાં અને સમગ્ર વિશ્વમાં ફેબ્રુઆરી 2020 થી કોરોનાનો ફેલાવો શરૂ થયો. મહારાષ્ટ્ર, દિલ્હી અને યુપી સૌથી વધુ અસરગ્રસ્ત રાજ્યો હતા. અન્ય રાજ્યોમાં અસર ઓછી હતી. સમગ્ર વિશ્વમાં આ રોગનો સામનો કરવાની જાણકારી ન હોવાથી, સરકાર દ્વારા સાવચેતીના પગલાં

લેવાની સલાહ આપવામાં આવી હતી. આ જ સમયમાં ભારતમાં કોરોનાની વેક્સીનનું સફળ પરીક્ષણ અને ઉત્પાદન શરુ થયું અને ભારત કોરોના વેકસીનના ઉત્પાદનનો વિશ્વનો એક અગ્રણી દેશ બની ગયો. ભારતની કોરોના રસીની વ્યૂહરચના શાનદાર હતી કારણ કે ભારતે કોવિડ-19 સામે લડવા માટે વિવિધ દેશોમાં લાખો કોરોના રસીનાં ડોઝ મોકલ્યા હતા. તેને આંતરરાષ્ટ્રીય સ્થાન મળ્યું. આ નોંધપાત્ર વિદેશ નીતિની પ્રશંસા કરવી  જોઈએ જેણે ચીનને સંપૂર્ણ રીતે ગ્રહણગ્રસિત કર્યું.

**ભારતના ઇતિહાસની પ્રશંસા કરવી જરૂરી છે. 15 મી ઓગસ્ટ 1947 ના રોજ આઝાદીની પ્રચલિત પૌરાણિક કથા, 5 ઓગસ્ટ 2019 ના મહત્વને સમજવા માટે 1947 થી આજ સુધી શું થયું તેની પ્રક્રિયામાં, આપણે જાણીશું કે શું છે ભારતના ભવિષ્યના ઉભરતા દૃશ્યો, શક્તિઓ, નબળાઈઓ, તકો અને ધમકીઓ જેનો આપણે સામનો કરી રહ્યા છીએ અને જો આપણી આગામી પીઢી ન જાગે તો આપણે ઘણી મુશ્કેલીઓનો સામનો કરવો પડશે. વાચક તરફથી અમુક વિરોધાભાસને સંપૂર્ણ રીતે સમજવા માટે કેટલાક ધીરજની જરૂર પડશે, જેના હેઠળ આપણે જાણી જોઈને કે અજાણતા ઘણા લાંબા સમયથી ડૂબેલા છીએ.**

# પ્રકરણ 6: 15 મી ઓગસ્ટ 1947 ના રોજ ભારત સ્વતંત્ર થયાની માન્યતા?

## 6.1 15 ઓગસ્ટ 1947 પહેલા ભારત શું હતું?

ઓગસ્ટ 1947 પહેલા ભારત શું હતું તે જાણવા માટે આપણે 1947 પહેલાના ઘટનાક્રમને ધ્યાનમાં લઈશું.

લગભગ 200 વર્ષના બ્રિટિશ શાસનના તાત્કાલિક સમયમાં, પશ્ચિમ પાકિસ્તાન, પૂર્વ પાકિસ્તાન (હવે બાંગ્લાદેશ), નેપાળ, ભૂટાન, સિક્કિમ, બર્મા અને શ્રીલંકા ભારતીય ભૂગોળનો ભાગ હતા. ગોવા, દમણ અને દીવ જેવા કેટલાક ભારતીય વિસ્તારો પોર્ટુગીઝ શાસન હેઠળ હતા.

બ્રિટિશરોએ તિબેટ, નેપાળ, ભૂતાન, સિક્કિમ, બર્મા અને શ્રીલંકાને મુક્ત કર્યા કારણ કે તેઓ આ વિસ્તારોમાં પોતાનું શાસન ચાલુ રાખવાની સ્થિતિમાં ન હતા. મહોમ્મદઅલી ઝીણાના બે રાષ્ટ્ર સિદ્ધાંત, કટ્ટર મુસ્લિમોના દબાણ, ગાંધીના નેતૃત્વમાં જવાહરલાલ નહેરુ અને તેમના કોંગ્રેસના સહયોગીઓના કારણે દેશ 3 ભાગોમાં વહેંચાયો હતો. પશ્ચિમ પાકિસ્તાન, પૂર્વ પાકિસ્તાન અને ભારત. મુસ્લિમો પોતાના માટે અલગ દેશ ઇચ્છતા હોવાથી આ ભાગલા પડ્યા હતા. જોકે તે અન્ય વિવિધ સામાજિક અને રાજકીય નેતાઓ અને મોટા પાયે લોકોને સ્વીકાર્ય ન હતું, પણ તે સમયે ભારતીય રાષ્ટ્રીય કોંગ્રેસ રાજકીય રીતે મજબૂત હતી, એટલે કોંગ્રેસી નેતાઓએ દેશના ભાગલા માટે આવો નિર્ણય લીધો હતો. વક્રોક્તિ એ છે કે ઉત્તરપ્રદેશ અને બિહાર જેવા મોટા રાજ્યોના મુસ્લિમોની બહુમતીએ પાકિસ્તાનને મત આપ્યા પણ તેઓ પાકિસ્તાન

ગયા જ નહી અને ભારતમાં જ રહ્યાં. હવે પાકિસ્તાને પોતાને એક ઇસ્લામિક દેશ તરીકે જાહેર કર્યો અને ભારત સ્વાભાવિક રીતે બિનસાંપ્રદાયિક રહ્યું જેથી મુસ્લિમો માટે ભારતમાં રહેવાનો માર્ગ મોકળો થયો. આ એક ઐતિહાસિક ભૂલ થઇ.

બ્રિટિશ શાસન પહેલા, ભારતના કેટલાક વિસ્તારોમાં મુઘલોનું શાસન હતું. બાકીના વિસ્તારોમાં મરાઠા સામ્રાજ્ય, રાજપૂતાના, પંજાબ, વિજયનગર સામ્રાજ્ય જેવા દક્ષિણના રાજ્યો, પૂર્વ ભાગમાં મૌર્ય વંશ અને પશ્ચિમ ભાગમાં ચાલુક્ય વંશ જેવા ભારતીય રાજાઓનું શાસન હતું. બ્રિટિશરોથી પહેલાં લગભગ 600 વર્ષ સુધી મુઘલોએ તેમના હેઠળના વિસ્તારો પર શાસન કર્યું. અન્ય વિસ્તારો સ્વતંત્ર જ હતા. એટલે એમ કહેવું કે સમ્પૂર્ણ ભારત 800 વર્ષ થી ગુલામ હતું તે સત્ય નથી.

મુઘલ આક્રમણ પહેલા, શક અને હૂણ જેવા અન્ય આક્રમણકારીઓએ પણ ભારત પર આક્રમણ કર્યું હતું. જો કે, તેઓ ક્યારેય પાછા ગયા નહી અને ભારતમાં સ્થાયી થયા તથા હિન્દુ સંસ્કૃતિ સાથે જોડાઈ ગયા.

તે આક્રમણો પહેલાં, ભારતવર્ષ નામનું એક ખૂબ વિશાળ રાષ્ટ્ર હતું. પૃથ્વી પર સૌથી જૂની સભ્યતા ભારતની છે અને તે સમૃદ્ધ વિજ્ઞાનની અને સંસ્કૃતિની પૃષ્ઠભૂમિ ધરાવે છે. ભારતવર્ષનો વ્યાપારિક અને સાંસ્કૃતિક પ્રભાવ ચીન, જાપાન, ઈન્ડોનેશિયા, થાઈલેન્ડ જેવા પૂર્વીય દેશોમાં અને પશ્ચિમમાં અરબ દેશો, અફઘાનિસ્તાન, ઈરાન અને ઈરાકમાં ફેલાયો હતો. આ દેશોમાં આજે પણ હિન્દુ સંસ્કૃતિ, બૌદ્ધ ધર્મ અને હિન્દુ તથા બૌદ્ધ મંદિરો જોવા મળે છે. આ દેશો સાથે નિયમિત વેપાર થતો હતો.

ભારતમાં આક્રમકતાની કોઈ સંસ્કૃતિ નહોતી. ભારતે કોઈપણ દેશ સાથે વિસ્તારલક્ષી યુદ્ધ ક્યારેય કર્યું નથી. પરંતુ હિન્દુ સંસ્કૃતિનો પ્રભાવ આજે પણ અનેક દેશોમાં દેખીતો જોવા મળે છે.

જો કે તત્કાલીન ભારતની અંદર, રાજાઓ અને નવાબો વગેરે દ્વારા શાસિત ઘણા રાજ્યો હતા, તેમ છતાં પૂર્વથી પશ્ચિમ અથવા ઉત્તરથી દક્ષિણ તરફની હિલચાલ માટે કોઈ અવરોધો નહોતા. સાંસ્કૃતિક રીતે, ભારત એક હિન્દુ રાષ્ટ્ર હતું જે **વસુધૈવ કુટુમ્બકમ**માં માને છે એટલે સમસ્ત બ્રહ્માંડના લોકો એક જ પરિવાર છે. આપણે પુનર્જન્મમાં માનીએ છીએ, આપણે વાણીની સ્વતંત્રતા, પ્રાર્થના અને ધાર્મિક વિધિઓની સ્વતંત્રતા, ખાવાની, રહેવાની અને આપણા સાંસ્કૃતિક ધારાધોરણોની સ્વતંત્રતામાં માનીએ છીએ. આપણે જુદા જુદા મંતવ્યો અને વિચારોનું સન્માન કરીએ છીએ. આપણે વિવિધ દેવી -દેવતાઓમાં માનીએ છીએ. આપણે ઋષિઓ અને બુદ્ધિજીવીઓમાં માનીએ છીએ. આપણે નાસ્તિકોનો પણ આદર કરીએ છીએ જે કોઈ ધર્મ કે ઈશ્વરમાં માનતા નથી. ગમે ત્યાંથી કોઈપણ દેશના કોઈપણ ભાગમાં જવા માટે સ્વતંત્રતા હતી. પશ્ચિમમાં દ્વારકાથી પૂર્વમાં ગંગા સાગર સુધી તીર્થો હતા (અને છે). ઉત્તરમાં કેદારનાથથી દક્ષિણમાં રામેશ્વરમ સુધી યાત્રાધામો હતા. કૈલાસ - માનસરોવર ભારતીય પ્રદેશમાં હતો. કાશી-નરેશના તત્વાવધાન માં માનવ જીવનના વિવિધ પાસાઓને સમજવા માટે ઉગ્ર ચર્ચાઓ (શાસ્ત્રાર્થ) માટે બુદ્ધિજીવીઓ માટે કાશી જાણીતું કેન્દ્ર હતું. ત્યાં કોઈ શારીરિક ઝઘડા નહોતા પરંતુ ફિલસૂફી, કલા અને સંસ્કૃતિ અને અધ્યાત્મવાદ પર સઘન ચર્ચાઓ થતી હતી. આ બધી ચર્ચાઓનો

એકમાત્ર ઉદ્દેશ્ય માનવજીવનને ઉચ્ચ આધ્યાત્મિક સ્તરે લઇ જવાનું જ રહેતું.

ભારતવર્ષમાં વિવિધ શાસનોના અસ્તિત્વ વિષે જાણવા માટે વાચકે પ્રકારાંતર અવધિમાં ભારતના નકશાઓનો અભ્યાસ કરવો જોઈએ. એકંદરે સમસ્ત ભારત પર ક્યારેય કોઈ એક આક્રમણ કરનાર વ્યક્તિએ શાસન કર્યું નથી. ઘણા જુદા જુદા રાજાઓ અને રિયાસતના વડાઓ દ્વારા શાસિત ઘણા વિસ્તારો હોવા છતાં, ભારત હિન્દુ ધર્મ, હિન્દુ ફિલસૂફી અને હિન્દુ સંસ્કૃતિને અનુસરનારું એક એકીકૃત રાષ્ટ્ર હતું. રાષ્ટ્રના જુદા જુદા ભાગોમાં જુદા જુદા વસ્ત્રો, જુદી જુદી ભાષાઓ, થોડી અલગ વિધિઓ અને અલગ અલગ ખોરાકની આદતો (સ્થાનિક પેદાશો પર આધાર રાખીને) હતી પરંતુ આપણે એક રાષ્ટ્ર હતાં અને એક રાષ્ટ્ર છીએ. રાષ્ટ્ર એ દેશની ભૌગોલિક સીમા નથી. હિન્દુ ફિલસૂફીમાં કોઈ કટ્ટરપંથી નહોતું કારણ કે આપણે "**વસુધૈવ કટુમ્બકમ**" અને "**સર્વે સંતુ નિરામય**" માં માનીએ છીએ.

હિન્દુ રાષ્ટ્ર તેની સમૃદ્ધિ, વિજ્ઞાન, ચિકિત્સા, ખગોળશાસ્ત્ર, ગણિત, ભૂગોળ, કૃષિ, કલા, સંગીત, વેપાર, સ્થાપત્ય, યોગ, અધ્યાત્મવાદ, હથિયાર, રસાયણ, સાહિત્ય, નૌકાવિજ્ઞાન ઇત્યાદિ અનેક વિધાઓમાં અનેકો વર્ષોથી શિખર પર હતું. તે સમયમાં યુરોપ, અમેરિકા ઇત્યાદિ આજના કહેવાતા વિકસિત દેશોમાં સભ્યતા પાંગરી પણ ન હતી.

સહિષ્ણુતા હિન્દુ ફિલસૂફીની હોલ માર્ક હતી (અને છે). શિક્ષણ, ક્ષમતા અને મહત્વાકાંક્ષા અનુસાર દરેક વ્યક્તિ પોતાના જીવનમાં લક્ષ્યો હાંસલ કરવા માટે સ્વતંત્ર હતો. જ્યાં સુધી લોકો સામાજિક શિસ્તના નિર્ધારિત

નિયમો અને પ્રથાઓ હેઠળ રહે ત્યાં સુધી રાજ્ય ક્યારેય વ્યક્તિગત જીવનમાં દખલ કરતું ન હતું.

સનાતન ધર્મના મૂળ એટલા ઊંડા છે કે આક્રમણ કરનારાઓમાંથી કોઈ પણ સમગ્ર ભારત પર કદી શાસન કરી શક્યું નથી.

અલબત્ત, મુઘલકાલીન અને બ્રિટીશ કાળમાં આપણું અધ:પતન અનેક કારણોસર થયું તે વાસ્તવિકતાનો સ્વીકાર કરવો જ રહ્યો.

## 6.2 15 ઓગસ્ટ 1947 પછીનું ભારત કેવું છે?

ભારતને બ્રિટીશ શાસનથી મુક્ત કરતી વખતે, બ્રિટિશરોએ ભારતને મોટી મુશ્કેલીઓમાં મૂકવા માટે એક ચાલાક રમત રમી. સાલિયાણા નામના વાર્ષિક પેન્શનથી બ્રિટિશરો દ્વારા જોડાયેલા 550 થી વધુ નાના મોટા રાજ્યો હતા. આ રિયાસતોના શાસકોને નામ ખાતર રાજાઓ અને નવાબોની ઉપાધિઓ રાખવાની મંજૂરી આપવામાં આવી હતી. તેથી ભારત છોડતી વખતે, બ્રિટિશરોએ તેમને કહ્યું કે તેઓ ભારત અથવા પાકિસ્તાનમાં ભળી જવા માટે સ્વતંત્ર છે.

સરદાર વલ્લભભાઈ પટેલને ભારતને 550+ રિયાસતનું સંઘ બનાવવામાં ભારે મુશ્કેલી પડી હતી. જ્યારે મોટાભાગના રાજાઓ અને નવાબો ભારત સાથે રહેવા માટે સંમત થયા અને વિલય માટે સ્વીકૃતી આપી હતી ત્યાં હૈદરાબાદ, ત્રાવણકોર, જુનાગઢ અને જમ્મુ-કાશ્મીર જેવા કેટલાક રાજ્યો હતા કે જેઓએ વિલયપત્ર પર હસ્તાક્ષર કર્યા ન હતા. સરદાર પટેલ ત્રાવણકોર અને જુનાગઢને ભારતમાં ભળી જવા માટે મનાવી શકયાં. સરદારે એક પોલીસ એક્શન દ્વારા હૈદરાબાદના નિઝામને હરાવીને હૈદરાબાદનો ભારતમાં વિલય કર્યો.

કાશ્મીરી હોવાને કારણે નેહરુએ વિચાર્યું કે તેઓ જમ્મુ-કાશ્મીરમાં વધુ સારું કરી શકે છે. પણ સમસ્યાને ઉકેલવાની જગ્યાએ તેને વધારે મુશ્કિલ બનાવી દીધી. તેનું વિસ્તૃત ચિત્રીકરણ આગળ આવશે.

ભાગલાને કારણે, પાકિસ્તાનથી ભારતમાં હિન્દુઓ અને ભારતથી પાકિસ્તાનમાં કેટલાક મુસ્લિમોની હિજરત થઈ હતી. બંને પક્ષના ઝનૂની તત્વોએ નિર્દોષ લોકોની હત્યા કરી, તેમની સંપત્તિ છીનવી લીધી અને મહિલાઓ સાથે દુર્વ્યવહાર કર્યો. આ પ્રક્રિયામાં લગભગ 40 લાખ લોકો માર્યા ગયા હતા. કહેવાતી આઝાદી મેળવવાની આ કોઈ સુખદ ઘટના નહોતી. હજુ પણ લાખો શરણાર્થીઓ ભારતની નાગરિકતા મેળવ્યા વિના 70 વર્ષથી વધુ સમયથી ભારતમાં રહે છે. તેઓ કહેવાતી સ્વતંત્રતાના લાભો અને નાગરિકતાના અધિકારોથી વંચિત છે.

પાકિસ્તાન, બાંગ્લાદેશ અને અફઘાનિસ્તાનમાં હિન્દુઓ, શીખ, જૈનો અને બૌદ્ધો પર પારાવાર અત્યાચાર થયો અને આજદિન સુધી થઇ રહ્યો છે. આઝાદીના 70 વર્ષ વીતી ગયા બાદ પણ તે ચાલુ જ છે. તેમની સંખ્યા એ દેશોમાં દિનોદિન ઘટતી જ જાય છે. એ જ રીતે, જે મુસ્લિમો ભારતમાંથી પાકિસ્તાન ગયા હતા તેઓ ત્યાં મુઝાહિરો તરીકે ઓળખાય છે અને સેકન્ડ સિટીઝનની જેમ રહે છે. તેમને ત્યાં કોઈ સન્માન નથી. તેમાંથી અનેકે પાકિસ્તાન છોડી દીધું છે અને અન્ય દેશોમાં જતા રહ્યાં છે.

આપણે આવી લોહીયાળ તથાકથિત સ્વતંત્રતાનું જશ્ન મનાવીએ છીએ અને આપણને કહેવામાં આવે છે કે આપણે અહિંસાથી સ્વતંત્રતા મેળવી. વાસ્તવિક યુદ્ધમાં પણ આટલી મોટી જાનહાની નાં થઇ હોત. "દે દી હમેં આઝાદી બીના ખડગ બીના ઢાલ' એ ધારણા કેટલી છેતરામણી છે તે

જાણવું જરૂરી છે. કોંગ્રેસના અનર્ગલ પ્રચારથી બહાર આવવું અનિવાર્ય છે. ઈતિહાસ કદી સત્યને છુપાવતું નથી.

## 6.3 જમ્મુ-કાશ્મીર રાજ્યનો મુદ્દો

15 મી ઓગસ્ટ 1947 થી 5 ઓગસ્ટ 2019 સુધીની જમ્મુ-કાશ્મીરનો ઘટનાક્રમ નીચે મુજબ છે.

- જમ્મુ-કાશ્મીર રાજ્યમાં મહારાજા હરિસિંહનું શાસન હતું. કાશ્મીર ઘાટીની જનતા મુસ્લિમ બહુમતી હતી અને જમ્મુ ક્ષેત્ર હિન્દુ બહુમતી હતું. આજે પણ આ જ સ્થિતિ છે.
- મહારાજા હરિસિંહે શરૂઆતમાં વિલયપત્ર પર હસ્તાક્ષર કરવામાં આનાકાની કરી. અને સ્વતંત્ર જમ્મુ-કાશ્મીરનો વિચાર કરવા લાગ્યા.
- તે દરમિયાન પાકિસ્તાની સેના અને કેટલાક સ્થાનિક મુસ્લિમ કટ્ટરપંથીઓ જેને કબાયલી કહેવાય છે તેમણે જમ્મુ-કાશ્મીર પર આક્રમણ કર્યું અને ઘણી બધી જમીન હસ્તગત કરી. (આ સંપાદિત જમીનને હવે પીઓકે, એટલે કે પાક અધિકૃત કાશ્મીર કહેવામાં આવે છે. પાકિસ્તાનીઓ તેને આઝાદ કાશ્મીર કહે છે. ભારત સાથે રહેલી જમીનને પાકિસ્તાન આઇઓકે કહે છે, એટલે કે ભારત અધિકૃત કાશ્મીર અથવા ગુલામ કાશ્મીર.
- જમ્મુ-કાશ્મીરની સેના તેમની સામે લડવાની સ્થિતિમાં નહોતી. તેથી મહારાજા હરિસિંહે ભારતને વિનંતી કરી કે તેઓ પાકિસ્તાની આક્રમણને રોકવા માટે ભારતીય સેના મોકલે.

- ગવર્નર જનરલ લોર્ડ માઉન્ટબેટને ભારપૂર્વક કહ્યું કે હરિસિંહ વિલયપત્ર પર હસ્તાક્ષર કરશે તો જ ભારત પોતાની સેના મોકલી શકશે.
- હરિસિંહે 26 ઓક્ટોબર, 1947 ના રોજ ઇન્સ્ટ્રુમેન્ટ ઓફ એક્સેશન પર હસ્તાક્ષર કર્યા, અને ગવર્નર જનરલ લોર્ડ માઉન્ટબેટને 27 ઓક્ટોબર, 1947 ના રોજ તેનો સ્વીકાર કર્યો અને ભારતીય સેના મોકલી.
- ભારતીય સેના જીતી રહી હતી અને હજુ આગળ વધી રહી હતી.
- કાશ્મીરી મુસલમાનોમાં સ્થાનિક અશાંતિ હતી. તેઓ ક્યારેય પાકિસ્તાનનો ભાગ બનવા માંગતા ન હતા અને મહારાજા હરિસિંહનું શાસન પણ ઇચ્છતા ન હતા. કાશ્મીર ઘાટીના મુસ્લિમોનાં નેતા હતા શેખ અબ્દુલ્લા. તેમણે મુસ્લિમ કોન્ફરન્સ નામનો રાજકીય પક્ષ શરૂ કર્યો. મે 1946 માં શેખ અબ્દુલ્લાએ મહારાજા હરિસિંહ સામે કાશ્મીર છોડો આંદોલન ચલાવ્યું હતું. શેખની ધરપકડ કરવામાં આવી હતી અને ત્રણ વર્ષની જેલની સજા ફટકારવામાં આવી હતી.
- પરંતુ નેહરુ માનતા હતા કે શેખ અબ્દુલ્લા ઘાટીમાં શાંતિ પુનઃસ્થાપિત કરી શકશે. માત્ર સોળ મહિના પછી 29 સપ્ટેમ્બર 1947 ના રોજ શેખ અબ્દુલ્લાને મુક્ત કરવામાં આવ્યા હતા.
- શેખ અબ્દુલ્લાએ જવાહરલાલ નહેરુને વિનંતી કરી કે લડાઈ બંધ કરો અને કાશ્મીરના લોકોને જાતે જ મતદાન (પ્લેબીસાઈટ) દ્વારા નક્કી કરવા દો કે તેઓ ક્યાં જવા માંગે છે.

- આથી આપણી સેના જીતતી હોવા છતાં નહેરુએ યુદ્ધવિરામનો આદેશ આપ્યો. પ્રશ્ન એ હતો કે મતદાન કોણ કરાવશે. તેથી આ મામલો નેહરુએ સંયુક્ત રાષ્ટ્રને મોકલ્યો. યુએન નીચેની શરતો પર જનમત યોજવા સંમત થયા:

    - યુએન દ્વારા યુએન પ્રતિનિધિઓની દેખરેખમાં મતદાન હાથ ધરવામાં આવશે.
    - ભારત અને પાકિસ્તાને 14 મી ઓગસ્ટ 1947 મુજબ ભૌગોલિક અને વસ્તી વિષયક પરિસ્થિતિઓને પુન:સ્થાપિત કરશે.

- વાસ્તવિકતા એ છે કે પાકિસ્તાને ક્યારેય પીઓકેથી પીછેહઠ કર્યું નથી અને તે પ્રદેશમાં બિન-કાશ્મીરીઓનું પુનર્વસન કરીને પ્રદેશની ડેમોગ્રાફી પણ બદલી નાખી છે.
- મતદાનની શરતો આજ સુધી પૂરી ન થઈ હોવાથી, યુએન જનમત યોજવાની સ્થિતિમાં નથી. યુએનનો ઠરાવ સમય જતાં નિષ્ક્રિય થઈ ગયો છે.
- દરમિયાન, શેખ અબ્દુલ્લા ઇચ્છતા હતા કે જમ્મુ-કાશ્મીર રાજ્યને વિશેષ દરજ્જો આપવામાં આવે. 17 ઓક્ટોબર, 1949 ના રોજ બંધારણમાં કલમ 370 નો સમાવેશ કરવામાં આવ્યો હતો. શેખ અબ્દુલ્લા પોતાને જમ્મુ-કાશ્મીર ના વડાપ્રધાન કહેવા માંગતા હતા. રાજ્યનું અલગ બંધારણ અને અલગ ધ્વજ પણ જોઈતું હતું. નહેરુએ આ પરિસ્થિતિમાં આ પ્રદેશમાં શાંતિ પુન:સ્થાપિત કરવાની દૃષ્ટિએ આવા દુરાગ્રહને સંમતિ

આપી. આ એક ખોટું પગલું હતું. જેના લીધે જમ્મુ-કાશ્મીર આજ સુધી સમસ્યા બનીને રહી ગયું છે.

- શેખ અબ્દુલ્લાએ 1953 સુધી જમ્મુ-કાશ્મીર રાજ્યનું સંચાલન કર્યું હતું. આ દરમિયાન, તેઓ મહત્વાકાંક્ષી બન્યા અને સ્વતંત્ર કાશ્મીર ઇચ્છતા હતા.
- તેથી તત્કાલીન ગવર્નર ડો. કર્ણસિંહે કાશ્મીર ષડયંત્ર કેસ હેઠળ તેમની ધરપકડ કરી હતી. નહેરુના નેતૃત્વવાળી કેન્દ્ર સરકારના ઈશારે તેમની ધરપકડ કરવામાં આવી હતી. તેને 8 વર્ષની જેલ થઈ.
- 8 એપ્રિલ 1964 ના રોજ તેને મુક્ત કરવામાં આવ્યો. 27 મે 1964 ના રોજ નેહરુનું અવસાન થયું. 1964 માં નેહરુનું અવસાન થયા બાદ, શેખ અબ્દુલ્લાને 1965 થી 1968 સુધી ફરી નજરકેદ કરવામાં આવ્યા.
- તત્કાલીન વડા પ્રધાન લાલ બહાદુર શાસ્ત્રીએ આવો આદેશ આપ્યો જે વડા પ્રધાન ઇન્દિરા ગાંધીએ ચાલુ રાખ્યો.
- ફરીથી, તેમને કાશ્મીરમાંથી 1971-72 માં 18 મહિના માટે દેશનિકાલ કરવામાં આવ્યા હતા, તે સમયગાળા દરમિયાન 1971 નું ભારત-પાક યુદ્ધ થયું હતું.
- હવે શેખે સમાધાન કર્યું અને તેની તમામ મહત્વાકાંક્ષા છોડી દીધી. તેણે ઈન્દિરા ગાંધી સાથે કરાર કર્યો જેને 1974 ઈન્દિરા-શેખ સમજૂતી કહેવામાં આવે છે. ઇન્દિરા ગાંધી એક મજબૂત રાજકારણી હતાં જે શેખને જમ્મુ-કાશ્મીરના વડા પ્રધાનની જગ્યાએ મુખ્યમંત્રી તરીકે ઓળખાવી શક્યા.

- મુસ્લિમ પરિષદને રાષ્ટ્રીય પરિષદ તરીકે નામ આપવામાં આવ્યું. તેઓ 1982 માં તેમના મૃત્યુ સુધી મુખ્યમંત્રી રહ્યા હતા ત્યારબાદ તેમના પુત્ર ફારૂક અબ્દુલ્લા મુખ્યમંત્રી બન્યા હતા.
- જમ્મુ-કાશ્મીર નું બંધારણ અકબંધ રહ્યું અને જમ્મુ-કાશ્મીર પર કોઈ ભારતીય કાયદા લાગુ પડ્યા નહીં. જમ્મુ-કાશ્મીર નું બંધારણ કાશ્મીરીઓ અને સરકાર પ્રત્યે અત્યંત પક્ષપાતી હતું.

## 6.4 કલમ 35A ની જોગવાઈઓ

કલમ 35A ક્યારેય સંસદમાં રજૂ કરવામાં આવી ન હતી, ચર્ચા કરવામાં આવી ન હતી. રાષ્ટ્રપતિ રાજેન્દ્ર પ્રસાદ દ્વારા હસ્તાક્ષર કરવામાં આવેલી કલમ 370 સાથે ચુપચાપ સંકલિત કરાયેલો રાષ્ટ્રપતિનો એક આદેશ હતો.  નેહરુએ એમ કહીને હસ્તાક્ષર કરાવ્યા કે તે જમ્મુ-કાશ્મીરમાં અશાંતિને રોકવા માટે કામચલાઉ પગલું છે. 35Aએ રાજ્ય સરકારને અત્યંત અતાર્કિક અને પ્રચંડ સત્તાઓ આપી છે જે કલમની કોઈપણ વાજબી અદાલત કાનૂની રીતે ક્યારેય માન્ય કરશે નહીં.

કલમ 370 અને 35A ને કારણે, જમ્મુ-કાશ્મીરની બહારનો કોઈ પણ વ્યક્તિ જમ્મુ-કાશ્મીરમાં કોઈ જ પ્રોપર્ટી ખરીદી શકે તેમ નથી. જમ્મુ-કાશ્મીર સરકાર કોઈપણ વ્યક્તિને નાગરિકતા આપી શકે છે. કલમ 35A ની વિડંબણા એ હતી કે તે 1954 માં રજૂ કરવામાં આવી હતી પરંતુ તેની અસરકારકતા તારીખ 1944 રાખવામાં આવી હતી. 1944 પહેલા પાકિસ્તાનથી જમ્મુ-કાશ્મીરમાં સ્થળાંતર કરનારા મુસ્લિમોને જમ્મુ-કાશ્મીરના નાગરિક બનાવવામાં આવ્યા હતા. પરંતુ 1947 પછી સ્થળાંતર કરનારા હિન્દુઓને જમ્મુ-કાશ્મીરમાં નાગરિકતા આપવામાં

આવી ન હતી. તેઓ આજ સુધી શરણાર્થી તરીકે રહે છે અને નાગરિકતાના લાભોથી વંચિત છે જેમ કે શાળાઓમાં પ્રવેશ અને સરકારી નોકરીઓ વગેરે. કલમ 35Aને કારણે જમ્મુ-કાશ્મીરની મહિલાઓને અત્યંત અન્યાય થયો હતો. એક વિચિત્ર જોગવાઈ કરવામાં આવી હતી કે કોઈ પણ પાકિસ્તાની જો કાશ્મીરી છોકરી સાથે લગ્ન કરે, તો તે જમ્મુ-કાશ્મીરની નાગરિકતા મેળવી શકે છે. પરંતુ પાકિસ્તાનનો કોઈ હિન્દુ કાશ્મીરી છોકરી સાથે લગ્ન કરે તો તે નાગરિકતા મેળવી શકતો નથી. જો કોઈ કાશ્મીરી છોકરી રાજ્યની બહાર કોઈની સાથે લગ્ન કરે તો તે તેની નાગરિકતા ગુમાવી દેશે. અન્યાયના આ થોડા ઉદાહરણો છે પરંતુ આવા ઘણાં અન્યાયોની જોગવાઈઓ છે. કાશ્મીરની મુફ્તી સરકારે અનેક રોહીન્ગ્યા મુસલમાન જે બર્માથી આવ્યા તેમને નાગરિકતા આપી પણ પાકિસ્તાનથી આવેલાં હિન્દુઓને ના આપી. આથી વધારે સાંપ્રદાયિકતા અને અન્યાય કોને કહેવાય?

મિલકત પર પ્રતિબંધોને કારણે રાજ્યમાં આર્થિક વિકાસ થતો નથી. વિશેષ દરજ્જાને કારણે, રાજ્ય હંમેશા કેન્દ્ર સરકાર તરફથી 90% અનુદાન મેળવે છે. આ ગ્રાન્ટ પ્રભાવશાળી રાજકારણીઓ દ્વારા હડપ કરવામાં આવી રહી હતી. સામાન્ય જનતા પહેલાની જેમ ગરીબની ગરીબ જ રહી. રાજ્યના વિશેષ દરજ્જાથી સામાન્ય જનતાને ક્યારેય કોઈ લાભ મળ્યો નથી.

વિકાસનાં અભાવથી થનારી ગરીબીના કારણે, રાજ્યના યુવાનોને એક સ્વતંત્ર કાશ્મીર મેળવવા માંગતા અલગતાવાદી જૂથો દ્વારા ઉશ્કેરવામાં આવ્યા હતા. તેમને પાકિસ્તાન અને સરહદો પાર અન્ય એજન્સીઓ દ્વારા ભંડોળ પૂરું પાડવામાં આવ્યું હતું જેઓ ભારતને સમૃદ્ધ બનવા દેવા નથી

માંગતા. જે રાજ્ય એક સમયે જન્નત (સ્વર્ગ) હતું તેનો અલગતાવાદીઓ અને આતંકવાદીઓ દ્વારા તેની સુંદરતાનો નાશ કરવામાં આવ્યો છે. તે હવે દોજખ (નરક) બની ગયું છે. છિદ્રાળુ સરહદોમાં ઘૂસણખોરી કરનારા આતંકવાદીઓને નિયંત્રિત કરવા માટે, ભારત સરકારે વિશાળ સૈન્ય તૈનાત કરવું પડયું. ખીણમાં શાંતિ જાળવવા માટે કેન્દ્રીય ખજાનામાંથી બહુ મોટો ખર્ચ ભોગવાય છે.

કલમ 370 અને 35A ના ગેરફાયદા ઇન્ટરનેટ પર સરળતાથી ઉપલબ્ધ છે. મુખ્ય જોગવાઈઓ નીચે આપેલ છે:

- કલમ 35A જમ્મુ-કાશ્મીર વિધાનસભાને રાજ્યના 'કાયમી રહેવાસીઓ' કોણ છે તે નક્કી કરવાની સંપૂર્ણ વિવેકાધીન શક્તિ આપે છે.
- તે રાજ્ય સરકારને રોજગારી, રાજ્યમાં મિલકતનું સંપાદન, રાજ્યમાં સ્થાયી થવું અને શિષ્યવૃત્તિ અને અન્ય પ્રકારની સહાયનો અધિકાર આપે છે.
- તે રાજ્યની વિધાનસભાને ઉપરોક્ત સંબંધિત કાયમી રહેવાસીઓ સિવાય અન્ય વ્યક્તિઓ પર કોઈ પણ પ્રતિબંધ લાદવાની મંજૂરી આપે છે.
- વર્ષ 1990 માં ફારુક અબ્દુલ્લાના શાસન હેઠળ લાખો કાશ્મીરી પંડિતોને કાશ્મીરમાંથી કાઢી મૂકવામાં આવ્યા હતા. હજારો માર્યા ગયા. તેમની મિલકતો છીનવી લેવામાં આવી હતી. કાશ્મીરી પંડિતોને સ્થળાંતર કરવાની ફરજ પાડવામાં આવી હતી. તેઓ શરણાર્થી બની ગયા છે અને 30 વર્ષ વિતી ગયા

બાદ પણ કાશ્મીર પરત ફરી શક્યા નથી. આ કલમ 370 અને 35A નું પરિણામ હતું.

- હવે આ કલમો રદ કરવામાં આવી હોવાથી કાશ્મીરી પંડિતો માટે યોગ્ય સમયે તેમના વતન પરત ફરવું શક્ય બનશે.

તમામ રાજકીય પક્ષો કલમ 370 અને 35A ને મૌખિક રીતે રદ કરવા માંગતા હતા પણ મુસ્લિમ તુષ્ટિકરણ અને મતોને કારણે તેમને રદ કરવાની કોઈની રાજકીય ઈચ્છા નહોતી. નરેન્દ્ર મોદીના નેતૃત્વમાં ભાજપે આ કલમો રદ કરવા માટે તેની લોખંડી તાકાત દર્શાવી હતી.

કાશ્મીરી નેતાઓ જેવા કે પૂર્વ મુખ્યમંત્રી મેહબૂબા મુફ્તી તરફથી વિવિધ ધમકીઓ મળી હતી કે જો કલમ 370 અને 35A રદ કરવામાં આવે તો કાશ્મીરમાં લોહીની લડાઈ થશે.

5 મી ઓગસ્ટ 2019 થી આજ સુધી  આવું કશું થયું નથી. હવે જમ્મુ-કાશ્મીરના લોકો ખુશ છે અને અનેક ઔદ્યોગિક પ્રોજેક્ટ આવી રહ્યા છે. જમ્મુ-કાશ્મીર હવે ઉદ્યોગપતિઓ માટે શ્રેષ્ઠ સ્થળ છે. સમયાંતરે, જમ્મુ-કાશ્મીર ભારતનું શ્રેષ્ઠ ઔદ્યોગિક રાજ્ય બની શકે છે. સર્વાંગી પ્રગતિના ફળ સ્થાનિક લોકોને ઉપલબ્ધ થશે. જમ્મુ-કાશ્મીર ભારતના સૌથી સમૃદ્ધ રાજ્યોમાંથી એક બનવા જઈ રહ્યું છે.

## 6.4.1 જમ્મુ-કાશ્મીર રાજ્યમાં વ્યક્તિગત અનુભવ

જો કે મારો અંગત અનુભવ આ પુસ્તકનો વિષય નથી, તેમ છતાં તે રાજ્યના ઉચ્ચ મુસ્લિમ અધિકારીઓના મનોવિજ્ઞાન પર પૂરતો પ્રકાશ પાડે છે જે અત્યંત પક્ષપાતી છે. વિશેષાધિકૃત વર્ગનો ઘમંડ મારા વ્યક્તિગત અનુભવમાં પ્રતિબિંબિત થાય છે.

હું જમ્મુ-કાશ્મીર પાવર ડેવલપમેન્ટ ડિપાર્ટમેન્ટ (J&KPDD) ના સલાહકાર તરીકે તેમના રૂ. 775 કરોડનાં ઇલેક્ટ્રિક વિતરણ નેટવર્ક પ્રોજેક્ટમાં 12 ઓગસ્ટ 2013નાં દિને જોડાયો. વિવિધ વિભાગો માટેની પ્રોજેક્ટ રિપોર્ટ 4 વર્ષ પહેલેથી જ બનાવવામાં આવી હતી. અને મને ટેન્ડર મંગાવીને પ્રોજેક્ટનો અમલ શરૂ કરવાનું કહેવામાં આવ્યું હતું.

મેં સત્તાવાળાઓને રજૂઆત કરી હતી કે મારે પ્રોજેક્ટ રિપોર્ટનો અભ્યાસ કરવો પડશે, અને વિવિધ સાઈટો, સબસ્ટેશન અને ઇલેક્ટ્રિક લાઈનોનો સર્વે કરવો પડશે જ્યાં પ્રોજેક્ટ અમલમાં મૂકવાનો છે. ખૂબ સમજાવટ પછી, મને મારા અભ્યાસ, સર્વેક્ષણ, રિપોર્ટનું પુનરાવર્તન, ટેન્ડર દસ્તાવેજોની તૈયારી, ટેન્ડર ડ્રોઇંગ વગેરે પૂર્ણ કરવા માટે 30 મી ઓગસ્ટ 2013 સુધી 18 દિવસ આપવામાં આવ્યા હતા.

મેં રિપોર્ટનો અભ્યાસ કર્યો અને સાઇટ્સ વગેરેનો સર્વે કર્યો. મને 18 પોઇન્ટ મળ્યા જેમાં સુધારા માટે ઉચ્ચ અધિકારીયોની સંમતિની જરૂર હતી. આ 18 મુદ્દાઓની ચર્ચા માટે મને શ્રીનગર બોલાવવામાં આવ્યો હતો. આ બેઠકની અધ્યક્ષતા વિભાગના વડાએ કરી અને તેમના 8 મુખ્ય ઇજનેરો બેઠકમાં શામિલ હતા. 8માંથી ૭ મુસલમાન હતા. વિભાગના વડા અને તેમનો સેક્રેટરી પણ મુસલમાન હતો.

કેટલીક ચર્ચાઓ બાદ મારા 17 મુદ્દા તેઓ દ્વારા સ્વીકારવામાં આવ્યા હતા પરંતુ એક મુદ્દો સ્વીકારવામાં આવ્યો ન હતો. તે એક મુદ્દો પાવર ટ્રાન્સફોર્મર્સના સ્પષ્ટીકરણોને બદલવાનો હતો જેથી કોઈ પણ આગ દુર્ઘટના ટાળવા માટે ટ્રાન્સફોર્મર્સને ઓટોમેટિક આગ સંરક્ષણ આપવામાં આવે. વધારાનો ખર્ચ આશરે 5 લાખ ટ્રાન્સફોર્મર દીઠ હતો. વધારાના ખર્ચને કારણે મારા સૂચનનો સર્વસંમતિથી ઇનકાર થયો હતો. મેં

ભારપૂર્વક કહ્યું કે ભારતીય વીજળી કાયદા મુજબ આ વૈધાનિક જરૂરિયાત છે. તરત જ કેટલાક મુખ્ય ઇજનેરો તરફથી સખત જવાબ આપવામાં આવ્યો. તેઓએ મને સમજાવ્યું કે ભારતીય કાયદો તેમને લાગુ પડતો નથી કારણ કે તેમનો પોતાનો જમ્મુ-કાશ્મીર વીજળી અધિનિયમ છે. હું કલમ 370 ને કારણે તેમની વિશેષ સ્થિતિ જાણતો ન હતો. હું થોડો મૂંઝવણમાં હતો અને નિરાશ હતો કે કલમ 370 ની આડમાં કેવી રીતે આવશ્યક તકનીકી જરૂરિયાત સ્વીકારવામાં આવી ન હતી. આ એક મજબૂત તકનીકી સૂચન હતું જેનાથી તેમને ભવિષ્યમાં પુષ્કળ ફાયદો થયો હોત. તેઓ મક્કમ હોવાથી, હું ટેન્ડરમાં આ સુવિધાનો સમાવેશ કરી શક્યો નહી. કોન્ટ્રાક્ટ આપવામાં આવ્યા અને પ્રોજેક્ટ પર કામ શરૂ થયું.

સહેજ નીચલા સ્તરે પ્રોજેક્ટની સમીક્ષા બેઠકો દરમિયાન, જ્યાં માત્ર સંબંધિત મુખ્ય ઇજનેર અને તેના SE અને EE બેઠકમાં હાજરી આપે છે, મને એક SE એ પૂછયું કે મેં તેમના સબસ્ટેશનોને સ્માર્ટ સબસ્ટેશન બનાવવા માટે શું કર્યું છે. સ્માર્ટ સબસ્ટેશન એટલે માનવરહિત સંચાલિત થઇ શકે તેવું સબસ્ટેશન. મેં તેમને કહ્યું કે આગામી 25 વર્ષ સુધી તેમના સબસ્ટેશનને સ્માર્ટ બનાવવું અશક્ય છે.

સભામાં હોબાળો થયો, મને ઠપકો આપવામાં આવ્યો હતો અને થોડા સમય માટે બોલવા દેવામાં આવ્યો ન હતો. જ્યારે અવાજ મટી ગયો, ત્યારે મેં ખૂબ નમ્રતાપૂર્વક રજૂઆત કરી કે કોઈપણ સબસ્ટેશનને સ્માર્ટ બનાવવા માટે, પાવર ટ્રાન્સફોર્મરને આગથી સુરક્ષિત રાખવું પડે. નહિંતર, કોઈને ખબર નહીં પડે કે માનવરહિત સબસ્ટેશનમાં ટ્રાન્સફોર્મરમાં આગ લાગી છે. પરિણામે મોટો અકસ્માત થાય. કેટલાક

અવાજો મને દોષી ઠેરવતા હતા કે મેં આ સુવિધાને ટ્રાન્સફોર્મર સ્પષ્ટીકરણમાં શા માટે શામેલ કરી નથી. મેં વિભાગને લખેલ મારો પહેલો પત્ર બતાવ્યો હતો જેમાં તેમને આ સુવિધાનો સમાવેશ કરવાની વિનંતી કરવામાં આવી હતી પરંતુ વિભાગે લેખિતમાં ઇનકાર કર્યો હતો.

નિષ્કર્ષ એ જ કે જમ્મુ-કાશ્મીર માં પ્રોજેક્ટની તકનીકી જરૂરિયાતોને ધ્યાનમાં લીધા વિના વિશેષ રાજ્યમાં વિશેષ બંધારણ અને વિશેષ અધિકારોનું વિશેષાધિકૃત ઉચ્ચ વર્ગમાં ઉચ્ચ ડિગ્રીનું ગૌરવ હતું. ભારતનાં કાયદાઓ માટે નફરત હતી.

## 6.5 શું આપણે ખરેખર 15 ઓગસ્ટ 1947 ના રોજ સ્વતંત્રતા થયા?

**અત્યાર સુધી મેં ભારતની હાલની સ્થિતિ વર્ણવી છે. હવે સમય આવી ગયો છે કે ભારતના વિકાસને અસર કરતા મુખ્ય મુદ્દાઓ પર વિચાર કરીએ. મૂળ પ્રશ્ન એ છે કે ભારતને આઝાદી મળ્યા પછી ઘણા દેશોને આઝાદી મળી. બીજા વિશ્વયુદ્ધ દરમિયાન ઘણા દેશો ખરાબ રીતે બરબાદ અને નાશ પામ્યા હતા. પરંતુ આમાંથી ઘણા દેશો હવે ભારતથી વિપરીત વિકસિત દેશો છે. ઉદાહરણો છે જર્મની, જાપાન, ઇંગ્લેન્ડ, ફ્રાન્સ, ઇટાલી, હંગેરી, બેલ્જિયમ, પોલેન્ડ, કોરિયા, હોંગકોંગ, તાઇવાન, સિંગાપોર અને ચીન વગેરે. 35 લાખની વસ્તી ધરાવતા ક્રોએશિયા જેવા નાના દેશો ભારત કરતાં વધુ વિકસિત છે.**

15 મી ઓગસ્ટ પહેલા અને પછીના દૃશ્ય પર ધ્યાન આપવા આપણે મૂળભૂત બાબતો પર આવવું પડશે. પ્રશ્ન એ છે કે શું આપણને આઝાદી મળી? શું સ્વાતંત્ર્ય એક માલિક પાસેથી પ્રાપ્ત થયું છે?

હું ભારત અને પાકિસ્તાનના ઘણા વિદ્વાનો અને વિચારકોના મંતવ્યોનું અનુમોદન કરું છું કે આપણને ક્યારેય સ્વતંત્રતા મળી નથી. તે માત્ર સત્તાનું હસ્તાંતરણ હતું. બ્રિટિશરોએ કાયદાના કેટલાક નિયમો બનાવ્યા, શાસનની પદ્ધતિ વગેરે, ઇન્ડિયન સિવિલ સર્વિસીસ (ICS) નામનો એક ખાસ વર્ગ બનાવ્યો, જેના દ્વારા તેઓએ આપણા પર શાસન કર્યું. તેઓએ 1 એપ્રિલથી 31 માર્ચ સુધી નાણાંકીય વર્ષ નક્કી કર્યું. તેઓ કરવેરાના કાયદા લાવ્યા. તેઓએ ન્યાયતંત્ર અને પોલીસની કાર્યપદ્ધતિ નક્કી કરી. તેઓએ આપણા જીવનને લગતી દરેક બાબતો નક્કી કરી. મોટાભાગના નિયમો સરકાર અને શાસકની તરફેણમાં હતા. સરકાર ભૂલો કરી શકે છે અને કાયદાઓથી અજાણ રહી શકે છે પરંતુ સામાન્ય નાગરિકને તમામ કાયદાઓની જાણકારી જરૂરી છે. તેમનું અજ્ઞાન શિક્ષાપાત્ર છે અને ક્ષમાપાત્ર નથી. (સરકાર એટલે સરકારી અધિકારી જે સરકાર વતી વહિવટ કરે તે).

### 6.5.1 શું બદલાયું નથી?

- આપણું નાણાકીય વર્ષ હજુ પણ અંગ્રેજોનાં શાસન વખતનું છે. દિવાળી પછી જ આપણું નવું વર્ષ શરૂ કરવાની જૂની ભારતીય પરંપરા હતી (અને છે). પણ સરકારમાં નથી.
- આપણા વકીલો હજુ પણ આપણા ન્યાયાધીશોને "માય લોર્ડ" તરીકે સંબોધી રહ્યા છે. આપણા ન્યાયાધીશો સારી રીતે જાણે છે કે આરોપી ગુનેગાર છે, પણ તેને પુરાવાના અભાવે સજા આપી શકતા નથી. કોર્ટ કેસ 15-20 વર્ષ સુધી કોઈ પરિણામ વગર ચાલે છે. અદાલતોમાં કરોડો કેસો વણ-ઉકલાયેલા

પેન્ડિંગ છે. સામાન્ય માણસ કોર્ટમાં જતા ડરે છે અને તેને ન્યાયતંત્રમાં વિશ્વાસ નથી.

- આપણી શિક્ષણ પ્રણાલી હજુ પણ અંગ્રેજો દ્વારા શિક્ષિત કારકુનો બનાવવા માટે લોર્ડ મેકોલે દ્વારા સૂચવ્યા મુજબ બ્રિટિશરો દ્વારા નક્કી કરવામાં આવેલા નિર્ણય પર આધારિત છે.
- ICS ને ફક્ત ભારતીય વહીવટી સેવાઓ (IAS) માં બદલવામાં આવી છે. તે માત્ર નામમાં ફેરફાર છે.
- આપણી કરવેરા પ્રણાલી અંગ્રેજો દ્વારા સ્થાપિત કરવામાં આવી છે જે અત્યંત પીડાદાયક છે અને સર્વાંગી ભ્રષ્ટાચારને જન્મ આપે છે. વિશ્વના મહાન અર્થશાસ્ત્રી, આપણા પોતાના ચાણક્યે કહ્યું છે કે કરનો બોજ એટલો ઓછો હોવો જોઈએ કે કરદાતાને તેનો ભાર ના લાગે.
- આપણી પોલીસ સિસ્ટમ અને યુનિફોર્મ પણ બ્રિટિશરો દ્વારા આપવામાં આવેલી છે તે જ ચાલુ છે.
- ઇત્યાદિ

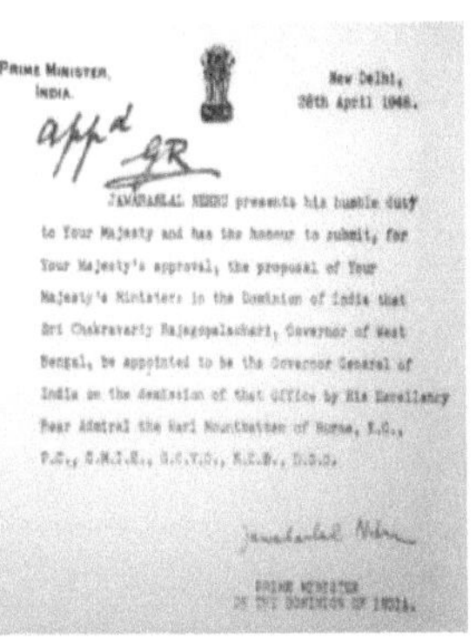

PRIME MINISTER,
INDIA.

New Delhi,
28th April 1948.

app^d GR

JAWAHARLAL NEHRU presents his humble duty to Your Majesty and has the honour to submit, for Your Majesty's approval, the proposal of Your Majesty's Ministers in the Dominion of India that Sri Chakravarty Rajagopalachari, Governor of West Bengal, be appointed to be the Governor General of India on the demission of that Office by His Excellency Rear Admiral the Earl Mountbatten of Burma, K.G., P.C., G.M.I.E., G.C.V.O., K.C.B., D.S.O.

Jawaharlal Nehru

PRIME MINISTER
OF THE DOMINION OF INDIA.

તો શું બદલાયું છે? માત્ર હાથ બદલાયા છે. માત્ર સત્તાનું ટ્રાન્સફર થયું છે.

બ્રિટિશ સંસદ દ્વારા પસાર કરાયેલ આઝાદીના ચાર્ટરમાં ભારતને ડોમીનીયન (Dominion) તરીકે ઉલ્લેખ કરવામાં આવ્યો છે. ડોમીનીયન શું છે? ડોમીનીયન સ્વતંત્ર કેવી રીતે હોઈ શકે?

*(ડોમિનિયન એટલે કોઈના આધિપત્ય હસ્તક હોવું).* આનું પ્રમાણ નેહરુએ લખેલાં પત્રથી સાબિત થાય છે:

આ પત્ર નેહરુએ તારીખ 28 એપ્રિલ 1948 નાં દિને લખ્યો છે મતલબ આઝાદી મળ્યાનાં 9 મહિના પછી. આમાં ચક્રવર્તી રાજગોપાલજીને ડોમિનિયન ઓફ ઇન્ડિયાનાં  ગવર્નર જનરલ બનાવવા માટેની મંજૂરી બ્રિટનના વડા પ્રધાન પાસેથી માંગવામાં આવી છે.

સત્તા હસ્તાન્તરણનો  ક્રમ નીચે મુજબ છે:

- એક સમયે બ્રિટિશરોએ સમગ્ર વિશ્વમાં વિવિધ દેશો (લગભગ 50+) પર શાસન કર્યું અને પોતાને સમૃદ્ધ બનવા માટે તેમને લૂંટી લીધા.
- બીજા વિશ્વયુદ્ધની ખુવારીના લીધે, તેઓ આર્થિક રીતે ખૂબ જ પાયમાલ થઇ ગયા હતાં.
- તેઓ આ દેશો પર શાસન ચાલુ રાખવાની સ્થિતિમાં ન હતા. આથી તેઓએ સમગ્ર વિશ્વમાં અનેક દેશોમાં પીછેહઠ કરવાનું નક્કી કર્યું.
- દરમિયાન, બ્રિટિશરોની લૂંટને કારણે લગભગ તમામ દેશોમાં ઘણી અશાંતિ અને બળવો થયો હતો અને તેઓ બ્રિટિશ શાસન પ્રત્યે વિદ્રોહી બન્યા હતા.
- બીજા વિશ્વયુદ્ધ બાદ બ્રિટનમાં ફેરફાર થયો હતો. શ્રી ચર્ચિલ જે બ્રિટીશ શાસન અન્ય દેશો પર ચાલુ રાખવા માંગતા હતા તેઓ ઇંગ્લેન્ડની સામાન્ય ચૂંટણીમાં હાર્યા હતા અને તેમના સ્થાને લોર્ડ એટલી આવ્યા હતા. એટલી એક વાજબી માણસ હતા જે અન્ય દેશો પર શાસન કરવાને બદલે બ્રિટિશ હિતોનું રક્ષણ

કરવા માંગતા હતા. તે દૂરંદેશી હતાં અને સ્થિતિની નાજુકતા સમજતા હતાં. લોક જુવાળમાં અંગ્રેજોને કંઈ નુકશાન થાય તે પહેલાં અંગ્રેજોને સ્વદેશ (બ્રિટન) માં પાછા બોલાવી લેવા માંગતા હતા.

- આથી, તેમણે તબક્કાવાર રીતે જે દેશો પર બ્રિટીશ શાસન હતું ત્યાં સત્તા હસ્તરણ કરવા માટે બ્રિટીશ સંસદ પર પ્રબળ વિજય મેળવ્યો. પણ સાથે જ આ બધાં દેશોને બ્રિટીશ કોમન વેલ્થ ઓફ નેશન્સમાં સમ્મિલિત કર્યા. વિકિપીડીયામાં તેની પરિભાષા નીચે પ્રમાણે છે:

British Commonwealth of Nations, a free association of states comprising the United Kingdom and a number of its former dependencies who have chosen to maintain ties of friendship and practical cooperation and who acknowledge the British monarch as symbolic head of their association.

**મતલબ** - બ્રિટિશ કોમનવેલ્થ ઓફ નેશન્સ, યુનાઇટેડ કિંગડમ અને તેની સંખ્યાબંધ ભૂતપૂર્વ અવલંબન ધરાવતા રાજ્યોનું એક મુક્ત સંગઠન, જેમણે મિત્રતા અને વ્યવહારિક સહકારના સંબંધો જાળવવાનું પસંદ કર્યું છે અને જેઓ બ્રિટિશ રાજાને તેમના સંગઠનના પ્રતીકાત્મક વડા તરીકે સ્વીકારે છે.

**આપણે હજી સુધી બ્રિટીશ કોમન વેલ્થ ઓફ નેશન્સના સદસ્ય છીએ.**

## 6.5.2 તમારો સૌથી આજ્ઞાકારી સેવક

હું વર્ષ 1970 માં UPSEB માં સહાયક ઇજનેર તરીકે જોડાયો હતો. મેં જે પ્રથમ પત્ર પર હસ્તાક્ષર કર્યા હતા તેનાં નીચે "તમારા સૌથી

આજ્ઞાકારી સેવક" (મોસ્ટ ઓબિડીએન્ટ સર્વન્ટ) લખ્યું હતું. હું કોલેજમાંથી પીજી ડિગ્રી સાથે ફ્રેશ આવ્યો હતો. મને તેનો ગર્વ હતો. મેં મારા વરિષ્ઠોને પ્રશ્ન કર્યો કે આપણે આવું શું કામ લખવું કે જાણે આપણે વિભાગના ગુલામ છીએ. મને કહેવામાં આવ્યું કે તે લાંબા સમયથી ચાલી આવતી પરંપરા છે અને વરિષ્ઠોને સંબોધિત સત્તાવાર પત્રો આ રીતે જ લખવામાં આવે છે. આઝાદીના 23 વર્ષ પછી સ્વતંત્ર ભારતની આ સ્થિતિ હતી. સદનસીબે, વિભાગમાં સારી સંવેદના પ્રવર્તે છે અને આવી સિસ્ટમ થોડા સમય પછી નાબૂદ કરવામાં આવી હતી અને "તમારો વિશ્વાસુ" (Yours Faithfully) દ્વારા બદલવામાં આવ્યું હતું. મને આ અભિવ્યક્તિ પણ પસંદ નથી. આજના વ્યાવસાયિક વિશ્વમાં હવે તેનું સ્થાન "તમારો નિષ્ઠાપૂર્વક" (Yours Truly) અથવા With Regards દ્વારા લેવામાં આવ્યું છે.

1970માં શું મને લાગ્યું કે હું સ્વતંત્ર ભારતમાં છું? આઝાદીના 23 વર્ષ વિતી ગયા પછી પણ મને લાગ્યું કે હું કોઈનો ગુલામ છું.

## 6.5.3 મારા એક ઉદ્યોગપતિ મિત્રનો અનુભવ

તમામ અવરોધો અને પ્રતિકૂળ વ્યવસાયિક આબોહવા સામે, મારા એક મિત્રએ એક નાનું કારખાનું શરૂ કર્યું. ઘણી મુશ્કેલીઓ પછી, તે પ્રક્રિયાઓ સ્થાપિત કરી શક્યો અને વ્યાપારી વ્યવસાય માટે ફેક્ટરી શરૂ કરી. તેને આયાતી વસ્તુનાં ભારતીયકરણ માટે રાજ્ય પુરસ્કાર પણ મળ્યો હતો. તેણે મને કહ્યું કે તેની ફેક્ટરી ચાલુ રાખવા માટે સમયાંતરે રિટર્ન ભરવા માટે તેને 42 સરકારી વિભાગોની વારંવાર મુલાકાત લેવી પડે છે. તેમાંથી મુખ્ય છે: નગર પાલિકા, વીજળી, પાણી, પ્રદૂષણ, વેચાણવેરો, આબકારીવેરો, આવકવેરો, શ્રમ, ફેક્ટરી નિરીક્ષક, આરોગ્ય વિભાગ,

પોલીસ વિ. અને તે દરેક બાબતે દોષરહિત રેકોર્ડ રાખવો ફરજીયાત. વિવિધ સામગ્રી અને ઉત્પાદનો માટે વેચાણવેરા અને આબકારી વેરા અલગ અલગ છે. દરેક વિભાગમાં વિવિધ સામગ્રીઓ અને વિવિધ ઉત્પાદનો માટે અલગ અલગ ડેસ્ક છે. તાંબા માટે અલગ, સ્ટીલ માટે અલગ, ઝીંક માટે અલગ વિ. એક ડેસ્ક અન્ય ડેસ્ક વિષે માહિતી આપશે નહીં કારણ કે તે બીજા ડેસ્કના નિયમોથી વાકેફ નથી. પરંતુ ઉદ્યોગપતિએ તમામ વિભાગોના તમામ ડેસ્કના તમામ નિયમો જાણવાના હોય છે. તેનું અજ્ઞાન અને ઉલ્લંઘન શિક્ષાપાત્ર છે. આ તમામ વિભાગો સાથે કામ કરવા માટે તેણે કેટલાક પાર્ટ-ટાઇમ અને કેટલાક ફુલ-ટાઇમ કન્સલ્ટન્ટ્સને રાખવા પડે છે. આ સલાહકારો ખૂબ પ્રભાવશાળી હોય છે અને તેને કાયદાઓના ઉલ્લંઘન સામેની સજાથી બચાવે છે કારણ કે સલાહકાર પૈસાનું કવર આપીને ડેસ્કને સંભાળી લે છે. આ બધા વ્યવસાય ચલાવવા માટેનાં જરૂરી દુષણો છે. આ વિભાગોને રાજી  રાખવા જરૂરી છે. તે જોવાની જરુરત નથી કે એન્ટરપ્રાઇઝમાં નફો થયો કે નુકસાન. બધા જ ડેસ્કોનાં કવરો નિયમિત પ્રમાણે આપવા ફરજીયાત છે. આપણામાં કહેવત છે – વર મરો કન્યા મરો પણ ગોરનું તરભાણું ભરો.

શું તેને લાગ્યું કે તે સ્વતંત્ર ભારતમાં છે?  જો ભારત સ્વતંત્ર ન થયું હોત તો પણ તેણે સમાન મુશ્કેલીઓનો સામનો કરવો પડ્યો હોત અથવા કદાચ થોડો ઓછો હોત કારણ કે અંગ્રેજો આટલા ભ્રષ્ટ ન હતા.

## 6.5.4 શિક્ષણનું માધ્યમ

ઉચ્ચ અભ્યાસમાં આજે પણ શિક્ષણનું માધ્યમ અંગ્રેજી છે. શા માટે? જાપાન, ફ્રાન્સ, ચીન, કોરિયા, જર્મની અને રશિયા જેવા વિકસિત દેશોનાં

વિદ્યાર્થીઓ અંગ્રેજીમાં અભ્યાસ કરતા નથી. શા માટે આપણે આપણા તેજસ્વી વિદ્યાર્થીઓને પરેશાન કરી રહ્યા છીએ જેઓ સારી અંગ્રેજી બોલી કે લખી શકતા નથી.

અંગ્રેજીમાં અસ્ખલિત બોલવું સ્ટેટસ સિમ્બોલ હતું (છે). માતાપિતા ઈચ્છે છે કે તેમના સંતાનો કોન્વેન્ટ સ્કૂલોમાં અભ્યાસ કરે જેથી તેઓ અસ્ખલિત અંગ્રેજી બોલી શકે અને ઉચ્ચ નોકરીઓ મેળવી શકે. અંગ્રેજી બોલવાનો અર્થ એ છે કે વ્યક્તિ સ્માર્ટ અને બુદ્ધિશાળી છે. યુનિયન પબ્લિક સર્વિસ કમિશન આઝાદીના આશરે 50 થી વધુ વર્ષોથી માત્ર અંગ્રેજીમાં પરીક્ષાઓ અને ઇન્ટરવ્યુ લેતી હતી જેથી ગામડાના તેજસ્વી વિદ્યાર્થીઓને શ્રેષ્ઠ તકોથી વંચિત રાખવામાં આવે છે. અસ્ખલિત અંગ્રેજીના અભાવને કારણે UPSC દ્વારા પાસ ન થઈ શકનારા ઘણા તેજસ્વી વિદ્યાર્થીઓ વિદેશ ગયા અને તેમની કુશળતાથી વિદેશી દેશોને મજબૂત બનાવ્યા. ડો. હર ગોવિંદ ખોરાના, એસ્ટ્રો-ફિઝિસ્ટ સુબ્રમણ્યમ ચંદ્ર શેખર અને વેન્કી રામકૃષ્ણન, બધા નોબેલ પારિતોષિક વિજેતાઓ જ્વલંત ઉદાહરણો છે. માઈક્રોસોફ્ટ અને નાસાનાં સ્ટાફમાં લગભગ 33% ભારતીયો છે.

### 6.5.4.1 મારો અંગત અનુભવ

મેં સ્થાનિક શાળામાં 8 મા ધોરણ સુધી હિન્દીમાં અભ્યાસ કર્યો છે. પરંતુ નવમા ધોરણથી અચાનક બધું અંગ્રેજીમાં હતું. હું ક્યારેય અંગ્રેજી બોલવામાં સહેલો ન હતો. તમામ પુસ્તકો અંગ્રેજીમાં હતા. હું અંગ્રેજી પાઠ્યપુસ્તકોમાં ઘણા શબ્દોનો અર્થ સમજી શકતો ન હતો. આ નબળાઈ મારા એન્જિનિયરિંગના અભ્યાસ દરમિયાન પણ ચાલુ રહી. હું ક્યારેય અંગ્રેજી બોલતા વિદ્યાર્થીઓના જૂથનો સભ્ય બની શક્યો નહી. તેઓ મને

તેમના જૂથમાં સમાવવા યોગ્ય ગણતા ન હતા. પાછળથી, હું સમજી ગયો કે મારું અંગ્રેજીનું વ્યાકરણ અસ્ખલિત અંગ્રેજી બોલતા વિદ્યાર્થીઓનાં વ્યાકરણ કરતાં વધુ સારું છે. મારું લેખિત અંગ્રેજી તો કોન્વેન્ટ-શિક્ષિત વિદ્યાર્થીઓ કરતાં ઘણું સારું હતું. પછી મારો આત્મવિશ્વાસ પાછો આવ્યો અને હું તે વિદ્યાર્થીઓની ક્યારેય શરમ અનુભવતો ન હતો કારણ કે મેં તેમને કહેવાની હિંમત વિકસાવી હતી કે મારી લેખિત અંગ્રેજી વધારે સારી છે. (હું હવે શેયર કરી શકું છું કે મારી વ્યાવસાયિક કારકિર્દી તે ઘણા કોન્વેન્ટ શિક્ષિત અસ્ખલિત અંગ્રેજી બોલતા સહપાઠીઓ કરતાં ઘણી સારી હતી).

શું મને લાગ્યું કે હું સ્વતંત્ર ભારતમાં છું? ક્યારેય નહીં......

## 6.5.5 બ્રિટીશ વિધિઓ અને રીતભાત

ઉનાળાના ગરમ વાતાવરણમાં આપણા ઉષ્ણકટિબંધીય દેશમાં કોટ અને ટાઇ પહેરવાની રીત હાસ્યાસ્પદ છે. શાળાના બાળકોને પણ છોડવામાં આવતા નથી. ચેરમેનથી માંડીને મેનેજર સુધીના સરકારી અને ખાનગી ક્ષેત્રના ઉચ્ચ અધિકારીઓ ટાઈ પહેરેલા જોવા મળે છે. તે ખૂબ જ અસુવિધાજનક છે છતાં તે ફરજિયાત ફેશન છે. શું આ માનસિક ગુલામી નથી?

જોબ ઇન્ટરવ્યુ માટે, ઉમેદવારો મોટે ભાગે સ્માર્ટ દેખાવા માટે ટાઇ પહેરે છે. ઉમેદવારોની પસંદગી મોટે ભાગે તેઓ કેટલા સ્માર્ટ દેખાય છે અને તેઓ અંગ્રેજી બોલવામાં કેટલા અસ્ખલિત છે તેના પર નિર્ભર છે. આમ અંગ્રેજી બરાબર ન બોલી શકતા તેજસ્વી લોકોને ગૌણ નોકરીઓ મળે

છે અને અંગ્રેજી ફટાફટ બોલી શકતાં મધ્યમ લોકો દ્વારા અગ્રણી નોકરીઓ છીનવી લેવામાં આવે છે.

### 6.5.5.1 BHU કોન્વોકેશનમાં માં મારો વ્યક્તિગત અનુભવ

આજે પણ ઘણી યુનિવર્સિટીઓમાં ગાઉન અને હેટનો કોન્વોકેશન પોશાક પહેરવો ફરજિયાત છે. BHU માં, કદાચ હું પહેલો વ્યક્તિ હતો જેણે આ પોશાક ન પહેર્યો હોય કારણ કે મને લાગ્યું કે તે વિદેશી પ્રથા છે. સદનસીબે, BHU સત્તાવાળાઓ દ્વારા મને ગાઉન અને ટોપી પહેરવાની ફરજ પાડવામાં આવી ન હતી. મેં આ પ્રસંગે ધોતી અને કુર્તા પહેર્યા હતા. આ પોશાકમાં જ મને એન્જિનિયરિંગની ડિગ્રી આપવામાં આવી હતી.

### 6.5.5.2 આજે પણ કોન્વેન્ટ સ્કૂલિંગ

મારો ભત્રીજો વર્ષ 2001 માં 1 અથવા 2 ધોરણમાં કાંદિવલી, મુંબઈમાં ખૂબ જ પ્રખ્યાત શાળા કેમ્બ્રિજ સ્કૂલમાં ભણતો હતો. તે ખૂબ જ તેજસ્વી છે. એકવાર હું તેને તપાસવા માંગતો હતો. તેથી મેં તેને તેના અંગ્રેજી પુસ્તકમાંથી વાંચવાનું કહ્યું. તે એક પાઠથી બીજા પાઠ સુધી તેનું અંગ્રેજી પુસ્તક ખૂબ જ આરામથી વાંચી ગયો. પછી મેં તેને હિન્દીમાં એક સરળ શબ્દ લખવાનું કહ્યું - કાકા. તેણે કહ્યું કે તેને માત્ર હિન્દી અક્ષરો ક, ખ, ગ વર્ણમાળા જ શીખવવામાં આવ્યા હતા પરંતુ બારાખડી તેના અભ્યાસક્રમમાં ન હતી. મેં તેને કહ્યું કે તે ખૂબ જ સરળ છે. મેં તેને કાકા લખવાનું શીખવ્યું. પછી ખાખા, ગાગા. તે શીખવામાં ઝડપી હતો. પછી

મેં તેને મામા લખવાનું કહ્યું. તેણે કહ્યું કે તેને માત્ર ન સુધી હિન્દી અક્ષરો શીખવવામાં આવ્યા છે. બાકીના હિન્દી અક્ષરો આગામી ધોરણમાં શીખવવામાં આવશે. મને આઘાત લાગ્યો. નાના બાળકોને અસ્ખલિત અંગ્રેજી શીખાવાય છે. પરંતુ તેમની માતૃભાષા અથવા સ્થાનિક ભાષા નહીં. આ પ્રથા આજદિન સુધી ચાલુ છે.

યુવા પેઢીમાં તે એક ફેશન બની ગઈ છે કે તેઓ તેમની માતૃભાષા કે હિન્દીમાં સરળ સંખ્યા પણ બોલી શકતા નથી. જો તમે તેમને પચ્ચીસ (25) પૂછશો, તો તેઓ તમને પ્રશ્ન કરશે - શું તમારો મતલબ Twenty Five છે? વંશવાદી રાજકીય પક્ષ કોંગ્રેસના યુવા વારસ, રાહુલ ગાંધી 75 ને પિછતીસ અને 2500 ને ઢાઈ હજાર પાંચસો કહીને આપણને મનોરંજન કરાવતા રહે છે.

## 6.6 યહૂદીઓનું ઉદાહરણ

યહૂદીઓનો દેશ ઇઝરાયલ કહેવાય છે. 1948 માં તેમને રેતાળ પ્રદેશ દેશ રૂપે મળ્યો. તેઓએ તેમના બાળકોને તેમની માતૃભાષા હિબ્રુમાં શિક્ષણ આપવાનું નક્કી કર્યું. હિબ્રુમાં કોઈ અભ્યાસક્રમ ઉપલબ્ધ નહોતો. તેઓએ હિબ્રુમાં તમામ જરૂરી અભ્યાસક્રમ બનાવવા માટે સફળ પ્રયાસ કર્યો. ઓછી વસ્તી ધરાવતો અને દુશ્મનોથી ઘેરાયેલો એક નાનો દેશ હવે સંવેદનશીલ અને શક્તિશાળી સંરક્ષણ ઉપકરણોનો અગ્રણી નિકાસકાર છે. જમીન અત્યંત રેતાળ છે. પરંતુ તેઓએ તેમના રણમાં પણ ઓછા પાણીથી સારા પાકની ખેતી કરવાની રીતો શોધી કાઢી છે.

## 6.7 વર્તમાન ભારતીય દૃશ્ય

અંગ્રેજી માધ્યમનું શાસન હજુ ધમધમી રહ્યું છે. શિક્ષણ, કારોબારી, ન્યાયતંત્ર, પોલીસ, કાયદા, શાસનની પદ્ધતિ, શાસનની શૈલી હજુ પણ બદલાઈ નથી. કેટલાક સૂક્ષ્મ ફેરફારો કરવામાં આવ્યા છે.

આપણા લોકપ્રિય કવિ મનોજ મુન્તાશીરે આપણી સ્વતંત્રતા પર નીચેની પંક્તિઓ લખી છે:

આઝાદી વો હૈ જબ ક, ખ, ગ; a, b, c સે ડરના છોડ દે.

સ્વતંત્રતા એ છે કે જે સ્થાનિક ભાષા (માતૃભાષા) ના શાસનને પ્રોત્સાહન આપશે અને અંગ્રેજી માધ્યમ પર પ્રભુત્વ મેળવશે.

સ્વતંત્રતા પર મનોજ મુન્તશીરના જ્વલંત શબ્દો નીચે પ્રસ્તુત છે. (આ યુટ્યુબ પર સાર્વજનિક રૂપે ઉપલબ્ધ છે. તેમનો આભાર).

કરેંસી પર  બાપુકી ફોટો

લાલ કિલે પર  તિરંગા

સડક પર ભારતમાતાકી જય ઔર

સ્કૂલ મેં વિંધ્યાચલ યમુના ગંગા

ક્યાં ઇતની આઝાદી કાફી હૈ?

ક્યાં સિર્ફ ડેઢ ગજ કપડે કે લિયે

નેતાજી ને અંગ્રેજ કો આંખ દિખાઈ થી?

ઔર ક્યા નોટ પર છપને કે લિયે
ગાંધીને સીને પર ગોલી ખાઈ થી ?

બહુત આંસૂ બહા લિયે વીર ગાથાઓ પર
બહુત લગા લિયે શહીદો કી ચિતાઓ પર દિયે
અબ આગે બઢના હોગા
P સે પીપલ વાલા પન્ના પઢના હોગા

ઔર સમઝના હોગા કિ જહાં
આઝાદી કા મતલબ સિર્ફ ફ્રીડમ હૈ
વો સારે શબ્દ કોશ વ્યર્થ હૈ
ઇસ દેશ મેં આઝાદી એક યા દો નહી
૧૩૫ કરોડ અર્થ હૈ
આઝાદી વો હૈ જબ ના સપનો કે દરખ્ત ફલને સે ડરે
ના ટૂટી હુઈ ચપ્પલ ડીઝાઈનર જૂતો કે સાથ ચલને સે

આઝાદી વો હૈ જબ ઝુકે હુએ સરોં કા
મુકદ્દર બદલ જાયે
ઔર ખોલીયો કે દિલ સે
હવેલીયો કા ડર નિકલ જાએ

આઝાદી વો હૈ જબ હોંસલે કી ચિડિયા

બાધાઓ કા પિંજરા તોડ દે ઔર

આઝાદી વો હૈ જબ ક, ખ, ગ

A, B, C સે ડરના છોડ દે

ઘબરાઓ મત ચલતે ચલો,

બસ અગલે મોડ પર આઝાદી હૈ

બીજાનું અનુકરણ કરવાથી કામ નહીં થાય. આપણે આપણી પોતાની ઓળખ જાણવી પડશે અને ફરીથી શોધવી પડશે. ભારતને સાચા અર્થમાં આઝાદ કરવા માટે આપણે અથક મહેનત કરવી પડશે અને ઘણા સુધારા લાવવા પડશે.

## 6.8 શરૂઆતથી 1947 સુધી ભારતીય ઇતિહાસની સમીક્ષાની જરૂરિયાત

આપણા ઇતિહાસને જાણવાની આગામી પેઢીને અતિશય જરૂરત છે કારણ કે વર્તમાન ભારતમાં જે ઇતિહાસ ભણાવવામાં આવે છે તે અત્યંત વિકૃત છે. ચોક્કસ મૂળભૂત બાબતોને યોગ્ય પરિપ્રેક્ષ્યમાં મૂકવી પડશે. આક્રમણકારો ઇતિહાસને તેમનાં અનુરૂપ લખે, પણ 1947 થી આપણા પોતાના શાસક રાજકારણીઓએ પણ આપણા નાગરિકોને આપણા વાસ્તવિક ઇતિહાસ વિષે અંધારામાં રાખ્યા છે. જે દેશનાં નાગરિકો તેમના ભૂતકાળથી વંચિત હોય તેઓ ખીલી શકતા નથી અને યોગ્ય

દિશામાં પ્રગતિ કરી શકતા નથી. ફરી એક વખત વિદેશીઓની જાળમાં ફસાવાનું જોખમ છે. સત્યતાનું જ્ઞાન જ પ્રગતિનો માર્ગ મોકળો કરશે.

વર્તમાન સામાજિક-રાજકીય માહોલ ખૂબ જ ભયાનક છે. આપણો ભદ્ર શિક્ષિત વર્ગ સમાજમાં ઉદ્ભવતા જોખમોથી અજાણ છે યા ઉદાસીન છે. સ્વામી વિવેકાનંદે કહ્યું હતું કે - જાગો અને સમજદાર બનો. જવાબદાર શિક્ષિત અને ભદ્ર વર્ગ માટે સત્ય અને માત્ર સત્ય જાણવાનો આ યોગ્ય સમય છે.

આગામી પ્રકરણમાં ભારતીય ઇતિહાસનું સુક્ષ્મ ચિત્ર આપ્યું છે. અધિકતર સામગ્રી જાહેર ક્ષેત્રમાં ઉપલબ્ધ છે. ભારતીય વિદ્વાનો દ્વારા આપવામાં આવેલા સત્યોને પ્રાધાન્ય આપવું જોઈએ, કારણ કે બ્રિટિશરો અને આપણા સ્યુડો-સેક્યુલર ડાબેરી-લક્ષી ઇતિહાસકારો અને રાજકારણીઓના સ્વાર્થથી ફેલાયેલી ઘણી ગોસ્પેલ છે. અહીં પણ મારા વાચક તરફથી નીર ક્ષીર વિવેક જરૂરી છે.

**1947 ની આઝાદી એકીકૃત ભૂમિ દૃષ્ટિકોણથી પણ અધૂરી હતી કારણ કે જમ્મુ-કાશ્મીર રાજ્યનો પોતાનો અલગ ધ્વજ હતો અને અલગ બંધારણ હતું. 5 ઓગસ્ટ 2019 ના રોજ, કલમ 370 અને 35A નાબૂદ કર્યા પછી, જમ્મુ-કાશ્મીર રાજ્ય હવે છેવટે ભારત સાથે સંકલિત થઈ ગયું છે. ડો. શ્યામા પ્રસાદ મુખર્જીનું એક દેશ એક નિશાન એક વિધાનનું મિશન 5 ઓગસ્ટ 2019 ના રોજ પૂર્ણ થયું.**

**તેમ છતાં, સંપૂર્ણ સ્વતંત્રતા પ્રાપ્ત કરવા માટે આપણે હજી ઘણું આગળ વધવાનું બાકી છે. નહેરુવાદી નીતિઓની સ્ટીલ ફ્રેમ દ્વારા માત્ર બ્રિટિશ રાજનું થયેલું વિસ્તરણ સમાપ્ત કરવાનું છે. સાચી ભારતીય સંસ્કૃતિ અને મૂલ્યોને સ્થાપિત કરવાના છે. એક દેશ એક વિધાનની માફક UCC**

લાવવાનું છે. કતારમાં છેલ્લા માણસને સંતોષ પ્રાપ્ત થાય અને બધા ધર્મો પ્રત્યે સહિષ્ણુ હોય તે હિન્દુ ધર્મ સારી રીતે પ્રસ્થાપિત કરવાનો છે. સર્વાંતે આપણો હેપીનેસ ઇન્ડેક્સ વિશ્વમાં સૌથી વધુ થાય તેવો સંકલ્પ કરીને તે લક્ષ્ય સાધવાનું છે.

# પ્રકરણ 7: 1947 પહેલાની ભારતીય ગાથા

## 7.1 દંતકથા છે કે ભારતમાં આર્યો બહારથી આવ્યા

કમનસીબે, સામ્યવાદીઓ, સ્યુડો-ઇતિહાસકારો અને બ્રિટિશરોનાં હિતેચ્છુઓએ એવો પ્રચાર કર્યો કે આર્યોએ 1500 બીસીની આસપાસ ઉત્તર બાજુથી ભારત પર આક્રમણ કર્યું. વિકિપીડિયા પણ આ સિદ્ધાંતને જાળવી રાખે છે. વિકિપીડિયા જે લખે છે તે આપણે સ્વીકારી શકતા નથી. તે નિખાલસ જૂઠ છે.

ભારત આ પૃથ્વી પરની સૌથી જૂની સભ્યતા છે. પુરાતત્વીય અને ખગોળશાસ્ત્રીય પુરાવાઓ ઉપલબ્ધ છે. ઘણા બધા ભારતીય વિદ્વાનોએ સાબિત કર્યું છે કે આપણી સંસ્કૃતિ અને હિન્દુ ફિલસૂફીની ઉત્પત્તિ 7000 થી 15000 વર્ષોથી પહેલાની છે. રામાયણ યુગ લગભગ 7000 વર્ષ જૂનો છે અને મહાભારત યુગ લગભગ 5000 વર્ષ જૂનો છે. સમકાલીન રીતે વિશ્વના અન્ય ઘણા દેશોની સરખામણીમાં ભારત એક ખૂબ જ સમૃદ્ધ દેશ અને અદ્યતન દેશ હતો અને તેને "સોને કી ચિડિયા" કહેવામાં આવતું હતું.

## 7.2 અનેકવિધ આક્રમણોનું મૂળ કારણ

કોઈપણ હુમલાનું સાચું કારણ શું હોય? માત્ર લૂંટફાટ. તમે કોને લૂંટશો? શ્રીમંત લોકોને જ. ભારતથી 1000 કિમીની ત્રિજ્યામાં વિશ્વના ઘણા ભાગોમાં ભારતીય વેપાર વિસ્તૃત થયો હતો. ભારતની સમૃદ્ધિની વાતો ભારતીય વેપાર હેઠળના વિસ્તારોમાં ફેલાઈ હતી. ભારત પર ઘણી

વખત આક્રમણ થયું તેનું સાચું કારણ ભારતની સમૃદ્ધિ હતી. જોકે, અનેક વખતે ભારતે આક્રમણખોરોને હરાવ્યા હતા.

## 7.3 ભારતમાં આર્યન આક્રમણની માન્યતા

ભારત પર આક્રમણ કરનાર પ્રથમ આર્યન હતા તેવી માન્યતા ઘણા ભારતીય વિદ્વાનો દ્વારા ભંગ કરવામાં આવી છે. આર્યો ભારતના મૂળ વતની છે. આપણી પૌરાણિક કથાઓ રામાયણ, મહાભારત, વેદ અને પુરાણોનું આબેહૂબ વર્ણન કરે છે જે 7000 વર્ષથી વધુ જૂના છે.

એ સત્ય છે કે ભારત પર રોમન, શક, હૂણ, મુઘલ સહિત ઘણા વિદેશીઓએ આક્રમણ કર્યું. હિન્દુ ધર્મ સહિષ્ણુ છે. તેણે અહીં સ્થાયી થયેલા તમામ આક્રમણકારો અને શરણાર્થીઓને આત્મસાત કર્યા છે. શક, હુણ, મુસ્લિમ અને પારસીઓ આના જ્વલંત ઉદાહરણો છે જે હવે ભારતીય છે. હિન્દુ ધર્મ કોઈના ધર્મમાં દખલ કરતો નથી. હિન્દુ ધર્મ કહે છે કે ભગવાન એક છે અને તેને પ્રાપ્ત કરવા માટે અલગ અલગ માર્ગો હોઈ શકે છે. પૂજા કરવાની પદ્ધતિ અલગ હોઈ શકે છે. હિન્દુ ધર્મમાં પણ, શૈવ, વૈષ્ણવ, દેવીપૂજક (વિવિધ દેવીઓના ઉપાસકો), જૈન, શીખ, બુદ્ધો વગેરે જેવા ઘણા સંપ્રદાયો છે પરંતુ આ બધા માત્ર હિન્દુ ધર્મની વિવિધ શાખાઓ જ છે. જ્યારે મોટાભાગના ભારતીયો રામ, કૃષ્ણ અને શિવને તેમના ભગવાન માને છે. કેટલાક લોકો રાવણની પણ પૂજા કરે છે. આપણે તેમના પ્રત્યે સહિષ્ણુ છીએ. ભગવાનમાં ન માનનારાઓને પણ માન આપવામાં આવે છે. નાસ્તિક ઋષિ ચાર્વાકનું પણ સન્માન કરવામાં આવ્યું હતું. હિન્દુ ધર્મની સર્વોપરિતા બતાવવા માટે આપણે ક્યારેય કોઈની હત્યા કરી નથી.

## 7.4 ભારતમાં વિવિધ પ્રારંભિક આક્રમણ

ભારતના પ્રારંભિક આક્રમણોમાં, 325 BC ની આસપાસ સિકંદરનું આક્રમણ પ્રખ્યાત છે. તેણે વ્યાસ નદી પાસે પંજાબ પ્રદેશમાં રાજા પોરસ સાથે યુદ્ધ કર્યું. (પોરસ બ્રિટિશ ઇતિહાસકારોએ આપેલું નામ છે. તેનું ભારતીય નામ પુરુષોત્તમ હતું). પરંતુ સિકંદરને પરત ફરવું પડ્યું કારણ કે તેના સૈનિકોએ સહકાર આપ્યો ન હતો અને તે પરત ફરતી વખતે રસ્તામાં જ મૃત્યુ પામ્યો હતો.

શરૂઆતના વર્ષોમાં અન્ય આક્રમણકારો એગ્રામસ, ડેરિયસ અને સાયરસ હતા પરંતુ તેઓ અહીં સ્થાયી થયા નહીં અને પાછા ગયા. આરબો ભારતીય ઉપખંડમાં આક્રમણકારો તરીકે આવ્યાના ઘણા સમય પહેલા વેપારી તરીકે આવ્યા હતા. તેઓએ સિંધના રાજા દાહિર પર બે વાર આક્રમણ કર્યું અને પરાજિત થયા. પછી મોહમ્મદ બિન કાસિમે ભારત પર આક્રમણ કર્યું, રાજા દાહિરને હરાવ્યો અને 711 AD માં સિંધ અને સિંધની આસપાસ ભારતના કેટલાક ઉત્તરીય ભાગો પર શાસન કર્યું.

## 7.5 અનુગામી આક્રમણ

મોહમ્મદ ગૌરીએ 17 વખત ભારત પર આક્રમણ કર્યું. તત્કાલીન ભારતીય શાસક પૃથ્વીરાજ ચૌહાણે એને 16 વખત હરાવ્યો. અને છોડી દીધો. શત્રુને માફ કરવું એ ભારતીય સંસ્કૃતિ હતી. **તે સૌથી મોટી ભૂલ હતી.** મોહમ્મદ ગૌરી 1192 માં 17 મા પ્રયાસમાં આપણા કેટલાક ભારતીયોના (જયચંદ) વિશ્વાસઘાતને કારણે સફળ રહ્યો. તેણે દિલ્હી અને તેની આસપાસના ચોક્કસ વિસ્તાર પર વિજય મેળવ્યો અને 1206

માં તેનું અવસાન થયું. તેના એક સેનાપતિ કુતુબુદ્દીને દિલ્હી સહિત જીતેલા વિસ્તાર પર શાસન કર્યું.

ભારતના દક્ષિણ ભાગમાં ભાગ્યે જ આક્રમણ થયું કારણ કે તે લોજિસ્ટિકની સમસ્યાઓના કારણે આક્રમણકારોની પહોંચની બહાર હતો. બહુધા આક્રમણ ઉત્તર તરફથી આવ્યા અને વિંધ્યાચલ પર્વત શ્રેણીથી આગળ વિસ્તરી ન શક્યા.

ત્યારબાદ મંગોલિયાના તૈમુરલંગે 1397 ની આસપાસ ભારત પર આક્રમણ કર્યું અને દિલ્હી અને ઉત્તરના વિસ્તારોને તબાહ કરી દીધા.

1527 માં મંગોલિયાના બાબરે આક્રમણ કર્યું. તેણે દિલ્હી અને પંજાબ પર વિજય મેળવ્યો અને પોતાનું રાજવંશ શાસન સ્થાપિત કર્યું. બાબર 1530 માં અફઘાનિસ્તાનમાં પોતાના દેશમાં મૃત્યુ પામ્યો. તેના પછી તેનાં વંશજ હુમાયુ (1530 - 1556), અકબર (1556 - 1605), જહાંગીર (1605 - 1627), શાહજહાં (1627 - 1658), ઔરંગઝેબ (1658 - 1707) આવ્યા. ત્યારબાદ મુઘલ સામ્રાજ્યનું પતન થયું અને મરાઠા, રાજપૂતો અને શીખોએ તેમના મોટાભાગના પ્રદેશો પર કબજો મેળવ્યો. છેલ્લો મુઘલ બાદશાહ બહાદુર શાહ ઝફર (1837 - 1857) હતો, જેનું શાસન લાલ કિલા સુધી જ મર્યાદિત હતું બ્રિટિશરોએ તેને પદભ્રષ્ટ કર્યો અને રંગૂનની જેલમાં રાખ્યો જ્યાં તે મૃત્યુ પામ્યો. બહાદુર શાહ ઝફર સાથે મુઘલ સામ્રાજ્યનો અંત આવ્યો.

મુઘલોએ ભારતભરમાં ઘણા મંદિરોનો નાશ કર્યો અને તેમની ઉપર મસ્જિદો બનાવી. તે નોંધવું રસપ્રદ છે કે કેટલાક સ્થળોએ, નાશ પામેલા મંદિરોના દેવી-દેવતાઓની વર્ષમાં ઓછામાં ઓછા એક વખત બ્રાહ્મણ

દ્વારા પૂજા થાય છે. એક ઉદાહરણ – પાવાગઢ. ત્યાં દેવીના મંદિરની ઉપર મજાર છે.

પ્રખ્યાત તાજમહેલ અગાઉ તેજો મહાલય નામનું હિન્દુ શિવાલય હતું જે 300 વર્ષ જૂનું હતું અને રાજા પરમાર્થે શાહજહાંને દાનમાં આપ્યુ હતું.

## 7.6 મુઘલ શાસન દરમિયાન સ્વતંત્રતા સંઘર્ષ

મુઘલ શાસન સાથે લડનારા અનેક વીર પુરુષો હતા. વીર શિવાજી, મહારાણા પ્રતાપ, ગુરુ હરગોવિંદ સાહિબ, ગુરુ હર રાયજી, ગુરુ તેગ બહાદુર સિંહ, ગુરુ ગોવિંદ સિંહજી, બંદા વીર બૈરાગી, બાજીરાવ પેશવા, અહલ્યાબાઈ હોલકર અને સ્વાતંત્ર્ય સંગ્રામના ઘણા ભૂલાયેલા નાયકો જેમણે ક્યારેય શરણાગતિ સ્વીકારી ન હતી.

ગાંધી અને કોંગ્રેસ તે સમયે ક્યારેય અસ્તિત્વમાં નહોતા. પરંતુ આક્રમણકારોથી આઝાદી માટેનો સંઘર્ષ સદીઓ સુધી ચાલુ રહ્યો. શું તે આપણો ઇતિહાસ નથી? આપણે શા માટે તે ઇતિહાસથી વંચિત છીએ? બલિહારી એ છે કે અકબર અને ઔરંગઝેબ જેવા આક્રમણકારોનો મહિમા કરીને વિકૃત ઇતિહાસ શીખવવામાં આવે છે.

## 7.7 ભારતમાં બ્રિટિશ યુગ

હડપ્પા અને મોહેંજો-દારોમાં સિંધુ ખીણની સંસ્કૃતિમાં 5000 વર્ષથી વધુ સમયથી ભારતનો સમૃદ્ધ અને નોંધાયેલો ઇતિહાસ છે, ત્યાંથી 4000 વર્ષ પછી 9 મી સદી સુધી બ્રિટનમાં કોઈ સ્વદેશી લેખિત ભાષા નહોતી.

બ્રિટિશરો માત્ર વેપાર માટે 24 ઓગસ્ટ, 1608 ના રોજ સુરતમાં ભારતમાં આવ્યા. તો પછી બ્રિટિશરો માટે આ વિશાળ દેશને કબજે

કરવાનું અને 1757 થી 1947 સુધી તેને નિયંત્રિત કરવાનું કેવી રીતે શક્ય હતું? કેવી રીતે અને શા માટે એક સામાન્ય ટ્રેડિંગ કંપની, બ્રિટિશ ઈસ્ટ ઈન્ડિયા કંપની, ભારતીય ઉપખંડમાં એક મોટો પડકાર બની ગઈ?

તેમની પાસે વધુ આર્થિક શક્તિ, વધુ સારા હથિયારો અને ચોક્કસ યુરોપીયન વિશ્વાસ હતો જેના કારણે તેઓ ભારતીય ઉપખંડમાં પ્રવેશી શક્યા.

યુરોપથી ભારત સુધીનો દરિયાઈ માર્ગ 1498 માં પ્રકાશમાં આવ્યો જ્યારે પોર્ટુગીઝ સંશોધક વાસ્કો દ ગામા કાલિકટ આવ્યા. આ માર્ગ પહેલાના સ્થળમાર્ગથી વધારે સરળ હતો. આનાથી ભારત યુરોપના વેપાર સર્કિટનું કેન્દ્ર બન્યું અને યુરોપિયન વેપારીયો ભારતમાં દોડી આવ્યા.

શરૂઆતમાં મુખ્ય હેતુ વેપારનો હોવા છતાં, ધીરે ધીરે, યુરોપિયન સત્તાઓએ ભારતના નાના નાના પ્રદેશ હસ્તગત કરવામાં રસ લેવાનું શરૂ કર્યું.

બ્રિટિશ ઇસ્ટ ઇન્ડિયા કંપની મસાલાના (મુખ્યત્વે કાળા મરી અને લવિંગ) વેપારી તરીકે ભારતમાં આવી. જે યુરોપમાં ખૂબ જ મહત્વપૂર્ણ ચીજ હતી, કારણ કે ઠંડી ઋતુમાં તે ખુબ જ ઉપયોગી છે. તે સિવાય, તેઓ મુખ્યત્વે રેશમ, કપાસ, ઈન્ડિગો ડાય, ચા અને અફીણનો વેપાર કરતા હતા.

મુઘલ બાદશાહ જહાંગીરે 1613 માં કેપ્ટન વિલિયમ હોકિન્સને સુરત ખાતે કારખાનું ઉભું કરવાની પરવાનગી આપી હતી. 1615 માં, જેમ્સ-1

ના રાજદૂત થોમસ રોને જહાંગીરે સમગ્ર મુઘલ ક્ષેત્રમાં વેપાર કરવા અને કારખાનાઓ સ્થાપવા માટે શાહી ફરમાન આપ્યું.

ટૂંક સમયમાં, વિજયનગર સામ્રાજ્યએ પણ કંપનીને મદ્રાસમાં કારખાનું ખોલવાની પરવાનગી આપી અને બ્રિટિશ કંપનીએ તેમની વધતી શક્તિમાં અન્ય યુરોપિયન વેપાર કંપનીઓને ગ્રહણ કરવાનું શરૂ કર્યું.

ભારતના પૂર્વ અને પશ્ચિમ દરિયાકાંઠે અનેક ટ્રેડિંગ પોસ્ટ્સની સ્થાપના થઇ. કલકત્તા, મદ્રાસ અને બોમ્બે ત્રણ મોટા વેપાર કેન્દ્રો વિકસિત થયાં.

પ્રારંભિક સમયમાં જ ઇસ્ટ ઇન્ડિયા કંપનીને સમજાયું કે ભારત પ્રાંતીય રાજ્યોનો એક મોટો સમૂહ છે. અને આપસમાં સંગઠિત નથી. કંપનીએ ભારતીય રાજકારણમાં દખલ કરવાનું શરૂ કર્યું અને તેની સમૃદ્ધિમાં સતત વધારો થવા લાગ્યો.

1757 માં પ્લાસીની લડાઈમાં રોબર્ટ ક્લાઈવના હાથે બંગાળના નવાબ સિરાજ-ઉદ-દૌલાની હાર ભારત પર અંગ્રેજોની સૌથી મોટી સિદ્ધિ હતી.

તે પછી 1764 માં બક્સરનું યુદ્ધ થયું જેમાં કેપ્ટન મુનરોએ બંગાળના મીર કાસિમ, અવધના શુજાઉદ્દૌલા અને મુઘલ રાજા શાહ આલમ II ના સંયુક્ત દળોને હરાવ્યા.

ધીરે ધીરે પરંતુ ચોક્કસપણે, ઇસ્ટ ઇન્ડિયા કંપનીએ ટ્રેડિંગ કંપનીમાંથી શાસક કંપનીમાં પરિવર્તન કરવાનું શરૂ કર્યું.

ઇસ્ટ ઇન્ડિયા કંપનીની સત્તાઓ 1858 સુધી વધતી રહી જ્યારે 1857 ના સ્વતંત્રતા સંગ્રામ પછી તેનું વિસર્જન થયું અને બ્રિટિશ ક્રાઉને બ્રિટિશ ભારત પર શાસન કરવાનું પોતાના હાથમાં લઇ લીધું.

તેમ છતાં, આપણે સ્વીકારવું પડશે કે બ્રિટિશરો ક્યારેય મૂર્તિઓ અથવા મંદિરોના વિનાશમાં સામેલ થયા નથી. તેના બદલે તેઓએ હિન્દુ સંસ્કૃતિનું સન્માન કર્યું અને હિન્દુ દેવી-દેવતાઓના વિવિધ સિક્કાઓ પણ બનાવ્યા. અંગ્રેજો બર્બર નહોતા. તેઓએ ભારતને પોસ્ટ અને ટેલિગ્રાફ, રેલવે, મેડિકલ સિસ્ટમ વગેરે જેવી ઘણી વ્યવસ્થાઓ આપી.

## 7.7.1 ભારતની સ્વતંત્રતા માટેની પ્રથમ ચળવળ – 1857

કોઈ પણ વિદેશી શાસક સ્વાભાવિક રીતે શાસિત પ્રજાને ધૂળની જેમ જ ગણે. બ્રિટિશરો હંમેશા ભારતીય જનતાને તેમનાથી નીચ ગણીને અપમાનિત કરતા હતા.

ભારતના શ્રીમંત લોકોને "રાય સાહેબ" અને "રાય બહાદુર" જેવા ફેન્સી હોદ્દાઓ ઓફર કરીને ખુશ રાખવામાં આવ્યા હતા. હાલમાં પદ્મશ્રી, પદ્મ ભૂષણ વગેરે આપીએ છીએ.

બ્રિટને હિન્દુઓ અને મુસ્લિમો સહિત ઘણા ભારતીયોની ભરતી કરી અને બ્રિટિશ શાસન હેઠળ એક વિશાળ બ્રિટીશ-ભારતીય સેના બનાવી. એ જ રીતે, તેઓએ લોર્ડ મેકોલે દ્વારા સૂચવેલા શિક્ષણ પ્રણાલી લાવ્યા જેથી તેમની શાસન પ્રણાલીને અનુકુળ કારકુનો અને અધિકારીઓ મળી શકે. આપણા ઘણા તેજસ્વી ભારતીયો ભારતીય નાગરિક સેવાઓ માટે લાયક બન્યા અને સરકારમાં જોડાયા. (તેમાંથી એક સુભાષચંદ્ર બોઝ હતા. તેમણે નોકરીનાં પહેલે જ દિવસે રાજીનામું આપ્યું હતું.)

બ્રિટિશ શાસન સામે જનતામાં ભારે અશાંતિ હતી, છતાં આ અશાંતિમાંથી કોઈ નેતા ઉભરી રહ્યો ન હતો. અને કોઈ સંગઠન બની રહ્યું ન હતું.

અમુક પ્રયત્નો - ઝાંસીની રાણી લક્ષ્મીબાઈ, નાનાજી પેશ્વા, તાંત્યા ટોપે અને અન્ય નાના રિયાસતો અંગ્રેજો સામે લડ્યા હતા પરંતુ પરાજિત થયા હતા. ગ્વાલિયર જેવા મોટા રિયાસતોએ આઝાદીની ચળવળને ટેકો આપ્યો ન હતો.

બ્રિટિશરોએ તેમની રાઇફલોમાં ઉપયોગમાં લેવા માટે કેટલાક નવી જાતના  કારતુસ વિકસાવ્યા હતા. આ કારતુસને ગૌમાંસ અને ડુક્કર જેવી નોન-વેજ સામગ્રીથી સીલ કરવામાં આવી હતી અને સીલને મોમાંથી તોડવી પડતી હતી. લશ્કરનાં હિંદુ કે મુસ્લિમોને આ સ્વીકાર્ય ન હતું. આમ ધીમે ધીમે લશ્કરમાં વિરોધ શરૂ થયો. આને સામાન્ય જનતાનો પણ ટેકો મળ્યો હતો કારણ કે સ્વતંત્રતા માટે ભારતીય જનતામાં મૌન ચળવળ વધી રહી હતી. છેલ્લા મુઘલ બાદશાહને તમામ સંબંધિતો દ્વારા આ સ્વાતંત્ર્ય ચળવળના પ્રમુખ બનાવવામાં આવ્યા હતા. જોકે, કેટલાક દેશદ્રોહીઓ દ્વારા આંદોલનના સમાચાર લીક કરવામાં આવ્યા હતા. મેરઠ રેજિમેન્ટમાંથી મંગલ પાંડેએ નિયુક્ત તારીખથી પહેલા જ બળવો શરૂ કર્યો અને પકડાઈ ગયા. આંદોલન અટકી ગયું. બહાદુર શાહ જફરને કેદી બનાવીને રંગૂન મોકલવામાં આવ્યો.

બ્રિટિશરો અને આપણા સ્યુડો-સેક્યુલર સામ્યવાદી ઇતિહાસકારો આ એપિસોડને "સિપાહી બળવો" કહે છે. બળવો એટલે શાસકો સામે બળવો કરવો. જો કે, ભારતીય દૃષ્ટિકોણથી, તે ભારતના આક્રમણકારો સામે પ્રથમ સંગઠિત સ્વતંત્રતા સંઘર્ષ હતો. આગામી પેઢીને આ તફાવત સમજવો પડશે.

ભારતીયો પર અંગ્રેજોનો અત્યાચાર ધીરે ધીરે વધી રહ્યો હતો અને તેમની સામે પ્રજાનો ગુસ્સો દેખાતો હતો. ખુદીરામ બોઝ, બળવંત રાય ફડકે, ચાફેકર બંધુ, ચંદ્ર શેખર આઝાદ, ભગતસિંહ, સુખદેવ, રાજગુરૂ, રામેશ્વર પ્રસાદ બિસ્મિલ, મદનલાલ ધીંગરા, વીર સાવરકર, વગેરે જેવા અનેક ક્રાંતિકારીઓ હતા જેમણે વિચાર્યું કે સ્વતંત્રતા ક્રાંતિથી જ આવશે. સુભાષચંદ્ર બોઝે આઝાદ હિન્દ ફૌઝ નામનું સૈન્ય ઉભું કર્યું અને અંગ્રેજોને કઠિન લડત આપી. તેમણે વર્ષ 1943 માં ભારતની આઝાદીની ઘોષણા કરી હતી અને તેમની પાસે તેની ચલણ, ટપાલ, બેન્કો વગેરે હતી. તેમણે લગભગ 13 દેશોથી સ્વતંત્ર ભારતનું સમર્થન (recognition) પણ મેળવ્યું હતું. જાપાન, જર્મની અને કેટલાક અન્ય દેશો દ્વારા માન્યતા આપવામાં આવી હતી.

મોટાભાગની ભારતીય સેના અને નૌકાદળ પણ બ્રિટિશ સરકાર સામે બળવો કરવા તૈયાર હતા અને આઝાદ હિંદ ફોઝમાં જોડાવાના હતા. દરમિયાન, સુભાષચંદ્ર બોઝ કથિત રીતે તાઇવાનમાં વિમાન દુર્ઘટનામાં મૃત્યુ પામ્યા હતા અને તેમની હિલચાલ ઠપ થઈ ગઈ. જો કે, ક્રાંતિકારીઓ અને સુભાષચંદ્ર બોઝના આ તમામ પ્રયાસોએ સામાન્ય ભારતીય જનતાને જીજીવિષા આપી હતી અને આઝાદીની લડત માટે સમગ્ર દેશમાં એક વાતાવરણ બની રહ્યું હતું.

# પ્રકરણ 8: 1885 થી 1947 સુધી ભારતીય રાષ્ટ્રીય કોંગ્રેસની ભૂમિકા

આપણામાં ઘણાને અને આવતી પીઢીને કોંગ્રેસનો ઇતિહાસ ખબર નથી. ભારતીય રાષ્ટ્રીય કોંગ્રેસની સ્થાપના કોણે કરી અને તેના જન્મથી, 1947 સુધી કોંગ્રેસે શું ભૂમિકા ભજવી તે જાણવું જરૂરી છે.

## 8.1 ભારતીય રાષ્ટ્રીય કોંગ્રેસનો જન્મ

1880 માં, બ્રિટિશરો સમજી ગયા હતા કે બ્રિટિશ શાસિત ભારત પ્રતિકૂળ અને ક્રાંતિકારી બની રહ્યું છે. ક્રાંતિકારી બળવાને કાબૂમાં લેવા માટે, બ્રિટનમાં હતી તેવી રાજકીય વ્યવસ્થા માટે એક મંચ પૂરું પાડવા માટે ઇન્ડિયન નેશનલ કોંગ્રેસની સ્થાપના લોર્ડ એલન ઓક્ટાવીયન હ્યુમ એક નિવૃત્ત બ્રિટીશ ઇન્ડિયન સિવિલ સર્વિસ (ICS) અધિકારીએ કરી.

મે 1885 માં, હ્યુમે "ઇન્ડિયન નેશનલ યુનિયન" બનાવવા માટે વાઇસરોયની મંજૂરી મેળવી, જે સરકાર સાથે સંકળાયેલી હશે અને ભારતીય જનમતને વાચા આપવા માટે એક મંચ તરીકે કામ કરશે. હ્યુમ અને શિક્ષિત ભારતીયોનું એક જૂથ 12 ઓક્ટોબર, 1885ના રોજ ભેગુ થયું. અને "એન અપીલ ફ્રોમ ધ પીપલ ઓફ ઇન્ડિયા ટુ ધ ઇલેકટર્સ ઓફ ગ્રેટ બ્રિટન એન્ડ આયર્લેન્ડ" પ્રકાશિત કર્યું.

28 ડિસેમ્બર 1885 ના રોજ, બોમ્બેની ગોકુલદાસ તેજપાલ સંસ્કૃત કોલેજમાં ભારતીય રાષ્ટ્રીય કોંગ્રેસની વિધિવત સ્થાપના કરવામાં આવી હતી, જેમાં 72 પ્રતિનિધિઓ હાજર હતા. હ્યુમે જનરલ સેક્રેટરી તરીકે

પદ સંભાળ્યું, અને કલકત્તાના વામેશ ચંદર બોનરજી પ્રમુખ તરીકે ચૂંટાયા. હ્યુમ ઉપરાંત, બે વધારાના બ્રિટિશ સભ્યો (બંને સ્કોટિશ સિવિલ સેવકો), વિલિયમ વેડરબર્ન અને જસ્ટિસ (બાદમાં, સર) જ્હોન જાર્ડીન, સ્થાપક જૂથના સભ્યો હતા,. અન્ય સભ્યો મોટેભાગે બોમ્બે અને મદ્રાસ પ્રેસિડેન્સીના હિન્દુ હતા.

1885 અને 1905 ની વચ્ચે, ભારતીય રાષ્ટ્રીય કોંગ્રેસે તેના વાર્ષિક સત્રોમાં અનેક ઠરાવો પસાર કર્યા. ઠરાવો દ્વારા, કોંગ્રેસે કરેલી માંગોમાં નાગરિક અધિકારો, વહીવટી, બંધારણીય અને આર્થિક નીતિઓ શામેલ હતી.

અગ્રણી શિક્ષણવિદ્ સર સૈયદ અહમદ ખાન જેવા ઘણા મુસ્લિમ નેતાઓને કોંગ્રેસ નકારાત્મક લાગી કારણ કે તેમાં હિન્દુઓનું વર્ચસ્વ હતું. રૂઢીવાદી હિન્દુ સમુદાય અને અન્ય ધાર્મિક નેતાઓ પણ વિરોધમાં હતા અને કોંગ્રેસને પશ્ચિમી સાંસ્કૃતિક આક્રમણના સમર્થક તરીકે મૂલવતા હતા.

ભારતના જનસામાન્યને કોંગ્રેસ વિષે જણાવવામાં આવ્યું ન હતું. કોંગ્રેસે ક્યારેય ગરીબી, આરોગ્ય સંભાળનો અભાવ, બ્રિટિશ અધિકારીઓ દ્વારા સામાજિક દમન વિ. વિષયોને ઉકેલવાનો પ્રયાસ કર્યો ન હતો. કોંગ્રેસ એક ચુનંદા, શિક્ષિત અને શ્રીમંત લોકોની સંસ્થા હતી.

કોંગ્રેસીઓ બ્રિટીશ સામ્રાજ્યનાં વફાદાર હતા. પરંતુ સામ્રાજ્યના ભાગરૂપે દેશનું સંચાલન કરવા માટે સક્રિય ભૂમિકા ઇચ્છતા હતા.

દાદાભાઈ નૌરોજી, જે ઘણા લોકો દ્વારા સૌથી મોટા ભારતીય રાજકારણી તરીકે ગણવામાં આવે છે, બ્રિટિશ હાઉસ ઓફ કોમન્સની ચૂંટણીમાં સફળતાપૂર્વક લડ્યા અને તેના પ્રથમ ભારતીય સભ્ય બન્યા. મોહમ્મદ અલી ઝીણા જેવા અનેક યુવા અને મહત્વાકાંક્ષી ભારતીય વિદ્યાર્થીઓ દ્વારા તેમને મદદ કરવામાં આવી હતી.

બાલ ગંગાધર તિલક ભારતીય રાષ્ટ્રવાદીઓમાંના એક હતા. તિલકે બ્રિટિશ શિક્ષણ પ્રણાલીનો વિરોધ કર્યો જેણે ભારતની સંસ્કૃતિ, ઇતિહાસ અને મૂલ્યોની અવગણના કરી અને બદનામ કરી. તેમણે રાષ્ટ્રવાદીઓ માટે અભિવ્યક્તિની સ્વતંત્રતાનો ઇનકાર અને સામાન્ય ભારતીયો માટે તેમના રાષ્ટ્રની બાબતોમાં કોઈ અવાજ કે ભૂમિકાની અછત સામે નારાજગી વ્યક્ત કરી હતી. આ કારણોસર, તેમણે સ્વરાજને કુદરતી અને એકમાત્ર ઉપાય માન્યો.

તમામ બ્રિટીશ વસ્તુઓનો ત્યાગ અને ભારતીય અર્થતંત્રને અંગ્રેજોના શોષણથી બચાવવા અને તેમની પક્ષપાતી અને ભેદભાવભરી નીતિઓનો તેમણે વિરોધ કર્યો. બિપિન ચંદ્ર પાલ અને લાલા લાજપત રાય, અરોબિંદો ઘોષ, વી.ઓ. ચિદમ્બરમ પિલ્લઈ જેવા ઉભરતા સમાન દૃષ્ટિકોણ વાળા નેતાઓનું તેમને સમર્થન હતું. આ ત્રિપુટી લાલ-બાલ-પાલ નાં નામે ઓળખાતી હતી.

ગોપાલ કૃષ્ણ ગોખલે, ફિરોઝશાહ મહેતા અને દાદાભાઈ નૌરોજીના નેતૃત્વમાં મધ્યસ્થીઓએ વાટાઘાટો અને રાજકીય સંવાદ માટે હાકલ કરી હતી.

મહારાષ્ટ્રના પુણેમાં વર્ષ 1893 માં બાલ ગંગાધર તિલકે ખૂબ જ પ્રખ્યાત ગણેશ ચતુર્થીની શરૂઆત કરી. તે સામાન્ય લોકોમાં ખુબ જ લોકપ્રિય થઇ અને જનતા સંગઠિત થવા માંડી. ગોખલેએ તિલકની હિંસા અને અવ્યવસ્થાને પ્રોત્સાહિત કરવા માટે ટીકા કરી હતી. આના કારણે તિલકની ધરપકડ થઈ. સ્વાતંત્ર્ય માટેની લોકજુવાળ  અટકી ગઈ. મધ્યસ્થીઓ અને મુસ્લિમ લોકો સાથે કોંગ્રેસે શાખ ગુમાવી.

1906 માં મુસ્લિમોએ કોંગ્રેસને ભારતીય મુસ્લિમો માટે કોંગ્રેસને સંપૂર્ણપણે અયોગ્ય ગણીને ઓલ ઇન્ડિયા મુસ્લિમ લીગની રચના કરી.

બાલ ગંગાધર તિલક અને મહંમદ અલી ઝીણાના પ્રયત્નોથી વિભાજિત કોંગ્રેસ 1916 લખનૌ સત્રમાં ફરી એક થઈ. તિલકે તેમના મંતવ્યોમાં નોંધપાત્ર ફેરફાર કર્યો હતો અને હવે બ્રિટિશરો સાથે રાજકીય વાતચીતની તરફેણ કરી હતી. તેમણે, યુવાન મોહમ્મદ અલી ઝીણા અને શ્રીમતી એની બેસન્ટ સાથે મળીને, ગૃહ શાસનની ભારતીય માંગણીઓ - પોતાના દેશની બાબતોમાં ભારતીય ભાગીદારીની ચળવળ શરૂ કરી. સામ્રાજ્યમાં પ્રભુત્વનો દરજ્જો માંગવા માટે ઓલ ઇન્ડિયા હોમ રૂલ લીગની રચના કરવામાં આવી.

મોહનદાસ કરમચંદ ગાંધી એક વકીલ હતા જેમણે દક્ષિણ આફ્રિકામાં ભારતીયોના બ્રિટિશ ભેદભાવપૂર્ણ કાયદાઓ સામે સંઘર્ષનું સફળતાપૂર્વક નેતૃત્વ કર્યું હતું. 1915 માં ભારત પરત ફરતા, ગોપાલ કૃષ્ણ ગોખલે ગાંધીને કોંગ્રેસમાં લાવ્યા. ગાંધીએ નવી ક્રાંતિને સશક્ત બનાવવા માટે ભારતીય સંસ્કૃતિ અને ઇતિહાસ, તેના લોકોના મૂલ્યો અને જીવનશૈલી તરફ જોયું.  અહિંસા, સવિનય આજ્ઞાભંગના ખ્યાલ સાથે, તેમણે સત્યાગ્રહની શરૂઆત કરી.

મોહનદાસ કરમચંદ ગાંધી, જે પાછળથી એમ.કે.ગાંધી તરીકે વધુ પ્રખ્યાત થયા, તેમણે ચંપારણ અને ખેડામાં અંગ્રેજોને હરાવવામાં સફળતા મેળવી. ભારતને આઝાદીની લડતમાં પ્રથમ વિજય અપાવ્યો. પછી ભારતીય રાષ્ટ્રીય કોંગ્રેસે તે ચળવળને ટેકો આપ્યો હતો. ભારતીયોને કોંગ્રેસમાં વિશ્વાસ બેઠો કે સત્યાગ્રહ દ્વારા બ્રિટિશરોને નિષ્ફળ બનાવી શકાય છે. દેશભરમાંથી લાખો યુવાનો કોંગ્રેસનાં સભ્ય બની ગયા.

રાજકીય નેતાઓનો એક મોટો વર્ગ ગાંધી સાથે અસંમત હતો. બિપીન ચંદ્ર પાલ, મહંમદ અલી ઝીણા, એની બેસન્ટ, બાલ ગંગાધર તિલક અને લાલા લજપત રાય વગેરે બધાએ સવિનય આજ્ઞાભંગના વિચારની ટીકા કરી હતી. પરંતુ ગાંધીને જનસામાન્ય તેમજ બ્રિટિશ રાજનું સમર્થન હતું.

1918, 1919 અને 1920 માં શ્રેણીબદ્ધ સત્રોમાં, ગાંધી અને તેમના યુવા ટેકેદારોએ બ્રિટિશ શાસનનો સીધો સામનો કરવા માટે ઉત્સાહ અને ઉર્જા સાથે કોંગ્રેસના રેન્ક-એન્ડ-ફાઈલને પ્રભાવિત કર્યા. ભારતીય રાષ્ટ્રીય કોંગ્રેસના પ્રમુખપદ માટે મોહનદાસ કે.ગાંધીની ચુંટણી થઇ.

આ તે સમયગાળો હતો જ્યારે 13 એપ્રિલ 1919 ના રોજ અમૃતસરના જલિયાંવાલા બાગમાં બ્રિટિશ જનરલ રેજિનાલ્ડ ડાયરે મહિલાઓ અને બાળકો સહિત હજારો ભારતીયોની હત્યા કરી હતી. (ડાયરની પાછળથી મદનલાલ ઢીંગરાએ લંડનમાં હત્યા કરી હતી અને તેની ધરપકડ કરવામાં આવી હતી). 1919 અમૃતસર હત્યાકાંડની દુર્ઘટના અને પંજાબમાં રમખાણો સાથે, ભારતીય ગુસ્સો અને જુસ્સો સ્પષ્ટ હતો.

લોકોનાં જુવાળને શાંત કરવા માટે, ભારતમાં બ્રિટીશરોની કામગીરીની તપાસ કરવા માટે બ્રિટનની સરકારે 1927 માં 7 બ્રિટિશરોનું બનેલું એક કમિશન રચ્યું હતું. આ કમિશનનો ઉદ્દેશ તપાસ કરીને વહીવટી તંત્રમાં વધુ સુધારા સૂચવવાનો હતો. આ કમિશનનું નામ સર જ્હોન સાઈમન ના નામ પરથી રાખવામાં આવ્યું હતું, જેમણે તેનું નેતૃત્વ કર્યું હતું.

નહેરુ, ગાંધી, ઝીણા, લાલા લાજપત રાય, મુસ્લિમ લીગ અને ઇન્ડિયન નેશનલ કોંગ્રેસ દ્વારા તેનો વિરોધ કરવામાં આવ્યો હતો કારણ કે તેમાં બ્રિટિશ સંસદના સાત સભ્યો હતા પણ તેમાં કોઈ ભારતીય ન હોતા. ભારતીયોએ આત્મનિર્ણયના પોતાના અધિકારનું ઉલ્લંઘન અને આત્મસન્માનના અપમાન તરીકે જોયું.

લાલા લજપત રાયે આયોગ સામે ભારે વિરોધ પ્રદર્શન કર્યું. બ્રિટિશ પોલીસે ભીડ પર લાઠીચાર્જ કર્યો. લાલા લાજપત રાય ઉપર ઘાતકી લાઠીચાર્જ થયો અને તેમને હોસ્પિટલમાં દાખલ કરવામાં આવ્યા. પરંતુ તે ઈજાઓથી મૃત્યુ પામ્યા. જનતામાં આક્રોશના લીધે મોટા પ્રમાણમાં તોફાનો થયા. ક્રાંતિકારીઓ અંગ્રેજોને પાઠ ભણાવવા માંગતા હતા. તેથી બ્રિટિશરો સામે બળવાની ઘણી નાની ઘટનાઓ બની.

એક બહાદુર ઘટના સંસદની અંદર ભગતસિંહ, રાજગુરુ અને સુખદેવ દ્વારા કોઈને ઈજા પહોંચાડ્યા વિના બોમ્બ ધડાકાની હતી. તેમનો ઉદ્દેશ માત્ર થોડો વિક્ષેપ ઉભો કરવાનો હતો જેથી બ્રિટિશરોના ઘોર અત્યાચારનો પડઘો પડે. બોમ્બ ધડાકા બાદ તેઓએ આત્મસમર્પણ કર્યું હતું. મોક ટ્રાયલ બાદ ત્રણેયને 24 મી માર્ચ 1931 ના રોજ ફાંસી આપવામાં આવી હતી.

પ્રથમ વિશ્વયુદ્ધ પછીના વર્ષોમાં, ચંપારણ અને ખેડામાં ગાંધીની સફળતા પછી કોંગ્રેસમાં નોંધપાત્ર વધારો થયો. ભારતના વિવિધ ભાગોમાંથી આગેવાનોની એક નવી પેઢી ઉભી થઈ, જેઓ ગાંધીવાદી હતા. સરદાર વલ્લભભાઈ પટેલ, રાજેન્દ્ર પ્રસાદ, ચક્રવર્તી રાજગોપાલાચારી, નરહરિ પરીખ, મહાદેવ દેસાઈ-તેમજ ગાંધીના સક્રિય નેતૃત્વથી પ્રભાવિત રાષ્ટ્રવાદીઓ - ચિતરંજન દાસ, સુભાષચંદ્ર બોસ, શ્રીનિવાસ આયંગર વિ.

ગાંધીએ કોંગ્રેસને એક ચુનંદા લોકોનાં પક્ષમાંથી સામાન્ય લોકોના સંગઠનમાં પરિવર્તિત કરી. તેમણે સંસ્થામાં લોકશાહીનો પરિચય આપ્યો અને તમામ પદાધિકારીઓ ચૂંટાઈ આવતા.

તેમણે ભારતીય જનતાને નીચેના સિદ્ધાંતો પર એક કર્યા:

- અસ્પૃશ્યતા
- દારૂ પર પ્રતિબંધ
- સ્વચ્છતા, સ્વાસ્થ્ય અને રામરાજ્ય જેવું સ્વરાજ
- પરદાપ્રથા અને મહિલાઓ પર અત્યાચાર
- નિરક્ષરતા અને હિન્દીનો પ્રસાર
- રેંટીયો, ખાદી અને કુટીર ઉદ્યોગ
- અસહકાર, અહિંસા અને સત્યાગ્રહ

ગવર્નમેન્ટ ઓફ ઇન્ડિયા એક્ટ 1935 હેઠળ, કોંગ્રેસે 1937 ની પ્રાંતીય ચૂંટણીઓમાં સૌપ્રથમ રાજકીય સત્તાનો સ્વાદ ચાખ્યો હતો. ચૂંટણી માં અગિયારમાંથી આઠ પ્રાંતોમાં સત્તા પર આવીને તેણે ખૂબ જ સારી કામગીરી બજાવી હતી. તેનું આંતરિક સંગઠન રાજકીય વલણ અને

વિચારધારાઓની વિવિધતામાં ખીલ્યું. સંપૂર્ણ સ્વતંત્રતા અને રાષ્ટ્રના ભાવિ શાસન વિષેના સિદ્ધાંતો તરફ ધ્યાન કેન્દ્રિત થયું.

સુભાષચંદ્ર બોસના કટ્ટરપંથી અનુયાયીઓ, સમાજવાદ અને સક્રિય ક્રાંતિમાં વિશ્વાસ કરનારાઓએ બોઝને 1938 માં કોંગ્રેસ અધ્યક્ષ પદે જીતાડ્યા. બોઝ સત્યાગ્રહને બદલે ક્રાંતિમાં વધુ માનતા હતા. આ વિષે ગાંધી સાથે મતભેદોનાં કારણે બોઝે રાજીનામું આપ્યું અને આઝાદ હિંદ ફોજ અને આઝાદ હિંદ સરકાર બનાવી.

## 8.2 ગાંધીની આગેવાનીમાં કેટલાક આંદોલનો

**ચંપારણ ચળવળ (1917):** તેને આજ્ઞાભંગ આંદોલન કહેવામાં આવતું હતું.

**ખેડા ચળવળ (1918):** ગુજરાતનું ખેડા ગામ પૂરથી ખરાબ રીતે પ્રભાવિત થયું હતું. સ્થાનિક ખેડૂતોએ શાસકોને કર માફ કરવા અપીલ કરી હતી. તેમણે મહેસૂલ અધિકારીઓના સામાજિક બહિષ્કારની પણ વ્યવસ્થા કરી.

**ખિલાફત ચળવળ (1919):** પ્રથમ વિશ્વયુદ્ધ પછી, મુસ્લિમો તેમના ખલીફા અને ધાર્મિક નેતાઓની સલામતી માટે ડરતા હતા. ગાંધીએ આંદોલનમાં સક્રિયપણે ભાગ લીધો અને અખિલ ભારતીય મુસ્લિમ પરિષદના અગ્રણી પ્રવક્તા બન્યા.

(જો કે, ઘણા ભારતીયો ભારતથી હજારો માઇલ દૂર આવેલા ટર્કી નાં ખલીફા માટે આ આંદોલનમાં જોડાવા માટે સહમત ન હતા. એવું પ્રતિત થાય છે કે **મુસ્લિમ તુષ્ટિકરણ અહીંથી તેમની વોટ બેન્કો માટે શરૂ થયું**

હતું. નોંધનીય છે કે મુસ્લિમોને ખુશ કરવાના તેમના શ્રેષ્ઠ પ્રયાસો છતાં મુસ્લિમોએ ગાંધીને ક્યારેય પસંદ કર્યા ન હતા અને તેઓએ તેમની ઇચ્છા વિરુદ્ધ દેશના ભાગલા માટે દબાણ કર્યું હતું.)

**અસહકાર આંદોલન (1920):** તેમની સક્રિય ભાગીદારીના આટલા વર્ષો પછી, ગાંધીને સમજાયું કે બ્રિટિશરો ભારતીયો તરફથી મળેલા સહકારને કારણે જ ભારતમાં રહી શક્યા છે. આનો સામનો કરવા માટે તેમણે અસહકારની ચળવળ શરૂ કરી. તેમણે લોકોને સમજાવ્યું કે અસહકાર સ્વતંત્રતાની ચાવી છે. તેમણે સ્વરાજ અથવા સ્વ-શાસનનું લક્ષ્ય પણ નક્કી કર્યું.

**મીઠું સત્યાગ્રહ - દાંડી માર્ચ (1929):** પ્રખ્યાત દાંડી ચળવળ, જેને મીઠા સત્યાગ્રહ તરીકે પણ ઓળખવામાં આવે છે. તેમણે મીઠું બનાવવા માટે અમદાવાદથી દાંડી સુધી 386 કિલોમીટરની (241 માઈલ) કૂચ કરી. તેમની સાથે હજારો લોકો જોડાયા હતા.

**ભારત છોડો આંદોલન (1942):** ભારતમાં બ્રિટિશ રાજ ખતમ કરવા માટે તેમણે ભારત છોડો આંદોલનની હાકલ કરી. તેમણે બ્રિટિશ શાસનનો સખત વિરોધ કર્યો અને કહ્યું કે ભારતીયો બીજા વિશ્વયુદ્ધમાં સામેલ ન થઈ શકે.

ગાંધીએ સ્વતંત્રતા સંગ્રામમાં મહત્વની ભૂમિકા ભજવી હતી. તેમની ઇચ્છાશક્તિ અને દ્રષ્ટિ પ્રબળ હતી. તે લાખો લોકોને એક કરી શક્યાં. બ્રિટિશરોને ભારતમાંથી ખદેડવા માટેની ભૂમિકા ભજવી હતી. જો કે, અન્ય યોગદાન અને સંજોગો હતા જેણે બ્રિટિશરોને ભારત છોડવાની ફરજ પાડી. આમ, ગાંધીના યોગદાનને અવગણી શકાય નહીં. જો કે,

એવું ન કહી શકાય કે માત્ર તેના કારણે જ અંગ્રેજોએ ભારત છોડી દીધું. અન્ય ઘણા સ્વાતંત્ર્ય સેનાનીઓના યોગદાન, સુભાષચંદ્ર બોઝના યોગદાન કે જેમણે 1947 થી પહેલા સ્વતંત્ર ભારતની ઘોષણા કરી હતી તેની અવગણના ન કરી શકાય. પણ નેહરુવાદી ઈતિહાસકારોએ કોંગ્રેસ, ગાંધી અને નેહરુ સિવાય બાકીઓના યોગદાન ને ભુલાવી દીધા. તે સ્મૃતિભંશ તથ્યોના આધાર પર હવેની પ્રજા જાગૃત થઇ રહી છે તે સંતોષની વાત છે.

## 8.3 ગાંધીનું નેતૃત્વ

મોહનદાસ કરમચંદ ગાંધીનો જન્મ 2 ઓક્ટોબર 1869 ના રોજ પોરબંદરમાં થયો હતો. તેમનું શાળાનું શિક્ષણ ભારતમાં થયું. પછી તે ઇંગ્લેન્ડ ગયા અને વર્ષ 1891 માં બાર-એટ-લોની ડિગ્રી મેળવી. 1893 માં તે ક્લાયન્ટના કહેવાથી દક્ષિણ આફ્રિકા ગયા. બ્રિટિશરો દ્વારા ત્યાંના ભારતીયો માટે કરવામાં આવેલી અત્યંત દુ:ખદ સ્થિતિનો તેમને એહસાસ થયો હતો. તેઓ તેમના કાયદેસર અધિકારો માટે અદાલતોમાં તેમજ અહિંસક અસહકાર વિરોધ દ્વારા ખૂબ જ હિંમતથી લડ્યા હતા અને ત્યાં ખૂબ જ લોકપ્રિય બન્યા હતા. તેઓ 1915 માં ભારત પરત ફર્યા અને કોંગ્રેસના નેતા ગોપાલ કૃષ્ણ ગોખલેના કહેવાથી કોંગ્રેસમાં જોડાયા. બાલ ગંગાધર તિલક અને ગોપાલ કૃષ્ણ ગોખલેના નિધનથી સર્જાયેલા શૂન્યાવકાશ પછી તેમણે ધીમે ધીમે કોંગ્રેસમાં પોતાનું સ્થાન બનાવ્યું. તેમણે તેમના 3 સિદ્ધાંતો, એટલે કે, સત્યાગ્રહ (અન્યાય સામે આંદોલન), અહિંસા અને બ્રહ્મચર્યનો પ્રચાર કર્યો.

તેમનું નેતૃત્વ પ્રભાવશાળી હતું. તેઓ સ્વયંના ઉદાહરણ દ્વારા નેતૃત્વ કરતા હતા. તેમનું માનવું હતું કે ભગતસિંહ, ચંદ્ર શેખર આઝાદ અને સુભાષચંદ્ર બોઝ જેવા ક્રાંતિકારીઓ દ્વારા સંચાલિત કોઈપણ હિંસક હિલચાલ અથવા ગોરિલ્લા યુદ્ધો આઝાદી માટે અંગ્રેજો સાથે લડવાનો યોગ્ય રસ્તો નથી.

તેમણે પુરૂષો, સ્ત્રીઓ અને યુવાનો સહિતના લોકોનાં ભારે જનમત સાથે ભારતમાં 6 આંદોલનો કર્યા. ભારત છોડો આંદોલન દરમિયાન અટલ બિહારી વાજપેયી પણ જેલમાં ગયા હતા. ગાંધી સફળતાપૂર્વક લોકોનું નેતૃત્વ કરી શકતા હતા અને એકમાત્ર મૂઠી-ઊંચેરા નેતા હતા જે ભૂખ હડતાળના હથિયારથી જનતાને નિયંત્રિત કરી શકતા હતા. જ્યારે પણ કેટલાક લોકો તેમની ઇચ્છા વિરુદ્ધ જવા માંગતા હતા, ત્યારે તે ભૂખ હડતાલ શરૂ કરી દેતા. તેમની એક ભૂખ હડતાલ 21 દિવસ સુધી ચાલી અને બ્રિટિશરોએ તેમની માંગણી સ્વીકારવી પડી.

તેઓ સ્વતંત્રતાના મુસદ્દા પર ચર્ચાના અંતિમ રાઉન્ડ માટે ઈંગ્લેન્ડની મુલાકાત લેનાર ટીમના અગ્રણી સભ્ય હતા. બ્રિટિશ લોકો તેમના અત્યંત સરળ વસ્ત્રો, નિખાલસ વ્યક્તિત્વ અને લોકો સાથે વ્યવહાર કરવાની શાંત રીતોથી પ્રભાવિત થયા હતા.

તેમણે લોકોને ઘણા કાર્યક્રમો પણ આપ્યા જે તેમને ભારતના વિકાસ માટે જરૂરી લાગ્યા. તેમાંના કેટલાક સર્વોદય (જે નરેન્દ્ર મોદી દ્વારા "સબકા સાથ - સબકા વિકાસ" તરીકે અનુકરણ કરે છે), અંત્યોદય (અત્યંત ગરીબ અને પછી અસ્પૃશ્ય વર્ગનું ઉત્થાન જેમના માટે તેમણે 'હરિજન' શબ્દ પ્રયોજ્યો), સ્વચ્છતા, સ્વરાજ, રામ રાજ્ય, ચરખા અને ખાદી વગેરે હતા. તેમનું એવું માનવું હતું કે વિકાસની શરૂઆત

ગામડાઓથી થવી જોઈએ. તેમણે સંદેશ આપ્યો કે આ સુધારાઓ વગર સ્વતંત્રતા કામ નહીં કરે. તેમણે રાષ્ટ્રભાષા તરીકે હિન્દીની હિમાયત કરી હતી. પરંતુ નેહરુએ તેનો અમલ કર્યો નહીં કારણ કે તમામ સરકારી પ્રક્રિયાઓ, શિક્ષણ, ન્યાયતંત્ર, કાયદાઓ વગેરે માત્ર અંગ્રેજીમાં જ હતા.

તેમણે અન્ય વિશ્વ નેતાઓ જેવા કે માર્ટિન લ્યુથર કિંગ, નેલ્સન મંડેલા, આંગ સાન સૂ કી અને અન્ય ઘણા લોકોને પ્રભાવિત કર્યા હતા જે મહાત્મા ગાંધીના સિદ્ધાંતો પર તેમના દેશોમાં લોકોના અધિકારો માટે લડ્યા હતા.

આઝાદીના 70 વર્ષ વીતી ગયા પછી પણ ગાંધીની ભારતીય માનસ પર ખૂબ ઊંડી છાપ છે. તેમનુ ચિત્ર ભારતીય ચલણ પર છે, તેનો ફોટો આપણી તમામ અદાલતો અને સરકારી કચેરીઓમાં સ્થાપિત છે, તેમના જન્મદિવસની રાષ્ટ્રીય રજા પડે છે. RSSએ પણ તેમના પ્રાતઃસ્મરણમાં તેમનું નામ શામેલ કર્યું છે. આપણા વડા પ્રધાન નરેન્દ્ર મોદી તેમના નેતૃત્વ અને ગુણોની ભરપૂર પ્રશંસા કરે છે.

## 8.4 ગાંધીની ભૂલો

ગાંધીનાં ભારત અને વિશ્વમાં યોગદાનને નબળું પાડવાનો કોઈ ઇરાદો નથી, જ્યારે આપણે ઇતિહાસમાં પાછળ ફરીએ છીએ, ત્યારે પ્રામાણિક મૂલ્યાંકન અસ્થાને નથી કારણ કે તેમની ભૂલોનું સમાજ, દેશ અને રાષ્ટ્ર પર જબરદસ્ત દુષ્પ્રભાવ પણ થયો છે. ભગવાન રામ અને ભગવાન કૃષ્ણની પણ પ્રામાણિક ઈરાદાઓ સાથે મૂલ્યાંકન કરવામાં આવે છે. દાખલા તરીકે, ભગવાન શ્રી કૃષ્ણએ અર્જુનને તે સમયે પ્રવર્તમાન નિયમોની વિરુદ્ધ યુદ્ધના મેદાનમાં કર્ણને, જ્યારે એ સશસ્ત્ર ન હતો, ત્યારે મારવા કહ્યું તે અધર્મ કર્યો હતો. જ્યારે ભગવાન કૃષ્ણએ ભીમને

દુર્યોધનને પદ્દા નીચે મારવા કહ્યું. ભગવાન શ્રી કૃષ્ણએ જયદ્રથ વગેરેને મારી નાખવા માટે સૂર્યાસ્તનો આભાસ ઉત્પન્ન કર્યો હતો. ગાંધીની ભૂલો સામે પણ આવી જ દલીલો કરી શકાય છે.

ગાંધીએ જે ભૂલો કરી તેનાથી ભારતીય હિતોને ભારે નુકસાન પહોંચ્યુ. એ કહેવું યોગ્ય નથી કે તે ભૂલો ઇરાદાપૂર્વકની હતી. છતાં, જ્યારે આપણે ઐતિહાસિક રીતે જોઈએ, ત્યારે તેમના દ્વારા કરવામાં આવેલી ભૂલો હિન્દુઓ માટે ખૂબ જ ગંભીર સાબિત થઈ છે અને અનેક પીઢીઓ આજ પર્યંત તેનું પરિણામ ભોગવી રહી છે. તેમની અમુક ભૂલો નીચે મુજબ આપી છે:

## ખિલાફત ચળવળ

પ્રથમ વિશ્વયુદ્ધ દરમિયાન, તુર્કીએ જર્મનીનો પક્ષ લીધો અને બ્રિટિશરો સામે પરાજિત થયો. 1919 માં, ભારતીય મુસ્લિમો તુર્કીમાં ખલીફાને બ્રિટિશરો સામે ટેકો આપવા માંગતા હતા અને ગાંધીનો ટેકો માંગ્યો હતો. ગાંધીએ વિચાર્યું કે ખિલાફત ચળવળને ટેકો આપીને, તેઓ અંગ્રેજોના સામે મુસ્લિમ સમર્થન મેળવશે. આથી, તેમણે ખિલાફત આંદોલનને ટેકો આપ્યો. તેમણે હિંદુઓને ખિલાફત ચળવળ માટે મોટું દાન આપવાની અપીલ પણ કરી હતી.

અમુક મુસ્લિમો ભારતમાં પણ ખિલાફત સ્થાપવા માંગતા હતાં. તેમનું નેતૃત્વ વરિયમકુન્નાથ કુંજહમ્મદ હાજીએ કર્યું હતું. તેઓ કેરળમાં મુસ્લિમ રાજ્ય સ્થાપવા માંગતા હતા. તેમણે 1921માં કેરળના મોપલા મુસ્લિમો દ્વારા માલબાર (ઉત્તરી કેરળ) માં અંગ્રેજો વિરુદ્ધ સશસ્ત્ર બળવો કર્યો. ગાંધીનાં સમર્થક અહિંસક હિન્દુઓએ સશસ્ત્ર બળવાનો સાથ ન આપ્યો.

મુસ્લિમ બહુમતીના જોરના લીધે મુસ્લિમોએ હિન્દુઓની કત્લેઆમ શરુ કરી. હજારો હિંદુઓ માર્યા ગયા. હજારો હિન્દુઓએ ત્યાંથી પલાયન કર્યું. કુંજહમ્મદ હાજીએ માલાબારમાં મુસ્લિમ શાસન સ્થાપિત કર્યું. ગાંધી મોપલા રમખાણોમાં હિન્દુઓની હત્યાકાંડ અટકાવી શક્યા ન હતા. મુસ્લિમો તેમની વાત માનવા તૈયાર ન હતા. તે છતાં ગાંધી તેમનો ટેકો લેતા રહ્યાં. હાજીનું શાસન માત્ર 3 મહિના ટક્યું અને અંગ્રેજોએ એને હરાવી દીધો.

બ્રિટિશરોએ 1924 સુધીમાં તુર્કીના ખલીફા પર કાબુ મેળવ્યો જેથી ખિલાફત આંદોલન અટકી ગયું.

## કોંગ્રેસના ચૂંટાયેલા પ્રમુખ સુભાષચંદ્ર બોઝનો વિરોધ

ગાંધીની ઇચ્છા વિરુદ્ધ સુભાષચંદ્ર બોઝ કોંગ્રેસના પ્રમુખ તરીકે ચૂંટાયા. તેમના સખત વિરોધને કારણે, સુભાષચંદ્ર બોઝે પ્રમુખપદેથી રાજીનામું આપ્યું, કોંગ્રેસ છોડી દીધી અને આઝાદ હિંદ ફોજ (INA - Indian National Army) નું આયોજન કર્યું. જો તેમણે સુભાષચંદ્ર બોઝનો અલોકશાહી રીતે વિરોધ ન કર્યો હોત તો કદાચ બ્રિટિશરોએ 1947 નાં પહેલાં જ ભારત છોડી દીધું હોત. ગાંધીની કોંગ્રેસે સુભાષ ચંદ્ર બોઝને આજ પર્યંત સુયોગ્ય સન્માન નથી આપ્યું.

## સ્વામી શ્રદ્ધાનંદના મુસ્લિમ હત્યારાને બચાવવાની કોશિષ

એક મુસ્લિમે સ્વામી શ્રદ્ધાનંદની હત્યા કરી જે એક મહાન અને અત્યંત આદરણીય હિન્દુ સંત હતા. જોકે, ગાંધીએ તે મુસ્લિમ યુવકને માફ કરી દીધો અને લોર્ડ ઈરવીનને વિનંતી કરીને તેને સજામાંથી બચાવવાનો પ્રયાસ કર્યો. અંગ્રેજો ના માન્યા અને મુસ્લિમ યુવકને ફાંસી આપી દીધી.

હત્યારો મુસ્લિમ હતો તેથી તેને બચાવવાનો પ્રયાસ મુસ્લિમ તુષ્ટિકરણ નથી તો શું છે?

મોપલા કાંડ પછી મુસ્લિમોને છાવરવાનો પ્રયાસ અને મુસ્લિમ હત્યારાને બચાવવાના ગાંધીના પ્રયાસોથી મુસ્લિમ તુષ્ટિકરણની શરૂઆત થઇ.

વર્તમાનમાં પણ આ જ ચાલી રહ્યું છે જેથી મુસ્લિમોનું મનોબળ અને ઉચ્છરન્ખલતા વધી રહી છે. જ્યાં જ્યાં મુસ્લિમો બહુમતીમાં છે ત્યાં હિંદુઓ ઉપર અત્યાચાર થઇ રહ્યાં છે અને શાસન કઠોર પગલાં લેવામાં અસમર્થ નિવડી રહ્યું છે.

## ક્રાંતિકારીઓ માટે કોઈ સમર્થન નહી

ગાંધીએ મુસ્લિમ ગુનેગારોને મદદ કરી પણ શહીદ ભગતસિંહ, સુખદેવ અને રાજગુરુ જેવા ક્રાંતિકારીઓ પ્રત્યે કોઈ સહાનુભૂતિ ન બતાવી, જેમને અંગ્રેજોએ ફાંસી આપી. તેવી જ રીતે, તેમણે ક્યારેય સુભાષચંદ્ર બોઝ અને વીર સાવરકર અને અન્ય ક્રાંતિકારીઓને ટેકો આપ્યો ન હતો જેમણે ભારતીય સ્વતંત્રતા સંગ્રામમાં પોતાનું જીવન બલિદાન આપ્યું હતું. આઝાદીની ચળવળમાં આ ક્રાંતિકારીઓનું યોગદાન લેશમાત્ર પણ ઓછું ગણી શકાય નહીં. આ તમામ ક્રાંતિકારીઓ આઝાદીની લડતના શહીદ હતા પણ ગાંધીએ તેમને આતંકવાદી ગણાવ્યા હતા.

## ભારતના વિભાજન માટે સંમત થવું

ગાંધીએ કહ્યું હતું કે તેમના મૃત શરીર પર જ દેશના ભાગલા પાડવામાં આવશે. તે ભાગલા માટે સંમત થયા હતાં. દેશને બચાવવા માટે તેમણે અનશન ના કર્યું. પાકિસ્તાનનો સાથ આપવા જરૂર કર્યું.

"દે દી હમે આઝાદી બીના ખડાગ બીના ખડગ બીના ઢાલ" આ બોલીવુડનું એક પ્રખ્યાત ગીત છે જેનો અર્થ છે કે આપણને અહિંસક રીતે સ્વતંત્રતા મળી. તે ખૂબ રમુજી લાગે છે. ભાગલા દરમિયાન, લગભગ 40 લાખ લોકોની હત્યા કરવામાં આવી હતી, તેમાંના મોટાભાગના હિંદુઓ હતા. કદાચ આઇએનએ દ્વારા બ્રિટિશરો સાથે સીધા યુદ્ધમાં આટલા સૈનિકો નાં મર્યા હોત. સમગ્ર રાષ્ટ્રમાં આટલી મોટી જાનહાનિ ન થઇ હોત. જ્યારે તેમણે વિવિધ મુદ્દાઓ પર ઘણી બધી ભૂખ હડતાલ કરી, છતાં તેમણે ભાગલા સામે ભૂખ હડતાલ શરૂ કરવાની હિંમત ન કરી.

## શરણાર્થી હિંદુઓ માટે કોઈ આશ્રયસ્થાન ન હતું

જ્યારે પાકિસ્તાનથી ભારતમાં આવેલા હિન્દુઓની સંપત્તિઓ પાકિસ્તાનમાં મુસ્લિમો દ્વારા કબજે કરવામાં આવી હતી, ત્યારે શરણાર્થી હિન્દુઓને મુસ્લિમ લોકોની ત્યજી દેવાયેલી મસ્જિદોમાં રહેવાની મંજૂરી ન હતી. મહિલાઓ અને બાળકો સહિત હિન્દુ શરણાર્થીઓને ભારત સરકાર દ્વારા તેમના માટે કેટલીક વ્યવસ્થા કરવામાં ન આવે ત્યાં સુધી ભારતમાં ઘણાં દિવસ આશ્રય વિના રહેવું પડ્યું હતું.

## પાકિસ્તાન સરકારને રૂ. 55 કરોડ અનશન કરીને અપાવ્યા

ભાગલા પછી, પાકિસ્તાનને અવિભાજિત ભારતનો લગભગ 1/3 વિસ્તાર આપવામાં આવ્યો. તેથી પાકિસ્તાને અવિભાજિત ભારતની 1/3 આવકની માંગ કરી. પાકિસ્તાન એક દુશ્મન દેશ હતો અને તેણે પહેલાથી જ કાશ્મીર પર આક્રમણ કર્યું હતું. નેહરુ સહિત ઘણા ભારતીય નેતાઓ પાકિસ્તાનને એક પૈસો આપવાની વિરુદ્ધમાં હતા. કારણ કે

પાકિસ્તાન તે પૈસા ભારતને મુશ્કેલીમાં મુકવા માટે જ ખર્ચ કરશે. પરંતુ ગાંધી ભૂખ હડતાલ પર ઉતર્યા અને ભારત સરકારને પાકિસ્તાનને ચૂકવણી કરવાની ફરજ પાડી. તે સમયનાં રૂ. 55 કરોડ આજે રૂ. 42,000 કરોડ થાય.

## જવાહરલાલ નહેરુને ભારતના પ્રથમ વડાપ્રધાન તરીકે અલોકશાહીથી પસંદ કર્યા

કુલ 17 મત હતા. સરદાર વલ્લભભાઈ પટેલને 14 મત મળ્યા, આચાર્ય કૃપલાણીને 3 મત મળ્યા. પણ ગાંધીએ જવાહરલાલ નેહરુને વડાપ્રધાન બનાવવા આગ્રહ કર્યો. આમ ભારતના પ્રથમ વડાપ્રધાન અલોકશાહીથી પસંદ થયા.

## કોંગ્રેસનાં નેતાઓ અને નહેરુને કોંગ્રેસને વિખેરવાની સલાહ માટે અનશન ન કરવું

કોંગ્રેસનું લક્ષ્ય માત્ર આઝાદી હતું. તે લક્ષ્ય પૂરું થયું. એટલે ગાંધીએ નેહરુને **કોંગ્રેસ**ને વિખેરી નાખવાની સલાહ આપી હતી જેથી ચૂંટણીમાં કોંગ્રેસને અન્યથા લાભ નાં મળે અને અન્ય રાજકીય પક્ષોને સમાન સામાજિક અને રાજકીય મળે. પણ નહેરુએ ગાંધીની સલાહ સ્વીકારી ન હતી. ગાંધીએ અનશન કરીને કોંગ્રેસના વિસર્જનનો આગ્રહ કર્યો ન હતો. ગાંધીની પ્રાસંગતિકતા રાજકીય દૃષ્ટિથી નેહરુ માટે સમાપ્ત થઇ ગઈ હતી. કોંગ્રેસે આનો લાભ 70 વર્ષો સુધી લીધે જ રાખ્યો. કોંગ્રેસ આજે પણ રાષ્ટ્રીય રાજકીય પક્ષ તરીકે અસ્તિત્વ ધરાવે છે.

## ફિરોઝખાન ઘાંડીને ગાંધી અટક આપવી

વર્ષ 1942 માં, નેહરુની પુત્રી ઇન્દિરા એક પારસી સજ્જન ફિરોઝ ઘાંડી સાથે લગ્ન કરવા માંગતી હતી. પરંતુ નેહરુ અને અન્ય ઘણા લોકો આ વાતની તરફેણમાં ન હતા કે બ્રાહ્મણ છોકરી પારસી છોકરા સાથે કેવી રીતે લગ્ન કરી શકે. ગાંધીજીએ નેહરુને મનાવ્યા અને તેમણે પોતાની અટક ફિરોઝને આપી. ત્યારબાદ તે ફિરોઝ ગાંધી કહેવાયા.

ગાંધીએ સારા હેતુઓ સાથે આ કર્યું હશે, આ અટક ગાંધી, ભારતીય રાજકારણમાં ગાંધી વંશમાં રૂપાંતરિત થઈ. આ અટક વગર, ઘાંડી પરિવાર રાજવંશ બની શક્યો ન હોત. આમ એક સારા હેતુવાળો ઉકેલ ગાંધીની દેખીતી ભૂલ બની ગઈ. દેશને આના લીધે જે પારાવાર નુકસાન થયું છે તેની ભરપાઈ કરવી મુશ્કેલ છે.

## પશ્ચિમ પાકિસ્તાન અને પૂર્વ પાકિસ્તાન વચ્ચે પાકિસ્તાનને કોરિડોર આપવા વિષે

પાકિસ્તાને પશ્ચિમ પાકિસ્તાન (લાહોર) અને પૂર્વ પાકિસ્તાન (ઢાકા) વચ્ચે 10 માઈલ પહોળો કોરિડોર માંગ્યો હતો કારણ કે તેમને દરિયાઈ માર્ગે શ્રીલંકા થઈને લાંબો માર્ગ લેવો પડતો હતો. ભારત ક્યારેય પણ પાકિસ્તાનને ભારતીય પ્રદેશ પર ઉડવાની પરવાનગી આપે નહીં. તે માટે એક ડ્રાફ્ટ બનાવવામાં આવ્યો હતો. 10-માઇલ પહોળો કોરિડોર લાહોરથી ઢાકા સુધીનો ભારતના ઘણા મુખ્ય શહેરોને આવરી લે છે. શરત એ હતી કે આ કોરિડોરમાં મુસ્લિમો જ વસવાટ કરશે અને તેનો વહિવટ પાકિસ્તાન કરશે. આ એક હાસ્યાસ્પદ માંગ હતી અને કોઈ પણ આ સ્વીકારી શકે નહીં. તેને ભારત સરકારે સત્તાવાર રીતે નકારી હતી. તો પણ પશ્ચિમ પાકિસ્તાનમાં ફેબ્રુઆરી 1948 માં એક બેઠક યોજવાનો

પ્રસ્તાવ મૂકવામાં આવ્યો હતો. ગાંધી તે સભામાં હાજર રહેવાના હતા. કમનસીબે, ગાંધી પશ્ચિમ પાકિસ્તાનથી પૂર્વ પાકિસ્તાન વચ્ચે પરિવહનની સમસ્યાઓ હળવી કરવા માટે આવા કોરિડોરની તરફેણમાં હતા.

વાતાવરણ ચાર્જ થઈ ગયું. ગાંધીએ પાકિસ્તાનને રૂ. 55 કરોડ આપવા માટે ભૂખ હડતાલ કરી હતી. તેમણે સરકારમાં ક્યારેય કોઈ સત્તાવાર પદ સંભાળ્યું ન હતું, તેમ છતાં તેમના આદેશો સ્વીકારવામાં આવ્યા હતા. ભારતીય લોકોનો કોરિડોર પ્રત્યે પ્રબળ વિરોધ હતો.

મુસ્લિમો પ્રત્યે ગાંધીના સહાનુભૂતિભર્યા વલણને કારણે ભારતે પહેલેથી જ ઘણું સહન કર્યું હતું. ગાંધીએ આ બધું હિન્દુ-મુસ્લિમ રમખાણોથી બચવા માટે કર્યું હશે પરંતુ ન તો તેઓ રમખાણોને ટાળી શક્યા કે ન તો તેઓ જિન્નાને ભારતીય હિતો સમજાવી શક્યા.

**નાથુરામ ગોડસે, એક પ્રખર રાષ્ટ્રવાદી યુવાએ**, 31 જાન્યુઆરી 1948 ના રોજ પ્રાર્થના સભા પહેલા ગાંધીને ગોળી મારી તેમનો વધ કર્યો, આત્મસમર્પણ કર્યું અને સ્વીકાર્યું કે તેણે ગાંધીનો વધ કર્યો. લાંબી કોર્ટ કાર્યવાહી બાદ તેને ફાંસીની સજા આપવામાં આવી હતી. તેમણે કોર્ટમાં નિવેદન આપવા માટે આજીજી કરી હતી. ન્યાયાધીશ એમ.સી.ચાગલાએ તેને મંજૂરી આપી. તેમનું નિવેદન 60 લાંબા વર્ષો સુધી પ્રકાશિત થયું ન હતું. તે હવે જાહેર ક્ષેત્રમાં છે અને વાંચવા યોગ્ય છે. તે હિંદુઓ દ્વારા અનુભવાયેલા દુ:ખોનું વાસ્તવિક ચિત્ર આપે છે. નાથુરામ ગોડસે દેશદ્રોહી નહોતા. તેઓ રાષ્ટ્રવાદી હતા. તેના કૃત્યની દરેક દ્વારા સખત નિંદા કરવી પડે પરંતુ તેને દેશદ્રોહી અથવા

આતંકવાદી કહી શકાય નહીં કારણ કે તેણે ભારતના હિતો વિરુદ્ધ કંઈ કર્યું ન હતું.

## નાથુરામ ગોડસેના કોર્ટમાં આપેલાં નિવેદનનાં પ્રમુખ અંશ:

- જલિયાંવાલા બાગમાં હિન્દુઓની નૃશંસ હત્યા કરવાવાળા જનરલ ડાયરની વિરુધ્ધ ગાંધીએ એક્શન લેવાની નાં પાડી.
- ભગત સિંહની ફાંસી અટકાવવા કંઈ નાં કર્યું.
- 6 મે 1946 નાં દિને ગાંધીએ હિન્દુઓને મુસ્લિમોનાં અત્યાચારો સામે ઝુકી જવા કહ્યું.
- 1921 માં ખિલાફત આંદોલનને સમર્થન આપ્યું અને મુસ્લિમો દ્વારા HINDUOUPAR અત્યાચારને ન ગણકાર્યો.
- 1926 માં સ્વામી શ્રદ્ધાનંદના હત્યારા મુસ્લિમ અબ્દુલ રશીદને છોડવાની અપીલ અંગ્રેજોને કરી.
- છત્રપતિ શિવાજી, મહારાણા પ્રતાપ અને ગુરુ ગોવિંદ સિંહને દિગ્ભ્રમિત રાષ્ટ્રભક્ત કહ્યાં.
- મુસ્લિમ બહુલ કાશ્મીરના રાજા હરિ સિંહને કાશ્મીર છોડી દેવા કહ્યું. પણ હિંદુ બહુલ હૈદરાબાદના નિઝામને સમર્થન આપ્યું.
- મોહમ્મદ અલી જિન્નાહને ગાંધીએ જ કાયદે-આઝમ બનાવ્યો.
- કોંગ્રેસ કમિટીએ ભગવા ધ્વજને રાષ્ટ્ર ધ્વજ બનાવવાનું સૂચન કર્યું પણ ગાંધીએ તિરંગા માટે દબાણ કર્યું.
- સુભાષ ચંદ્ર બોસ ગાંધીની ઈચ્છા વિરુદ્ધ કોંગ્રેસના પ્રમુખ ચૂંટાયા હતાં. તેમને રાજીનામું આપવા માટે કહ્યું.
- સરદાર વલ્લભભાઈ પટેલ જ પ્રધાનમંત્રી માટે ચૂંટાયા હતાં પણ ગાંધીએ જવાહરલાલ માટે દબાણ કર્યું.

- ભારતના વિભાજન માટે ગાંધી રાજી થયાં.
- વિભાજન પછી પણ કરોડો મુસ્લિમોને પાકિસ્તાન ન જવા દીધાં.
- સોમનાથ મંદિરનાં જીર્ણોદ્ધાર માટે સરકારી ખર્ચનો વિરોધ કર્યો પણ અનેકો મસ્જિદોનાં જીર્ણોદ્ધાર સરકારી ખર્ચે કરવા માટે અનશન કર્યું.
- હિંદુ શરણાર્થીઓને ભારતની મસ્જિદોમાં રહેવા નાં દીધા અને રાત્રે ઠંડીમાં કોઈ પણ વૈકલ્પિક વ્યવસ્થા કર્યા વિના બહાર કઢાવ્યા.
- પાકિસ્તાનને 55 કરોડ રૂપિયા અપાવવા માટે અનશન કર્યું જ્યારે પાકિસ્તાને કાશ્મીર પર હુમલો કર્યો હતો.
- લાહોરથી ઢાકા સુધીનો ૧૦ માઈલ પહોળો કોરીડોર પાકિસ્તાનને આપવા માટે સહમત હતાં. તેની ઘોષણા 4 ફેબ્રુઆરી 1948 નાં દિને પાકિસ્તાનમાં ગાંધીની હયાતીમાં થવાની હતી.
- હિન્દુઓના વિરોધ છતાં મંદિરમાં કુરાનનો પાઠ કરાવ્યો પણ કોઈ મસ્જીદમાં ગીતાપાઠ કરાવી ન શક્યાં.

હવે જજ ખોસલા, જેમણે ગોડસેનો કેસ સંચાલિત કર્યો હતો, તેમના પુસ્તક (The Murder of Mahatma) નાં અમુક અંશો જોઈએ:

- “Godse had made a study of Bhagwad Gita and knew most of its verses by heart. He liked to quote them to justify acts of violence in pursuing a righteous aim. He had a fiery temperament which he usually endeavored to conceal under a calm and composed exterior.”... Page 23.
- “Godse did not attempt to escape. .... Page 38.
- **“I have, however, no doubt that had the audience of that day been constituted into a jury and entrusted with the task of deciding Godse's appeal, they would have brought in a verdict of ' not guilty by an overwhelming majority.”... Page 48.**

કોરિડોરની માંગ ક્યારેય સ્વીકારવામાં આવી ન હતી અને કોઈ પણ ભારત સરકારને આવી હાસ્યાસ્પદ માંગણી સ્વીકારવા દબાણ કરી શકે નહીં. આવા મુદ્દા પર સરકારને દબાણ કરવા માટે કોઈ ગાંધી જીવતા નહોતા.

## બ્રહ્મચર્ય પર તેમના પ્રયોગો

તેમનું અંગત જીવન આ પુસ્તકનો વિષય નથી. જો કે, બ્રહ્મચર્ય માટેના તેમના પ્રયોગો સમાજ દ્વારા સહજ રૂપે લેવામાં આવ્યા નથી. તેમના કુત્સિત પ્રયોગો કોઈ પણ સભ્ય સમાજમાં માન્ય ન થાય. આ વિષય પર સાર્વજનિક ડોમેનમાં ઘણી માહિતી ઉપલબ્ધ છે. તેમની લાક્ષણિકતાઓના આ પાસાએ ક્યારેય રાષ્ટ્રીય હિતોને અસર કરી નથી, તેથી તેની ચર્ચા અહીં કરવામાં આવી નથી. પરંતુ તે હંમેશા તેમની ભૂલોની સૂચિમાં સ્થાન મેળવશે.

**ભારતીય માનસને સંવેદનશીલ બનાવવામાં ગાંધી અને કોંગ્રેસનું યોગદાન નિર્વિવાદ છે. ગાંધી એક મહાન જન નેતા હતા. જો કે, તેમણે મુસ્લિમો સાથે તેમના સમર્થન માટે સમાધાન કર્યું તે સમર્થન તેમને ક્યારેય મળ્યું નહીં. આ પ્રક્રિયામાં, તેમના હાથે હિન્દુઓને ભારે નુકસાન થયું. કોઈ એમ ન કહી શકે કે તે હિંદુઓની વિરુદ્ધ હતા. પરંતુ તેઓ મુસ્લિમ તરફી તો હતાં જ. ગાંધી અને કોંગ્રેસના કારણે આપણને આઝાદી મળી તે તથ્યોની મશ્કરી છે. અંગ્રેજો પણ આવી ધારણાની મશ્કરી કરે છે.**

**આવા પ્રચારને કોંગ્રેસના નેતાઓના સ્વાર્થથી ફેલાવવામાં આવ્યો હતો, જેમણે  કોંગ્રેસને વિખેરી નાખવાની ગાંધીની સલાહ સ્વીકારી ન હતી.**

નહેરુ રાજવંશે 59 વર્ષો સુધી શાસનનું ફળ ઝૂંટવી લીધું. પરંતુ હવે જનતા પ્રબુદ્ધ છે. તેઓએ સત્ય જાણવાનું શરૂ કર્યું છે. મૃગ મરિચિકા ઓસરી ગઈ છે. વાસ્તવિકતા ઉભરી રહી છે. પણ પ્રિય વાચક, જાગૃતિ જરૂરી છે. તમારે સામૂહિક જાગૃતિમાં સક્રિયપણે ભાગ લેવો જ પડશે. ગાંધી અને નેહરુ ખાનદાનની ભૂલોનું પરિણામ હવે આવી રહ્યું છે. ઇતિહાસની પુનરાવૃત્તિનાં સંજોગો ઉભા થઇ રહ્યાં છે. જાગૃત હિન્દુ એકતા અને સંગઠનની તીવ્ર આવશ્યકતા છે.

## ભારતનાં વડા પ્રધાનો

અન્ય અલ્પકાલીન વડા પ્રધાનઓ છે – ગુલઝારીલાલ નન્દા, ચરણ સિંહ, ચંદ્રશેખર, દેવેગૌડા, ઇન્દ્ર કુમાર ગુજરાલ

# પ્રકરણ 9: 1947 થી 2021 સુધીના ભારતીય વડા પ્રધાનોની કામગીરી

1947 થી 2021 સુધી ભારતના તમામ વડાપ્રધાનોએ દેશની પ્રગતિ અને વિકાસમાં મોટું યોગદાન આપ્યું છે. લોકોને આ યોગદાન વિષે જાણવું જોઈએ. પરંતુ કેટલીક ભૂલો તે બધા દ્વારા પણ કરવામાં આવી છે જે હાલની સમસ્યાઓનું મૂળ કારણ છે. કોઈ એમ ન કહી શકે કે ભૂલો જાણી જોઈને કરવામાં આવી હતી. પરંતુ ભવિષ્યમાં સુધારાત્મક પગલાંઓ માટે તે ભૂલો જાણવાની જરૂરત છે.

## 9.1 ભારતીય સરકારોનો ઘટનાક્રમ

1947 થી 2021 સુધીની ભારતીય રાજનીતિને સમજવા માટે, 1947 થી 2021 સુધીની વિવિધ સરકારોનો ઘટનાક્રમ જાણવો જરૂરી છે. વિવિધ સરકારોના કાર્યકાળ નીચે આપેલ કોષ્ટક સ્વરૂપ છે:

| સમય કાળ | પ્રધાન મંત્રી | પાર્ટી | વર્ષ | સમર્થન | વિરોધ પક્ષ |
|---|---|---|---|---|---|
| 15.08.47<br>27.05.64 | નેહરુ | કોંગ્રેસ | 17 | બહુમત | જનસંઘ |
| 27.05.64<br>09.06.64 | ગુલઝારીલાલ નંદા | કોંગ્રેસ | - | બહુમત | જનસંઘ |
| 09.06.64<br>11.01.66 | લાલબહાદુર શાસ્ત્રી | કોંગ્રેસ | 2 | બહુમત | જનસંઘ |

| | | | | | |
|---|---|---|---|---|---|
| 11.01.66<br>24.01.66 | ગુલઝારીલાલ નંદા | કોંગ્રેસ | - | બહુમત | જનસંઘ |
| 24.01.66<br>24.03.77 | ઇન્દિરા ગાંધી | કોંગ્રેસ | 11 | બહુમત | જનસંઘ |
| 24.03.77<br>28.07.79 | મોરારજી દેસાઈ | જનતા દલ | 2 | એન.ડી.એ. | કોંગ્રેસ |
| 28.07.79<br>14.01.80 | ચરણ સિંહ | - | 0.5 | કોંગ્રેસ સમર્થિત ગઠબંધન સરકાર | બીજેપી |
| 14.01.80<br>31.10.84 | ઇન્દિરા ગાંધી | કોંગ્રેસ | 4.5 | બહુમત | બીજેપી |
| 31.10.84<br>02.12.89 | રાજીવ ગાંધી | કોંગ્રેસ | 5 | બહુમત | બીજેપી |
| 02.12.89<br>10.11.90 | વિશ્વનાથ પ્રતાપ સિંહ | જનતા દલ | 1 | ભાજપ સમર્થિત ગઠબંધન સરકાર | કોંગ્રેસ |
| 10.11.90<br>21.06.91 | ચંદ્ર શેખર | - | 0.5 | કોંગ્રેસ સમર્થિત ગઠબંધન સરકાર | બીજેપી |

| | | | | | |
|---|---|---|---|---|---|
| 21.06.91 16.05.96 | પીવી નરસિમ્હા રાવ | કોંગ્રેસ | 5 | યુ.પી.એ | બીજેપી |
| 16.05.96 01.06.96 | અટલ બિહારી વાજપેયી | બીજેપી | - | એન.ડી.એ. | કોંગ્રેસ |
| 01.06.96 21.04.97 | એચ.ડી. દેવેગૌડા | - | 1 | કોંગ્રેસ સમર્થિત ગઠબંધન સરકાર | બીજેપી |
| 21.04.97 19.03.98 | ઇન્દર કુમાર ગુજરાલ | - | 1 | કોંગ્રેસ સમર્થિત ગઠબંધન સરકાર | બીજેપી |
| 19.03.98 22.05.04 | અટલ બિહારી વાજપેયી | બીજેપી | 5 | એન.ડી.એ. | કોંગ્રેસ |
| 22.05.04 26.05.14 | મનમોહન સિંહ | કોંગ્રેસ | 10 | યુ.પી.એ | બીજેપી |
| 26.05.14 હાલ સુધી | નરેન્દ્ર મોદી | બીજેપી | 7 | બીજેપી | કોંગ્રેસ |

નોંધનીય છે કે આઝાદી પછીના 74 વર્ષોમાં, કોંગ્રેસે પ્રથમ 30 વર્ષ સહિત કુલ 59 વર્ષ સુધી દેશ પર શાસન કર્યું.

## વિવિધ સરકારોની કામગીરી

હાલના માહોલને સમજવા માટે, કોંગ્રેસના શાસનના પ્રથમ 30 વર્ષના પ્રદર્શનનું વિશ્લેષણ કરવું હિતાવહ છે. દરેક સરકાર હંમેશા લોકોને સુશાસન આપવાનો પ્રયત્ન કરશે. આથી કેટલીક સારી બાબતો થશે. પરંતુ અમુક નિર્ણયો જે તત્કાલીન પ્રવર્તમાન સરકારની ધારણા મુજબ યોગ્ય જણાતા હશે પરંતુ અંતતોગત્વા દેશને હાનિ પહોંચાડે છે તે કોર્સ કરેકશન માટે ઓળખવા જરૂરી છે. આ પ્રયાસ કોઈને દોષ આપવાનો નથી પરંતુ લાંબા ગાળાની સમસ્યાઓની ચકાસણી કરવાનો છે જેથી તેનું નિરાકરણ થઇ શકે.

## 9.2 જવાહરલાલ નેહરુ - વ્યક્તિત્વ અને યોગદાન (1947 - 1964)

જવાહરલાલ નહેરુનો જન્મ અલ્હાબાદમાં થયો હતો, એક વકીલ મોતીલાલ નહેરુનો પુત્ર, જેનો પરિવાર મૂળ કાશ્મીરનો હતો. તેમનું શિક્ષણ ઇંગ્લેન્ડમાં, હેરો સ્કૂલમાં અને પછી કેમ્બ્રિજના ટ્રિનિટી કોલેજમાં થયું. તેમણે લંડનના ઇનર ટેમ્પલમાં કાયદાનો અભ્યાસ કર્યો. તેઓ 1912 માં ભારત પરત ફર્યા અને કેટલાક વર્ષો સુધી કાયદાનો અભ્યાસ કર્યો. 1916 માં, તેમણે કમલા કૌલ સાથે લગ્ન કર્યા. તેમને એક પુત્રી, ઇન્દિરા હતી. તેઓ 1919 માં કોંગ્રેસમાં જોડાયા હતા. તેઓ મોહનદાસ ગાંધીથી ભારે પ્રભાવિત હતા. 1920 અને 1930 ના દાયકા દરમિયાન નેહરુને અંગ્રેજો દ્વારા સવિનય આજ્ઞા ભંગ બદલ વારંવાર જેલમાં

રાખવામાં આવ્યા હતા અને 1928 માં તે કોંગ્રેસના પ્રમુખ તરીકે ચૂંટાયા હતા.

પશ્ચિમી સંસ્કૃતિના ઝોક્વાળા કાશ્મીરી પંડિત નેહરુ ગાંધીની પસંદગી હતા. તેમ છતાં તેઓ ભારતના પ્રથમ વડાપ્રધાન બનવા માટે ચૂંટાયા ન હતા, પરંતુ ગાંધીએ તેમને પ્રથમ વડાપ્રધાન બનવા માટે પસંદ કર્યા હતા.

તે સ્વભાવે રાજસિક હતા, નાસ્તિક હતા, અંગ્રેજી શિક્ષણ અને સંસ્કૃતિમાં ઉછરેલાં, મુઘલાઈ વાનગીઓ પસંદ કરતા હતા. તે દિવસોમાં, મોટાભાગના અંગ્રેજી શિક્ષિત યુવાનોમાં સામ્યવાદ અને સમાજવાદ એક ફેશન હતી અને તેથી તેઓ ખૂબ પ્રભાવિત હતા. તેમનું વ્યક્તિત્વ

આ પ્રમાણે વિરોધાભાસી હતું. નેહરુએ ભારત માટે એક સ્વપ્ન જોયું હતું. તેઓ ઈચ્છતા હતા કે ભારત પશ્ચિમી વિશ્વની તર્જ પર આધુનિક ટેકનોલોજીથી વિકસિત દેશ બને. તે રશિયાથી ખૂબ પ્રભાવિત હતા. શરૂઆતમાં બ્રિટીશ વિરોધીવાદને કારણે, અમેરિકાને બદલે સોવિયત યુનિયન તરફ ઝુકવું ખૂબ સ્વાભાવિક હતું. જો કે, તેમણે સોવિયત અને અમેરિકનો વચ્ચે તટસ્થતા જાળવી રાખી અને અનેક દેશોનું બિન-સંરેખિત (non-aligned) જૂથ બનાવવાનો પ્રયાસ કર્યો.

Non-aligned દેશોનાં સમૂહના સદસ્યો હતા - સર્બિયા, યુગોસ્લાવિયા, ઘાના, ઇન્ડોનેશિયા, અને ઇજિપ્ત

આપણે હજુ પણ એક બિન-સંરેખિત દેશ છીએ અને વિશ્વ શક્તિઓ, એટલે કે, રશિયા અને અમેરિકા બંને તરફથી લાભ મેળવી રહ્યા છીએ.

આ ખૂબ જ આરામદાયક સ્થિતિનો સંપૂર્ણ શ્રેય જવાહરલાલ નેહરુને જાય છે.

### 9.2.1 જવાહરલાલનું મુખ્ય યોગદાન:

**26 જાન્યુઆરી 1950 ના રોજ પ્રજાસત્તાક તરીકે સાર્વભૌમ ભારતની ઘોષણા** - ડો. ભીમરાવ આંબેડકરનાં નેતૃત્વમાં એક બંધારણ સમિતિની રચના કરવામાં આવી હતી જેમણે ભારતીય બંધારણ લખ્યું હતું. તે અપનાવવામાં આવ્યું જેમાં ભારતને સાર્વભૌમ પ્રજાસત્તાક ભારત જાહેર કરવામાં આવ્યું. જો કે બ્રિટીશ સંસદમાં પાસ થયેલાં પ્રસ્તાવ પ્રમાણે હજી પણ આપણે એક ડોમિનિયન દેશ જ છીએ.

**ભારતને બિન-સંરેખિત (Non-Aligned) દેશ તરીકે જાહેર કરવા અને પંચશીલનો પ્રચાર** - નેહરુ સારી રીતે સમજી ગયા હતા કે સોવિયેત રશિયા અથવા અમેરિકા સાથે જોડાણ કરવું ભારતના હિતમાં નથી. કોઈપણ એક શિબિરમાં જોડાવાનો અર્થ અન્ય શિબિરો તરફથી કોઈ મદદ ના મળે. 1950 ના દાયકા સુધીના પ્રારંભિક વર્ષોમાં આપણે ભારતીય જનતાને ખવડાવવા માટે પૂરતા અનાજનું ઉત્પાદન પણ કરતા ન હતા. અને ઘઉંની આયાત કરવા માટે અમેરિકા પર ખૂબ જ નિર્ભર હતા, જેને પીએલ-480 કહેવામાં આવતું હતું, તેનો રંગ લાલ હતો અને તેની ગુણવત્તા નબળી હતી. તે પણ રેશનિંગ દ્વારા વહેંચવામાં આવતું હતું અને લગભગ તમામ નાગરિકોને રેશનકાર્ડ આપવામાં આવ્યા હતા. ઘઉં, ચોખા, ખાંડ અને કેરોસીન સુધી મર્યાદિત દૈનિક જરૂરિયાતોની તમામ વસ્તુઓ જાહેર વિતરણ વ્યવસ્થા (PDS) તરફથી મર્યાદિત માત્રામાં રેશનિંગ કાર્ડ દ્વારા ઉપલબ્ધ થતી હતી.

આપણી ઔદ્યોગિક અને સંરક્ષણ જરૂરિયાતો સોવિયેત રશિયા દ્વારા અમેરિકાથી વિપરીત ખૂબ જ નરમ શરતો પર પૂરી કરવામાં આવી હતી. આપણી પ્રથમ અને બીજી પંચવર્ષીય યોજનાઓ, રશિયાની પંચવર્ષીય યોજનાઓની પેટર્ન પર આધારિત અને સ્ટાલિન શાસિત રશિયા દ્વારા સહાયિત હતી.

**હિન્દુ કોડ બિલ** – મુખ્યત્વે એકપત્નીત્વ, છુટાછેડાના નિયમો, હિન્દુ વિધવાને વારસા અને મિલકતની બાબતમાં પુરુષ સમોવડી ગણવાનું. બાળ વિવાહ અપરાધ, દહેજ પણ અપરાધ અને છોકારીયોને પણ છોકરા સમાન અધિકાર મુખ્ય છે.

જો કે, આ તેમની સૌથી મોટી ભૂલ સાબિત થઈ. તેમણે આપણા બંધારણમાં દર્શાવ્યા મુજબ એક સમાન નાગરિક સંહિતા લાવવી જોઈતી હતી. એક સમાન નાગરિક સંહિતા ન લાવીને, મુસ્લિમોના અધિકારો જેવાકે બહુપત્નીત્વ, ટ્રિપલ તલાક અને હલાલા જાળવી રખાયા. મુસલમાનોને જ્યારે પણ ગમે ત્યારે શરિયાને અનુસરવાનો માર્ગ મોકળો કર્યો અને જ્યારે પણ તેઓ શરિયા મુજબ મુશ્કેલીમાં હોય ત્યારે ભારતીય બંધારણને અનુસરે. ઉદાહરણ તરીકે, શરિયામાં ચોરના હાથ કાપવાની જોગવાઈ છે. પણ આવા વખતે મુસલમાનો ભારતના બંધારણનું શરણ લે છે કેમકે ભારતીય બંધારણ એટલું ઘાતકી નથી. હિન્દુ કોડ બીલના લીધે સાંપ્રત કાળમાં મુસલમાનોનું અમાનવીય અને હિન્દુ વિરોધી જોર વધી રહ્યું છે.

**ગોવાનું જોડાણ** - નેહરુ ગોવામાં પોર્ટુગીઝ વસાહતની સમસ્યાને હલ કરવાના તેમના પ્રયાસોમાં વધુ નસીબદાર હતા. ડિસેમ્બર 1961 માં

ભારતીય સૈનિકો દ્વારા ગોવાનો કબજો પોર્ટુગીઝો પાસેથી લઇ લેવામાં આવ્યો.

**ભાષાકીય આધાર પર વિવિધ રાજ્યોનું પુનર્ગઠન** - 1956 માં, મદ્રાસને તમિલનાડુ અને આંધ્રમાં પુનર્ગઠિત કરવામાં આવ્યું. *(પાછળથી, તેલંગાણાને આંધ્રથી અલગ રાજ્ય તરીકે અલગ કરવામાં આવ્યું).*

1960 માં, બોમ્બે પ્રાંતને મહારાષ્ટ્ર અને ગુજરાતમાં વિભાજિત કરવામાં આવ્યું હતું.

*(સમાન તર્જ પર, પાછળથી, પંજાબને પંજાબ, હરિયાણા અને હિમાચલ પ્રદેશમાં વહેંચવામાં આવ્યું હતું. ઉત્તર પ્રદેશને ઉત્તર પ્રદેશ અને ઉત્તરાખંડમાં વહેંચવામાં આવ્યું હતું. બિહાર બિહાર અને ઝારખંડમાં વિભાજિત થયું, મધ્યપ્રદેશ મધ્યપ્રદેશ અને છતીસગઢમાં વહેંચાયું).*

## પંચવર્ષીય યોજનાઓ દ્વારા આર્થિક આયોજન અને વિકાસ

નેહરુએ દેશને બિન-સંરેખિત રાખવાનાં શાણપણથી ભારતના આર્થિક વિકાસને વેગ આપ્યો, કારણ કે ભારતને શીત યુદ્ધની બંને બાજુથી નોંધપાત્ર સહાય મળી. સોવિયત યુનિયન અને પૂર્વીય યુરોપે મૂડી, સામાન અને તકનીકી સહાયમાં ફાળો આપ્યો. લોખંડ અને સ્ટીલ ઉદ્યોગોનો વિકાસ ટૂંક સમયમાં સહઅસ્તિત્વનું સાચા અર્થમાં આંતરરાષ્ટ્રીય ઉદાહરણ બની ગયું, નહેરુ યુગ દરમિયાન શરૂ કરાયેલી ત્રીજી પંચવર્ષીય યોજના (1961-66) માટે, મુખ્ય પશ્ચિમી શક્તિઓ અને જાપાનના એઇડ ઇન્ડિયા કન્સોર્ટિયમે મૂડી અને ક્રેડિટમાં આશરે 5 અબજ ડોલર પૂરા પાડ્યા હતા, અને પરિણામે, ભારતનું વાર્ષિક લોખંડનું ઉત્પાદન વધીને યોજનાના અંત સુધીમાં લગભગ 25 મિલિયન ટન થયું. તે ઉપરાંત કોલસાનું ત્રણ ગણું ઉત્પાદન અને લગભગ 40 અબજ

યુનિટ ઇલેક્ટ્રિક પાવર. ભારત વિશ્વનો 10 મો સૌથી અદ્યતન ઔદ્યોગિક દેશ બન્યો.

**વિજ્ઞાન અને ટેકનોલોજી** - ભારતમાં આધુનિક વિજ્ઞાન અને ટેકનોલોજીના વિકાસ માટે નેહરુની દૂરદર્શી દ્રષ્ટિ અને પ્રશંસનીય નેતૃત્વ જવાબદાર છે. તેમના અથાક પ્રયત્નોના કેટલાક ઉદાહરણો જાહેર ક્ષેત્રો અને પ્રોજેક્ટ્સની સ્થાપના નીચે મુજબ છે:

- સ્ટીલ ઓથોરિટી ઓફ ઇન્ડિયા, ભિલાઈ, રાઉરકેલા, દુર્ગાપુર અને બોકારોમાં મોટા સ્ટીલ ઉત્પાદક પ્લાન્ટ છે. (1954).
- ભારત હેવી ઇલેક્ટ્રિકલ્સ, ભોપાલ, હરદ્વાર અને અન્ય ઘણા શહેરોમાં પ્લાન્ટ ધરાવે છે (1955).
- ભાકરા-નંગલ ડેમ (1948)
- એર ઇન્ડિયા (1960) – ટાટા એરનું રાષ્ટ્રીયકરણ કર્યું.
- ઇસરો (અગાઉ INCOSPAR-1962)-(1969)
- બીએઆરસી (1954)

ટૂંકમાં, તે એક નિર્વિવાદ હકીકત છે કે જવાહરલાલ નહેરુ ભારતના આધુનિકીકરણના આર્કિટેક્ટ હતા.

*(લેખકની નોંધ – નેહરુની જગ્યાએ જે પણ હોત તેણે આ બધું કર્યું જ હોત. ભારત ભૂમિ વીરભોગ્યા વસુંધરા છે)*

## 9.2.2 જવાહરલાલ નેહરુની ભૂલો અને લાંબા ગાળાની અસરો

નેહરુને તેમની ફિલસૂફીઓ અને નીતિઓના અમલીકરણ માટે મુક્ત વાતાવરણ મળ્યું. જે મોટાભાગે સમાજવાદ અને સામ્યવાદથી પ્રભાવિત

હોવા છતાં હજુ સુધી ભદ્ર પશ્ચિમી વિશ્વ તરફી હતા. તેઓ ભારતની ધરતીની સમસ્યાઓ સાથે જોડાયેલા ન હતા તેઓ  ગાંધી અને વલ્લભભાઈ જેવા ધરતીપુત્ર ન હોતા. નેહરુ અભિજાત વર્ગના હતાં અને તેમને વિશ્વ વિખ્યાત બનવાના સપના હતા અને સ્વયંને  નોબેલ શાંતિ પુરસ્કાર માટેનાં ઉમેદવાર ગણતા હતા. આ પ્રક્રિયામાં, તેમણે કેટલીક અજાણતા અને કેટલીક ઇરાદાપૂર્વકની ભૂલો કરી જે આજના પરિપ્રેક્ષ્યમાં ખૂબ મોંઘી સાબિત થઈ.

## ભારતીય રાષ્ટ્રીય કોંગ્રેસનું વિસર્જન ન કરવું

જોકે ગાંધીએ કોંગ્રેસને વિખેરી નાખવાની સલાહ આપી હતી કારણ કે તેણે આઝાદી મેળવવાનો ઉદ્દેશ પૂરો કર્યો હતો. અન્ય રાજકીય પક્ષોને લેવલ પ્લેઇંગ ફિલ્ડ મળવું જોઇએ. જો કે, નહેરુએ તે કર્યું નહીં કારણ કે તેઓ જાણતા હતા કે કોંગ્રેસને ટકાવી રાખવામાં રાજકીય ફાયદો છે. ગાંધીની જરૂરીયાત હવે ખતમ થઇ ગઈ હતી. દેશનું સુકાન નેહરુના હાથમાં હતું. વર્ચસ્વ હવે નેહરુનું હતું, ગાંધીનું નહી. ગાંધી હવે માત્ર શોભાનું પુતળું જ હતા. ગાંધીએ પણ કોંગ્રેસને વિખેરવા માટે કોઈ અનશન ના કર્યું.

નેહરુ મુસ્લિમો પ્રત્યે ગાંધીની માફક જ ખુબ નરમ હતા. મુસ્લિમ વોટબેંકનું મહત્વ તેમને ખબર હતું.

**પરિણામ** - અસર એ હતી કે અન્ય રાજકીય પક્ષોને અસરકારક બનવા માટે તેમની ભૂમિકા અને ધરાતલ શોધવામાં ઘણો સમય લાગ્યો. કોંગ્રેસ તો એક સ્થાપિત પક્ષ હતો. ગોયબલની પ્રોપેન્ડા થિયરી (કે એક ઝૂઠ

100 વાર બોલવાથી લોકો તેને સત્ય સમઝવા લાગે છે) ની જેમ જાણે કોંગ્રેસે જ આઝાદી અપાવી હતી. સામાન્ય જનતા આઝાદીના ઉલ્લાસમાં મગ્ન હતી. કોઈ મજબૂત વિપક્ષની ગેરહાજરીમાં, કોંગ્રેસ (નેહરુ) પાસે વિપક્ષને દબાવવા સહિતની અખંડ અને અબાધિત સત્તા હતી. લોકો હજુ પણ કોંગ્રેસમાં અંધ શ્રદ્ધા ધરાવતા હતા. *(હજી પણ અમુક નાદાન લોકો સમજે છે કે કોંગ્રેસે જ આઝાદી અપાવી).* નેહરુએ તેમની પુત્રી ઇન્દિરાને તેમના વારસદાર બનવા માટે તૈયાર કરી અને સંગઠનમાં પણ તેની વ્યવસ્થા કરી. વર્ષ 1966 માં ઇન્દિરા ગાંધી વડાપ્રધાન બન્યા. આનુવાંશિક સત્તાનો જન્મ થયો. જે આજે પણ ચાલુ છે. ઇન્દિરા ગાંધીના મૃત્યુ પછી, તેમના પુત્ર રાજીવ ગાંધી 1984 માં વડા પ્રધાન બન્યા. રાજીવ ગાંધીના મૃત્યુ પછી, આ દેશ તેમની પત્ની સોનિયાને સોંપવામાં આવ્યો. 2004 માં તેઓને વડા પ્રધાન બનવાની સલાહ આપવામાં આવી હતી. હવે, સોનિયા ગાંધી પછી, તેમના પુત્ર, રાહુલ ગાંધી 2014 માં કોંગ્રેસના અધ્યક્ષ બન્યા હતા અને વડા પ્રધાન બનવાનાં ઉમેદવાર હતા. જો કે, 2014 માં કોંગ્રેસ ખરાબ રીતે હારી ગઈ. રાહુલ ગાંધી પોતાની ઓળખ સાબિત કરવામાં નિષ્ફળ રહ્યા, તેમ છતાં પાર્ટી હજુ પણ તેમને કોંગ્રેસના અધ્યક્ષ અને ભવિષ્યની સામાન્ય ચૂંટણીઓમાં વડાપ્રધાન પદના ઉમેદવાર બનાવવા માંગે છે. એવું લાગે છે કે કોંગ્રેસમાં ગાંધી વંશ કરતા વધુ સારી પ્રતિભા નથી. કોંગ્રેસનું પતન શરૂ થયું છે. *(વલ્લભભાઈ પટેલે નેહરુને એકવાર ટીખળમાં કહ્યું હતું કે કોંગ્રેસનું વર્ચસ્વ 60 – 70 વર્ષો સુધી રહેશે).* દૂર દૃષ્ટા મુઠ્ઠી ઉંચેરા લોકનાયકનું કથન સાચું પડતું લાગે છે.

સમાજમાં કોંગ્રેસના વર્ચસ્વને કારણે, તમામ અનુગામી કોંગ્રેસ શાસનોએ એક શક્તિશાળી દરજ્જો મેળવ્યો હતો જે તેમને ઘણી ઐતિહાસિક ભૂલો કરવા સક્ષમ બનાવે છે. કોંગ્રેસ પક્ષમાં ભાગ્યે જ કોઈ લોકશાહી છે, જેના પરિણામે કોંગ્રેસમાંથી સ્વાભિમાની અગ્રણીઓની હિજરત થઈ છે. એવું કહેવાય છે કે "શક્તિ ભ્રષ્ટ કરે છે અને સંપૂર્ણ શક્તિ સંપૂર્ણપણે ભ્રષ્ટ કરે છે". આ દૃશ્યનું વિગતવાર વર્ણન નીચેના વર્ણનોમાં કરવામાં આવશે.

**કાશ્મીર સમસ્યા** - ભારતમાં કાશ્મીરનું સંપૂર્ણ વિલય ન થવા દેવા માટે માત્ર ને માત્ર નેહરુ જ જવાબદાર છે. વલ્લભભાઈ પટેલ, ગૃહમંત્રી તરીકે, વિવિધ રિયાસતોનો ભારતમાં વિલય કરવાનો હવાલો ધરાવતા હતા. પણ નેહરુ પોતે કાશ્મીરી પંડિત હોવાને કારણે વિચારતા હતા કે તેઓ કાશ્મીરને વધુ સારી રીતે સંભાળી શકે છે. તેથી કાશ્મીરના વિલયનો મુદ્દો તેમને પોતાની પાસે લઇ લીધો. જો કે, તેના એકંદર હસ્તક્ષેપને કારણે પાકિસ્તાને કાશ્મીરનો મોટો હિસ્સો કબજે કરી લીધો. જ્યારે ભારતીય દળો ખોવાયેલ મેદાન પાછું મેળવવાના હતા, ત્યારે જ તેમણે યુદ્ધવિરામની જાહેરાત કરી. આના પરિણામે પાકિસ્તાને ગિલગિટ અને બાલ્ટિસ્તાનનો સમાવેશ કરીને કુલ વિસ્તાર 2,22,440 ચો.કિ.મી. પચાવી લીધો. યુએનને કાશ્મીર સમસ્યા સોંપવામાં તેમનો જ ફાળો હતો. આથી, કાશ્મીરને કલમ 370 દ્વારા વિશેષ દરજ્જો આપવામાં આવ્યો જે ભારતીય સંસદે હંગામી પગલા તરીકે પસાર કર્યો હતો. બાદમાં, તેમણે 1954 માં કલમ 35A રજૂ કરી હતી, જેને સંસદમાં રજૂ

કર્યા વિના જ કલમ 370 સાથે જોડવામાં આવી હતી. તે માત્ર તત્કાલીન રાષ્ટ્રપતિ રાજેન્દ્ર પ્રસાદે, **નેહરૂના દબાણવશ**, સહી કરેલ ઓર્ડર હતો. કલમ 35A કાયદેસર ન હતી.

**પરિણામ** - કલમ 35A ગેરકાયદેસર હતી. પરંતુ જમ્મુ-કાશ્મીર રાજ્યના મુસ્લિમ બહુલ શાસક પક્ષોએ જમ્મુ-કાશ્મીરમાં માત્ર થોડા પરિવારોના હિતોને પ્રોત્સાહન આપવા માટે કલમ 370 અને 35A નો ભરપૂર દુરૂપયોગ કર્યો. સરકારમાં વ્યાપક ભ્રષ્ટાચાર હતો. કાશ્મીરના મુસ્લિમો માટે અતાર્કિક અને અપ્રમાણસર તરફેણ અને ખાસ કરીને હિન્દુઓનું ઉત્પીડન. અલગતાવાદીઓને પ્રોત્સાહન. ઉગ્રવાદીઓનું સંવર્ધન અને રક્ષણ. ભારતીય સેનાનું છડેચોક અપમાન. ખાસ કરીને કાશ્મીરી પંડિતોનો નરસંહાર અને કાશ્મીરથી પલાયન. અનેકો મસ્જિદોના લાઉડ-સ્પીકરો દ્વારા લાખો કાશ્મીરી પંડિતોને કાશ્મીર છોડવા અથવા નાશ પામવાનું કહેવામાં આવ્યું હતું. આશરે એક લાખ કાશ્મીરી પંડિતોએ પોતાનો જીવ ગુમાવ્યો અને આશરે 5 લાખ કાશ્મીરી પંડિતોએ માત્ર પહેરેલા કપડે કાશ્મીરમાં તેમની મિલકતો છોડીને ભાગવું પડ્યું. સ્થાનિક મુસ્લિમોએ તેમની મિલકતો પચાવી પાડી. 30 વર્ષો પછી આજે પણ કાશ્મીરી પંડિતો દેશના ઉત્તરીય વિસ્તારોમાં શરણાર્થી તરીકે રહે છે. તેમનું પુનર્વસન થવાનું બાકી છે.

પૂર્વવર્તી એક પણ સરકાર નિહિત સ્વાર્થોનાં કારણે કલમ 35A અને કલમ 370 માં કોઈ ફેરફાર લાવી શકી નથી. *(પરંતુ નરેન્દ્ર મોદીએ આ અંગે પોતાનો દ્રઢ સંકલ્પ બતાવ્યો અને કલમ 370 અને 35A 5 ઓગસ્ટ 2019 નાં દિને રદ કરી).*

વાચકે કાશ્મીરમાં હિન્દુ સમુદાયની વેદનાઓ અને કાશ્મીરને જાળવવા માટે સરકારી તિજોરીને થયેલા નુકસાનની જાણકારી મેળવવી જોઈએ. આ બધા ઇન્ટરનેટ પર જાહેર ડોમેનમાં ઉપલબ્ધ છે.

**નેહરુએ ભારતમાં જોડાવાની નેપાળની વિનંતી સ્વીકારવાનો ઈન્કાર કર્યો.**

નેપાળના રાજા ત્રિભુવને 1950 માં ભારત સાથે નેપાળનું વિલીનીકરણ કરવાની ઈચ્છા વ્યક્ત કરી હતી. નેહરુએ રાજાની ઓફર ફગાવી દીધી હતી.

**પરિણામ** - નેપાળ વિશ્વનું એકમાત્ર હિન્દુ રાષ્ટ્ર હતું. નેપાળમાં સામ્યવાદીઓના ઉદયને કારણે, રાજવંશ શાસન ઉથલાવી દેવામાં આવ્યું અને સામ્યવાદી લોકશાહી સરકારની સ્થાપના કરવામાં આવી. હવે ભારતના હિતો સામે સામ્યવાદી ચીન નેપાળને ખૂબ પ્રભાવિત કરી રહ્યું છે.

## તિબેટને ચીનના ભાગ તરીકે સ્વીકારવું

તિબેટ એક સ્વતંત્ર બૌદ્ધ દેશ હતો જેનું શાસન દલાઈ લામા કરતા હતા. ચીને જ્યારે દાવો કર્યો કે તિબેટ ચીનનો ભાગ છે ત્યારે નહેરુએ આ વાત સ્વીકારી. દલાઈ લામા અને તેમના કુળને તિબેટથી ભાગવું પડ્યું. સદભાગ્યે, નેહરુએ તેમને હિમાચલ પ્રદેશમાં સ્થાયી થવા દીધા.

**પરિણામ** - આજે ચીન તિબેટમાં નરસંહાર અને તેની બૌદ્ધ સંસ્કૃતિનો નાશ કરી રહ્યું છે. તિબેટમાં હજારો ચાઇનીઝનું પુનર્વસન કરીને તિબેટની વસ્તી વિષયકતાને (Demography) બદલવામાં આવી રહી છે. તે ઉપરાંત, ચીનનાં સૈનિકો ભારતીય સેનાનો મુકાબલો બરાબર

નથી કરી શકતા એટલે તિબ્બતી લોકોને પોતાની સેનામાં ભરતી કરીને ભારતીય સેના સામે લડાવે છે. કોઈ પણ ભારતીય વડા પ્રધાનની આથી મોટી ભૂલ શું હોઈ શકે?

કૈલાશ અને માન-સરોવરની મુલાકાત લેવા માટેનો એક માર્ગ તિબેટથી પસાર થાય છે. કૈલાશ-માનસરોવર જવા માટે તિબેટમાંથી પસાર થવા માટે આપણે ચીનની પરવાનગી મેળવવી પડે છે.

## મારો અંગત અનુભવ

72 વર્ષની ઉંમરે વર્ષ 2015 માં કૈલાશ-માનસરોવરની મુલાકાત વિષે મારા પુસ્તક “રેલીશિંગ મોમેન્ટ્સ...” માં મારા વ્યક્તિગત અનુભવનું વર્ણન કરવામાં આવ્યું છે. મારા પ્રવાસ સંચાલકે મારી મુલાકાતની સુવિધા માટે નેપાળ અને ચીનના તમામ વિઝા અને કાગળોની વ્યવસ્થા કરી હતી.

## ભારતનાં અક્સાઇચીન પર ચીનના દાવાને સ્વીકારવો

ચીન સોવિયેત રશિયા અને આપણા જેવા વિકાસશીલ દેશનું ખૂબ નજીકનું સાથી હતું. તેથી આપણે મુખ્યત્વે મેકમોહન લાઇન તરીકે ઓળખાતી સરહદો પર સંમત થવા માટે ચીન સાથે ગાઢ સંબંધો કેળવ્યા. પંચશીલ સિદ્ધાંતોની તર્જ પર “હિન્દી ચિની ભાઈ ભાઈ” તરીકે નેહરુનું સૂત્ર ખૂબ જ લોકપ્રિય બન્યું હતું. ચીનના વડા પ્રધાન ચાઉ-એન-લાઇએ વર્ષ 1960 માં ભારતની મુલાકાત લીધી હતી અને નહેરુએ ભારતમાં તેમનું ઉષ્માભર્યું  સ્વાગત કર્યું હતું. પણ આપણે જ્યારે "હિન્દી-ચીની ભાઈ ભાઈ" ના નારા લગાવી રહ્યા હતા ત્યારે ચીને અક્સાઈચિનને પચાવી લીધું. આપણે આ વિષે કંઇ કરી શક્યા નહી.

જ્યારે સંસદમાં એક પ્રશ્ન પૂછવામાં આવ્યો ત્યારે નહેરુએ જવાબ આપ્યો કે "તે ઉજ્જડ ભૂમિમાં ઘાસનો એક પણ દાણો ઉગતો નથી અને જો ચીને અક્સાઈચિન પર કબજો કરી લીધો હોય તો ભારતને ગુમાવવાનું કંઈ નથી."

આપણા ગિલગિટ અને બાલ્ટિસ્તાનના વિસ્તારોમાં પણ આવું જ થયું. પાકિસ્તાને તે વિસ્તારો પર કબજો કર્યો અને આપણે ચુપ જ રહ્યાં. પાછળથી, પાકિસ્તાને ચીન સાથે મિત્રતા માટેની ભેટ તરીકે ગિલગિટનો ભાગ ચીનને દાનમાં આપી દીધો.

પાછળથી, ચીને વર્ષ 1962 માં ઉત્તરી સરહદ પર આક્રમણ કર્યું અને ભારતીય વિસ્તારના 43,000 ચોરસ કિલોમીટરના મોટા ભાગ પર કબજો કર્યો. ભારત અને ચીન વચ્ચે યુદ્ધ થયું. કમનસીબે, ભારત ખૂબ જ નબળી તૈયારી અને શસ્ત્રો અને સુવિધાઓના અભાવને કારણે યુદ્ધ હારી ગયું. આપણા સૈનિકોને બરફીલા વિસ્તારોમાં ચીની સેના સાથે લડવા માટે યોગ્ય બૂટ પણ આપવામાં આવ્યા ન હતા. આવા મુશ્કેલ સંજોગોમાં પણ નેહરુએ તેમના સંબંધી જનરલ બી.એમ. કૌલની નિમણૂક કરી હતી, જેમને ચીનીઓ તો શું કોઈ પણ યુદ્ધનો અનુભવ નહોતો. જનરલ બી.એમ. કૌલ ક્યારેય મોરચા પર ગયા ન હતા અને જ્યારે મોરચાને તેમની જરૂરત હતી ત્યારે પેટનો દુખાવો કરીને દિલ્હીમાં જ બેસી રહ્યાં હતા. *(નેપોટિઝમ નહેરુ કુળના લોહીમાં છે).* વિદેશ નીતિની બલિહારી એ હતી કે કોઈ પણ વિદેશી દેશ આપણા બચાવમાં સામરિક શું નૈતિક રીતે પણ આગળ આવ્યા ન હતા. આપણે અમેરિકા સાથે જોડાયેલા ન હોવાથી અને બ્રિટન, ફ્રાન્સ અને જર્મની જેવા અન્ય કોઇ સક્ષમ દેશ સાથે સરળ સંબંધો ધરાવતા ન હોવાથી, આપણને ચીન

સામે કોઈ આંતરરાષ્ટ્રીય સમર્થન મળ્યું નહી. કૂટનીતિની આ મોટી અસફળતા હતી.

આપણા કહેવાતા મિત્ર સોવિયત રશિયાએ પણ પીછેહઠ કરી. લેનિનગ્રાડ તરફથી સત્તાવાર નિવેદન આવ્યું હતું કે જ્યારે ભારત મિત્ર છે તો ચીન એક ભાઈ છે.

*(આંતરરાષ્ટ્રીય સંબંધો હંમેશા દ્વિપક્ષીય હોય છે અને બંને પક્ષોની તાકાત પર આધાર રાખે છે. કોઈ માટે દયા કે નરમ ખૂણો નથી હોતો. દરેક દેશના રાષ્ટ્રીય હિત જ સંતુલન રાખે છે. કોંગ્રેસના તમામ વડાપ્રધાનો ઇઝરાયેલને ઓળખતા ન હતા અને તેની જોડે વેપાર કે રાજદ્વારી સંબંધો પણ નહોતા. પણ ઇઝરાયલ નાં શત્રુ મુસ્લિમ દેશ પેલેસ્ટાઇનને ઓળખતા હતા અને તેના આતંકવાદી નેતા અરાફાતને મિત્ર માનતા હતા. તેઓ ક્યારેય સાઉદી અરેબિયા સહિત કોઈ પણ મુસ્લિમ દેશને મુસ્લિમ દેશોને પાકિસ્તાન વિરુદ્ધ ભારતના હિતો માટે સમજાવી શક્યા ન હતા. પરંતુ નરેન્દ્ર મોદી, હાલના વડાપ્રધાન ઇઝરાયલ અને પેલેસ્ટાઇન સાથે અને તુર્કી સિવાય લગભગ તમામ મુસ્લિમ દેશો સાથે સમાન સંબંધો કેળવી શક્યાં છે અને પાકિસ્તાનને આંતરરાષ્ટ્રીય સ્તરે અલગથલગ (isolate) કરી શક્યાં છે. આ સચોટ કૂટનીતિ કહેવાય. નરેન્દ્ર મોદી પર વધુ ચર્ચા આગળ ઉપર થશે.)*

પરિણામ - જવાહરલાલ નેહરુને તેમના જીવનનો સૌથી મોટો આંચકો મળ્યો કે મિત્ર ચીને તેમની સાથે દગો કર્યો. આ આઘાતને કારણે તેમનું સ્વાસ્થ્ય પણ બગડ્યું અને 1964 માં તેમનું અવસાન થયું. ચીન સાથે યુદ્ધવિરામ થયો છે, તેમ છતાં સમસ્યા આજે પણ યથાવત્ છે કારણ કે લેહ-લદ્દાખ અને અરુણાચલ પ્રદેશમાં એલએસીની ભારતીય બાજુએ ચીન તેની અથડામણો અવિરત ચાલુ રાખી રહ્યું છે. ચીનની અવળચન્ડાઈના લીધે સીમાક્ષેત્રમાં ભારતે ઘણું મોટું ઇન્ફ્રાસ્ટ્રક્ચર જેમ

કે સડકો, સુરંગો, પુલો, બંકરો આદિ બનાવવા પડ્યા. ભારતીય સેનાને આધુનિક બનાવવું પડ્યું અને ભારે માત્રામાં સેના મોકલવી પડી. સેનાને આધુનીક શસ્ત્રોથી સજ્જ કરવું પડ્યું. આ બધા માટે મોટો જંગી ખર્ચ કરવો પડ્યો છે. આવા કેપિટલ ખર્ચ ઉપરાંત તેનો નિભાવ ખર્ચ પણ વિશાળ છે. આ બધો અવિરત ખર્ચ નેહરુના અવાસ્તવિક પંચશીલ સિદ્ધાંત અને હિન્દી ચીની ભાઈ-ભાઈ ની ભૂલ ભરેલી નીતિઓને કારણે. સંતોષની વાત એક જ છે કે નરેન્દ્ર મોદીની સરકારે ચીન જોડે બાથ ભીડાવીને તેને એલ.એ.સી. પાસે રોકવામાં સફળતા મેળવી છે. આપણી જડબેસલાક વ્યવસ્થા નાં કારણે હવે ચીન ભારતના કોઈ પણ ક્ષેત્રે અતિક્રમણ નહી કરી શકે.

## સંયુક્ત રાષ્ટ્રમાં કાયમી સભ્યપદ ન સ્વીકારવું

1955 માં, અમેરિકાએ ભારતને યુએનમાં કાયમી બેઠક ઓફર કરી. પરંતુ નહેરુએ ના પાડી અને તેના બદલે ચીનને તે બેઠક આપવાનું સૂચન કર્યું.

પરિણામ - હવે, જ્યારે આપણે યુએનમાં કાયમી બેઠક માગીએ છીએ, ત્યારે ચીન તેનો વીટો પાવરનો ઉપયોગ ભારતની વિરુદ્ધ કરી રહ્યું છે અને ભારતને કાયમી સભ્ય બનવા દેતું નથી, જ્યારે કે યુએનના મોટાભાગના દેશો ભારતની તરફેણ કરે છે. આપણે આંતરરાષ્ટ્રીય ક્ષેત્રે વીટો પાવર સહિત કાયમી સભ્ય દેશોને સ્વાભાવિક રીતે મળતા તમામ લાભો ગુમાવી રહ્યા છીએ. આજે આપણી યુએનમાં કોઈ નિર્ણાયક શક્તિ નથી. ચીનનાં વીટો પાવર દ્વારા પાકિસ્તાનને આ લાભ મળી રહ્યો છે અને તેને આતંકવાદને પોષનાર ઠગ દેશ તરીકે જાહેર કરી શકાતો નથી. પાકિસ્તાન પોષિત આતંકવાદનો પ્રભાવી સામનો કરવા માટે

આપણે અગાધ ખર્ચ કરવો પડે છે. આતંકીઓના ગોરિલ્લા યુદ્ધના લીધે પાકિસ્તાનના એક રૂપિયાના ખર્ચ સામે આપણે 1000 રૂપિયાનો ખર્ચ કરવો પડે છે.

*(વિચાર કરો કે ચીન અને પાકિસ્તાનની અવળચંડાઈઓ નો સામનો કરવામાં જે ખર્ચ થાય છે તે બચે તો દેશનાં વિકાસની ગતિ કેટલી તીવ્ર થાય? તે છતાં ભારતનો વિકાસ નરેન્દ્ર મોદીના નેતૃત્વમાં ખુબ ઝડપી રીતે થઇ રહ્યો છે તેનું કારણ સિસ્ટમિક ભ્રષ્ટાચાર રહિત સુશાસન છે. જે પૈસો ભ્રષ્ટાચારનાં લીધે દેશની બહાર જાય તેને સિસ્ટમિક ભ્રષ્ટાચાર કહેવાય કેમકે તે પૈસો દેશમાં યા તો પાછો આવતો નથી યા કાળા ધન રૂપે આવે છે. વાચકે સમજવું જોઈએ કે સામાજિક ભ્રષ્ટાચાર નો પૈસો દેશમાં જ ફરતો રહે છે તેનાથી દેશની અર્થવ્યવસ્થામાં કોઈ મોટો ફરક નથી પડતો. તે માત્ર એક સામાજિક દૂષણ છે જે ત્યારે જ દૂર થશે જ્યારે સામાન્ય નાગરિક પણ ભ્રષ્ટ નહી રહે.)*

## નહેરુ, ભારતની આર્થિક મુશ્કેલીઓના સર્જક

નહેરુએ સમાજવાદનો પ્રચાર અને અમલ કર્યો અને વ્યાજબી મૂડી પ્રણાલીઓની વિરુદ્ધ ગયા જેના કારણે 1960 માં આર્થિક કટોકટી થઈ. જાહેર ક્ષેત્ર ભલે મજબૂત બન્યું. સોવિયત રશિયાની તર્જ પર લાયસન્સ, ક્વોટા અને પરમિટ રાજ હતું. રશિયા એક સરમુખત્યાર દેશ હતો પણ ભારતમાં લોકશાહી તંત્ર હોવાથી, શ્રમિક સંગઠનો પર જરૂરી અનુશાસન જાળવી શકાયું નથી. આવી અનુશાસનહીનતા વધતી જતી મોંઘવારી, ઘટતી નિકાસ અને કૃષિ વૃદ્ધિને મર્યાદિત કરીને GDP પર અવળી અસર કરે છે.

તે સમયમાં જનતાની આર્થિક સ્વતંત્રતા અને પ્રેસની સ્વતંત્રતા પર કાપ મુકાયો હતો. તેનો નેહરુના અનુયાયીઓએ વિરોધ ન કર્યો. બધાને

ખબર હતી કે નેહરુને વિરોધ પસંદ ન હતો. (વડા પ્રધાન બન્યા પછી તેમણે ગાંધીની સલાહ પર ધ્યાન આપ્યું ન હતું). તેમણે ઉદ્યોગોના રાષ્ટ્રીયકરણ માટે બંધારણમાં સુધારો કર્યો. ટાટા દ્વારા સંચાલિત એર ઇન્ડિયાનું રાષ્ટ્રીયકરણ કરવામાં આવ્યું હતું. *(હવે તે જ એયર લાઈન્સ ભયંકર ખોટમાં જવાના લીધે સરકારને વેચવાની ફરજ પડી અને યોગાનુયોગ તે પાછી ટાટાએ જ ખરીદી લીધી).*

**પરિણામ** - આનાથી એવા કાયદાઓની રચના થઈ જેનાંથી નાગરિકોની આર્થિક મર્યાદાઓને સીમિત કરી દીધી. નાગરિકોને જરૂરિયાતની વસ્તુઓ લેવા માટે વર્ષો સુધી રાહ જોવી પડતી હતી. કેટલાક ઉદાહરણો નીચે મુજબ છે:

- ટેલિફોન કનેક્શન મેળવવા માટે 4 થી 5 વર્ષની પ્રતીક્ષા યાદી
- સ્કૂટર મેળવવા માટે 7 થી 8 વર્ષની પ્રતીક્ષા યાદી
- શિક્ષિત યુવાનોમાં મોટા પાયે બેરોજગારી
- લાઇસન્સ, પરમિટ ક્વોટા અને ઇન્સ્પેક્ટર રાજને કારણે વ્યાપક ભ્રષ્ટાચાર
- મોટા ભાગના કાચા માલની આયાત થતાં ઘરેલુ માલનું ઉત્પાદન કરતા સ્થાનિક ઉદ્યોગોમાં તમામ ક્ષેત્રોમાં કાળાબજારનું વ્યાપકપણે વિસ્તરણ થયું હતું. વાસણો બનાવવા માટે સ્ટીલ, કોપર અને એલ્યુમિનિયમ શીટ્સ પણ આયાત કરવામાં આવી હતી.
- એક સરળ રેડિયો ચલાવવા માટે લાયસન્સ લેવું પડતું હતું અને તેના માટે સમયાંતરે ફી ચૂકવવી પડતી હતી.

- મેન્યુફેક્ચરિંગ સેક્ટર સામાન્ય રીતે ખોલવામાં આવ્યું ન હોવાથી અને ઉત્પાદન નિયંત્રિત હોવાથી, આયાત કરેલી વસ્તુઓની દાણચોરીને ઉત્તેજન આપતા ઉત્પાદનોની ગુણવત્તા અને જથ્થા પર તેની ખૂબ જ નેગેટીવ અસર હતી.

## ન્યુક્લિયર ડિટોનેશન માટે રાષ્ટ્રપતિ કેનેડીની ઓફરનો નેહરુએ ઇનકાર કર્યો

અમેરિકાના રાષ્ટ્રપતિ કેનેડીએ 1962 ના ચીન યુદ્ધ પહેલા ભારતને પરમાણુ ઉપકરણ વિસ્ફોટ કરવામાં મદદ કરવાની ઓફર કરી. નેહરુએ ના પાડી. જો નહેરુએ સ્વીકાર્યું હોત, તો ભારત પરમાણુ ક્ષેત્રે ચીનથી આગળ જનાર પ્રથમ એશિયન દેશ હોત. ચીને ક્યારેય ભારતીય પ્રદેશના એક ઇંચ પર આક્રમણ કરવાની હિંમત કરી ન હોત અને ચીન સામે 1962 નું યુદ્ધ સંપૂર્ણપણે ટાળી શકાયું હોત. હવે ભારતે ન્યુક્લિયર સપ્લાયર્સ ગ્રુપ (NSG) માં પ્રવેશવા માટે અથાક પ્રયત્નો કરવાની જરૂરત પડે છે જે ચીનના વિટો પાવરનાં લીધે બની નથી શક્યું.

**પરિણામ** - આજે ચીન પરમાણુ શક્તિમાં આપણા કરતા વધારે શક્તિશાળી છે. આથી, હવે આપણું પરમાણુશક્તિ બનવું તેના પર કોઈ અસર કરતું નથી. નેહરુની આ ભૂલનો ખમીયાજો ભારતને ભોગવવો પડી રહ્યો છે. નેહરુ આ વિષે કંઇ દિર્ઘદ્રષ્ટા ના કહેવાય.

## મ્યાનમારને (બર્મા) કાબો વેલી ભેટ આપવી

શું ભારત નેહરુનાં પૂર્વજોની મિલકત હતી કે તેના કેટલાક ભાગ અન્ય દેશને ભેટ આપ્યા? કાબો વેલી (11,000+ચોરસ કિલોમીટર) સદીઓથી મણિપુર સામ્રાજ્યનો ભાગ હતો, જે 1834 માં બ્રિટિશરોએ બર્માને ભાડે

આપ્યો હતો. તે વેલી કાશ્મીર જેવી સુંદર છે. 1949 સુધી તેનું લીઝ હતું. તે પછી, નેહરુની સંમતિથી, બર્માએ ભારતને કોઈ વળતર ચૂકવ્યા વિના તેને પોતાનામાં જોડ્યું.

2003 માં ભારતના સંરક્ષણ મંત્રી જ્યોર્જ ફર્નાન્ડિસે બીબીસીને જણાવ્યું હતું કે નેહરુએ મ્યાનમારને કોકો ટાપુઓ (જ્યાં ચીન હવે એરસ્ટ્રિપ્સ અને જાસૂસી સ્ટેશનો વિકસાવી રહ્યું છે) ભેટમાં આપ્યું હતું, જેણે પછીથી તેને 1994 માં ચીનને ભાડે આપ્યું હતું.

## મુસ્લિમોની શિક્ષણ મંત્રી તરીકે નિમણૂક

નેહરુએ મૌલાના અબુલ કલામ આઝાદને ભારતના પ્રથમ શિક્ષણ મંત્રી તરીકે નિયુક્ત કર્યા. તેમણે બ્રિટિશરોએ આપેલો વારસો ચાલુ રાખ્યો અને મદરસાને પ્રોત્સાહન આપ્યું. વિજય લક્ષ્મી પંડિત, સુચેતા કૃપલાની, સરોજિની નાયડુ, વગેરે જેવા જીવંત કોંગ્રેસ નેતાઓના ઉમેરા સાથે અંગ્રેજો દ્વારા વિકૃત ભારતીય ઈતિહાસ ચાલુ રાખવામાં આવ્યો હતો.

જ્યારે લઘુમતી શૈક્ષણિક સંસ્થાઓ મદરસાઓ અને ચર્ચ સંચાલિત શાળાઓમાં તેમના ધાર્મિક પુસ્તકો ભણાવી શકે છે, માત્ર હિન્દુઓ માટે બિનસાંપ્રદાયિકતાની નેહરુવાદી નીતિને કારણે ગીતા, મહાભારત, રામાયણ, વેદ હિન્દુ શાળાઓમાં ભણાવવામાં આવતા નથી.

અબુલ કલામ આઝાદથી શરુ કરીને હુમાયુ કબીર, મોહમ્મદઅલી કરીમ ચાગલા, ફખરુદ્દીન અલી અહેમદ અને સૈયદ નુરુલ હસન 1947 થી 1977 સુધી 5 મુસ્લિમ શિક્ષણ મંત્રી હતા. આ બધાએ જ લોર્ડ મેકાલેની અંગ્રેજ શિક્ષણ પદ્ધતિ માં કોઈ ફેરફાર કર્યો નહી. ભારતીય શિક્ષણ

પ્રણાલી અને ભારતીય સંસ્કારોને શિક્ષણમાં કોઈ સ્થાન આપવામાં આવ્યું ન હતું. ખેદની વાત છે કે નેહરુવાદી સીસ્ટમ એટલી જડબેસલાક છે કે નરેન્દ્ર મોદી જેવા રાષ્ટ્રવાદી વડા પ્રધાન પણ હજી સુધી તેમાં લેશમાત્ર સુધાર નથી કરી શક્યા.

**પરિણામ** - શૈક્ષણિક પ્રણાલી શરૂઆતથી જ ખોટા પાયે છે. આજે પણ ચાલુ છે. 1947 થી આજ સુધીની આખી પ્રજાને ખોટો ઇતિહાસ શીખવવામાં આવે છે. પશ્ચિમી વિશ્વમાં વિજ્ઞાન અને ટેકનોલોજીનો મહિમા છે, આપણા પ્રાચીન ભારતીય વૈજ્ઞાનિકો અને દ્રષ્ટાઓની સત્યતાઓ અને સિદ્ધિઓ વિષે, જેમણે વિશ્વમાં ઘણું યોગદાન આપ્યું છે, કોઈ માહિતી આપવામાં આવતી નથી.

વિચિત્રતા એ છે કે જ્યારે યુરોપીય દેશોમાં સંસ્કૃત અને સાઉદી અરેબિયામાં ગીતા ભણાવવામાં આવી રહ્યાં છે ત્યારે આપણા દેશમાંથી સંસ્કૃત વિલુપ્ત થઇ રહી છે. નાસા જેવી અતિ ઉન્નત સંસ્થાએ શોધી કાઢ્યું છે કે આર્ટીફીશીયલ ઇન્ટેલીજેન્સના વિકાસ માટે સંસ્કૃતથી સારી કોઈ ભાષા નથી.

નેહરુની ઘણી ભૂલો, જેણે રાષ્ટ્રને અતિશય નુકસાન પહોંચાડ્યું, તે ક્યારેય પ્રકાશિત થઈ નથી. તે માટે ભારતીય રાજકારણમાં સત્તામાં તેમના રાજવંશનો આભાર, 1947 પછી સતત 30 વર્ષ સુધી. જનતા પણ ખૂબ લાંબા સમય સુધી નિંદ્રામાં હતી. કહેવાતી સ્વતંત્રતાનો ઉલ્લાસ ખૂબ લાંબો ચાલ્યો.

**કુલ પરિણામ** - ટૂંકમાં, નહેરુવાદમાં પ્રથમ હિન્દુ ધિક્કારનો સમાવેશ થતો હતો, ત્યારબાદ મુસ્લિમ ઇતિહાસનું ગૌરવ, બ્રિટિશ સંસ્કૃતિ અને

રોમેન્ટિક સામ્યવાદનું ચાલુ રહ્યો જેથી મૂળ રાષ્ટ્રવાદ, હિન્દુ મૂલ્યો પર સ્યુડો-સેક્યુલરવાદ, દૃષ્ટિહીન ધર્મનિરપેક્ષતા અને મુસ્લિમોનું તુષ્ટિકરણ છવાયેલા રહ્યાં. તે નેહરુવાદ સિસ્ટમ એટલું ઉંડું છે કે રાષ્ટ્રવાદી સરકાર માટે પણ તેને ઉથલાવવું ખૂબ જ મુશ્કેલ છે. વહીવટી તંત્ર, ન્યાયતંત્ર અને પોલીસની રચના એટલી મજબૂત સ્ટીલ ફ્રેમમાં કરવામાં આવી છે, જેના પરિણામે ભારોભાર ભ્રષ્ટાચાર પનપી રહ્યો છે અને હિન્દુ સંસ્કૃતિનું અવમુલ્યન થઇ રહ્યું છે. તેના વિસર્જન માટે અણુ બોમ્બ જેવા disruption ની જરૂર પડી શકે છે. વાસ્તવિક સ્વતંત્રતા અને સાચા વિકાસ માટે જરૂરી પગલાં આ પુસ્તકમાં આગળ ઉપર ચર્ચા કરવામાં આવ્યા છે.

**નેહરુવાદી નીતિઓના પડછાયામાં, ચાલો જોઈએ કે આગામી શ્રેણીના વડાપ્રધાનોએ કેવું પ્રદર્શન કર્યું.**

## 9.3 લાલ બહાદુર શાસ્ત્રી - વ્યક્તિત્વ અને યોગદાન (1964 - 1966)

લાલ બહાદુર શાસ્ત્રી જવાહરલાલ નેહરુ પછી ભારતના બીજા વડાપ્રધાન હતા. તે ખૂબ જ આદરણીય, ખૂબ પ્રામાણિક, સીધા, ધરતીપુત્ર અને હિંમતવાન રાજકારણી હતા.

શાસ્ત્રીનો જન્મ 2 ઓક્ટોબર 1904 ના રોજ મુઘલસરાયમાં શારદા પ્રસાદ શ્રીવાસ્તવ અને રામદુલારી દેવીના ઘરે થયો હતો. ગાંધીનો જન્મદિવસ પણ 2 ઓક્ટોબરનો જ છે. તે ખૂબ જ નરમ પૃષ્ઠભૂમિનાં હતા. તેઓ ગરીબીને કારણે ગંગા નદી પાર તરીને વારાણસીમાં તેની શાળામાં જતા હતા.

તે નહેરુના મંત્રીમંડળમાં રેલવે મંત્રી હતા ત્યારે મોટી રેલ દુર્ઘટના થઈ ત્યારે તેમણે રેલવે મંત્રાલયમાંથી રાજીનામું આપવાની હિંમત કરી હતી.

## 9.3.1 લાલબહાદુર શાસ્ત્રીનું મુખ્ય યોગદાન:

**તેમણે શ્વેત ક્રાંતિને પ્રોત્સાહન આપ્યું** - દૂધનું ઉત્પાદન અને પુરવઠો વધારવાનું રાષ્ટ્રીય અભિયાન - આણંદ, ગુજરાતના અમૂલ દૂધ સહકારીને ટેકો આપીને અને રાષ્ટ્રીય ડેરી વિકાસ બોર્ડની રચના કરીને.

શાસ્ત્રીએ 1965 માં ભારતમાં **હરિયાળી ક્રાંતિ**ને પણ પ્રોત્સાહન આપ્યું હતું. આના કારણે ખાસ કરીને પંજાબ, હરિયાણા અને ઉત્તર પ્રદેશમાં ખાદ્ય અનાજના ઉત્પાદનમાં વધારો થયો હતો. ત્યારબાદ PL-480 ઘઉં પર ભારતની નિર્ભરતા નોંધપાત્ર રીતે ઓછી થઈ.

પાકિસ્તાનના સૈન્ય શાસક અયુબ ખાન દ્વારા કરવામાં આવેલા આક્રમણ સામે 1965 માં પાકિસ્તાન સામે યુદ્ધની ઘોષણા કરી ત્યારે તેમનું સૌથી મોટું યોગદાન શિંગડાથી બળદને પકડવાનું હતું. તેણે સેનાને સંપૂર્ણ સાથ આપ્યો. તેમણે નાગરિકોને યુદ્ધ દરમિયાન દરેક સોમવારે એક ભોજન છોડવાની વિનંતી કરી. તેમણે એક સૂત્ર આપ્યું હતું - **જય જવાન જય કિસાન**. જ્યારે તેમણે લાલ કિલ્લા પરથી પોતાનું ભાષણ આપ્યું ત્યારે સમગ્ર રાષ્ટ્રમાં જોશ વ્યાપી ગયો હતો.

જો કે આપણે યુદ્ધમાં પાકિસ્તાન પાસેથી મોટો પ્રદેશ જીતી લીધો હતો અને આપણી સેના લાહોરમાં પ્રવેશવાની તૈયારીમાં હતી, ત્યારે તેમને આંતરરાષ્ટ્રીય દબાણ હેઠળ યુદ્ધવિરામની જાહેરાત કરવી પડી. રશિયાના તાશ્કંદમાં ભારત-પાક સમિટનું આયોજન કરવામાં આવ્યું હતું.

રશિયાના દબાણને કારણે તેમને આપણા દ્વારા જીતેલા પાક વિસ્તારો પાકિસ્તાનને પાછા કરવા પડ્યા.

કમનસીબે, કરાર પર હસ્તાક્ષર થયા પછી તરત જ રહસ્યમય સંજોગોમાં રશિયામાં તેમનું અવસાન થયું. તેમના શરીરની ફોરેન્સિક તપાસ કરવામાં આવી ન હતી. જ્યારે તેમના મૃતદેહને અગ્નિસંસ્કાર માટે ભારત લાવવામાં આવ્યો ત્યારે તેમની પત્ની સહિત કેટલાક લોકોએ તેમના શરીર પર વિચિત્ર લીલા ડાઘ જોયા હતા. તેના પરિવારના સભ્યો સહિત ઘણા લોકોને લાગે છે કે તે ભારતીય અને રશિયન ડોકટરોની તત્કાલીન ટીમ દ્વારા જાહેર કરાયેલ હાર્ટ એટેકથી તેમનું મૃત્યુ ન થયું હતું પણ એવી શંકા છે કે તાશકંદ ઘોષણા તરીકે ઓળખાતા કરાર પર હસ્તાક્ષર કર્યા પછી તેમની હત્યા કરવામાં આવી હતી. તે કરાર સંપૂર્ણપણે પાકિસ્તાનની તરફેણમાં હતો. વિવેક અગ્નિહોત્રી દ્વારા નિર્દેશિત **ધ તાશ્કંદ ફાઇલ્સ (2019)** નામની ફિલ્મ લાલ બહાદુર શાસ્ત્રીના મૃત્યુના રહસ્યની આસપાસ ફરે છે.

તેમની સરકારે **નેશનલ એગ્રીકલ્ચરલ પ્રોડક્ટ્સ બોર્ડ એક્ટ** પસાર કર્યો હતો અને **ફૂડ કોર્પોરેશન એક્ટ 1964** હેઠળ **ફૂડ કોર્પોરેશન ઓફ ઇન્ડિયાની** સ્થાપના કરી હતી.

તેમણે 1965 માં ટ્રોમ્બે ખાતે **પ્લુટોનિયમ રિપ્રોસેસિંગ પ્લાન્ટ**નું ઉદ્ઘાટન કર્યું હતું. ડો. હોમી જહાંગીર ભાભાએ સૂચવ્યા મુજબ, શાસ્ત્રીએ અણુ વિસ્ફોટકોના વિકાસને અધિકૃત કર્યું હતું. ભાભાએ શાંતિપૂર્ણ હેતુઓ માટે પરમાણુ વિસ્ફોટક ડિઝાઇન જૂથ સ્ટડી ઓફ પરમાણુ વિસ્ફોટોની સ્થાપના કરી હતી.

ભારતના સંસદ ભવનના સેન્ટ્રલ હોલમાં શાસ્ત્રીનું ચિત્ર મૂકવામાં આવ્યું છે. તેમને મરણોપરાંત ભારત રત્નથી નવાજવામાં આવ્યા હતા.

## 9.3.2 લાલ બહાદુર શાસ્ત્રીની ભૂલો અને લાંબા ગાળાની અસરો

લાલ બહાદુર શાસ્ત્રીનો કાર્યકાળ ખૂબ જ ટૂંકો હતો. તેના દ્વારા કરવામાં આવેલી કોઈ ભૂલો નથી. તેઓ કૃષિ સુધારાઓ અને પાકિસ્તાન સાથે યુદ્ધ લડવાની દ્રષ્ટિએ રાષ્ટ્રના નિર્માણમાં અત્યંત વ્યસ્ત હતા.

જો કે, તેમની પાસે ધરતીપુત્ર તરીકે આવડત અને ક્ષમતા હતી. તેઓ દેશ માટે જરૂરી વાસ્તવિક સુધારાઓ લાવવા માટે ગરીબ લોકો અને સામાન્ય માણસોની પીડાને સમજતા હતા. પરંતુ તે લાંબા સમય સુધી ટકી શક્યાં નહીં. દરમિયાન, તેમની પાસે નેહરુ દ્વારા મૂકવામાં આવેલા ખામીયુક્ત પાયાને ચાલુ રાખવા સિવાય કોઈ વિકલ્પ નહોતો.

## 9.3.3 શ્રી લાલ બહાદુર શાસ્ત્રીનું રહસ્યમય મૃત્યુ

ત્તાશ્કંદમાં તેમનું મૃત્યુ કુદરતી ન હતું. શંકાની સોય તે વ્યક્તિને જાય છે જેને તેના મૃત્યુથી ફાયદો થયો છે. શંકાના મુખ્ય કારણો છે:

- તેમના શરીર પર કોઈ પોસ્ટમોર્ટમ કરવામાં આવ્યું ન હતું.
- વિદેશી ધરતી પર તેમના મૃત્યુ અંગે કોઈ તપાસ કરવામાં આવી ન હતી.
- વડાપ્રધાનની રહેવાની જગ્યા પરથી તેમના ડોક્ટર લગભગ 20 કિલોમીટરના અંતરે તૈનાત હતા.

- તેમના રૂમમાં કોઈ ટેલિફોન અથવા ઘંટડી પણ નહોતી.
- છેલ્લું દૂધ તેમના નિયમિત રસોઈયા દ્વારા નહીં પણ નવા રસોઈયા જાન મોહમ્મદ દ્વારા લાવવામાં આવ્યું હતું.
- રશિયન ડોક્ટરને ઝેરની શંકા લાગી હતી.
- દિલ્હી પહોંચ્યા ત્યારે તેમના શરીર પર લીલા ડાઘ હતા.
- તેમના પેટ અને ગળાના પાછળના ભાગે કટ-નિશાન હતા. તેમાંથી લોહી વહી રહ્યું હતું, ઓશીકું, બેડશીટ અને તેમના કપડાં લોહીથી લથપથ હતા.
- જે ભારતીય ડોક્ટર ડો.ચુગ તાશ્કંદમાં તેમની સાથે હતાં, તેમની પત્ની અને 2 પુત્રોની કાર-ટ્રક એક્સીડેન્ટમાં 1977 માં અપમૃત્યુ થઇ.

**આગામી વડા પ્રધાન શ્રીમતી ઇન્દિરા ગાંધીના પ્રદર્શનની નહેરુવાદના પ્રકાશમાં સમીક્ષા કરવી રસપ્રદ છે.**

## 9.4 ઇન્દિરા ગાંધી - વ્યક્તિત્વ અને યોગદાન (1966 - 1977 અને 1980 - 1984)

ઇન્દિરા ગાંધીને જવાહરલાલ નેહરુ દ્વારા અને તેને ભારતીય રાજકારણમાં નોંધપાત્ર ભૂમિકા ભજવવા માટે તૈયાર કરવામાં આવી હતી.

શ્રી લાલ બહાદુર શાસ્ત્રીના અચાનક નિધનને કારણે, આગામી વડાપ્રધાનની પસંદગી કરવાની જરૂરિયાત હતી. કોંગ્રેસના અગ્રણીઓ અન્ય કોઈનો નિર્ણય લઈ શક્યા નહીં અને ઈન્દિરા ગાંધીને એ આશાએ

પસંદ કર્યા કે તેઓ એક મહિલા હોવાને કારણે તેઓ તેના પર નિયંત્રણ રાખી શકશે. તેઓને ગુંગી ગુડિયા તરીકે ગણવામાં આવી હતી જેને વહીવટનો કોઈ પૂર્વ અનુભવ ન હતો.

ઇન્દિરા ગાંધીએ કોંગ્રેસ હાઇકમાન્ડ સાથે થોડા સમય માટે ચલાવ્યું. પરંતુ ટગ ઓફ વોર શરૂ થઇ ચૂકી હતી. વર્ષ 1969 માં, ઈન્દિરા ગાંધીએ મમત કરીને અલગ કોંગ્રેસ (ઈન્દિરા) બનાવી. બાકી કોંગ્રેસને કોંગ્રેસ (સંગઠન) કહેવામાં આવતું હતું. યોગ્ય સમયે, તેઓએ તેની શક્તિઓનું સંચાલન કર્યું અને કોંગ્રેસ (સંગઠન) નો નાશ કર્યો. તેઓએ વર્ષ 1977 સુધી શાસન કરવાનું ચાલુ રાખ્યું.

## 9.4.1 ઇન્દિરા ગાંધીનું મુખ્ય યોગદાન:

**હરિયાળી ક્રાંતિની સુવિધા** - અમેરિકાની PL 480 નીતિ અંતર્ગત અનાજના પુરવઠા માટે ભારત મોટે ભાગે અમેરિકા પર નિર્ભર હતું. જ્યારે ઇન્દિરા ગાંધીએ વિયેતનામ અંગે અમેરિકાની યુદ્ધની નીતિને ટેકો આપ્યો ન હતો ત્યારે ભારતનાં PL480 ના પુરવઠામાં સતત ઘટાડો થયો હતો. એ વખતે ઈન્દિરા ગાંધીએ ભારતમાં હરિયાળી ક્રાંતિને વેગ આપ્યો હતો જેની શરૂઆત લાલ બહાદુર શાસ્ત્રીએ કરી હતી.

**શ્વેત ક્રાંતિની સુવિધા** - લાલ બહાદુર શાસ્ત્રી દ્વારા ભારતમાં શ્વેત ક્રાંતિ શરૂ કરવામાં આવી હતી અને ઇન્દિરા ગાંધીના સમય દરમિયાન ડો. વર્ગીસ કુરિયન દ્વારા તેને મોટુ પ્રોત્સાહન આપવામાં આવ્યું હતું.

**ખાનગી ક્ષેત્રની બેંકોનું રાષ્ટ્રીયકરણ** - તેણે વર્ષ 1969 માં તમામ ખાનગી બેંકોનું રાષ્ટ્રીયકરણ કર્યું અને બેંક લોન મેળવવા માટે ગરીબો માટે તથાકથિત દરવાજા ખોલ્યા. ખરેખર તો તે એક રાજનૈતિક પગલું હતું જેમાં તે સફળ થયાં. તેનાં લીધે 1969ની લોકસભાની ચૂંટણીમાં તેને પ્રચંડ બહુમત મળ્યો. *(તે એક વિડંબના છે કે બેન્કોના રાષ્ટ્રીયકરણના 45 વર્ષ પછી પણ કરોડો ગરીબો પાસે બેંક ખાતું પણ નહોતું. નરેન્દ્ર મોદીએ ગરીબ જનતાના 42 કરોડ બેંક ખાતા ખોલવાનું શક્ય બનાવ્યું જેથી તેઓ તેમના ખાતામાં સીધા જ તેમના પૈસા મેળવે).*

**1971 નું ભારત-પાકિસ્તાન યુદ્ધ - બાંગ્લાદેશની મુક્તિ** - બાંગ્લાદેશની મુક્તિ માટે 1971 ના ભારત-પાકિસ્તાન યુદ્ધ જીતવાનો શ્રેય તેઓને જાય છે. અમેરિકા જેવા પ્રબળ દેશોના વિરોધ અને ધમકીઓ સામે આ વિજયને કારણે તે પ્રખ્યાત આયર્ન લેડી બની.

**શિમલા કરાર** - 1971 ના ભારત-પાકિસ્તાન યુદ્ધ અને બાંગ્લાદેશની મુક્તિ બાદ, ભારત અને પાકિસ્તાન વચ્ચે હિમાચલ પ્રદેશના શિમલા ખાતે પાકિસ્તાનના તત્કાલીન રાષ્ટ્રપતિ ઝુલ્ફીકાર અલી ભુટ્ટો અને વડાપ્રધાન ઈન્દિરા ગાંધી વચ્ચે આ સંધિ પર હસ્તાક્ષર થયા હતા. આ કરારથી પાકિસ્તાન દ્વારા બાંગ્લાદેશને રાજદ્વારી માન્યતા આપવાનો માર્ગ મોકળો થયો હતો.

આ કરાર હેઠળ, બંને પક્ષો શાંતિપૂર્ણ માધ્યમો અને દ્વિપક્ષીય સંવાદો દ્વારા આપસનાં મતભેદો ઉકેલવા માટે સંમત થયા. વિવાદ તરીકે કાશ્મીરને દ્વિપક્ષીય મુદ્દો માનવામાં આવ્યો હતો. આમ ભારતે સંયુક્ત રાષ્ટ્ર સંઘ દ્વારા કે અન્ય તૃતીય પક્ષો દ્વારા કોઈપણ હસ્તક્ષેપની

સંભાવના સમાપ્ત કરી દીધી હતી. આ એક રાષ્ટ્રવાદી મુત્સદ્દી પગલું હતું.

આ કરારમાં ભારત અને પાકિસ્તાન વચ્ચે 17 મી ડિસેમ્બર 1971 ની સીઝ ફાયર લાઇનને નિયંત્રણ રેખા (એલઓસી) માં રૂપાંતરિત કરવા માટે સંમતિ આપવામાં આવી હતી. એક બીજી મહત્વપૂર્ણ જોગવાઈ એ કરવામાં આવી કે પરસ્પર મતભેદો અને કાનૂની અર્થઘટનને ધ્યાનમાં લીધા વિના, કોઈપણ પક્ષ નિયંત્રણ રેખાને એકતરફી રીતે બદલવાનો પ્રયત્ન કરશે નહીં.

**બંધારણનો 26 મો સુધારો** - 1947 થી રાજા રજવાડાઓને આપવામાં આવેલ પ્રિવી પર્સનો અંત - ઇન્દિરા ગાંધીના વડા પ્રધાનપદ હેઠળ, સરકારે 26 મો બંધારણ સુધારો પ્રસ્તાવિત કર્યો જેમાં પ્રિવી પર્સ અને તેની સાથે આવતી તમામ ચુકવણીઓ અને વિશેષાધિકારો નાબૂદ કર્યા.

પ્રિવી પર્સ એ 1947 માં ભારત સાથે વિલય કરવાના તેમના કરારના ભાગરૂપે અગાઉના રજવાડાઓના શાહી પરિવારોને આપવામાં આવેલી ચુકવણી હતી, જેમના રજવાડા 1947 માં ભારતમાં ભળી ગયા હતા. ભારતમાં ભળી ગયા પછી આ રાજાઓ તેમના તમામ શાસક અધિકારો સમાપ્ત કરવા માટે વચન બદ્ધ થયા હતા.

આ બિલ 1969 માં પ્રથમવાર સંસદમાં પ્રસ્તાવિત કરવામાં આવ્યું હતું અને લોકસભામાં પસાર થયું હતું. જો કે, તે બે તૃતીયાંશ બહુમતી સુધી પહોંચવા માટે રાજ્યસભામાં એક મતથી પસાર કરવામાં નિષ્ફળ રહ્યું. 1971 માં આ બિલ ફરીથી પ્રસ્તાવિત કરવામાં આવ્યું હતું અને ભારતના બંધારણમાં 26 મા સુધારા તરીકે સફળતાપૂર્વક પસાર થયું હતું. એક

રીતે ભારતમાં વિલય વખતે રાજાઓને આપેલા વચનો ભંગ થયાં હતા. પણ ઇન્દિરા ગાંધીની અગાધ સત્તા સામે કોઈએ પણ આવાજ ઉઠાવ્યો નહી.

**અણુ પરીક્ષણ - ઓપરેશન સ્માઇલિંગ બુદ્ધ** - હસતાં બુદ્ધ ભારતના પ્રથમ પરમાણુ બોમ્બનું કોડ નામ હતું, અણુ બોમ્બનું પરીક્ષણ 18 મી મે, 1974 ના રોજ કરવામાં આવ્યું હતું.

ગુપ્તતા જાળવવા માટે વડાપ્રધાને અધિકારીઓને બોમ્બનું નિર્માણ કરવા અને તેની ફિલ્ડ ટેસ્ટ માટે તૈયાર કરવા માટે મૌખિક અધિકાર આપ્યો હતો. તેના એન્જિનિયરિંગ અને પરીક્ષણની વિકાસ પ્રક્રિયા અને નિર્ણય લેવાની પ્રક્રિયા બંને માટે ખૂબ ઓછા રેકોર્ડ રાખવામાં આવ્યા હતા.

અણુ બોમ્બને રાજસ્થાનના આર્મી બેઝ, પોખરણ-ટેસ્ટ રેન્જ પર ભારતીય સેના દ્વારા ભારતના કેટલાક મુખ્ય સેનાપતિઓની દેખરેખ હેઠળ વિસ્ફોટ કરવામાં આવ્યો હતો. અણુ બોમ્બની તૈયારીની ભનક કોઈ પણ વિકસિત દેશને લાગી ન હતી. ભારતની આ એક મહત્વપૂર્ણ સિદ્ધિ હતી.

**અંતરિક્ષમાં જનાર પ્રથમ ભારતીય** - વડા પ્રધાન ઇન્દિરા ગાંધીનાં રશિયા સાથે જાળવેલા સારા સંબંધોનાં લીધે ઇન્ટરકોસ્મોસ પ્રોગ્રામના ભાગરૂપે 2 એપ્રિલ 1984 ના રોજ રશિયા દ્વારા લોન્ચ કરાયેલ સોયુઝ ટી-11 પર ભારતે પોતાનો પ્રથમ માનવી અવકાશમાં મોકલ્યો. રાકેશ શર્મા, ભૂતપૂર્વ ભારતીય વાયુસેનાના પાયલોટ, અવકાશમાં ઉડાન ભરનારા પ્રથમ ભારતીય હતા.

રાકેશ શર્માએ 7 દિવસ, 21 કલાક અને 40 મિનિટ અન્તરિક્ષમાં ઓર્બિટલ સ્ટેશન સલ્યુત-7 માં વિતાવ્યા, જે દરમિયાન તેમના 3 સભ્યો સોવિયેત-ભારતીયએ 43 પ્રાયોગિક સત્રોમાં વૈજ્ઞાનિક અને તકનીકી અભ્યાસ હાથ ધર્યા.

અવકાશમાંથી પાછા ફર્યા બાદ, શર્માને 'સોવિયત યુનિયનના હીરો' સન્માન એનાયત થયું હતું. ભારતમાં, તેમને (અને તેમના સોવિયેત સમકક્ષો) સર્વોચ્ચ શાંતિ સમય વીરતા પુરસ્કાર, 'અશોક ચક્ર' મળ્યો.

**ઓપરેશન બ્લુ સ્ટાર** - વિધિની વક્રતા એ હતી કે જર્નાઇલ સિંહ ભિંડરાનવાલેને ઈન્દિરા ગાંધીએ જ પંજાબમાં કોંગ્રેસની રાજકીય વ્યૂહરચના માટે મોટા બનાવ્યા હતા અને તેણે તેનો સફળતાપૂર્વક ઉપયોગ કર્યો હતો. તે જ વ્યક્તિ ભસ્માસુર બની અને રાષ્ટ્રવિરોધી શક્તિ બની જેને ખતમ કરવાની ફરજ ઇન્દિરા ગાંધીને પડી.

ઓપરેશન બ્લુ સ્ટાર 1984 માં ભારતીય સેના દ્વારા હાથ ધરવામાં આવેલ સૌથી મોટું આંતરિક સુરક્ષા મિશન હતું. વડા પ્રધાન ઇન્દિરા ગાંધીએ હરમંદિર સાહિબ કોમ્પ્લેક્સ અથવા અમૃતસર સ્થિત સુવર્ણ મંદિરમાંથી શીખ આતંકવાદીઓને બહાર કાઢવા માટે લશ્કરી કામગીરીનો આદેશ આપ્યો હતો. આ ઓપરેશન 1 લી જૂન અને 8 મી જૂન 1984 ની વચ્ચે કરવામાં આવ્યું હતું.

ખાલિસ્તાન ચળવળ એક શીખ ચળવળ હતી જેનો ઉદ્દેશ વર્તમાન ભારતમાં શીખો માટે સ્વતંત્ર રાજ્ય બનાવવાનો હતો. આ ચળવળ 1940 અને 50 ના દાયકાની વચ્ચે શરૂ થઈ, પણ તેણે 70 અને 80 ના દાયકા વચ્ચે ઉગ્ર સ્વરૂપ પકડ્યું. પંજાબમાં ખાલિસ્તાની ઉપદ્રવિયોએ

માઝા મૂકી હતી અને જનસામાન્યને રંજાડતા હતાં. ખાલીસ્તાન વિરોધીઓની હત્યા એ સામાન્ય બાબત બની ગઈ હતી.

જરનૈલ સિંહ ભિંડરાનવાલે દમદમી ટકસાલના એક પ્રભાવશાળી નેતા હતા અને તેમણે ખાલિસ્તાન બનાવવા માટે ભારત પર દબાવ બનાવવા અમૃત્સરના શીખ સુવર્ણ મંદિરનો કબજો પોતાના સશસ્ત્ર અનુયાયીયો જોડે લઇ લીધો હતો. આ લોકોને દેશ બહાર સ્થાપિત થયેલાં અનેક શીખો તરફથી આર્થિક સહાયતા મળતી હતી. એવી અફવાહ હતી કે ગમે ત્યારે આ લોકો સ્વતંત્ર ખાલિસ્તાનની ઘોષણા કરી દે અને પાકિસ્તાન, બંગલાદેશ, કેનેડા અને બીજા મુસ્લિમ દેશો તેને સમર્થન આપે. ભારત દેશ માટે આ એક અતિ અનિચ્છનીય વિષમ પરિસ્થિતિ હતી. અમૃતસરના સ્વર્ણ મંદિરને ઉગ્રવાદીયોથી મુક્ત કરાવવું આવશ્યક હતું.

આ પ્રક્રિયામાં, સત્તાવાર રેકોર્ડ મુજબ, મિલિટન્ટ જાનહાનિ સિવાય, ભારતીય સેનાના 83 સૈનિકો અને 493 નાગરિકોએ પોતાનો જીવ ગુમાવ્યો હતો.

31 ઓક્ટોબર 1984 ના રોજ તેના શીખ અંગરક્ષકોના હાથે ઇન્દિરા ગાંધીની હત્યાનું મૂળ કારણ ઓપરેશન બ્લુ સ્ટાર જ મનાય છે.

## વિદેશ નીતિ

ઈન્દિરા ગાંધીની વિદેશ નીતિએ દક્ષિણ એશિયામાં ભારતને એક શક્તિ તરીકે સ્થાપિત કરી.

1971 ના ભારત-પાકિસ્તાન યુદ્ધ પછી બાંગ્લાદેશની રચના, અમેરિકાના પરોક્ષ વિરોધ છતાં, તેની વિદેશ નીતિની સૌથી મોટી સફળતા હતી.

ભારતને સોવિયેત અવકાશ કાર્યક્રમ ઇન્ટરકોસ્મોસમાં પણ સમાવવામાં આવ્યું હતું, જ્યાં રાકેશ શર્મા અવકાશમાં ઉડાન ભરનારા પ્રથમ ભારતીય બન્યા હતા.

પેલેસ્ટાઇનના સંઘર્ષોમાં તેઓ ખુલ્લેઆમ ઇઝરાયલની વિરુદ્ધ હતા.

તે સ્વીકારવું જ જોઇએ કે વિદેશ નીતિના ક્ષેત્રમાં જવાહરલાલ નહેરુની પુત્રી ઇન્દિરા ગાંધી તેમના પિતા કરતાં વધુ સમજદાર હતી.

**અનેક સરકારી ઉદ્યોગોનું પુનરુત્થાન અને નવા ઉદ્યોગોની સ્થાપના** - ઘણા જાહેર ક્ષેત્રના સાહસો બિનકાર્યક્ષમતા અને ગેરવહીવટને કારણે મોટું નુકસાન કરી રહ્યા હતા. યોગ્ય વ્યક્તિઓની પસંદગી કરવામાં ઇન્દિરા ગાંધીની મહાન કુશળતા હતી. તેઓએ BHEL અને પછી SAILને સુવ્યવસ્થિત કરવા માટે શ્રી વી કૃષ્ણમૂર્તિની નિમણૂક કરી. બાદમાં તેમને મારુતિ ઉદ્યોગ લિમિટેડની સ્થાપના માટે નિયુક્ત કર્યા. કૃષ્ણમૂર્તિએ આ ત્રણેય ઉદ્યોગોને વ્યાવસાયિક રીતે પુનઃસ્થાપિત કર્યા. ઇન્દિરા ગાંધીએ એનટીપીસી અને એનએચપીસી જેવા નવા પીએસયુ પાવર સેક્ટરમાં બનાવ્યા હતા. આ તમામ PSU આજે વિશ્વ વિખ્યાત ઔદ્યોગિક સાહસો છે.

ઈન્દિરા ગાંધી કદાચ વિશ્વના સૌથી લોકપ્રિય ભારતીય નેતાઓમાંના એક હતા. પંડિત જવાહરલાલ નેહરુની પુત્રી હોવા ઉપરાંત, તેઓ ભારતના પ્રથમ અને એકમાત્ર મહિલા વડાપ્રધાન પણ હતા.

આંતરરાષ્ટ્રીય પરિદ્દશ્યમાં તેની મજબૂત હાજરીએ ભારતને ઉભરતા વૈશ્વિક મહાસત્તા તરીકે સ્થાપિત કરવામાં મદદ કરી. 1971 માં ભારતને

વિજય અપાવ્યા બાદ તેમના કાર્યકાળ દરમિયાન તેમને ઘણા લોકો 'આયર્ન લેડી ઓફ ઇન્ડિયા' કહેતા હતા.

તેમાં કોઈ શંકા નથી કે તેઓને ઈશ્વરે અનેક ભેટો આપેલી. તે સુંદર, મોહક, આકર્ષક, કરીશ્મેટીક મહિલા હતી. તે વિચારશીલ, વાંચનશીલ, માનવતાવાદી, સહાનુભૂતિ રાખનાર, ઉત્સાહી અને હિંમતવાન હતી. તેનામાં ચુંબકીય વશીકરણ, લાવણ્ય અને શૈલી હતી. તે પ્રભાવશાળી અને આંજી નાખનાર વ્યક્તિત્વની ધણી હતી.

## 9.4.2 ઇન્દિરા ગાંધીની ભૂલો અને લાંબા ગાળાની અસરો

નેહરુવાદના જનીન (gene) સહેલાઈથી ફેરવી શકાતા નથી. દીકરી પિતાની શ્રેષ્ઠ શિષ્યા હતી. તેથી પિતાએ જે પણ કર્યું, પુત્રીએ તેને વધુ આગ્રહ સાથે કર્યું. તેઓએ વસાહતી પ્રથાઓ, શિક્ષણ પ્રણાલી, ખોટો ઇતિહાસ, આર્થિક વ્યવસ્થા, અમલદારશાહીની સ્ટીલ ફ્રેમ ચાલુ રાખી અને પોતાની સ્થિતિને મજબૂત બનાવવા નિયમોની પરવાહ ના કરી.

**હિન્દુઓનો ધિક્કાર અને સ્યુડો-સેક્યુલરિઝમ હેઠળ કોમવાદનું મજબૂતીકરણ** - હિંદુ દ્વેષના સંદર્ભમાં જવાહરલાલ નહેરુના લક્ષણો, મુસ્લિમ ઇતિહાસનું ગૌરવ, બ્રિટીશ સંસ્કૃતિને ચાલુ રાખવી અને રોમેન્ટિક સામ્યવાદ ઇન્દિરા ગાંધીને એટલો બધો વારસામાં મળ્યો હતો કે તેઓએ આ બધું ચાલુ રાખ્યું એટલું જ નહીં પરંતુ આ લક્ષણોને ખૂબ સમૃદ્ધ બનાવ્યા. તે પણ નેહરુની માફક ધરતીપુત્રી ન હતી.

તેને હિન્દુઓ પ્રત્યે એટલો તીવ્ર ધિક્કાર હતો કે એક વખત તેણે સંસદમાં અટલ બિહારી વાજપેયીને કહ્યું કે - હું પાંચ મિનિટમાં જનસંઘને સમાપ્ત કરી શકું છું. *(જનસંઘ અગાઉની રાષ્ટ્રવાદી પાર્ટી હતી જે હવે ભારતીય જનતા પાર્ટી (ભાજપ) ના નવા અવતારમાં છે).* અટલ બિહારી વાજપેયીએ એક ચતુર રાજકારણી તરીકે જવાબ આપ્યો - મેડમ, પાંચ મિનિટમાં તો તમે તમારા વાળનો વળ (curl) પણ સીધો કરી શકતા નથી.

સ્વામી કરપાત્રીજી હિન્દુઓના એક પ્રખ્યાત અને આદરણીય સંત હતા અને તેમણે ગૌહત્યાનાં પ્રતિબંધ માટે આંદોલનનું નેતૃત્વ કર્યું હતું. ઈન્દિરા ગાંધીએ તેમને સામાન્ય ચૂંટણીઓ પછી તેના પર પ્રતિબંધ મૂકવાનું વચન આપ્યું હતું, તેમણે સામ્યવાદીઓ અને મુસ્લિમોના દબાણ હેઠળ પોતાનું વચન પૂરું કર્યું ન હતું. 7 નવેમ્બર 1966 ના રોજ યોજાયેલા આંદોલનમાં તમામ 4 શંકરાચાર્યો, જૈન મુનિ સુશીલ કુમાર જૈન, લાલા રામ ગોપાલ શાલવાલે, પ્રોફેસર રામ સિંહ, સંત પ્રભુદત્ત બ્રહ્મચારી, સ્વામી નિરંજન દેવ તીર્થ જેવા હજારો સંતોએ અને હિન્દુ આંદોલનકારીઓએ હાજરી આપી હતી. પરંતુ ઇન્દિરા ગાંધીએ તેમની વાત સાંભળવાને બદલે ફાયરિંગનો આદેશ આપ્યો. આ ગોળીબારમાં ઘણા આંદોલનકારીઓ માર્યા ગયા હતા. સ્વામી કરપાત્રીજીએ તેને શ્રાપ આપ્યો - તમે નાશ પામશો. વર્ષ 1984 માં સુરક્ષાકર્મીઓ દ્વારા ઇન્દિરા ગાંધીની હત્યામાં તે શ્રાપ સમાપ્ત થયો.

તેઓએ વર્ષ 1972 માં મુસ્લિમ પર્સનલ લો બોર્ડ (MPLB) ની સ્થાપના કરી. આની કોઈ જરૂર નહોતી પણ તે મુસ્લિમ તુષ્ટિકરણ હતું. MPLB હવે સરકારને દરેક પગલામાં પરેશાન કરે છે. MPLB એ રામજન્મ ભૂમિ કેસમાં કોર્ટમાં ઘણી અડચણો ઉભી કરી હતી.

તેણે કોંગ્રેસને મુસ્લિમોનાં મત આપવા માટે દિલ્હીની જામા મસ્જિદના ઇમામનો સંપર્ક કર્યો, જે મુસ્લિમોમાં ભારે પ્રભાવ ધરાવે છે,

આવા અનેક ઉદાહરણો આપી શકાય છે. પરંતુ એ આ પુસ્તકનો વિષય નથી. વાચક સાર્વજનિક ડોમેનમાં ઉપલબ્ધ એવી માહિતી એકત્રિત કરી શકે છે.

**પરિણામ** - મુસ્લિમ કોમવાદે તેઓના સમય દરમિયાન ભારતીય રાજનીતિના માળખામાં મજબૂત પગ જમાવ્યો. જેની વિપરીત અસર હવે બહુમતી હિંદુઓ અનુભવી રહ્યા છે. આ દેશના કેટલાક ભાગોમાં મુસ્લિમો પ્રબળ બની રહ્યા છે અને દેશમાં ભાગલા પૂર્વેની પરિસ્થિતિઓ બની રહી છે.

**14 ખાનગી બેંકોનું રાષ્ટ્રીયકરણ** - 14 ખાનગી બેંકોનું રાષ્ટ્રીયકરણ દલિતોને લોન આપવા માટે કરવામાં આવ્યું ન હતું, (તે માત્ર એક ખેલ હતો), પરંતુ તેના રાજકીય પ્રતિસ્પર્ધીઓ પર પોતાનું વર્ચસ્વ સ્થાપિત કરવા અને નિર્દોષ અને અબુધ મતદારો પર પોતાની લોકપ્રિયતાની અસર બનાવવા માટે. તે પગલામાં મોટા પાયે ભ્રષ્ટાચારના બીજ વાવવામાં આવ્યા હતા.

**પરિણામ** - બેન્કિંગ સિસ્ટમમાં અક્ષમ સંચાલન અને ઇરાદાપૂર્વકની છટકબારીને કારણે મોટા પાયે બેન્કિંગ છેતરપિંડી શક્ય હતી જે મોટાભાગે રાજકારણીઓ દ્વારા બિનહિસાબી રીતે સંચાલિત હતી. વિજય માલ્યા, નીરવ મોદી, મેહુલ ચોકસીના કરોડોના કૌભાંડો બેંકોના રાષ્ટ્રીયકરણના પરિણામો છે. પ્રખ્યાત રૂ. 60 લાખ નાગરવાલા કૌભાંડ તેમના શાસન દરમિયાન થયું હતું.

**વર્ષ 1975 માં કટોકટી – સત્તાનો મદ વિનાશ દોરે છે.** અલ્હાબાદ કોર્ટમાં દાખલ થયેલી અરજી દરમિયાન ઇન્દિરા ગાંધી ચૂંટણી હારી જવા છતાં રાજીનામું આપવાને બદલે, તેમણે પુત્ર સંજય ગાંધી અને સિદ્ધાર્થ શંકર રે જેવા તેમના સલાહકારો દ્વારા સત્તાને વળગી રહેવાનું પસંદ કર્યું. અને દેશમાં અભૂતપૂર્વ કટોકટી લાદી. કટોકટી વિષે જાહેર ક્ષેત્રમાં ઘણું સાહિત્ય, પુસ્તકો અને સામગ્રી ઉપલબ્ધ છે. અહીં કેટલાક મુદ્દાઓનો ઉલ્લેખ કરવો હિતાવહ છે. જવાહરલાલ નેહરુ અને ઇન્દિરા ગાંધીના DNA અને જનીનો (gene) નિ:શંકપણે સમાન છે. લોકશાહી ભારતના પ્રથમ વડા પ્રધાન જવાહરલાલ નહેરુ ગાંધીનાં લીધે બિનલોકશાહી રીતે પસંદ થયા હતા.. સર્વ વિરોધી રાજનેતાઓને રાતોરાત જેલમાં નાખ્યા. સમાચારપત્રો ઉપર પ્રતિબંધ લાગાવ્યો અને સંવિધાન સંમત લોકોનાં મૂળભૂત અધિકારોનું હનન કર્યું. વાણી સ્વતંત્રતા પણ સમાપ્ત કરી. પુત્ર સંજય ગાંધી કોઈ પણ ઔપચારિક હોદ્દા વગર દેશનું શાસન મનમાની રીતે ચલાવતા હતા. કેન્દ્રિય મંત્રીઓ પણ કાંઈ બોલી શકતા ન હતા. ન્યાયપાલિકામાં પણ હસ્તક્ષેપ કરીને પોતાના કહ્યાગરા જજોને ઉચ્ચ પદો પર બેસાડ્યા. શાસનતંત્રમાં પણ જીહજૂરીયાઓને સ્થાપ્યા. ઇન્દિરા ઇઝ ઇન્ડિયાનું સ્લોગન તે વખતના કોંગ્રેસ નેતાઓએ આપ્યું.

**પરિણામ** – 1975 ની કટોકટી ભારતીય લોકશાહી અને ભારતીય રાષ્ટ્રીય કોંગ્રેસ પરનો સૌથી મોટો કાળો ડાઘ છે. તે બંધારણ, નાગરિકોનું માનવ જીવન, લગભગ તમામ રાજકીય અને પ્રભાવશાળી નેતાઓની કેદ અને સમાજના સામાજિક માળખામાં અરાજકતા વિક્ષેપિત કરે છે. તે મુસ્લિમ આક્રમણના સમયને યાદ કરે છે જ્યારે નાગરિકોને કોઈ અધિકારો ન હતા. કટોકટીના સમયગાળાને સ્વતંત્રતાનો સમયગાળો કહી શકાય

નહીં. વાચકને કટોકટીના સમયગાળાના ઉપદ્રવો પર ઉપલબ્ધ સાહિત્યનો સંદર્ભ લેવાની સલાહ આપવામાં આવે છે.

**બંધારણની પ્રસ્તાવનામાં ફેરફાર** - પ્રસ્તાવનામાં બે ફેરફાર કરવામાં આવ્યા હતા. સૌપ્રથમ, "સાર્વભૌમ લોકશાહી પ્રજાસત્તાક" તરીકે ભારતની લાક્ષણિકતા બદલીને "સાર્વભૌમ સમાજવાદી, બિનસાંપ્રદાયિક લોકશાહી પ્રજાસત્તાક" કરવામાં આવી છે અને બીજું, "રાષ્ટ્રની એકતા" શબ્દો બદલીને "રાષ્ટ્રની એકતા અને અખંડિતતા" કરવામાં આવ્યા છે. આ શબ્દો ઉમેરવાના કાયદાની પ્રખ્યાત વકીલ એચ.એમ.સેરવાઈ દ્વારા આકરી ટીકા કરવામાં આવી હતી. આ શબ્દો અસ્પષ્ટ અને અસ્થાને હતા અને કારણ વગર પ્રસ્તાવનામાં શામેલ ન કરવા જોઈએ. આ ફેરફારો કટોકટીના સમયગાળા દરમિયાન કરવામાં આવ્યા હતા જ્યારે સંપૂર્ણ વિપક્ષ જેલમાં હતો.

**પરિણામ** - ભારત એક સહજ રૂપે બિનસાંપ્રદાયિક દેશ છે. બંધારણ સભા દરમિયાન આ અંગે ચર્ચા કરવામાં આવી હતી અને 'બિનસાંપ્રદાયિક' શબ્દ બિનજરૂરી માનવામાં આવ્યો હતો. એ જ રીતે, 'સમાજવાદી' શબ્દ પણ અસ્પષ્ટ છે કારણ કે કોઈપણ લોકશાહી સરકાર સમાજવાદી હોવી જ જોઈએ. અસ્પષ્ટતા હોવા છતાં, તેઓનાં આ શબ્દોએ દેશના મુસ્લિમોને મજબૂત બનાવ્યા છે અને તેમને લાગે છે કે આ દેશ પર શાસન કરવું તેમનો જન્મસિદ્ધ અધિકાર છે. તે વિશ્વવ્યાપી ઘટના છે કે જ્યારે પણ કોઈ દેશમાં મુસ્લિમોનું શાસન હોય ત્યારે તે દેશને ઇસ્લામિક જાહેર કરવામાં આવે છે અને શરિયાના નિયમો લાદવામાં આવે છે અને બંધારણ તો રહેતું જ નથી. બંધારણના અભાવમાં બિન-મુસ્લિમોને પણ શરીયાના કાયદાઓ લાગુ પાડવામાં આવે છે.

**ઓપરેશન બ્લૂસ્ટારનાં પરિણામે ઇન્દિરા ગાંધીની હત્યા** - આ ઈન્દિરા ગાંધીની બીજી મોટી ભૂલ હતી જે આખરે તેની જ સુરક્ષા વ્યક્તિ દ્વારા તેની હત્યા તરફ દોરી ગઈ.

**પરિણામ** - કોંગ્રેસના ગુંડાઓ દ્વારા દિલ્હીમાં અને તેની આસપાસ આશરે 3000 જેટલી શીખોની હત્યા કરવામાં આવી હતી. જો કે, મોટાભાગના ગુંડાઓ રાજકીય રીતે લાંબા સમયથી રક્ષણ પામ્યા હતા અને અદાલતો પણ એક સજ્જન કુમાર સિવાય ગુનેગારોને સજા આપવામાં કોઈ ન્યાય કરી શકી ન હતી. આ ભારતીય ન્યાય વ્યવસ્થાની અક્ષમતા છે.

**પેલેસ્ટાઇનને માન્યતા આપવી અને યાસર અરાફાતને સગવડ આપવી** - ભારત પેલેસ્ટાઇનને માન્યતા આપનાર વિશ્વમાં પ્રથમ દેશ હતો, મુસ્લિમ તુષ્ટિકરણ માટે જ આવું અરાજનૈતિક પગલુ લેવામાં આવ્યું હતું. **પેલેસ્ટાઇન** એટલે આતંકવાદી યાસર અરાફાતે બનાવેલો દેશ. જે વ્યક્તિને વિશ્વના 103 દેશોએ આતંકવાદી જાહેર કર્યો હતો અને જેણે 6 વિમાનો હાઇજેક કર્યા હતા અને બે હજાર નિર્દોષ લોકોની હત્યા કરી હતી. આની કોઈ જરૂર નહોતી. આજ સુધી, પેલેસ્ટાઇનનો ભારત માટે આંતરરાષ્ટ્રીય કૂટનીતિ અથવા વેપાર અથવા અન્ય કોઈપણ ક્ષેત્રમાં કોઈ ઉપયોગ નથી જ્યારે ઈઝરાયેલ એક સક્ષમ પ્રબળ દેશ છે જે હવે ભારતને ઘણી રીતે મદદ કરી રહ્યો છે. કોંગ્રેસની ખામીયુક્ત નીતિઓને કારણે આપણો ઇઝરાયલ સાથે કોઇ સંબંધ નહોતો. ઇન્દિરા ગાંધીએ મુસ્લિમ તુષ્ટિકરણ માટે આ બધું કર્યું. તેઓએ યાસેર અરાફાતને ભારત આમંત્રિત કર્યા હતા અને તેને "નેહરુ શાંતિ પુરસ્કાર" આપ્યો જેમાં રોકડા એક કરોડ રૂપિયા અને બસો ગ્રામ સોનાની બનેલી શિલ્ડ હતી.

**પરિણામ** - ઇઝરાયેલ સાથેના રાજકીય, સંરક્ષણ, કૃષિ અને વેપાર સંબંધોથી ભારત વંચિત રહ્યું જે વિશ્વના સૌથી વિકસિત દેશોમાંનો એક છે.

ઉપર આપેલી યાદી સંપૂર્ણ નથી પરંતુ પ્રવર્તમાન દૃશ્યની માત્ર ઝલક છે.

ઈન્દિરા ગાંધીએ પાછળ છોડી દીધેલ સૌથી હાનિકારક વારસો છે - ગુનાહિત રાજકારણનું ગઠબંધન, સરકારી અને સામાજિક પ્રણાલીઓમાં ભ્રષ્ટાચારને મુખ્ય પ્રવાહમાં સંસ્થાગત બનાવવાનો અને "બિનસાંપ્રદાયિકતા" શબ્દથી મુસ્લિમ વોટબેંક ને કોંગ્રેસ તરફ અકબંધ કરવાનો.

**હવે આપણે જોઈએ કે આગામી શાસકોએ ભારત માટે શું કર્યું. મેં કટોકટી પછીનાં લગભગ 2.5 વર્ષ સુધીનાં જનતા દળની સરકારની અવગણના કરી છે કારણ કે સરકાર તેના પોતાના વજનને કારણે પડી ભાંગી હતી તે સિવાય તેની કોઈ નોંધપાત્ર સિદ્ધિઓ કે ભૂલો નહોતી. જનતા દલ સરકારની સૌથી મોટી ભૂલ એ હતી કે સુશાસન કરવાના બદલે ઇન્દિરા ગાંધીને કનડવામાં વધારે ધ્યાન આપ્યું અને તેને જેલમાં પૂરી દિધી જેનાં લીધે ઇન્દિરા ગાંધી ફિનિક્ષ પક્ષીની માફક ફરીથી લોકપ્રિયતા મેળવી ગઈ. ચરણ સિંહ, જેણે મોરાજી દેસાઈની સરકારને ખતમ કરવામાં મહત્વપૂર્ણ ભાગ ભજવ્યો તે આગામી વડાપ્રધાન બન્યા અને સંસદમાં વિશ્વાસનો મત જીતવાનો પ્રયાસ પણ ન કર્યો. તેઓ કોંગ્રેસના બહારના ટેકાથી સરકાર રચવામાં સફળ રહ્યા હતા જે કોંગ્રેસ દ્વારા વિશ્વાસમત પહેલા જ પાછી ખેંચી લેવામાં આવ્યો હતો. તેમનો કાર્યકાળ 6 મહિનાથી ઓછો ચાલ્યો.**

## 9.5 રાજીવ ગાંધી - વ્યક્તિત્વ અને યોગદાન (1984 - 1989)

ઈન્દિરા ગાંધીની હત્યા બાદ રાજીવ ગાંધી 40 વર્ષ અને 42 દિવસની ઉંમરે ભારતના સૌથી યુવાન વડાપ્રધાન બન્યા. તેઓ ભારતમાં રાજવંશ શાસનનું બીજું ઉદાહરણ હતા જ્યારે પ્રણવ મુખર્જી અને નરસિંહ રાવ જેવા વધુ સારા, સક્ષમ અને લાયક ઉમેદવારો ઉપલબ્ધ હતા. રાજીવનું શિક્ષણ સ્વિટ્ઝરલેન્ડની આંતરરાષ્ટ્રીય બોર્ડિંગ સ્કૂલ ઇકોલ ડી હ્યુમેનિટીમાં થયું હતું. 1962 થી 1965 સુધી તેમણે કેમ્બ્રિજની ટ્રિનિટી કોલેજમાં એન્જિનિયરિંગનો અભ્યાસ કર્યો, પરંતુ ડિગ્રી મેળવી નહીં. 1966 માં ઇમ્પિરિયલ કોલેજ લંડનમાં એન્જિનિયરિંગ નો અભ્યાસ કર્યો પણ તેને પૂર્ણ કર્યો નહીં. પછી દિલ્લી ફ્લાઈંગ કલબથી કમર્શિયલ પાઈલોટનું લાયસેન્સ મેળવ્યું. તેમણે ઇન્ડિયન એરલાઇન્સમાં પાયલોટ તરીકે સેવા આપી હતી. તેમને શાસન કે વહીવટનો અગાઉનો અનુભવ નહોતો. તેમને તેમના નાના ભાઈ સંજય ગાંધીની જેમ રાજકારણમાં રસ નહોતો.

તેમ છતાં, તેઓ વડાપ્રધાન તરીકે શપથ લેતા સમયે ખૂબ જ પ્રમાણિક હતા અને ભારતને 21 મી સદીમાં લઈ જવા માંગતા હતા. તેમણે ભારતીય રાજનીતિમાં નોંધપાત્ર યોગદાન આપ્યું હતું.

### 9.5.1 રાજીવ ગાંધીનું મુખ્ય યોગદાન:

**ભારતમાં ડ્યુટી ફ્રી કોમ્પ્યુટર્સનું આગમન** - ભારત બિલકુલ ટેક્નોલોજી-પ્રોન દેશ ન હતો અને મોટાભાગની વૈભવી અને તકનીકી વસ્તુઓ આયાત કરવામાં આવતી હતી. મોટાભાગની આયાત કરેલી

વસ્તુઓ પર કોમ્પ્યુટર સહિત 360% કસ્ટમ ડ્યુટી ભરવી પડતી હતી. રાજીવ ગાંધીએ તમામ પ્રકારના કોમ્પ્યુટર પર કસ્ટમ ડ્યૂટી નાબૂદ કરી.

**વ્યક્તિગત અનુભવ** - એનટીપીસી દ્વારા નિરીક્ષણ માટે સિમેન્સ, જર્મનીની મુલાકાત લેવા માટે 1984 માં મને પશ્ચિમ જર્મનીમાં મોકલવામાં આવ્યો હતો. વિન્ડો શોપિંગ દરમિયાન, મને એક મિની કોમ્પ્યુટર જોવા મળ્યું જેનું કુલ કદ રીડર ડાયજેસ્ટની બુક જેટલું હતું. તેમાં કી બોર્ડ અને 120 x 10 મીમી સ્ક્રીન, મિની ટેપ રેકોર્ડર અને મિની પ્રિન્ટર સાથે આજનો મોબાઇલ પ્રકારનો રીમૂવેબલ કન્સોલ છે. કિંમત માત્ર રૂ. 2,000. 360 ટકા કસ્ટમ ડ્યુટી સાથે, તે મને રૂ. 9,200 માં પડત. મેં હિંમત કરીને એ દૃષ્ટિકોણથી ખરીદ્યું કે જો ભારતીય કસ્ટમમાં મને પૂછશે તો હું ડ્યુટી ચૂકવી દઈશ. જો કે, સફેદ રંગના સરકારી પાસપોર્ટ ધારક હોવાને કારણે મને કોઈ પ્રશ્ન કરવામાં આવ્યો ન હતો. મેં તે મિનિ-કમ્પ્યુટર પર કમ્પ્યુટરની મૂળભૂત બાબતો શીખી. જ્યારે રાજીવ ગાંધીએ કમ્પ્યૂટરોને ડ્યૂટી મુક્ત બનાવ્યા, ત્યારે મેં જર્મન એન્જિનિયર મિત્ર મારફતે એ જ દુકાનમાંથી આવું એક વધુ મીની કોમ્પ્યુટર મંગાવ્યુ.

**ભારતમાં ટેલિકોમ ક્ષેત્ર અને IT નું આગમન** - જાણીતા ટેલિકોમ નિષ્ણાત સેમ પિત્રોડા રાજીવ ગાંધીના મિત્ર હતા. રાજીવ ગાંધી તેમના દ્વારા ભારતમાં ટેલિકોમ ક્રાંતિ લાવ્યા. સેમ પિત્રોડાએ ભારતમાં C-DECની સ્થાપના કરી હતી જેનાં લીધે ભારતમાં ટેલિકોમ અને ઇન્ફર્મેશન ટેકનોલોજીમાં મોટો વિકાસ થયો. આજે આપણે કોમ્પ્યુટર વગર કંઈપણ વિચારી શકતા નથી. ઇન્ફોર્મેશન ટેકનોલોજીમાં ભારતના આધુનિકીકરણનું સમગ્ર શ્રેય રાજીવ ગાંધીને જાય છે. આજે આપણી

પાસે IT મંત્રાલય છે અને ડિજિટલ ઇન્ડિયાની વાત કરી રહ્યા છીએ તે રાજીવ ગાંધીને કારણે છે. તે પહેલાં સોફ્ટવેર નિકાસમાં કોઈ આવક થતી ન હતી. આજે આપણે વિશ્વમાં સોફ્ટવેરના સૌથી મોટા નિકાસકારો છીએ. આપણા હજારો યુવાનો સોફ્ટવેર તરીકે નાસા, ગૂગલ, ફેસબુક, માઇક્રોસોફ્ટ અને અમેરિકાની અન્ય મોટી કંપનીઓમાં કાર્યરત છે. અમેરિકાની સીલીકોન વેલી ભારતનાં કમ્પ્યુટર ઇજનેરોના લીધે જ વર્ષોથી ધમધમી રહી છે.

રાજીવ ગાંધીના સમયમાં દેશમાં 20 લાખ ટેલિફોન હતા અને આજે દેશમાં 1.2 અબજ ટેલિફોન છે. *(ઉલ્લેખનીય છે કે રાજીવ ગાંધી પછી માત્ર નરેન્દ્ર મોદી આઇટીની શક્તિને સમજતા હતા અને તેઓ ડિજિટલ ઇન્ડિયા માટે કોલ આપનારા સૌપ્રથમ છે).*

**પંચાયતી રાજનું વિસ્તરીકરણ અને સશક્તિકરણ** - પંચાયતો અગાઉ પણ હતી જ. રાજીવ ગાંધી ઉપરથી નીચે સુધીના ભ્રષ્ટાચારને શોધી શક્યા હતા જે ગ્રામવાસીઓને વિકાસના ફળથી વંચિત રાખે છે. તેમણે જાહેરમાં સ્વીકાર્યું કે - 100 પૈકી માત્ર 15 પૈસા ગામડાઓમાં અંતિમ વપરાશકર્તા સુધી પહોંચે છે. તેમણે આ પરિસ્થિતિને સુધારવા માટે થોડા પગલાં લીધાં. રાજીવ ગાંધીએ ગામોમાં પીવાનું પાણી અને સાક્ષરતા મેળવવા માટે પણ કામ કર્યું હતું *(જો કે, નરેન્દ્ર મોદી પ્રથમ વડાપ્રધાન છે જે 100 માંથી 100 પૈસા અંતિમ વપરાશકર્તા સુધી સીધા તેમના બેંક ખાતામાં પહોંચાડવામાં સફળ રહ્યા છે. નરેન્દ્ર મોદીએ એક પ્રોજેક્ટ હાથ ધર્યો છે. દેશના દરેક ઘરમાં પીવાના પાણીની પાઇપ પૂરી પાડવા માટે).*

**રસીકરણ કાર્યક્રમ** - તે સમયે, દેશે કોઈ રસી બનાવી ન હતી અને રાજીવ ગાંધીએ દેશમાં રસી ઉત્પાદન શરૂ કરવા માટે ટેકો આપ્યો હતો

અને આ હેતુ માટે 300 કરોડ રૂપિયા મંજૂર કર્યા હતા. દેશ હવે વિશ્વમાં રસીનું સૌથી મોટું ઉત્પાદક છે અને આપણે ત્યાં પોલિયો પણ નાબૂદ થયો છે. *(નરેન્દ્ર મોદીએ આપેલા પ્રોત્સાહનને કારણે ભારત ટૂંકા સમયમાં કોવિડ -19 સામે 2 વિશ્વસ્તરીય રસીઓ વિકસિત કરી શક્યું અને નિકાસ પણ કરી શક્યું છે. કોરોનાની રસી સૌથી ઓછા સમયમાં સો કરોડ લોકોને આપવાનો વિશ્વ વિક્રમ ).*

**18 વર્ષની ઉંમરે મતદાનનો અધિકાર** - તે લગ્ન કરવા યોગ્ય વય અને મતદાન અધિકારોની ઉંમરનો વિરોધાભાસ દૂર કરવા માટે હિંમતવાન હતા. તેમણે મતદાન અધિકારની ઉંમર 21 થી ઘટાડીને 18 વર્ષ કરી. આ એક ક્રાંતિકારી પગલું હતું.

**બોફોર્સ તોપોની આયાત** - ભારતીય સૈન્ય માટે બોફોર્સ બંદૂકોની આયાત એક પ્રશંસનીય પગલું હતું. બોફોર્સ બંદૂકોના કારણે પાકિસ્તાન સામે અટલ બિહારી વાજપેયીના શાસન દરમિયાન કારગીલ યુદ્ધ જીતી શક્યા હતા. આ વિશ્વની શ્રેષ્ઠ તોપો છે.

રાજકારણમાં શિખાઉ હોવા છતાં રાજીવ ગાંધીના યોગદાનને નકારી શકાય નહીં.

### 9.5.2 રાજીવ ગાંધીની ભૂલો અને લાંબા ગાળાની અસરો

રાજીવ ગાંધીનો જન્મ 1944 માં થયો હોવાથી, વિદેશમાં ભણ્યા અને વડાપ્રધાન બન્યા ત્યાં સુધી રાજકારણથી દૂર રહ્યા, તેમણે શરૂઆતમાં નિઃસ્પૃહ રહીને ખુબ સારું કામ કર્યું. પરંતુ સત્તાનો સ્વાદ ચાખ્યા પછી

ઈન્દિરા ગાંધીના સમયના સલાહકારો પર આધાર રાખ્યો જેનાથી કેટલીક ભૂલો કરી જેની ભારતીય રાજનીતિ પર મોટી અસર થઇ.

**1984 શીખ નરસંહાર**: પૂર્વ વડા પ્રધાન ઈન્દિરા ગાંધીની તેમના બે શીખ અંગરક્ષકો દ્વારા હત્યા બાદ તરત જ કોંગ્રેસના કાર્યકરો હથિયારો સાથે ઉભા થઈ ગયા અને રાષ્ટ્રીય રાજધાનીમાં શીખોની હત્યા કરવા લાગ્યા. લગભગ 3000 શીખોની નૃશંસ હત્યા થઇ. આ હત્યામાં સામેલ કોંગ્રેસના નેતાઓની યાદીમાં કેટલાક નામ સામે આવ્યા છે જેમાં મધ્યપ્રદેશના પૂર્વ મુખ્યમંત્રી કમલનાથ, સજ્જન કુમાર અને જગદીશ ટાઈટલરનો સમાવેશ થાય છે. આ હત્યાઓ પ્રત્યે  રાજીવ ગાંધીનું મૌન ઘણા પ્રશ્નો ઉભા કરે છે.

**પરિણામ** - રાજીવ ગાંધીની નિષ્ક્રિયતા અને માત્ર એક સ્વયંભૂ પ્રતિક્રિયા તરીકે 3000 શીખોના હત્યાકાંડનો બચાવ કરવાથી ભારતની છબીને નુકસાન થયું છે. તે શીખ અને હિન્દુઓના મનમાં કાયમી ડાઘ છે અને લાંબા સમય સુધી માફ કરી શકાશે નહીં.

**ભોપાલ ગેસ દુર્ઘટના** - ડિસેમ્બર 1984 માં ભોપાલ સ્થિત યુનિયન કાર્બાઇડ પ્લાન્ટમાં મિથાઇલ આઇસોસાયનાઇડ (MIC) લીક થયા બાદ હજારો લોકો માર્યા ગયા હતા, રાજીવ ગાંધીએ વડાપ્રધાન તરીકે શપથ લીધાના બે મહિના પછી અને લીક થયાના ચાર દિવસ પછી, યુનિયન કાર્બાઈડના ચેરમેન વોરેન એન્ડરસનની સીબીઆઈ દ્વારા ધરપકડ કરવામાં આવી અને તેને નજરકેદમાં રાખવામાં આવ્યો. પરંતુ થોડા જ કલાકો પછી  તેમને જામીન આપી દીધા અને તે દેશમાંથી ભાગી ગયા. અને ટ્રાયલનો સામનો કરવા ક્યારેય ભારત પાછા ફર્યા નહીં. અહેવાલો

સૂચવે છે કે રાજીવ ગાંધી પર અમેરિકન સરકાર દ્વારા એન્ડરસનને જવા દેવા માટે દબાણ કરવામાં આવ્યું હતું. ભોપાલના તત્કાલીન કલેક્ટર મોતી સિંહે એવો પણ આરોપ લગાવ્યો હતો કે એન્ડરસન યુનાઇટેડ સ્ટેટ્સમાં લોકોનો સંપર્ક કરવા માટે તેમના રૂમમાં ફોનનો ઉપયોગ કરીને ભાગી જવામાં સફળ રહ્યો હતો. આરોપ છે કે યુએસએમાં ગુનાહિત કૃત્યમાં ફસાયેલા કેટલાક ભારતીયને બચાવી લેવા માટે તે સોદો હતો.

**પરિણામ** - આ પલાયનવાદ અને વિદેશી અપરાધીઓ સાથે સાંઠગાંઠનું બીજું ઉદાહરણ છે. ભોપાલ પીડિતોને અનેક જનરેશનો તેની પીડા ભોગવવી રહેશે. વિવિધ ક્ષેત્રોમાં સત્તાવાર ભ્રષ્ટાચારને નકારી શકાય નહીં.

**શાહબાનો કેસ** - 1978 માં મુસ્લિમ મહિલા અને પાંચ બાળકોની માતા શાહબાનોને તેના પતિએ છૂટાછેડા આપ્યા હતા. તેઓએ સર્વોચ્ચ અદાલતમાં ભરણપોષણની માંગણી સાથે ફોજદારી દાવો દાખલ કર્યો હતો. 1985 માં સુપ્રીમ કોર્ટે તેની તરફેણમાં ચુકાદો આપ્યો કે ભરણપોષણ ચૂકવવામાં આવે. મુસ્લિમોએ ચુકાદા સામે મોટા પ્રમાણમાં વિરોધ કર્યો. પોતાના ચાટુકાર સલાહકારોની સલાહથી મુસ્લિમ તુષ્ટિકરણ માટે મુસ્લિમ સમુદાયને શાંત કરવા માટે રાજીવે સંસદમાં સંશોધન લાવીને સુપ્રીમ કોર્ટનો ચુકાદો ઉથલાવી દીધો.

બાદમાં, કોંગ્રેસ સરકારે મુસ્લિમ મહિલા (છૂટાછેડા પર અધિકારોનું રક્ષણ) અધિનિયમ, 1986 ઘડ્યો. અધિનિયમ મુજબ, મુસ્લિમ મહિલાને છૂટાછેડા પછી માત્ર ત્રણ મહિનાના સમયગાળા માટે ભરણપોષણનો અધિકાર મળે છે. તેઓની જાળવણીની જવાબદારી વકફ બોર્ડના તેના

સંબંધીઓને સોંપવામાં આવી હતી. આ પ્રમાણે સંવિધાન દ્વારા મળતા મુસ્લિમ મહિલાઓના મૂળભૂત અધિકારોને છીનવી લેવાયા.

**પરિણામ** - આ ઘટના મુસ્લિમ તુષ્ટિકરણની પરાકાષ્ઠા હતી. કોંગ્રેસ અને રાજીવ ગાંધી પર કાયમી દાગ છે. *(નરેન્દ્ર મોદીએ મુસ્લિમો દ્વારા 1300 થી વધુ વર્ષોથી ચાલુ રહેલાં ટ્રિપલ તલાકને સફળતાપૂર્વક નાબૂદ કર્યો અને મુસ્લિમ મહિલાઓને મોટી રાહત આપી).*

**અયોધ્યા કેસ** - રાજીવ ગાંધીને મુસ્લિમ તુષ્ટિકરણ માટે દોષી ઠેરવવામાં આવ્યા હતા. તેનાથી હિન્દુ સમુદાયનાં વોટ ખોવાના ભયનાં લીધે રાજીવે અયોધ્યામાં રામજન્મભૂમિ-બાબરી મસ્જિદમાંથી તાળાઓ હટાવવા અને માળખામાં ધાર્મિક વિધિ કરવાની મંજૂરી આપવાનો આદેશ આપ્યો. આ નિર્ણયથી વિશ્વ હિન્દુ પરિષદ દ્વારા ભગવાન રામને કેદમાંથી મુક્ત કરવા માટે આંદોલન શરૂ થયું. મંદિરનો પાયો નાખવા માટે દેશના વિવિધ ભાગોમાંથી પથ્થરો લઈ જવામાં આવ્યા હતા. અને આના પરિણામે સમગ્ર ઉત્તર ભારતમાં સૌથી મોટા સાંપ્રદાયિક તોફાનો થયા.

**પરિણામ** - હિન્દુઓને ખુશ કરવા માટે રાજીવ ગાંધી દ્વારા આ સંતુલિત કાર્ય હતું. જો કે, તેઓ હિન્દુઓને તેમની યોગ્ય માંગ તરીકે રામ જન્મભૂમિની પુનઃસ્થાપના માટે કોઈ ન્યાય કરી શક્યા નથી. તે તેના દ્વારા લેવામાં આવેલ એક અસ્પષ્ટ પગલું હતું.

## નૌકાદળના યુદ્ધ જહાજોનો પરિવાર અને મિત્રો માટે અંગત ઉપયોગ -

2019 ની ચૂંટણી પ્રચાર દરમિયાન, વડા પ્રધાન નરેન્દ્ર મોદીએ આરોપ લગાવ્યો કે રાજીવ ગાંધીએ નૌકાદળના યુદ્ધજહાજોનો ઉપયોગ અંગત પારિવારિક ઉજવણી માટે કર્યો.

ભારતીય નૌકાદળના એક અધિકારીએ તો દાવો કર્યો હતો કે તેણે તેને જોયો છે. તે સમયે આઈએનએસ વિરાટ પર તૈનાત કમાન્ડર વી કે જેટલીએ પીએમ મોદીના દાવાને સમર્થન આપતા કહ્યું હતું કે, "યુદ્ધજહાજનો ઉપયોગ રાજીવ અને સોનિયા ગાંધીએ તેમની રજાઓ ઉજવવા માટે કર્યો હતો". રાજીવ અને સોનિયા ગાંધીએ બાંગ્રામ ટાપુ પર તેમની રજાઓ ઉજવવા માટે મુસાફરી માટે INS વિરાટનો ઉપયોગ કર્યો હતો. ભારતીય નૌકાદળના સંસાધનોનો અંગત ઉપયોગ થયો. હું સાક્ષી છું. મને તે સમયે આઈએનએસ વિરાટ પર પોસ્ટ કરવામાં આવ્યો હતો," જેટલીએ ટ્વિટ કર્યું.

જોકે, પૂર્વ નૌકાદળના વડા એડમિરલ લક્ષ્મીનારાયણ રામદાસે દિવંગત વડાપ્રધાન રાજીવ ગાંધીનો બચાવ કર્યો હતો. રામદાસ, જે તે સમયે દક્ષિણ નૌકાદળના કમાન્ડર હતા અને આઈએનએસ વિરાટ પર પણ હતા, એક નિવેદનમાં જણાવ્યું હતું કે, "કોઈ પણ વિદેશીએ આઈએનએસ વિરાટની મુલાકાત લીધી ન હતી અને વડા પ્રધાન અને તેમની પત્ની વિમાનવાહક જહાજમાં હતા" તમામ સત્તાવાર પ્રોટોકોલને અનુસરીને.

**પરિણામ** - તેમના વ્યક્તિત્વ પર બીજો દોષ જેણે તેમના દ્વારા કરવામાં આવેલા ઘણા સારા કાર્યોને ધોયા.

**શ્રીલંકામાં ભારતની દખલગીરી** – એવું અનુમાન છે કે રાજીવ ગાંધીની હત્યા એટલા માટે થઈ કે તેમણે શ્રીલંકામાં ભારતીય લશ્કર મોકલ્યું, જેના કારણે શ્રીલંકાના તમિલો પર અત્યાચાર થયો. તેથી એલટીટીઇના વડા પ્રભાકરને રાજીવ ગાંધીની ફાંસીની માંગ કરી હતી.

વાસ્તવિકતા એ છે કે શ્રીલંકાનાં તમિલો મૂળ તો ભારતીય જ છે. તેમના દમન માટે ભારતીય લશ્કર મોકલવું તે નરી બાલીશતા જ હતી. અંતરરાષ્ટ્રીય સંબંધો જાળવવા માટે કંઇ આપણા ભારતીયોની આપણા જ લશ્કર વતી હત્યા ન થાય.

**પરિણામ** - રાજીવ ગાંધીનું બાલિશ કૃત્ય તેમની હત્યાનું કારણ બન્યું. અને તમીલનાડુના રાજકારણમાં કોંગ્રેસ લગભગ ધોવાઈ ગયું.

**બોફોર્સ કેસ** – બોફોર્સ તોપ વિશ્વમાં સર્વશ્રેષ્ઠ ટોપ ગણાય છે. તેની ખરીદી માટે સ્વિડનની કંપની જોડે 1980માં લશ્કરી કરાર થયો હતો. એમ કહેવાય છે કે રાજીવ ગાંધીનાં સલાહકારોના લીધે આ ખરીદીમાં 64 કરોડ રૂપિયાની ખાયકીનું કૌભાંડ થયું હતું. આ કૌભાંડ રાજીવ ગાંધીનાં અર્થમંત્રી વિશ્વનાથ પ્રતાપ સિંહે પકડ્યું હતું અને મંત્રીમંડળમાંથી રાજીનામું આપ્યું હતું. આ કૌભાંડ ખુબ ચગ્યું અને કોંગ્રેસ આવતી ચૂંટણીમાં હારી ગઈ.

**પરિણામ** – એ ક્યારેય સાબિત ન થઈ શકયું કે રાજીવ ગાંધી આ કેસમાં દોષિત હતાં પરંતુ અફવા એવી છે કે સોનિયા ગાંધીનાં નજીકનાં ઇટાલિયન મિત્ર આ સોદામાં મધ્યસ્થી હતા. પૈસાની લેવડદેવડ એમનાં દ્વારા જ થઇ હતી. આ કેસના કારણે સંરક્ષણ સોદામાં ભ્રષ્ટાચારના

દરવાજા ખુલી ગયાં. એમ કહેવાય છે કે તે પછીના દરેક સંરક્ષણ સોદાઓમાં ભ્રષ્ટાચાર એ એક નિયમ બની ગયો.

સામ પિત્રોડા જેવા સારા મિત્રોને બદલે રાજીવ ગાંધીએ તેમનાં બિનઅનુભવી યુવા, ચાટુકાર અને ભ્રષ્ટ રાજકીય સલાહકારોથી પ્રભાવિત થવાને કારણે તેમની કારકિર્દી પોતે જ બરબાદ કરી લીધી. તેઓ જવાહરલાલ નેહરુ અને ઇન્દિરા ગાંધીની જેમ ધરતીપુત્ર ન હતા. ભદ્ર સમાજમાં પશ્ચિમી સંસ્કૃતિમાં ઉછરેલા હોવાને કારણે, વિદેશનાં ભણતરના લીધે, ઇટાલિયન સોનિયા સાથે લગ્ન કર્યા હોવાથી, ભારતીય સંસ્કૃતિ તરફ તેના ઝુકાવનો કોઈ પ્રશ્ન જ નહોતો. તે પોતાના કોટ ઉપર જનેઉ પહેરેલાં જોવા મળે છે. ફિરોઝ ખાન ગાંધી (ઘાંડી) નો પુત્ર હોવાથી, તે બ્રાહ્મણવાદના કોઈપણ લક્ષણો વિના, બ્રાહ્મણ કેવી રીતે બન્યા તે વિચારણીય છે. આ ગાંધી અટકનો દુરુપયોગ નથી તો શું છે?

**વર્તમાન ભારતીય સામાજિક સ્થિતિમાં નેહરુ-ગાંધી રાજવંશ** - રાજીવ ગાંધી નેહરુ-ગાંધી વંશના વડા પ્રધાન બનેલા છેલ્લા સભ્ય હતા, તેમ છતાં સોનિયા ગાંધીએ 2004 થી 2014 સુધી ડો.મન મોહન સિંહ દ્વારા ભારત પર પરોક્ષ શાસન કર્યું. અત્યાર સુધી એવા કોઈ સંકેતો નથી આ રાજવંશમાંથી આગામી દાયકાઓ સુધી ફરીથી કોઈ સત્તા પર આવે. તે જાણવું રસપ્રદ છે કે નેહરુ-ગાંધીનાં નામ કેવી રીતે અનેક પ્રકલ્પો, શિક્ષણ સંસ્થાઓ, સડકો, બગીચાઓ, ખેલકેન્દ્રો, ઉપાધિઓ એરપોર્ટ વિ. અનેક સામાજીક ગતિવિધિઓ સાથે જોડવામાં આવ્યાં છે. આવાં 398 નામોની સૂચિ પબ્લિક ડોમેઈનમાં ઉપલબ્ધ છે. એવું લાગે કે જાણે ભારતની પ્રગતિમાં માત્ર નેહરુ-ગાંધી ખાનદાનનો જ હાથ છે.

તે જાણવું પણ મનોરંજક છે કે વંશના તમામ 3 વડાપ્રધાનોએ પોતાને ભારત રત્નથી નવાજ્યા હતા. આનાથી વધારે હાસ્યાસ્પદ શું હોઈ શકે?

**હવે ચાલો જોઈએ કે આગામી વડાપ્રધાને રાજીવ ગાંધીના ભ્રષ્ટ શાસન દ્વારા છોડવામાં આવેલી ભારતીય રાજનીતિના અવશેષો પર કેવું પ્રદર્શન કર્યું.**

## 9.6 વીપી સિંહ - વ્યક્તિત્વ અને યોગદાન (1989 - 1990)

વિશ્વનાથ પ્રતાપ સિંહ ભારતના 7 માં વડાપ્રધાન હતા. તેઓ માંડાના 41 મા રાજા બહાદુર હતા. ભૂતપૂર્વ શાસક રહી ચૂકેલા તેઓ ભારતના એકમાત્ર વડાપ્રધાન હતાં.

તેમણે અલ્હાબાદ યુનિવર્સિટી અને પુણે યુનિવર્સિટીમાં શિક્ષણ મેળવ્યું હતું. 1969 માં, તેઓ કોંગ્રેસ પક્ષમાં જોડાયા અને ઉત્તર પ્રદેશ વિધાનસભાના સભ્ય તરીકે ચૂંટાયા. 1971 માં તેઓ લોકસભામાં સંસદ સભ્ય બન્યા. 1976 થી 1977 સુધી વાણિજ્ય મંત્રી. 1980 માં, તેઓ ઉત્તર પ્રદેશના મુખ્યમંત્રી બન્યા.

તેઓ રાજીવ ગાંધીની સરકારમાં નાણામંત્રી અને સંરક્ષણ મંત્રી સહિત વિવિધ કેબિનેટ પદો પર રહ્યાં. તેઓ 1984 થી 1987 સુધી રાજ્યસભાના નેતા પણ હતા. સંરક્ષણ પ્રધાન તરીકેના તેમના કાર્યકાળ દરમિયાન બોફોર્સ કૌભાંડ પ્રકાશમાં આવ્યું અને તેમણે મંત્રાલયમાંથી રાજીનામું આપ્યું. 1988 માં, તેમણે જનતા પાર્ટીના વિવિધ જૂથોને ભેગા કરીને જનતા દળ પાર્ટીની રચના કરી. 1989 ની ચૂંટણીમાં, જનતા દળે,

ભાજપના ટેકાથી, સરકાર બનાવી અને સિંહ ભારતના 7 મા વડાપ્રધાન બન્યા.

વડા પ્રધાન તરીકેના તેમના કાર્યકાળ દરમિયાન, તેમણે ભારતની પછાત જાતિઓ માટે મંડલ કમિશન રિપોર્ટ અમલમાં મૂક્યો હતો, જેના કારણે આ કાયદા સામે મોટો વિરોધ થયો હતો. તેમણે સાઠ-બીજા સુધારાની રચના કરી અને 1989 માં અનુસૂચિત જાતિ અને અનુસૂચિત જનજાતિ અધિનિયમ ઘડ્યો. તેમના કાર્યકાળ દરમિયાન, રુબૈયા સઇદનું અપહરણ થયું અને આતંકવાદીઓને છોડવામાં આવ્યા. 1990 માં કાશ્મીરી હિંદુઓની કુખ્યાત હિજરત કાશ્મીરની ખીણમાંથી થઈ હતી. ત્યારબાદ, રિલાયન્સ ગ્રુપ સાથે સિંહનો ઝઘડો થયો. રામ રથયાત્રાના તેમના વિરોધને પગલે, ભાજપે રાષ્ટ્રીય મોરચા માટેનો પોતાનો ટેકો પાછો ખેંચી લીધો, અને તેમની સરકાર પડી ગઈ. સિંહે 7 નવેમ્બર 1990 ના રોજ રાજીનામું આપ્યું હતું. તેઓ 343 દિવસ વડા પ્રધાન પદ પર રહ્યાં.

1991 ની ચૂંટણીમાં નેશનલ ફ્રન્ટ માટે તેઓ વડાપ્રધાન પદના ઉમેદવાર હતા પરંતુ હારી ગયા હતા. તેમણે 1992 માં બાબરી મસ્જિદ ધ્વંસ વિરુદ્ધ વાત કરી હતી. 1996 પછી, સિંહ રાજકીય હોદ્દાઓ પરથી નિવૃત્ત થયા પરંતુ જાહેર વ્યક્તિ અને રાજકીય વિવેચક તરીકે ચાલુ રહ્યા. તેમને 1998 માં અસ્થિ મજ્જાના કેન્સરનું નિદાન થયું હતું અને 2003 માં કેન્સર મટી ન જાય ત્યાં સુધી જાહેરમાં દેખાવાનું બંધ કરી દીધું હતું. 27 નવેમ્બર 2008 ના રોજ કિડની નિષ્ફળતાને કારણે 78 વર્ષની વયે તેમનું અવસાન થયું હતું.

## 9.6.1 વીપી સિંહની નિષ્ફળતા અને લાંબા ગાળાની અસરો

**ભ્રષ્ટાચાર નાબુદીમાં નિષ્ફળતા** - ભ્રષ્ટાચાર નાબૂદ કરવાના વચન પર તેમણે ચૂંટણી જીતી હતી, તે ભ્રષ્ટાચારને રોકવા કે ઘટાડવા માટે કશું નાં કરી શક્યા. તેનું મૂળભૂત કારણ નેહરુવાદી નીતિ અને ઇન્દિરા ગાંધી દ્વારા ભ્રષ્ટાચાર લક્ષી શાસનતંત્ર તો હતું જ સાથે રાજકીય ઈચ્છાશક્તિનો અભાવ પણ હતો. ગઠબંધન સરકારમાં કદાચ તે સંભવિત પણ ન હતું.

**અર્થવ્યવસ્થામાં ઘટાડો** – તેમના શાસનમાં અર્થવ્યવસ્થામાં ઘટાડો થયો, વિદેશી મુદ્રા ભંડાર ખતરનાક સ્તરે ગયો.

**દેવું ડિફોલ્ટર** – તેમનાં સમયમાં અર્થવ્યવસ્થાની અવ્યવસ્થાના લીધે ભારત 'દેવું ડિફોલ્ટર્સ' ની વૈશ્વિક યાદીમાં જોડાયું.

**મંડળ કમિશન** - તેમણે એક મંડલ કમિશન સ્થાપ્યું અને તેનાં રીપોર્ટના આધારે 'અન્ય પછાત વર્ગ (ઓબીસી)' નામની સામાજિક રીતે પછાત જાતિઓને 27% અનામત આપવામાં આવી. આનાથી મોટા પ્રમાણમાં વિરોધ અને આત્મહત્યાના બનાવો બન્યા. આ અત્યાર સુધીની સૌથી મોટી આરક્ષણ કવાયત હતી અને તેની વ્યાપક ટીકા થઈ હતી. તે મુદ્દો આજ સુધી પ્રજ્જવલિત છે અને સામાજીક અવ્યવસ્થાનું કારણ બની ગયો છે.

**લાલકૃષ્ણ અડવાણીને પકડવાનું ષડયંત્ર** - સોમનાથથી અયોધ્યા સુધી રથયાત્રા કરનાર અડવાણીની ધરપકડને તેઓ રોકી શક્યા નહીં. એવો પણ આરોપ છે કે તેમણે જ તેમની ધરપકડનું કાવતરું ઘડ્યું હતું.

આનાથી ગઠબંધનમાં તિરાડો પડી અને છેવટે તેમની સરકારનું પતન થયું.

**આતંકવાદીઓની મુક્તિ** - તેમણે ભારતના પ્રથમ મુસ્લિમ ગૃહ પ્રધાન મુફ્તી મોહમ્મદ સઇદને બનાવ્યા. ગૃહમંત્રી તરીકે તેમની નિમણૂકના થોડા દિવસોમાં જ તેમની પુત્રી રૂબૈયા સૈયદનું 8 મી ડિસેમ્બર 1989 ના રોજ જેકેએલએફ (જમ્મુ-કાશ્મીર લિબરેશન ફ્રંટ) ગ્રુપ દ્વારા અપહરણ કરવામાં આવ્યું હતું. અપહરણકારોએ રૂબૈયાની મુક્તિના બદલામાં તેમના તેર આતંકવાદીઓની મુક્તિની માંગ કરી હતી. જમ્મુ-કાશ્મીર ના મુખ્યમંત્રી ફારુક અબ્દુલ્લાએ કેન્દ્ર સરકાર સાથે કરાર કરીને તેમની માંગણીઓ સ્વીકારી અને જેલમાં બંધ આતંકવાદીઓને મુક્ત કર્યા. આ આખા એપિસોડમાં આતંકવાદીઓને છોડાવવામાં ષડયંત્ર સ્પષ્ટ છે કારણ કે એવું જોવામાં આવ્યું હતું કે મુફ્તી મોહમ્મદ સૈયદ આતંકવાદીઓને છોડવા માટે અતિ ઉત્સુક હતા. આતંકવાદીઓ દ્વારા રૂબૈયાને છોડવામાં આવે તે પહેલા જ આતંકવાદીઓને મુક્ત કરવામાં આવ્યા હતા.

*(આવાં અનેક ષડયંત્ર આતંકવાદીઓને છોડાવવા માટે સૈફુદ્દીન સોજની પુત્રી, નાહિદાનું અપહરણ 1989 માં થયું અને પછી ગુલામ નબી આઝાદના સંબંધીનું 1992 માં. આ બંને પ્રસંગોમાં આતંકાવાદીયોને છોડાવવામાં આવ્યા હતા).*

**કાશ્મીરમાંથી કાશ્મીરી પંડિતોની હિજરત** – 1990માં કાશ્મીરી પંડિતોને કાશ્મીરની વિવિધ મસ્જિદોના લાઉડ-સ્પીકર્સ દ્વારા ધમકી આપવામાં આવી હતી કે તેઓ ઇસ્લામ કબૂલ કરે અથવા તેમની મહિલાઓ અને છોકરીઓ વગર કાશ્મીર છોડી દે. હજારો કાશ્મીરી પંડિતો માર્યા ગયા હતા અને કાશ્મીરમાંથી આશરે 5 લાખ કાશ્મીરી પંડિતોની હિજરત થઈ

હતી. તેમના શરીર પર માત્ર કપડાં હતા. તેમની મિલકતો લૂંટી લેવામાં આવી અને કાશ્મીરી મુસ્લિમો દ્વારા કબજો કરવામાં આવ્યો. આજ સુધી, 30 વર્ષ વિતી ગયા પછી પણ આ સમસ્યા કોઈપણ શાસન દ્વારા હલ કરવામાં આવી નથી.

**પરિણામ** - વી.પી. સિંહ ભારતના એક એવા વડાપ્રધાન છે કે જેને ઇતિહાસ ક્યારેય કોઇ સારા કારણોસર યાદ રાખશે નહીં, તેમ છતાં કાશ્મીરની સમસ્યાઓમાં આગમાં બળતણ ઉમેરવામાં તેઓ પ્રત્યક્ષ કે પરોક્ષ રીતે નિમિત્ત હતા. આતંકવાદના મુદ્દાઓ તેમના કાર્યકાળ દરમિયાન શરૂ થયા અને વર્ષ 2019 સુધી વધતા ગયા *(જ્યારે નરેન્દ્ર મોદીએ કલમ 370 અને 35A રદ કરી અને કાશ્મીર સમસ્યાને ખૂબ જ ચપળતાથી સંભાળી).*

વીપી સિંહે સંસદમાં વિશ્વાસનો મત ગુમાવ્યો અને ત્યારબાદ ચંદ્ર શેખર ભારતના વડાપ્રધાન બન્યા અને લગભગ 7 મહિના સુધી રહ્યા. તેમના કાર્યકાળ દરમિયાન એકમાત્ર ખાસ વાત એ હતી કે ભારતનું રૂ. 44 કરોડનું સોનું ગીરવે મુકાયું.

## 9.7 પીવી નરસિંહ રાવ - વ્યક્તિત્વ અને યોગદાન (1991 - 1996)

પીવી નરસિંહ રાવ ભારતના સૌથી વિદ્વાન વડાપ્રધાન હતા જે 16 ભાષાઓ જાણતા હતા. તેમને વિશાળ વહીવટી અનુભવ હતો. 21 મે 1991 ના રોજ શ્રીપેરમ્બુદુરમાં રાજીવ ગાંધીની હત્યા થઈ ત્યારે રાહુલ ગાંધી માત્ર 21 વર્ષના હતા, વડા પ્રધાનપદ

સંભાળવા માટે વંશ પરિવારમાંથી કોઈ નહોતું, પીવીએન શ્રેષ્ઠ ઉપલબ્ધ પસંદગી હતી. તેમને ઘટી રહેલી અર્થવ્યવસ્થા વારસામાં મળી હતી. પરંતુ તેમની કુશળતા સાથે, તેમણે સરદાર મનમોહન સિંહને નાણામંત્રી તરીકે લાવ્યા અને આર્થિક સુધારા લાવ્યા જેણે દેશને આર્થિક પતનથી બચાવ્યો અને દેશને વિકાસના માર્ગ પર મૂકી દીધો. તેમની સ્વતંત્ર કામગીરી અને નીતિઓ અને કોંગ્રેસ હાઇકમાન્ડ સાથે ઓછી વાતચીત/પરામર્શને કારણે, તેઓ ક્યારેય સોનિયા ગાંધીનો વિશ્વાસ જીતી શક્યા નહીં અને તેમના મૃત્યુ પર સોનિયા ગાંધી દ્વારા ખૂબ જ ખરાબ વર્તન કરવામાં આવ્યું. રાજકારણમાં તેમનો વિશાળ અનુભવ નીચેના કોષ્ટકમાં પ્રગટ થયો છે:

| S.No. | Position | Tenure | State | Ministries |
|---|---|---|---|---|
| 1 | MLA | 1967 - 77 | AP | |
| 2 | MP | 1977 - 80 | AP | |
| 3 | MP | 1980 - 84 | AP | External affairs |
| 4 | MP | 1984 - 89 | MH | Home affairs, Defence |
| 5 | MP | 1989-91 | MH | HRD |
| 6 | MP | 1991 - 96 | AP | Prime Minister |
| 7 | MP | 1996 - 98 | OD | |

## 9.7.1 પીવી નરસિમ્હા રાવનું મુખ્ય યોગદાન:

**લાઇસન્સ રાજથી ભારતીય અર્થતંત્રની મુક્તિ** - પીવીએન ભ્રષ્ટાચાર અને લાલ ફીતાશાહીનું મુખ્ય કારણ સમજ્યા જે દેશની આર્થિક પ્રગતિમાં અવરોધરૂપ છે તે જવાહરલાલ નેહરુ દ્વારા બ્રિટિશ વારસા તરીકે સ્થાપિત લાઇસન્સ રાજ હતું. તેમના દ્વારા કરવામાં આવેલા મુખ્ય આર્થિક સુધારા નીચે મુજબ છે.

- **1992 ના સેબી એક્ટ અને સુરક્ષા કાયદા (સુધારા) ની રજૂઆત** - જેણે સેબીને તમામ સુરક્ષા બજાર મધ્યસ્થીઓની નોંધણી અને નિયમન કરવાની કાનૂની સત્તા આપી.
- ભારતના ઇક્વિટી માર્કેટને 1992 માં વિદેશી સંસ્થાકીય રોકાણકારો દ્વારા રોકાણ માટે ખુલ્લું મુકવું અને ગ્લોબલ ડિપોઝિટરી રસીદો (GDRs) જારી કરીને ભારતીય કંપનીઓને આંતરરાષ્ટ્રીય બજારોમાં મૂડી ઉભી કરવાની પરવાનગી આપવી.
- નેશનલ સ્ટોક એક્સચેન્જની 1994 માં શરૂ થયેલી કમ્પ્યુટર આધારિત ટ્રેડિંગ સિસ્ટમ જે ભારતના અન્ય સ્ટોક એક્સચેન્જોના સુધારાઓ માટે એક સાધન તરીકે કામ કરતી હતી. NSE 1996 સુધીમાં ભારતનું સૌથી મોટું એક્સચેન્જ બનીને ઉભરી આવ્યું.
- અનેકો ટેરિફને સરેરાશ 85 ટકાથી ઘટાડીને 25 ટકા કરવા અને જથ્થાત્મક નિયંત્રણો પાછા લાવવા. (રૂપિયાને વેપાર ખાતામાં કન્વર્ટિબલ બનાવવામાં આવ્યા હતા.)

- અગ્ર ક્ષેત્રોમાં 100% વિદેશી ઇક્વિટી સાથે સંયુક્ત સાહસોમાં વિદેશી મૂડીના હિસ્સાની મહત્તમ મર્યાદા 40 થી 51% સુધી વધારીને સીધા વિદેશી રોકાણને પ્રોત્સાહન આપવું.

એફડીઆઈની મંજૂરીઓ માટે સુવ્યવસ્થિત પ્રક્રિયાઓ, અને ઓછામાં ઓછા 35 ઉદ્યોગોમાં, વિદેશી ભાગીદારી માટેની મર્યાદામાં આપમેળે પ્રોજેક્ટ મંજૂર કરે છે.

આ સુધારાઓની અસરનો અંદાજ એ હકીકત પરથી લગાવી શકાય છે કે ભારતમાં કુલ વિદેશી રોકાણ (વિદેશી પ્રત્યક્ષ રોકાણ, પોર્ટફોલિયો રોકાણ અને આંતરરાષ્ટ્રીય મૂડી બજારો પર રોકાણ સહિત) 1991-92માં US $ 13.2 કરોડથી વધીને 1995 માં $ 5.3 અબજ થયું.

રાવે ઉત્પાદન ક્ષેત્ર સાથે ઔદ્યોગિક નીતિ સુધારણા શરૂ કરી. તેમણે ઔદ્યોગિક લાઇસન્સિંગમાં ઘટાડો કર્યો. માત્ર 18 મહત્વપૂર્ણ ઉદ્યોગોને લાઇસન્સ આપવાના માટે છોડી દીધા હતા. ઔદ્યોગિક નિયમન તર્કસંગત બનાવવામાં આવ્યું.

**વિદેશ નીતિ** - વડા પ્રધાન નરસિંહ રાવે દક્ષિણ-પૂર્વ એશિયાના દેશો, યુનાઇટેડ સ્ટેટ્સ ઓફ અમેરિકા, ઇરાન અને ઇઝરાયલના મધ્ય પૂર્વીય દેશો સુધી વિસ્તાર કરીને ભારતની વિદેશ નીતિને સરળ બનાવી. કેટલાક દાખલાઓ નીચે મુજબ છે:

**પૂર્વ તરફ જુઓ** - પૂર્વ દિશાએ જુઓની નીતિ એ દક્ષિણ-પૂર્વ એશિયાના દેશો સાથે વ્યાપક આર્થિક અને વ્યૂહાત્મક સંબંધો કેળવવાનો પ્રયાસ હતો. જેથી પ્રાદેશિક શક્તિ તરીકે ભારતની સ્થિતિ અને ચીનનાં

**વ્યૂહાત્મક પ્રભાવ સામે પ્રતિબદ્ધતા વધારવા** માટે વડા પ્રધાન નરસિંહ રાવની સરકાર દ્વારા આ નીતિ વિકસાવવામાં આવી અને અમલમાં મુકવામાં આવી. અટલ બિહારી વાજપેયી અને મનમોહન સિંહની અનુગામી સરકારો દ્વારા પણ તેનું પાલન કરવામાં આવ્યું હતું.

**આર્થિક ઉદારીકરણ** - આ નીતિ હેઠળ, ભારતની વ્યૂહરચના આર્થિક ઉદારીકરણ અને આર્થિક અને વ્યાપારી સંબંધો બાંધવા પર કેન્દ્રિત હતી. આ નીતિ વ્યૂહાત્મક અને સુરક્ષા સહયોગને પ્રોત્સાહન આપવાની અને ઐતિહાસિક, સાંસ્કૃતિક અને વૈચારિક કડીઓ પર ભાર મૂકવાની હતી. વેપાર, રોકાણો અને ઓદ્યોગિક વિકાસ માટે પ્રાદેશિક બજારોનું વિસ્તરણ આ નીતિ હેઠળ કરવામાં આવ્યું હતું.

**ઈરાન સાથે મિત્રતા** - ઈરાન સાથે ભારતના સંબંધો 15 મી માર્ચ 1950 ના રોજ દિલ્હી અને તેહરાન વચ્ચે હસ્તાક્ષર કરેલા મિત્રતા કરારમાં શોધી શકાય છે, જેમાં બંને રાજ્યો વચ્ચે 'શાશ્વત શાંતિ અને મિત્રતા' માટે હાકલ કરવામાં આવી હતી. બગદાદ કરાર અથવા સેન્ટ્રલ ટ્રીટી ઓર્ગેનાઇઝેશન (CENTO) દ્વારા મુહમ્મદ રેઝા શાહના નેતૃત્વ હેઠળ અમેરિકા અને પાકિસ્તાન સાથે ઇરાનના ગાઢ સંબંધો હતા. શીત યુદ્ધનાં અંત સાથે ભારત અને ઈરાન વચ્ચેના સંબંધોમાં નોંધપાત્ર સુધારો આવ્યો. બંને દેશો વચ્ચેના દ્વિપક્ષીય સંબંધોમાં વળાંક એ હતો કે 1993 માં વડા પ્રધાન નરસિંહ રાવની તેહરાન મુલાકાત, ક્રાંતિ પછી દેશની મુલાકાત લેનારા તેઓ પ્રથમ ભારતીય વડાપ્રધાન હતા. ઈરાનના તત્કાલીન રાષ્ટ્રપતિ અલી અકબર હાશેમી રફસંજાનીએ 1995 માં ભારતની પારસ્પરિક મુલાકાત લીધી હતી. 1995 પછી ઉચ્ચ સ્તરીય

મુલાકાતો ચાલુ રહી અને મુખ્ય ટેકનોલોજીકલ ક્ષેત્રોમાં પરસ્પર આર્થિક હિતો વધારવા માટે ઘણું કર્યું.

વડા પ્રધાન તરીકે, નરસિંહ રાવે 'કલ્ટીવેટ ઈરાન' નીતિને આગળ ધપાવી, જેણે 1990 ના દાયકામાં ભારત માટે સમૃદ્ધ ડિવિડન્ડ ચૂકવ્યું.

**ત્રિપક્ષીય સંબંધ** - વડા પ્રધાન નરસિંહ રાવના કાર્યકાળમાં, 1992 માં ભારત, અમેરિકા અને જાપાન વચ્ચે ત્રિપક્ષીય સંબંધો સ્થાપિત થયા હતા અને ત્રિપક્ષીય નેવી કવાયત થઇ હતી.

**ભારત-ઇઝરાયલ સંબંધો** - વડા પ્રધાન નરેન્દ્ર મોદીની 2017 માં ઇઝરાયેલની ઐતિહાસિક મુલાકાત પહેલાં, નરસિંહરાવે તેમના વડાપ્રધાન તરીકેના કાર્યકાળ દરમિયાન પ્રથમ વખત ભારત અને ઇઝરાયેલ વચ્ચેના સંબંધોને મજબૂત બનાવવાનો પ્રયાસ કર્યો હતો; આ એક સાહસિક પગલું હતું કારણ કે તે નેહરુવાદી માર્ગથી વેગળું હતું. નેહરુ, ઇન્દિરા અને રાજીવ મુસ્લિમ તુષ્ટિકરણ માટે ઈઝરાયેલને સમર્થન આપતા ન હતા પણ તેનાં શત્રુ મુસ્લિમ પેલેસ્તીનને સમર્થન આપતા હતા.

**ભારતના પરમાણુ કાર્યક્રમની સુવિધા** - નરસિંહ રાવ સરકાર હેઠળ, ભારતે તેના પરમાણુ કાર્યક્રમને વેગ આપ્યો.

*(2004માં વડાપ્રધાન અટલ બિહારી વાજપેયીની સરકારે સફળતાપૂર્વક અણુ પરીક્ષણ હાથ ધર્યું હતુ. વાજપેયીએ 2004 માં રાવનાં અવસાનનાં સમયે તેમને શ્રદ્ધાંજલિ આપતા કહ્યું કે રાવ ભારતના પરમાણુ કાર્યક્રમના 'સાચા પિતા' હતા).*

**પંજાબમાં ખાલિસ્તાની આતંકવાદીઓનો બળવો સમાપ્ત કરવો** - આઝાદી પછી, પંજાબ ભારતના સૌથી સમૃદ્ધ રાજ્યોમાંથી એક તરીકે

ઉભરી આવ્યું, ખાસ કરીને 1960 ના દાયકામાં, જ્યાં તેણે હરિયાળી ક્રાંતિનું નેતૃત્વ કરીને દેશને ખાદ્ય સંકટમાંથી બહાર કાઢ્યું. 1970 ના દાયકાના અંતથી અને 1990 ના દાયકાની શરૂઆતમાં રાજ્યમાં બે દાયકા સુધી અભૂતપૂર્વ હિંસા જોવા મળી હતી. હજારો લોકોના જીવ ગયા, અને મોટા પાયે ખાનાખરાબી થઇ. ઓપરેશન બ્લુ સ્ટારનાં લીધે વડા પ્રધાન, ઇન્દિરા ગાંધીની હત્યાના પરિણામે શીખ વિરોધી રમખાણો અને પંજાબમાં હિંસામાં અનેકગણો વધારો થયો. 1987 અને 1992 વચ્ચે આતંકવાદી પ્રવૃત્તિઓમાં નોંધપાત્ર વધારો થયો; જેમાં બ્લાસ્ટ, લૂંટ, ખંડણી, દાણચોરી અને અપહરણનો સમાવેશ થાય છે. ખાસ કરીને ગ્રામીણ વિસ્તારોમાં આતંક્વાદીયોના વર્ચસ્વના લીધે રાજ્યમાં હિંસા વધી ગઈ.

1991 માં નરસિંહ રાવ વડાપ્રધાન બન્યા ત્યારે તેમણે સેન્ટ્રલ રિઝર્વ પોલીસ ફોર્સના તત્કાલીન ચીફ કે.પી.એસ. ગિલને પંજાબની હિંસાને સમાપ્ત કરવા માટે આદેશ આપ્યો. પંજાબ રાષ્ટ્રપતિ શાસન હેઠળ હતું. વડા પ્રધાન રાવ પંજાબમાં ચૂંટાયેલી સરકારને પરત લાવવા માટે કટિબદ્ધ હતા. તેમનું માનવું હતું કે લોકશાહી જ આતંકવાદીઓને બાકીની શીખ વસ્તીથી અલગ કરી શકે છે. રાવની એ સમજ ભવિષ્યવાણી સાબિત થઈ. કોંગ્રેસને જાટ શીખ મુખ્યમંત્રી, બેઅંત સિંહના નેતૃત્વમાં સત્તા મળી. ગિલની મદદથી, બેઅંત સિંહ ઘૂસણખોરોનો પ્રતિકાર કરવા માટે મુખ્યત્વે સરહદી વિસ્તારોમાં જાટ શીખ ગ્રામજનોને એકઠા કરવામાં સક્ષમ હતા. આ પગલાને પરિણામે ગ્રામજનો અને પોલીસ વચ્ચે આતંકવાદ પકડાઈ ગયો, જેનાં લીધે એક વર્ષમાં તેનું પતન થયું અને પંજાબમાં સામાન્ય જીવન વ્યવસ્થિત થયું.

**અટલ બિહારી વાજપેયીનું UNHRC માં પ્રતિનિધિત્વ** - તેમના વડા પ્રધાનપદ દરમિયાન રાવે વાજપેયીની, વિપક્ષના નેતાનાં હિસાબે, ભારતીય પ્રતિનિધિમંડળના નેતા તરીકે, જિનીવામાં સંયુક્ત રાષ્ટ્ર માનવાધિકાર પંચ (UNHRC) ના ખાસ સત્રમાં નિમણૂક કરી હતી જ્યાં પાકિસ્તાન દ્વારા પ્રસ્તાવિત ઠરાવ જમ્મુ-કાશ્મીરમાં માનવાધિકારના તેના રેકોર્ડ પર ભારતે સફળતાપૂર્વક નિષ્ફળ કર્યો હતો. રાવની આવી લાક્ષણિક હરકતોને તેમની પાર્ટી (સોનિયા ગાંધી અને તેમના ચાટુકારો) પસંદ ન હતા કરતા. ખાસ કરીને સલમાન ખુર્શીદ, તત્કાલીન વિદેશ રાજ્યમંત્રી, જીનેવામાં વાજપેયીની હેઠળ કામ કરવાથી પરેશાન હતા.

**લાતુર ભૂકંપ** - 1993 માં, મહારાષ્ટ્રના લાતુરમાં એક શક્તિશાળી ભૂકંપમાં લગભગ 10,000 લોકો માર્યા ગયા અને હજારો લોકો વિસ્થાપિત થયા. પીડિત લોકોને આશ્વાસન આપવા અને આર્થિક પુનર્નિર્માણની યોજનાઓ માટે મોટી રાહત કામગીરીનું આયોજન કરવા માટે આધુનિક ટેકનોલોજી અને સંસાધનોનો ઉપયોગ કરવા બદલ રાવને ઘણા લોકોએ બિરદાવ્યા હતા.

### 9.7.2 પીવી નરસિંહ રાવની ભૂલો અને લાંબા ગાળાની અસરો

**બાબરી મસ્જિદ** – રામમંદિરની જગ્યાએ એને તોડીને બાબરના સીપહસાલારે એક વિવાદિત ઢાંચો બનાવ્યો હતો જેને મુસ્લિમ લોકો બાબરી મસ્જીદ કહે છે. આ કેસ કોર્ટમાં સેંકડો વર્ષોથી ચાલતો હતો. વિશ્વ હિન્દુ પરીષદના નેતૃત્વમાં લાખો હિંદુઓ અયોધ્યામાં કારસેવા માટે ભેગા થયેલાં. ભીડના ઉન્માદમાં લોકોએ તે ઢાંચાને ધ્વસ્ત કર્યો. નરસિંહ

રાવ આ બાબતે શાંત રહ્યાં એટલે અમુક લોકોનું એમ માનવું છે કે અંદરખાને રાવ પણ તે ઢાંચાના ધ્વસ્ત થવાથી ખુશ હતાં. રામ મંદિર બનાવવા માટે આ પ્રસંગ એક મોટો માઈલ સ્ટોન ગણાય છે.

**પરિણામ** - અસર બે રીતે છે. મસ્જિદ તોડી પાડવામાં રોકવામાં તેની બિનઅસરકારકતા માટે મુસ્લિમો હંમેશા રાવને જવાબદાર ઠેરવશે. તેમના તટસ્થ વર્તન માટે હિન્દુઓ હંમેશા તેમનો આભાર માનશે. તેમાં કોઈ શંકા નથી કે સ્થળના ખોદકામ દરમિયાન રામ મંદિરની તરફેણમાં તથ્યો મળવા અને વિવાદિત ઢાંચાને તોડી નાખવાથી સુપ્રીમ કોર્ટનો અંતિમ ચુકાદો રામમંદિરની તરફેણમાં આવ્યો.

**પુરુલિયા હથિયારો કેસ પડતો મૂક્યો** - નરસિંહ રાવ પર 1995 ના પુરુલિયા હથિયાર છોડવાના કેસના આરોપીઓને સલામત રીતે બહાર નીકળવા માટે આરોપ મૂકવામાં આવ્યો હતો. જોકે તે ક્યારેય સાબિત થયું ન હતું.

**ભ્રષ્ટાચારના આરોપો અને નિર્દોષતા** - તેમની સામે કેટલાક ભ્રષ્ટાચારના આરોપો લગાવવામાં આવ્યા હતા જેમ કે હર્ષદ મહેતા, લખુભાઈ પાઠક, તાંત્રિક ચંદ્રસ્વામી સાથે તેમનો સંબંધ વગેરે. જોકે, એક પણ આરોપ કોર્ટમાં સાબિત થઈ શક્યો નથી.

પીવી નરસિંહ રાવે ભારતીય અર્થવ્યવસ્થાને ઉત્તેજિત કરી અને તેને પતનના આરેથી મુક્ત કરી મુકત અર્થવ્યવસ્થામાં પાછી લાવી. જેણે ભવિષ્યની સરકારો માટે ભારતને વિકાસશીલ દેશમાંથી વિકસિત દેશમાં રૂપાંતરિત કરવા માટે સક્ષમ બનાવવા માટે વિશાળ તકો ખોલી.

જો કે, તે જોવાનું રસપ્રદ રહેશે કે આગામી સરકારો દ્વારા ઉદારીકૃત અર્થતંત્રમાંથી કયા લાભો મેળવવામાં આવ્યા હતા અને કઈ રીતે.

નરસિંહરાવ પછી, અટલ બિહારી વાજપેયીની 13 દિવસની સરકાર હતી. ત્યારબાદ 1 જૂન 1996 થી 21 એપ્રિલ 1997 સુધી એચડી દેવેગૌડાની અને 21 એપ્રિલ 1997 થી 19 માર્ચ 1998 સુધી આઈકે ગુજરાલની. આ કાંઈ બહુમતી વાળી સરકારો ન હતી અને તેમના સમયગાળામાં લખવા જેવું કાંઈ વિશેષ નથી.

## 9.8 અટલ બિહારી વાજપેયી- વ્યક્તિત્વ અને યોગદાન

**(1998 - 2004)**

અટલ બિહારી વાજપેયીનો જન્મ કૃષ્ણાદેવી અને કૃષ્ણ બિહારી વાજપેયીને ત્યાં સાધારણ બ્રાહ્મણ કુટુંબમાં ગ્વાલિયરમાં થયો હતો. તેમના પિતા કૃષ્ણ બિહારી એક કવિ અને શિક્ષક હતા. અટલ બિહારી વાજપેયીએ પ્રાથમિક શિક્ષણ બારા, ગ્વાલિયરની સરસ્વતી શિશુ મંદિર નામની શાળામાં લીધું હતું. તેમણે ગ્વાલિયરની વિક્ટોરીયા કોલેજ (હવે, લક્ષ્મીબાઇ કોલેજ) માં થી હિન્દી, અંગ્રેજી અને સંસ્કૃત ભાષામાં સ્નાતકની પદવી પ્રાપ્ત કરી હતી. તેમણે કાનપુરની DAV કોલેજમાંથી રાજકીય સિદ્ધાંત વિષય સાથે અનુસ્નાતકની પદવી પણ પ્રાપ્ત કરી હતી. તેઓ એક પ્રખર રાષ્ટ્રવાદી કવિ અને લેખક પણ હતા. તેમની શૌર્ય અને બૌદ્ધિક કવિતાઓ જનસામાન્યમાં ખુબ જ લોકપ્રિય છે. તે એક અનન્ય પ્રભાવશાળી વક્તા

હતા. તેમનાં ભાષણો લોકરંજન હોવાની સાથે વિદ્વતાપૂર્ણ હતા. સંસદમાં આપેલા તેમના ભાષણો લોકમાનસને દ્રવિત કરતા હતા.

તે એક તેજસ્વી જનનાયક અને રાજપુરુષ હતાં. તેમની પ્રતિભાનાં ફલસ્વરૂપ તેમને નીચે જણાવેલા ખિતાબોથી નવાજવામાં આવ્યા હતાં:

- 1992 - પદ્મવિભૂષણ
- 1993 - કાનપુર મહાવિધાલયમાંથી D. Lit.ની પદવી
- 1994 - લોકમાન્ય તિલક ખિતાબ
- 1994 - શ્રેષ્ઠ સંસદસભ્ય
- 1994 - ભારતરત્ન પંડિત ગોવિંદ વલ્લભ પંત ખિતાબ
- 2015 - ભારત રત્ન

જવાહરલાલ નેહરુએ સંસદમાં તેમની પ્રતિભા જોઇને કહ્યું હતું કે તેઓ એક દિવસ ભારતના વડા પ્રધાન બનશે.

તેમણે ભારતના વડા પ્રધાન તરીકે ત્રણ ટર્મ સેવા આપી હતી, પ્રથમ ટર્મ 1996 માં 13 દિવસની મુદત માટે, પછી 1998 થી 1999 સુધી 13 મહિનાના સમયગાળા માટે, ત્યારબાદ 1999 થી 2004 સુધીના સંપૂર્ણ કાર્યકાળમાં. વાજપેયી ભારતીય જનતા પાર્ટી (ભાજપ) ના વરિષ્ઠ નેતા અને સહ-સ્થાપક હતા. તેઓ હિન્દુ રાષ્ટ્રવાદી સંગઠન RSSનાં સ્વયંસેવક અને પૂર્ણકાલિક પ્રચારક હતાં.

તેઓ પાંચ દાયકાઓથી ભારતીય સંસદના સભ્ય હતા, તેઓ 7 વાર લોકસભામાં અને રાજ્યસભામાં બે વખત ચૂંટાયા હતા. તેમણે લખનૌના સંસદસભ્ય તરીકે સેવા આપી હતી, 2009 માં આરોગ્યની ચિંતાને કારણે

સક્રિય રાજકારણમાંથી નિવૃત્ત થયા હતા. 16 ઓગસ્ટ 2018 ના રોજ વય સંબંધિત બીમારીથી તેમનું અવસાન થયું.

વડાપ્રધાન નરેન્દ્ર મોદીએ પૂર્વ વડાપ્રધાન અટલ બિહારી વાજપેયીના સન્માનમાં 100 રૂપિયાનો સ્મારક સિક્કો બહાર પાડ્યો છે અને અટલ પેન્શન યોજના શરૂ કરી છે.

## 9.8.1 અટલ બિહારી વાજપેયીનું મુખ્ય યોગદાન:

**રાજકોષીય જવાબદારીનો પરિચય** - ભારતના જીડીપીને તેમના કાર્યકાળમાં આઠ ટકા સુધી વધારવા ઉપરાંત, તેમણે રાજકોષીય જવાબદારીનો કાયદો રજૂ કર્યો હતો જેનો હેતુ રાજકોષીય ખાધ ઘટાડવા અને જાહેર ક્ષેત્રની બચતને વેગ આપવાનો હતો.

**ખાનગીકરણ** – તેમણે ભારતમાં ખાનગી વ્યવસાયને મહત્વ આપ્યું. અને ઉદ્યોગોમાં સરકારની સંડોવણી ઘટાડી. જેના લીધે નિરંતર હાનિ કરતા સરકારી ઉપક્રમો ખાનગી વ્યવસાયિકોને સોંપ્યા.

તેમણે એક અલગ વિનિવેશ મંત્રાલયની રચના કરી. ભારત એલ્યુમિનિયમ કંપની (બાલ્કો) અને હિન્દુસ્તાન ઝીંક, ઇન્ડિયન પેટ્રોકેમિકલ્સ કોર્પોરેશન લિમિટેડ અને વીએસએનએલ સૌથી મહત્વપૂર્ણ વિનિવેશ હતા.

**શિક્ષણ નીતિ** - ભારતમાં પ્રથમ વાર  6-14 વર્ષના બાળકો માટે પ્રાથમિક શિક્ષણ મફત બન્યું.

આ નીતિ 2001 માં લોન્ચ કરવામાં આવી જેના લીધે ડ્રોપઆઉટની સંખ્યામાં 60 ટકાનો મોટો ફેરફાર આવ્યો હતો.

**ભારતની GDP વધારવી** - તેમણે આર્થિક સુધારાઓ લાવીને ભારતને નવી ઉંચાઈઓ પર લઈ ગયા. 1998 થી 2004 સુધી તેમના કાર્યકાળમાં ભારતે આઠ ટકાનો GDP દર જાળવી રાખ્યો હતો. ફુગાવાનું સ્તર ઘટીને 4 % થયું. વિદેશી હૂંડિયામણનું સ્તર ખીલી રહ્યું હતું.

**રાષ્ટ્રીય આફતોનો પ્રભાવી મુકાબલો** – ગુજરાતમાં ભુજમાં આવેલો ભૂકંપ (2001), બે ચક્રવાત (1999 અને 2000), ભયાનક દુકાળ (2002-2003), તેલ કટોકટી (2003), કારગિલ સંઘર્ષ (1999) અને સંસદ પર હુમલો સહિત તેમના કાર્યકાળ દરમિયાન ભારતને વિનાશક ઘટનાઓનો સામનો કરવો પડ્યો હતો. છતાં તેમણે સ્થિર અર્થતંત્ર જાળવ્યું.

**મજબૂત વૈશ્વિક સંબંધો** – તેઓ વિદેશનીતિમાં નિપુણ હતા. 1977ની પહેલી જનતા સરકારમાં તેઓ વિદેશ મંત્રી હતા. તેમના શાસનકાળમાં, ભારતે તેના વેપારમાં સુધારો કર્યો અને પીપલ્સ રિપબ્લિક ઓફ ચાઇના સાથે પ્રાદેશિક વિવાદો ઘટાડ્યા.

2000 માં, તેમણે શીત યુદ્ધ પછી દ્વિપક્ષીય સંબંધો સુધારવા માટે, ભૂતપૂર્વ યુએસ પ્રમુખ બિલ ક્લિન્ટનને આમંત્રણ આપ્યું.

વધુમાં, વાજપેયીએ 19 ફેબ્રુઆરી, 1999 ના રોજ ઐતિહાસિક દિલ્હી-લાહોર બસના ઉદ્ઘાટન સાથે ભારત અને પાકિસ્તાન વચ્ચે માર્ગ જોડાણને લીલી ઝંડી આપી હતી.

તેમણે સરહદ પારના આતંકવાદ અને કાશ્મીર પર ચર્ચા કરવા માટે 14-16 જુલાઈ, 2001 ના રોજ બે દિવસીય આગ્રા શિખર બેઠક માટે

તત્કાલીન રાષ્ટ્રપતિ પરવેઝ મુશર્રફને ભારત આવવાનું આમંત્રણ આપ્યું હતું.

વાજપેયી, વિદેશ મંત્રી અને વડા પ્રધાન તરીકે તેમની ભૂમિકામાં, યુએનજીએમાં 1977 થી 2003 સુધી યુએન હેડક્વાર્ટરની સાત પ્રસંગોએ મુલાકાત લીધી હતી અને હિન્દીમાં ભાષણ આપ્યું હતું. યુએનમાં હિન્દીમાં ભાષણ આપવાવાળા તેઓ પ્રથમ ભારતીય હતાં.

## વિજ્ઞાન, ટેકનોલોજી અને સંશોધન (R & D)

- વાજપેયીએ ચંદ્રયાન-1 પ્રોજેક્ટ પાસ કર્યો.
- ભારતના 56 માં સ્વતંત્રતા દિવસ પર તેમણે કહ્યું, "આપણો દેશ હવે વિજ્ઞાનના ક્ષેત્રમાં ઉંચી ઉડાન ભરવા માટે તૈયાર છે. મને જાહેરાત કરીને આનંદ થાય છે કે ભારત 2008 સુધીમાં પોતાનું અવકાશયાન ચંદ્ર પર મોકલશે. તેને ચંદ્રયાન નામ આપવામાં આવ્યું છે.
- તેમણે ભારતને પરમાણુ હથિયાર ધરાવતું રાષ્ટ્ર બનાવ્યું. 1998 માં ભારતે એક સપ્તાહમાં પાંચ પરમાણુ પરીક્ષણો કર્યા હતા.

### ઇન્ફ્રાસ્ટ્રક્ચર

- વડા પ્રધાન ગ્રામીણ સડક યોજના દેશભરના દૂરના ગામોને તમામ હવામાન રસ્તાઓના નેટવર્ક સાથે જોડે છે.
- સુવર્ણ ચતુર્ભુજ પરિવહનને સરળ બનાવે છે, મહાનગરો - ચેન્નાઈ, કોલકાતા, દિલ્હી અને મુંબઈ - ને હાઇવેના નેટવર્ક દ્વારા જોડે છે.

## ૯.૪.૨ અટલ બિહારી વાજપેયીની ભૂલો અને લાંબા ગાળાની અસરો

સાચું કહું તો, મેં તેઓની ભૂલો પર ઘણું શોધ્યું પણ ઉલ્લેખનીય એક પણ ન મળી. 2 ઘટનાઓ એવી છે જે ભૂલમાં ન જ ગણાય કારણ કે આવી ઘટનાઓ કોઈ પણ ટાળી શક્યું ન હોત. આ છે:

**કંધાર પ્લેન હાઇજેક** - 145 મુસાફરોનો જીવ બચાવવા માટે ભારતે 3 ભયાનક આતંકવાદીઓને છોડવા પડ્યા હતા.

**ગોધરા રમખાણો** – 2002માં ગોધરા સ્ટેશન પર અમુક મુસ્લિમોએ સાબરમતી એક્સપ્રેસની બે બોગીઓ સળગાવી દીધી જેમાં લગભગ 56 કારસેવકો જે અયોધ્યાથી પાછા આવતા હતા તે બળી મર્યા. આ એક નૃશંસ કૃત્ય હતું જેના લીધે હિન્દુ-મુસલમાન સાંપ્રદાયિક રમખાણો સમસ્ત ગુજરાતમાં થયાં. તેનાં લીધે અટલ બિહારી વાજપેયી ખુબ જ દુ:ખી થયા હતા.

### ગઠબંધન શાસનની મજબૂરીઓ

કોમન મીનીમમ પ્રોગ્રામની મજબૂરીયોના લીધે વાજપેયી બીજેપીના મેનીફેસ્ટોના અનેક વચનોનું પાલન કરી શક્યા નહી. તેમાં રામમંદિર, ધારા 370, સમાન નાગરિક સંહિતા વિ. મુખ્ય છે.

### અન્ય ભૂલો

આ સિવાય, ભાજપ હજુ પણ શૈક્ષણિક નીતિ, ઇતિહાસનું પુનર્લેખન, આઇપીસીમાંથી બ્રિટીશ કાયદાઓને નાબૂદ કરવા અને ભારતીય

ન્યાયિક અને અમલદારશાહી પ્રણાલીમાં કોઈપણ સુધારા લાવી નથી શક્યું. એવું લાગે છે કે ભાજપ શાસન એ કોંગ્રેસ-બી શાસન જેવું છે, જેમાં તફાવત એટલો જ છે કે ભાજપા સંપૂર્ણ રાષ્ટ્રવાદી છે અને તેમાં પ્રણાલીગત ભ્રષ્ટાચાર ઓછો છે.

**જુદી જુદી વિચારધારા ધરાવતા 23 જોડાણ ભાગીદારો સાથે 5 વર્ષ સુધી શાસન કરવું સરળ ન હતું. તેમણે 23 જોડાણો સાથે જે કરી શકે તે શ્રેષ્ઠ કર્યું. તેમણે ગઠબંધનની મજબૂરીના પડદા હેઠળ રાષ્ટ્રીય હિતો અથવા ભ્રષ્ટાચાર સાથે ક્યારેય સમાધાન કર્યું નથી, જેમ કે ડો.મનમોહન સિંહ જે તેમના કાર્યકાળ દરમિયાન ભ્રષ્ટાચારના ઉચ્ચ સ્તરના નિ:સહાય મૂક દર્શક હતા. આની પછીથી ચર્ચા કરવામાં આવે છે. તે જાણવું રસપ્રદ રહેશે કે આગામી સરકાર વાજપેયી દ્વારા નિર્ધારિત વિકાસના રોડમેપમાં સુધારો કરે છે કે ભારતીય રાજકારણ અધોગતિ પામે છે.**

## 9.9 મનમોહન સિંહ - વ્યક્તિત્વ અને યોગદાન (2004 - 2014)

26 સપ્ટેમ્બર 1932 ના રોજ જન્મેલા મનમોહન સિંહ એક સુપ્રતિષ્ઠિત અર્થશાસ્ત્રી, શિક્ષાવિદ અને રાજકારણી છે જેમણે 2004 થી 2014 સુધી ભારતના 13 મા વડા પ્રધાન તરીકે સેવા આપી હતી. તેઓ ભારતના પ્રથમ શીખ વડાપ્રધાન હતા. જવાહરલાલ નહેરુ પછી પાંચ વર્ષનો કાર્યકાળ પૂરો કર્યા બાદ ફરીથી ચૂંટાયેલા તેઓ બીજા વડાપ્રધાન હતા.

તેઓ પશ્ચિમ પંજાબમાં (અત્યારના પાકિસ્તાન) જન્મેલા. સિંહનો પરિવાર 1947 માં ભાગલા દરમિયાન ભારતમાં સ્થળાંતરિત થયો હતો.

ઓક્સફોર્ડમાંથી અર્થશાસ્ત્રમાં ડોક્ટરેટ મેળવ્યા બાદ સિંહે 1966-1969 દરમિયાન સંયુક્ત રાષ્ટ્રમાં કામ કર્યું હતું. ત્યારબાદ તેમણે તેમની અમલદારશાહી કારકિર્દીની શરૂઆત કરી જ્યારે લલિત નારાયણ મિશ્રાએ તેમને વાણિજ્ય અને ઉદ્યોગ મંત્રાલયમાં સલાહકાર તરીકે રાખ્યા. 1970 અને 1980 ના દાયકા દરમિયાન, સિંહે ભારત સરકારમાં અનેક મુખ્ય હોદ્દાઓ સંભાળ્યા હતા, જેમ કે મુખ્ય આર્થિક સલાહકાર (1972-1976), રિઝર્વ બેંકના ગવર્નર (1982-1985) અને આયોજન પંચના વડા (1985-1987).

1991 માં, જ્યારે ભારત એક ગંભીર આર્થિક કટોકટીનો સામનો કરી રહ્યું હતું ત્યારે તેમણે નાણામંત્રી તરીકે અનેક માળખાકીય સુધારા કર્યા જેણે ભારતની અર્થવ્યવસ્થાને ઉદાર બનાવી. આ પગલાંઓ આર્થિક કટોકટીને ટાળવા માટે સફળ સાબિત થયા અને સિંહની પ્રતિષ્ઠા વૈશ્વિક સ્તરે વધી.

ત્યારબાદ, સિંહે 1998-2004ની અટલ બિહારી વાજપેયી સરકાર દરમિયાન રાજ્યસભામાં વિપક્ષના નેતા તરીકે સેવા આપી હતી.

2004 માં, જ્યારે કોંગ્રેસના નેતૃત્વમાં યુનાઇટેડ પ્રોગ્રેસિવ અલાયન્સ (યુપીએ) સત્તા પર આવ્યું, ત્યારે સોનિયા ગાંધીએ રાષ્ટ્રપતિને વડા પ્રધાન તરીકે શપથ લેવાનો દાવો રજૂ કર્યો. જો કે, પબ્લિકમાં સર્વાંગી વિરોધ તેમજ ભારત અને ઇટાલીમાં તેની બેવડી નાગરિકતા સહિતના વિવિધ કારણોસર, તેઓએ પોતાનો દાવો પાછો ખેંચી લીધો અને ડો. મનમોહન સિંહને વડાપ્રધાન તરીકે શપથ લેવડાવ્યા. પછી નેશનલ એડવાઇઝરી કાઉન્સિલ (એનએસી) નામની સંસ્થા બનાવવામાં આવી, જેનો ઉદ્દેશ સરકારને વિવિધ મુદ્દાઓ પર સલાહ આપવાનો હતો.

સોનિયા ગાંધી તેના અધ્યક્ષ બન્યા અને પ્રોક્સી વડા પ્રધાન તરીકે પ્રોક્સી તરીકે સરકાર ચલાવી.

## 9.9.1 મનમોહન સિંહનું મુખ્ય યોગદાન:

**GDP માં સુધાર** - મનમોહન સિંહે અને નાણામંત્રી પી.ચિદમ્બરમ નાં સમયગાળામાં ભારતીય અર્થતંત્ર 8-9% આર્થિક વિકાસ દર સાથે વિકસ્યું હતું. 2007 માં, ભારતે 9% નો સર્વોચ્ચ GDP વૃદ્ધિ દર હાંસલ કર્યો અને વિશ્વની બીજી સૌથી ઝડપથી વિકસતી મુખ્ય અર્થવ્યવસ્થા બની.

સિંહની સરકારે ગોલ્ડન ચતુર્ભુજ અને હાઇવે આધુનિકીકરણ કાર્યક્રમ ચાલુ રાખ્યો હતો જે વાજપેયીની સરકારે શરૂ કર્યો હતો. સિંહ બેન્કિંગ અને નાણાકીય ક્ષેત્રનાં સુધારાઓ ઉપર પણ કામ કરી રહ્યા હતા. મનમોહન સિંહના નેતૃત્વમાં, નાણાં મંત્રાલયે ખેડૂતોને તેમના દેવામાંથી મુક્ત કરવા અને ઉદ્યોગ તરફી નીતિઓ પર કામ કર્યું. 2005 માં, સિંહ સરકારે વેટ ટેક્સ રજૂ કર્યો જેણે વેચાણવેરાની જટિલતાને અમુક અંશે સુધારી.

વડા પ્રધાન મનમોહન સિંહની સરકારમાં 2006-2007માં ભારત 10.08% વૃદ્ધિ દર પર રહ્યો હતો. જો કે, 2014 માં તેમના કાર્યકાળના અંતે તે ઘટીને 6.9% થઈ ગયો. *(તેનું મુખ્ય કારણ અનહદ ભ્રષ્ટાચાર અને અમુક ઉદ્યોગપતિયોને અઘટિત રીતે અબાધિત લોનો આપવી).*

**સ્પેશિયલ ઇકોનોમિક ઝોન (એસઇઝેડ) એક્ટ 2005** - વડા પ્રધાન મનમોહન સિંહ સ્પેશિયલ ઇકોનોમિક ઝોન (એસઇઝેડ) એક્ટ અમલમાં લાવ્યા. દેશમાં રોકાણ આકર્ષવા અને સામાન અને સેવાઓની નિકાસ

દ્વારા વિદેશી હૂંડિયામણ પેદા કરવાના હેતુથી રાષ્ટ્રની આર્થિક વૃદ્ધિની દિશામાં આ કાયદો ઘડવામાં આવ્યો હતો.

**આ અધિનિયમના ઉદ્દેશો હતા:**

- વિશેષ આર્થિક ઝોન અને તેમના એકમોની સ્થાપના માટે કાનૂની માળખું પૂરું પાડવું,
- માલ અને સેવાઓને પ્રોત્સાહન આપીને વધારાની આર્થિક પ્રવૃત્તિ પેદા કરવી અને વિદેશી અને સ્થાનિક રોકાણો પેદા કરવા, અને
- તમામ જરૂરિયાતોને સંતોષીને અર્થતંત્રના પાછળના અને આગળના જોડાણો પૂરા પાડવા. (Backward and Forward Integration).

**રાષ્ટ્રીય ગ્રામીણ રોજગાર ગેરંટી યોજના (નરેગા) અધિનિયમ 2005** - વડા પ્રધાન મનમોહન સિંહના નેતૃત્વમાં ભારત સરકારે 2005 માં રાષ્ટ્રીય ગ્રામીણ રોજગાર ગેરંટી અધિનિયમ (નરેગા) રજૂ કર્યો, જે એક સામાજિક સુરક્ષા યોજના છે જેનો ઉદ્દેશ્ય આજીવિકા, નિર્વાહ અને ભારતમાં ગ્રામીણ સમુદાયો અને મજૂરોને રોજગારી. નરેગા ગ્રામીણ પરિવારોને એક વર્ષમાં ઓછામાં ઓછા 100 દિવસની ચોક્કસ વેતન રોજગારી આપીને આવક સુરક્ષા સુનિશ્ચિત કરે છે. વેતન રોજગારની આ યોજના પુખ્ત વયના લોકો માટે ઉપલબ્ધ છે જેમણે અકુશળ મેન્યુઅલ મજૂરી માટે સ્વૈચ્છિક સેવા આપી છે. 2 જી ફેબ્રુઆરી 2006 ના રોજ ભારતભરના 200 જિલ્લાઓમાં અમલમાં આવતા ભારતીય શ્રમ કાયદો તરીકે નરેગા પસાર કરવામાં આવ્યો હતો. બાદમાં એપ્રિલ 2008 માં જ્યારે યોજનાનું નામ બદલીને મહાત્મા ગાંધી રાષ્ટ્રીય

ગ્રામીણ રોજગાર ગેરંટી અધિનિયમ (MGNREGA) કરવામાં આવ્યું ત્યારે વધુ જિલ્લાઓને આવરી લેવામાં આવ્યા.

**ભારત-અમેરિકા પરમાણુ કરાર** - વડાપ્રધાન મનમોહન સિંહની સરકાર હેઠળ ભારતની સૌથી મોટી સિદ્ધિઓમાં ભારત-અમેરિકા પરમાણુ કરાર પર હસ્તાક્ષર હતા. ભારત અને અમેરિકા વચ્ચેના આ કરારનું માળખું મનમોહન સિંહ અને અમેરિકાના તત્કાલીન રાષ્ટ્રપતિ જ્યોર્જ ડબલ્યુ બુશ દ્વારા સંયુક્ત નિવેદનમાં બનાવવામાં આવ્યું હતું. કરાર હેઠળ, ભારત તેની નાગરિક અને લશ્કરી પરમાણુ સુવિધાઓને અલગ કરવા અને તમામ નાગરિક પરમાણુ સુવિધાઓ આંતરરાષ્ટ્રીય અણુ ઉર્જા એજન્સી (IAEA) હેઠળ મૂકવા સંમત થયા હતા. કરાર 18 જુલાઈ 2005 ના રોજ કરવામાં આવ્યો. સોનિયા ગાંધીએ સરકારના પતનના ડરથી સિંહને પરમાણુ કરારમાં ન જવાની સલાહ આપી હતી. સિંહ આ મુદ્દે રાજીનામું આપવા માટે તૈયાર હતા. જોકે, અટલ બિહારી વાજપેયીના નેતૃત્વમાં ભાજપ જેવા રાષ્ટ્રવાદી પક્ષોએ સંસદમાં આ મુદ્દે સરકારને ટેકો આપ્યો હતો.

**માહિતીનો અધિકાર (RTI) અધિનિયમ 2005** - માહિતી અધિકાર અધિનિયમ 2005, અથવા RTI અધિનિયમ, એક એવો કાયદો છે જેનો ઉદ્દેશ ભારતમાં સરકારી સંસ્થાઓમાં પારદર્શિતાને પ્રોત્સાહન આપવાનો છે. ભ્રષ્ટાચાર વિરોધી કાર્યકર્તાઓના સતત પ્રયાસો બાદ આ અધિનિયમની કલ્પના 2005 માં કરવામાં આવી હતી.

આ કાયદાને ક્રાંતિકારી તરીકે જોવામાં આવે છે કારણ કે તે સરકારી સંસ્થાઓને ચકાસણી માટે મૂકે છે. એક્ટ હેઠળ, એક સામાન્ય માણસ

સરકારી એજન્સીઓને માહિતી આપવા માંગ કરી શકે છે. તે દેશના સૌથી શક્તિશાળી કાયદાઓમાંનો એક બની જાય છે.

**સર્વ શિક્ષા અભિયાનમાં સુધારો** - 2006 માં, વડા પ્રધાન મનમોહન સિંહે બે મુખ્ય કાર્યક્રમોની સમીક્ષા કરી; સર્વ શિક્ષા અભિયાન અને મધ્યાહ્ન ભોજન યોજના. તે નોંધવામાં આવ્યું હતું કે 'શાળા બહાર' બાળકોની સંખ્યા બે વર્ષમાં 2.5 કરોડથી ઘટીને 96 લાખ થઈ ગઈ છે.

2005 ના રાષ્ટ્રીય અભ્યાસક્રમ માળખાના સંદર્ભમાં, પીએમ મનમોહન સિંહે શાળામાં વિજ્ઞાન અને ગણિતના શિક્ષણની ગુણવત્તા સુધારવાની જરૂરિયાત પર ભાર મૂક્યો હતો. તેમણે 'આનંદકારક અને ગુણવત્તાયુક્ત શિક્ષણ પ્રદાન કરવાની જરૂરિયાત પર ભાર મૂક્યો,

**મોબાઈલ નંબર પોર્ટેબિલિટી (MNP) 2011** - 2011 માં, ભારતના વડા પ્રધાન, ડો. મનમોહન સિંહે મોબાઈલ નંબર પોર્ટેબિલિટી (MNP) સેવા શરૂ કરાવી.

**પોલીયો નાબૂદી** - વર્લ્ડ હેલ્થ ઓર્ગેનાઇઝેશન (ડબ્લ્યુએચઓ) દ્વારા 2012 માં ભારતને પોલિયો-સ્થાનિક દેશોની સૂચિમાંથી બાકાત કર્યું હતું. આ એક મોટી સિદ્ધિ હતી.

## 9.9.2 મનમોહન સિંહની ભૂલો અને લાંબા ગાળાની અસરો

મનમોહન સિંહને વડાપ્રધાન બનાવવા માટે સોનિયા ગાંધીએ નીચેના કારણોસર પસંદ કર્યા હતા.

- તે પોતે બેવડી નાગરિકતા અને મોટા પ્રમાણમાં લોકોના ભારે વિરોધને કારણે વડાપ્રધાન ન બની શકી.
- રાહુલ ગાંધી વડાપ્રધાન બનવા માટે એટલા પરિપક્વ નહોતા.
- મનમોહન સિંહ ભવિષ્યમાં રાહુલ ગાંધી માટે ખતરો બની શક્યા ન હોત.
- એ નોંધવું પણ યોગ્ય છે કે નેશનલ એડવાઇઝરી કાઉન્સિલ (એનએસી) નામની એક ખાસ સંસ્થા બનાવવામાં આવી હતી અને સોનિયા ગાંધી તેના અધ્યક્ષ બન્યા હતા. મનમોહન સિંહે જે કંઈ કરવાનું હતું તે માટે સોનિયા ગાંધી પાસેથી મંજૂરી લેવી પડી હતી. સોનિયા ગાંધીએ રાજ માતાની ભૂમિકા ભજવી હતી અને અહેમદ પટેલ, કમલનાથ, દિગ્વિજય સિંહ જેવા તેમના સલાહકારો મારફતે પાછલા બારણેથી દેશ પર શાસન કર્યું હતું અને અલબત્ત વારસદાર રાહુલ ગાંધીએ પણ. ઘણા દસ્તાવેજી, ફોટોગ્રાફિક અને વીડિયોગ્રાફિક પુરાવા જાહેર ડોમેનમાં આ મુદ્દે ઉપલબ્ધ છે.

વધુમાં, સંપૂર્ણ બહુમતીના અભાવને કારણે, મનમોહન સિંહની સરકાર ગઠબંધનની સરકાર હતી. દરેક ગઠબંધન પક્ષ સત્તામાં તેમનો હિસ્સો મેળવવા આતુર હતો. ભલે મનમોહન સિંહ નાણા સંભાળવા માટે શ્રેષ્ઠ વ્યક્તિ હતા, સોનિયા ગાંધીના કહેવા પર પી.ચિદમ્બરમને નાણામંત્રી બનાવવામાં આવ્યા. ચિદમ્બરમે કથિત નાણાકીય ગેરરીતિઓ સાથે કરેલા શોષણ પર એક આખું પુસ્તક લખી શકાય છે, જેમાંથી ઘણી કોર્ટમાં છે.

મનમોહન સિંહના નજીકના સહયોગી સંજય બરુએ એક પુસ્તક લખ્યું છે - એક્સિડેન્ટલ પ્રાઈમ મિનિસ્ટર. તેથી મનમોહન સિંહ કેટલા મજબૂર હતા તેનું સચોટ વર્ણન છે.

હવે આપણે મનમોહન સિંહ સરકાર દ્વારા થયેલી ગંભીર ભૂલો જોઈએ જેણે દેશને ભારે નુકસાન પહોંચાડ્યું. ભારતે તેમના વિરોધાભાસી શાસન માટે મોટી કિંમત ચૂકવવી પડી છે.

- સિંહની સરકાર 2003 પછી રેકોર્ડ આર્થિક પ્રગતિને મજબૂત કરવા માટે જરૂરી આર્થિક સુધારાને આગળ વધારવામાં નિષ્ફળ રહી.
- સિંહની સરકાર આર્થિક કટોકટી પછીના રાજકોષીય ઉત્તેજનાને પાછી ખેંચવામાં નિષ્ફળ રહી હતી, જેના પરિણામે અર્થવ્યવસ્થા ઝડપથી ગતિ ગુમાવી રહી હતી તે સમયે ભારત ફુગાવાથી પ્રભાવિત થયું હતું.
- Taxation effective from back date જેવા કૃત્યો વિચિત્ર હતા.
- જે તેમની કુશળતા હતી તે ફાઇનાન્સ પર ધ્યાન કેન્દ્રિત કરવાને બદલે, સોનિયા ગાંધીએ તેમને વિદેશ નીતિ જોવા કહ્યું જે તેમનો વિષય ન હતો. આના લીધે અર્થતંત્રએ દિશા ગુમાવી.
- સિંહ વિરોધાભાસી રહ્યા છે. એક પ્રામાણિક વ્યક્તિએ ભારતીય ઇતિહાસની સૌથી ભ્રષ્ટ સરકારનું નેતૃત્વ કર્યું.
- તેઓ પોતાના મંત્રીઓને નિયંત્રિત કરવાને બદલે તેમના મંત્રીઓ તેમને નિયંત્રિત કરતા હતા. જેઓ કોઈ પણ વાત તેમના બદલે પહેલા કોંગ્રેસ પ્રમુખને જાણ કરતા હતા.

- જ્યારે રાહુલ ગાંધીએ કેબિનેટ દ્વારા પસાર કરાયેલા વટહુકમને જાહેરમાં ફાડી નાખીને વડાપ્રધાનનું અપમાન કર્યું, ત્યારે મનમોહન સિંહે અપમાનને ગળી લીધું અને પરિણામે તેમની ખુરશી પ્રત્યે જાહેર આદર ગુમાવ્યો. તેમણે તેમના પદ પરથી રાજીનામું આપવું જોઈતું હતું.
- જ્યારે ઘણા બધા કૌભાંડો ઘટી રહ્યા છે, ત્યારે તેમણે કેબિનેટનાં ભ્રષ્ટ લોકોને દૂર કરવા જોઈતા હતાં પણ તેઓ ગઠબંધનની મજબૂરીનાં ભ્રમમાં મૂક પ્રેક્ષક બની રહ્યાં. ઈતિહાસ તેમને આના લીધે માફ નહી કરે.
- 26/11 ના મુંબઈ આતંકી હુમલા પછી, જો તેમણે બદલો લેવાના પગલાં લીધા હોત તો લોકોને સરકાર પર વિશ્વાસ હોત કે તેઓ તેમના જીવન અને સંપત્તિની સુરક્ષા કરશે. તેમની લાચારી અને નિષ્ક્રિયતાએ જનતાના ગુસ્સાને જ જન્મ આપ્યો.
- સમગ્ર યુપીએ-2 દરમિયાન, સરકાર કામ કરી રહી છે તે દર્શાવવા માટે ક્યારેય કોઈ અનન્ય પગલાં લેવામાં આવ્યા નહી. સરકારને માત્ર પોતાનો કાર્યકાળ પૂરો કરવામાં રસ હતો. રાષ્ટ્રના વિકાસમાં નહીં. પૂરા તંત્રમાં પોલીસી પેરાલીસીસ હતું.
- મનમોહન સિંહની સરકાર અણ્ણા આંદોલનની પ્રકૃતિ અને તેના લોકપ્રિય સમર્થનને ઓળખવામાં નિષ્ફળ રહી. તેમણે પ્રથમ ઉદાસીનતા અને પછી દમનનો માર્ગ પસંદ કર્યો પણ તેમાં સફળ નાં થયા. સરકાર નબળી અને અનૈતિક દેખાતી હતી.

- મનમોહન સિંહે ઓફિસ છોડતા કહ્યું કે, મીડિયા કરતાં ઈતિહાસ મારા માટે દયાળુ રહેશે. કદાચ, ઇતિહાસ કઠોર હોઈ શકે. મનમોહન સિંહે રાજકીય સત્તા વગરની સરકાર ચલાવી હતી.
- જો મનમોહન સિંહે 2012 ની આસપાસ રાજીનામું આપ્યું હોત તો આજે તે વાસ્તવિક હીરો હોત. પરંતુ તેઓ રાજીનામું આપી શક્યા ન હતા કારણ કે તેઓ સોનિયા ગાંધી માટે રાહુલ ગાંધી કરતા પહેલા પ્લેસહોલ્ડર હતા. તેમની વફાદારી રાષ્ટ્ર માટે નહીં પરંતુ પાર્ટી અધ્યક્ષ પર હતી. તેઓ રાહુલ ગાંધીને કેબિનેટમાં આવવા વિનંતી કરતા રહ્યા, પરંતુ રાહુલે તેમ કર્યું નહીં.
- મનમોહન સિંહે એવી ખરાબ સરકાર ચલાવી કે તેમના મંત્રીઓ તેમને વફાદાર કે જવાબદાર ન હતા. તેઓ 10 જનપથના સરનામે વાસ્તવિક શક્તિ કેન્દ્ર તરફ દોડી રહ્યા હતા.
- ઇતિહાસ મનમોહન સિંહનાં કાર્યકાળને નોમિનેટેડ વડાપ્રધાન, જે રિમોટ કંટ્રોલથી ચાલવા મજબુર હોય, એક ચેતવણી તરીકે યાદ રાખશે. વડાપ્રધાન એક લોકપ્રિય રીતે ચૂંટાયેલા નેતા હોવા જોઈએ, જે પક્ષની જગ્યાએ લોકનેતા હોય.

**એકંદર પરિણામ** - મનમોહનનો વારસો ગર્વ લેવા જેવો નથી. *(નરેન્દ્ર મોદીએ સંસદમાં યોગ્ય રીતે કહ્યું - લોકોએ ડૉ.સિંહ પાસેથી શીખવું જોઈએ કે રેઈનકોટ પહેરીને બાથરૂમમાં કેવી રીતે સ્નાન કરવું).* અંતિમ પરિણામ એ આવ્યું કે 2014 માં આગામી સામાન્ય ચૂંટણીમાં કોંગ્રેસનો નાશ થયો અને તે માત્ર 44 બેઠકો જીતી શકી.

તે જોવાનું રસપ્રદ છે કે નીતિ પેરાલીસીસ અને તત્કાલીન શાસક પક્ષમાં ઉચ્ચ સ્તરના ભ્રષ્ટાચારથી પીડિત દેશ આગામી વડાપ્રધાન નરેન્દ્ર મોદી દ્વારા કેવી રીતે પરિવર્તિત થઈ રહ્યો છે.

## 9.10 નરેન્દ્ર મોદી - વ્યક્તિત્વ અને યોગદાન (2014...)

નરેન્દ્ર મોદીનો જન્મ 17 સપ્ટેમ્બર 1950 ના રોજ ગુજરાતના એક નાના ગામ વડનગરના એક OBC ગુજરાતી હિન્દુ પરિવારમાં થયો હતો. તેઓ 8 વર્ષની ઉંમરે RSSમાં જોડાયા હતા. તે વડનગર રેલવે સ્ટેશન પર ચા વેચનાર તેમના પિતાને મદદ કરતા હતા. તેમણે વડનગરથી 1967માં હાઈસ્કૂલ પાસ કરી. 18 વર્ષની નાની ઉંમરે તેમના લગ્ન 17 વર્ષીય જશોદાબેન સાથે થયા હતા. જો કે, લગ્નના 3 મહિનાની અંદર જ તેમણે કોઈને પણ જાણ કર્યા વગર ઘર છોડી દીધું હતું. તે દરમિયાન, તેમણે દેશમાં ખાસ કરીને ઉત્તર અને ઉત્તર-પૂર્વ ભારતમાં ભ્રમણ કર્યું. તેમણે કેદારનાથમાં થોડો સમય વિતાવ્યો અને તપસ્યા કરી. તેઓ સ્વામી વિવેકાનંદથી ખૂબ પ્રભાવિત હતા. તેઓ 1971 માં સક્રિય જીવનમાં પાછા ફર્યા અને RSS ના પૂર્ણકાલિક પ્રચારક બન્યા. લાલકૃષ્ણ અડવાણીની રથયાત્રા અને લાલ ચોકમાં તિરંગો ફરકાવવા માટે મુરલીમનોહર જોશીની શ્રીનગર મુલાકાત દરમિયાન તેઓ એક અગ્રણી વ્યક્તિ હતા. RSS દ્વારા મોદીની કુશળતાને સ્વીકારવામાં આવી હતી અને તેમને ભાજપને ફાળવવામાં આવ્યા હતા જ્યાં તેઓ દેશના વિવિધ ક્ષેત્રોમાં પહોંચ્યા હતા. તેઓ 1977 ની કટોકટી દરમિયાન ભૂગર્ભમાં હતા અને RSS માટે ઘણું ભૂગર્ભ કાર્ય કર્યું હતું. વિનાશક ભુજ ભૂકંપ દરમિયાન, તેમણે પરિસ્થિતિને ખૂબ સારી રીતે સંભાળી અને ખૂબ જ

સારા આયોજક તરીકે ઉભરી આવ્યા. તેમણે મુખ્યમંત્રી કેશુભાઈ પટેલની જગ્યા 2001માં લીધી. વર્ષ 2002 માં ગોધરાના પ્રખ્યાત રમખાણો તેમણે ખૂબ જ ચપળતાથી સંભાળ્યા હતા. જો કે, સીબીઆઈ દ્વારા તેમની પૂછપરછ કરવામાં આવી હતી અને તેમને ક્લીન ચિટ આપવામાં આવી હતી. સુપ્રીમ કોર્ટે પણ તેને કોઈ દોષ વગર નિર્દોષ છોડી મૂક્યાં હતા. નરેન્દ્ર મોદીએ વર્ષ 1978માં BA અને 1983 માં રાજકીય વિજ્ઞાન (Political Science)માં MA કર્યું હતું.

કોંગ્રેસ જોડેની રાજકીય અથડામણોને કારણે અને કોંગ્રેસના કુપ્રચારના લીધે અમેરિકાએ તેમને વિઝા આપવાનો ઇનકાર કર્યો હતો. વક્રોક્તિ એ જ છે કે જ્યારે તેઓ ભારતના વડા પ્રધાન બન્યા ત્યારે અમેરિકાએ તેમના સ્વાગત માટે લાલ જાજમ પાથરી હતી.

## 9.10.1 નરેન્દ્ર મોદીનું મુખ્ય યોગદાન:

**અગાઉની સરકારો દ્વારા શરૂ કરાયેલી અને ત્યજી દેવાયેલી યોજનાઓ** - અગાઉની સરકારો દ્વારા સમાજના વિવિધ વર્ગોને ખુશ કરવા માટે ઘણા પ્રોજેક્ટ્સ શરૂ કરાયા હતા પરંતુ તે પૂર્ણ કરવાના ઇરાદાના અભાવને કારણે ક્યારેય પૂર્ણ થયા ન હતા. તે નરેન્દ્ર મોદી દ્વારા પૂર્ણ કરવામાં આવ્યા હતા કારણ કે તે જનતાનાં લાભ માટે ખરેખર જરૂરી હતા. તેમાંના અમુક પ્રોજેક્ટ નીચે પ્રમાણે છે:

- બ્રહ્મપુત્ર નદી પર બોગીબીલ પુલ (2002 - 2018)
- કટરા - બનિહાલ રેલ પ્રોજેક્ટ (1997-2022 અપેક્ષિત)
- જમ્મુ-કાશ્મીર માં ચેનાની - નાશરી ટનલ (2011 - 2017)

- સેન્ટ્રલ વિસ્ટા પ્રોજેક્ટ - કોંગ્રેસ દ્વારા સૂચવેલી અને મોદી દ્વારા હાથ ધરવામાં આવેલ
- જમ્મુ - કટરા રેલ લિંક
- મેઘાલય માટે રેલ લાઇન
- પુરી હાઇડ્રો-ઇલેક્ટ્રિક પ્રોજેક્ટ
- કુન્દનકુલમ પરમાણુ ઉર્જા પ્લાન્ટ
- કોચી મેટ્રો
- મુંબઈ ટ્રાન્સ-હાર્બર મેટ્રો લિંક લાઇન
- સરદાર સરોવર પ્રોજેક્ટ

આ પુસ્તકનો વિષય નરેન્દ્ર મોદીના વ્યક્તિત્વ અને સિદ્ધિઓ વિષે નથી. આ હાલની પેઢીને આ વિષે વ્યાપક જાણકારી છે તેથી અહીં ચર્ચા કરવામાં આવી નથી. પ્રકરણ 4 માં થોડા ઉદાહરણો આપવામાં આવ્યા છે.

## 9.10.2 નરેન્દ્ર મોદીના નિર્ણયોને તેમના વિરોધીઓએ ભૂલો ગણાવી

હું નિ:શંકપણે મોદીની ભૂલો પર આવીશ, પરંતુ મોદીના સાહસી નિર્ણયોની ચર્ચા કરવી અત્યંત જરૂરી છે, જેને વારંવાર પડકારવામાં આવે છે અને વિપક્ષ દ્વારા ભૂલો તરીકે ઓળખવામાં આવે છે. અને તે રીતે નિર્દોષ જનતામાં મૂંઝવણ ફેલાવવાનો પ્રયાસ કરવામાં આવે છે:

**નોટબંધી** - મોદીએ રૂ. 500 અને રૂ. 1000 ની નોટોની નોટબંધી 8 મી નવેમ્બર 2014 ના રોજ કરી. વિપક્ષ તેને મોટી ભૂલ ગણાવી રહ્યો છે

કારણ કે તેઓ કહે છે કે આ નોટબંધીથી કોઈ ફાયદો થયો નથી બલ્કિ સામાન્ય માણસ મુશ્કેલીમાં મુકાયો હતો. હકીકતો નીચે મુજબ છે:

- બિનઉપયોગી ચલણમાંથી ઓછામાં ઓછા 15% ચલણબજારમાં આવી. બજારમાં ચલણની ઉપલબ્ધતા અર્થતંત્રને સુધારવામાં મદદ કરે છે.
- રાજકારણીઓ અને ઉદ્યોગપતિઓ વિ, દ્વારા છુપાવેલું ઘણું કાળું નાણું બહાર આવ્યું.
- બજારમાં ફરતી નકલી ચલણ નકામી થઇ ગઈ. તેનાથી ઘણી રિશ્વતખોરી અને અનેક ગૈરકાનૂની કામો ઓછા થયા.
- 2 લાખથી વધુ બેનામી કંપનીઓ બંધ થઈ ગઈ.
- પાકિસ્તાન, બાંગ્લાદેશ અને ચીનમાં પહેલેથી છપાયેલી ઘણી નકલી ચલણ નકામી થઈ ગઈ.
- કાશ્મીરમાં યુવાનો દ્વારા આપણી સેનાના જવાનો પર પથ્થરમારો બંધ થયો જેનો આધાર નકલી ચલણ હતો.

આ એક સંપૂર્ણ યાદી નથી.

**કૃષિ બિલ** - અત્યાર સુધી (22.11.2021) 12 મહિનાથી ચાલું રહેલ ખેડૂતોનું આંદોલન એક વિચિત્ર આંદોલન છે. સંસદના બંને ગૃહો દ્વારા કૃષિ બિલ પસાર કરવામાં આવ્યા છે. ખેડૂત આંદોલનકારીઓ આ બિલને રદ કરવા માંગે છે જેને સંસદની મંજૂરીની જરૂર છે. આ દેશ બંધારણ દ્વારા સંચાલિત છે. શેરી આંદોલનથી અને ભીડતન્ત્રથી કાયદા બદલી શકાતા નથી. આ મુદ્દો ખેડૂતોના છદ્મ વેશમાં છે. આંદોલન આડતિયા નામના વચેટિયાઓ કરી રહ્યાં છે જે 70 વર્ષથી ખેડૂતોને લૂંટી રહ્યા છે.

નવા કાયદા ખેડૂતો માટે ફાયદાકારક છે. *(જો કે અમુક અજ્ઞાત કારણોવશ 19 નવેમ્બર 2021નાં દિને તે કાયદાઓ નિરસ્ત કરવાની ઘોષણા થઇ છે).*

**નાગરિક સુધારો કાયદો** - આ સુધારો 1947 થી પેન્ડિંગ છે. એવા લાખો શરણાર્થીઓ છે જેમને નાગરિકતાનાં લાભો અને એટેન્ડન્ટ લાભો મળ્યા નથી કારણ કે શરણાર્થીઓ કોંગ્રેસ અથવા અન્ય કોઈ બિનસાંપ્રદાયિક રાજકીય પક્ષ માટે મોટી વોટ બેંક નથી. આ ભાજપના મેનિફેસ્ટોમાં હતું અને તેઓએ તેનો અમલ કર્યો છે. મુખ્ય વિરોધ મુસ્લિમોનો છે જે પાકિસ્તાન, બાંગ્લાદેશ અને અફઘાનિસ્તાનના મુસ્લિમોને નાગરિકતા આપવા માટે સમાવવા માંગે છે. પરંતુ આ કાયદો આપણા પડોશી મુસ્લિમ દેશોના સતાવેલા લઘુમતીઓ માટે છે. મુસ્લિમોની માંગ અન્યાયી છે. શાહીન બાગ આંદોલન 3 મહિનામાં બંધ થઈ ગયું. પબ્લિક ડોમેનમાં આ અંગે ઘણી માહિતી ઉપલબ્ધ છે.

**નેશનલ પબ્લિક રજિસ્ટર** - વિપક્ષ દ્વારા તેનો પણ વિરોધ કરવામાં આવે છે. કયા દેશમાં નેશનલ પબ્લિક રજિસ્ટર નથી? શું તમે બીજા કોઈ દેશમાં કાયદાથી વધુ સમય રહી શકો છો?

**મારો અંગત અનુભવ** - હું અને મારી પત્ની વર્ષ 1995 માં નૈરોબીથી દુબઈની મુલાકાતે આવ્યા હતા. અમારા વિઝાની વ્યવસ્થા સ્થાનિક વેપારી દ્વારા 2 દિવસના રોકાણ માટે કરવામાં આવી હતી. દુબઈથી મુંબઈની અમારી રિટર્ન ટિકિટ અમારા પ્રસ્થાનના નિર્ધારિત દિવસે પહેલેથી જ ખરીદી લીધી હતી. જો કે, દુબઇ સત્તાવાળાઓએ મને જાણ કરી કે દુબઇથી નિર્ધારિત ફ્લાઇટ રદ કરવામાં આવી છે. પરંતુ જો તમારે જવું જ હોય તો તેઓ અમને અબુ ધાબીથી મુંબઈની ફ્લાઈટમાં ગોઠવશે. અબુ ધાબી દુબઈથી લગભગ 140 કિલોમીટર દૂર છે. દુબઈથી

અબુ ધાબી સુધીની મુસાફરી અમારા મિત્રએ તેમની કારમાં ગોઠવી હતી. અમે મુંબઈ પહોંચ્યા. એક અઠવાડિયા પછી, મારા મિત્ર તરફથી એક સંદેશ આવ્યો કે તેમની પાસે એક પ્રશ્ન આવ્યો છે કે તેમના મહેમાનો જે દુબઈમાં દાખલ થયા છે તેઓએ દુબઈ છોડ્યુ નથી. મારે અબુ ધાબી કસ્ટમ પર સ્ટેમ્પિંગ દર્શાવતા અમારા પાસપોર્ટની ફોટોકોપી મોકલવાની હતી તેમજ મુંબઈ કસ્ટમ પર અમારાં આગમનની સ્ટેમ્પ. આ મેં મોકલી આપી અને મામલો શાંત થયો.

તો NPR માં શું ખોટું છે? બધાં જ દેશોમાં આ અનિવાર્ય પ્રમાણે લાગુ છે તો ભારતમાં કેમ નહી? કારણ એક જ છે કે મુસ્લિમ તુષ્ટિકરણ કરવાવાળાઓ પાકિસ્તાન, બાંગ્લાદેશ અને અફઘાનિસ્તાનમાંથી મુસ્લિમોને ભારતમાં ગેરકાનૂની તરીકે ઘુસાડવા માંગે છે જેથી તેમના વોટોની વૃદ્ધિ થાય.

**ટ્રિપલ તલાક** - આ કાયદો ભાજપ દ્વારા તેમના ચૂંટણી ઢંઢેરા મુજબ મુસ્લિમ સ્ત્રીઓને રાહત આપવા માટે ઘડવામાં આવ્યો છે. હવે મુસ્લિમોએ પણ ટ્રિપલ તલાક નાબૂદ કરવા માટે સમાધાન કર્યું છે કારણ કે અન્ય મુસ્લિમ દેશોમાં પણ તે લાંબા સમયથી, પાકિસ્તાન સહિત, નાબૂદ કરવામાં આવ્યું છે. તેમ છતાં, સ્યુડો-સેક્યુલરવાદીઓ ટ્રિપલ તલાક વિષે ગણગણાટ કરે છે.

**રામ મંદિર** - સુપ્રીમ કોર્ટે રામમંદિરની તરફેણમાં પોતાનો ચુકાદો આપ્યો છે. કેટલાક મુસ્લિમો આ માટે સહમત નથી. સ્યુડો-સેક્યુલર સમાજવાદી પાર્ટીના પ્રમુખ, અખિલેશ યાદવે તાજેતરમાં મુસ્લિમોને કહ્યું છે કે તેઓ રામ મંદિર તોડી પાડશે અને ત્યાં બાબરી મસ્જિદનું નિર્માણ કરશે. કોંગ્રેસના વકીલ શ્રી કપિલ સિબ્બલે સુપ્રીમ કોર્ટ માં સોગંદનામું

રજૂ કર્યું હતું કે રામ એક કાલ્પનિક વ્યક્તિ છે અને તે ભારતમાં અથવા ક્યાંય પણ અસ્તિત્વમાં નથી. આથી રામમંદિરનો કોઈ પ્રશ્ન નથી.

પ્રિય વાચક, તમે આ રાષ્ટ્રવિરોધી તત્વો વિષે જાણતા જ હશો જે રાષ્ટ્રીય હિતોના વિરોધી છે. આ પુસ્તકનો ઉદ્દેશ રાષ્ટ્રવિરોધી તત્વોની નાપાક પ્રવૃતિઓ વિષે વર્તમાન અને આગામી સમયને પ્રકાશિત કરવાનો છે.

**રાફેલ ડીલ** - સામાન્ય રીતે વિપક્ષો દ્વારા અને ખાસ કરીને રાહુલ ગાંધી દ્વારા કરાયેલી હલચલ એટલી હદે હતી કે રાહુલ ગાંધીએ સોદામાં ભ્રષ્ટાચારના પ્રશ્નો ઉભા કર્યા અને જાહેરમાં મોદીને ચોર તરીકે બોલાવ્યા. સુપ્રીમ કોર્ટ એ સમગ્ર ખરીદીના સોદામાં સરકારને ક્લીનચીટ આપી અને રાહુલ ગાંધીને લેખિતમાં માફી માંગવાનું પણ કહ્યું. તેણે માફી માંગવી પડી.

**યુસીસી અને જનસંખ્યા નિયંત્રણ બિલ** - આ બીલો આગામી ચૂંટણી પહેલા આવવાના છે અને વિપક્ષ દ્વારા તેનો વિરોધ અત્યારથી જ કરવામાં આવી રહ્યો છે. જો કે, કોઈ પણ તેમને રોકી શકશે નહીં.

**શિક્ષણ પ્રણાલીમાં પરિવર્તન** - મોદીએ વર્ષ 2021 માં શિક્ષણ પ્રણાલીમાં સુધારો કરવાનું શરૂ કર્યું છે. જો કે, નવી સિસ્ટમની અસરકારકતાનું મૂલ્યાંકન કરવું ખૂબ વહેલું છે.

આ થોડા ઉદાહરણો છે. વાચકે દરરોજ મોદી પર લાદવામાં આવતા પ્રશ્નો અને દોષો અને તેમના વિષેની સત્યતાઓની જાણકારી હશે જ તેમ માનીને અહીં વિગતવાર ચર્ચા કરવામાં આવી નથી.

બહુમતી લોકો સ્વીકારે છે કે એક સાચા રાષ્ટ્રવાદી નેતા 1000 વર્ષ પછી રાષ્ટ્રીય દ્રશ્ય પર આવ્યા છે જેમની પાસે નેતૃત્વ અને બોલ્ડ નિર્ણયો લેવાની ક્ષમતા અને હિંમત છે.

રાષ્ટ્ર વિશ્વ મહાસત્તા બનશે. આંતરરાષ્ટ્રીય મુત્સદ્દીગીરીને સમજનારા વિવિધ વિદેશીઓ દ્વારા આનો સ્વીકાર કરવામાં આવ્યો છે.

નરેન્દ્ર મોદીએ ખુદ જાહેર જીવનની વયમર્યાદા પર પ્રતિબંધ મુક્યો છે અને જાહેર કર્યું છે કે તે તેમને પણ લાગુ પડે છે. આથી તે 2024 થી શરૂ થનારી આગામી સંસદના અંત પહેલા 75 વર્ષ પૂરા કરશે. વિરોધીઓમાં પણ શંકા નથી કે તેઓ 2024 માં પણ આગામી વડાપ્રધાન બનશે.

**પ્રિય વાચક, ચાણક્યએ કહ્યું કે તે શાસન સફળ છે જેની અયોગ્ય રીતે ભારોભાર ટીકા થતી હોય.**

## 9.10.3 નરેન્દ્ર મોદીની ભૂલો અને તેમની લાંબા ગાળાની અસરો

અનેકો જ્વલંત ઉપલબ્ધિઓ હોવા છતાં, શિક્ષણ પ્રણાલીમાં સુધારાઓ, ઇતિહાસનું પુનર્લેખન અને IPC, ન્યાયતંત્ર અને કારોબારીમાં પરિવર્તનનું મૂળભૂત કાર્ય સ્પર્શ્યું પણ નથી. લોર્ડ મેકોલે દ્વારા સ્થાપિત અને નહેરુવાદ દ્વારા વિકસિત બ્રિટીશ સંસ્કૃતિ ચાલુ છે. આપણા બાળકો શાળાએ જતા સમયે ઉનાળાની ઋતુમાં હજુ પણ ટાઈ પહેરે છે. શાળાઓમાં હિન્દુ ધર્મના શિક્ષણ પર પ્રતિબંધ છે જ્યારે કુરાન અને બાઇબલ ભણાવવાની મંજૂરી છે. મંદિરના ભંડોળનો ઉપયોગ હજુ પણ મુસ્લિમો અને ખ્રિસ્તીઓ પર થાય છે.

જો ભારત હિન્દુ રાષ્ટ્ર ન બને તો સમસ્યાઓની ભરમાર માટે કોઈ ઉપાય નથી. મુસ્લિમો અને ખ્રિસ્તીઓના મુદ્દાઓ સતત વધી રહ્યા છે. ભયના સંકેતો છે કે જો આપણે સુધારો નહીં કરીએ તો આ દેશ ઇસ્લામિક દેશ બની જશે. આને ટાળવા માટે, ભારતીયોનું જાગરણ અત્યંત જરૂરી છે જે ત્યારે જ શક્ય છે જ્યારે યોગ્ય શિક્ષણ નીતિ, સાચો ઇતિહાસ, સાચો IPC, એક સત્યવાદી ન્યાયતંત્ર અને રાષ્ટ્રવાદી કારોબારી હોય. જો નરેન્દ્ર મોદી આ સુધારાઓ ન લાવી શકે, તો તે લગભગ અશક્ય છે કે તેમના અનુગામી તેમના જેવા શક્તિશાળી હશે. સમય સમાપ્ત થઈ રહ્યો છે.

**આપણે 1000 વર્ષના ઇતિહાસની વર્તમાન સુધી ચર્ચા કરી. કોઈપણ સમુદાય અને સભ્યતા માટે ઇતિહાસનું જ્ઞાન આવશ્યક છે. ભવિષ્યમાં આપણા અસ્તિત્વનો આધાર ઇતિહાસ છે.**

**જેલોકો પોતાનો ઈતિહાસ ભૂલી જાય છે તેમની સંસ્કૃતિઓ લુપ્ત થઈ જાય છે અને ઈતિહાસ પણ તેમણે ભૂલી જાય છે.**

**હવે સમય આવી ગયો છે કે ઇતિહાસમાંથી શીખીએ, વર્તમાન સમસ્યાઓને જાણીએ અને એક શક્તિશાળી રાષ્ટ્રના વિકાસ અને સશક્તિકરણ માટે તેના ઉકેલો શોધીએ.**

**આપણે ભૂતકાળમાં વિશ્વ નેતા હતા અને હજુ પણ ફરી એક વખત વિશ્વ શક્તિ બનવા માટેનાં યોગ્ય ઘટકો અને સામર્થ્ય ધરાવીએ છીએ. પશ્ચિમી બુદ્ધિજીવીઓ પણ ભારતની આ શક્તિને સ્વીકારે છે.**

**હિન્દુ પ્રજા સનાતન ધર્મ દ્વારા શાસિત હતી અને સનાતન ધર્મ દ્વારા જ શાસિત થવી જોઈએ. રાષ્ટ્ર-નિર્માણની પ્રક્રિયામાં આપણી સક્રિય**

ભાગીદારીથી વિકૃતિઓને દૂર કરવી પડશે. પણ પ્રથમ આવશ્યકતા તો હિન્દુ સમાજને જાગૃત થવાની છે.

હવે આપણે વર્તમાન સમસ્યાઓની ચર્ચા કરીશું.

# પ્રકરણ 10: વર્તમાન સમસ્યાઓ

ખામીયુક્ત નીતિઓથી દેશ ઘણી સમસ્યાઓનો સામનો કરી રહ્યો છે. ભારત સરકાર દ્વારા 1947 થી અત્યાર સુધી કરવામાં આવેલી વિવિધ ભૂલો આપણે જોઈ ચૂક્યા છીએ. જો આપણે કારણોને ઓળખી શકીએ તો જ ઉકેલો શોધી શકીએ. આ પ્રકરણમાં મુખ્ય મુદ્દાઓને ઓળખવાનો પ્રયાસ કરવામાં આવ્યો છે જેને ઉકેલવાની જરૂર છે. જો આપણે મુખ્ય મુદ્દાઓને હલ કરી શકીએ તો સંકળાયેલી (Attendant) સમસ્યાઓ આપમેળે ઉકેલાઈ શકે.

## 10.1 ઇસ્લામના મુદ્દાઓ

કોઈ પણ ધર્મ બર્બર હોઈ શકે નહીં. જો કે, એક જ ધર્મના જુદા જુદા લોકો દ્વારા અલગ અલગ અર્થઘટન સંઘર્ષને જન્મ આપે છે. ધાર્મિક ઘટનાઓ અને તેમના અનુયાયીઓ દ્વારા અપનાવવામાં આવેલી સંસ્કૃતિને આધારે વિવિધ ધારણાઓ બનાવવામાં આવે છે. સમાજ દ્વારા સમયાંતરે તર્કસંગત સુધારાઓ ન થાય ત્યાં સુધી આવી અયોગ્ય અને હાનિકારક માન્યતાઓને નકારી શકાતી નથી ભલે ને તે વર્તમાન કાળમાં સુસંબદ્ધ ના હોય.

ભારતની અનેક સમસ્યાઓમાંની એક મૂળભૂત સમસ્યા અમુક કટ્ટરવાદી મુસ્લિમોની છે જે સંખ્યામાં ખુબ જ ઓછા હોવા છતાં ય વધુ ઉગ્ર છે અને સમસ્ત મુસ્લિમ સમાજને લાન્છિત કરે છે. બહુસંખ્યક મુસ્લિમ મૂક દર્શક બની રહે છે. તેથી તે સમસ્યા વકરતી જાય છે. માત્ર ભારતમાં જ નહી પણ અનેક મુસ્લિમ દેશોમાં આવી સમસ્યા બની રહી છે. આમાં ન

કેવળ બિન-મુસ્લિમ દેશોમાં અપિતુ મુસ્લિમ દેશોમાં પણ કટ્ટર મુસ્લિમોનાં લીધે ભયંકર લોહીયાળ અશાંતિ છે અને સામાજીક જીવન અસ્તવ્યસ્ત છે. આ બધું વિવરણ આગળ ઉપર આપ્યું છે. માટે જ ઇસ્લામ પંથને પણ સમજવાની આપણને જરૂરત છે.

હું ઇસ્લામની ચર્ચા કરું તે પહેલાં, ચાલો જોઈએ કે વિવિધ હસ્તીઓ ઇસ્લામ વિષે શું કહે છે.

### 10.1.1 બૌદ્ધિકો ઇસ્લામ વિષે શું કહે છે?

- ઇસ્લામ એક ધર્મ નથી પણ એક માનસિક રોગ છે - **શી જિનપિંગ, ચીનના પ્રીમિયર**
- કૂતરામાં હડકવા તરીકે માનવી માટે ઇસ્લામ ખરાબ છે. - **સર વિન્સ્ટન ચર્ચિલ, યુકેના વડાપ્રધાન**
- ૯૯% મુસ્લિમો ધર્માંધ છે, પછી ભલે તેઓ મૈત્રીપૂર્ણ હોવાનો ઢોંગ કરે - **સલમાન રશ્દી**
- આતંકવાદીઓ કુરાનની ગેરસમજ નથી કરતા. જે લોકો કહે છે કે ધર્મ ક્યારેય ખરાબ હોતો નથી, તેમણે કુરાન વાંચ્યું જ નથી. આતંકવાદના મૂળ કુરાનમાં છે. - **તસ્લીમા નસરીન**
- ઇસ્લામિક આતંકવાદી બીમાર છે. કુરાન આતંકનું મૂળ કારણ છે. કુરાન પર પ્રતિબંધ મૂકવો જોઈએ. – **ડૉ. વફા સુલતાન**
- જ્યાં સુધી કુરાન અસ્તિત્વમાં છે ત્યાં સુધી વિશ્વમાં શાંતિ રહેશે નહીં. - **વિલિયમ ગ્લેડસ્ટોન, વડાપ્રધાન, યુકે**
- ઉગ્રવાદી ઇસ્લામિક આતંકને મજબૂત હાથથી રોકવો જ જોઇએ - **ડોનાલ્ડ ટ્રમ્પ, પૂર્વ રાષ્ટ્રપતિ, અમેરિકા**

- શિક્ષિત મુસ્લિમો પણ 10-12 બાળકો પેદા કરે છે. આ વસ્તી વિસ્ફોટ મોટા સંઘર્ષનું કારણ બનશે. - **તારેક ફતેહ**
- મુસ્લિમો મોટી માછલી જેવા છે જે નાની માછલીઓને ખાઈ જાય છે - **યુ વિરાધુ, બૌદ્ધ સાધુ**
- જો મુસલમાનો અલ્લાહ/કુરાનના હજાર વખત શપથ લે તો પણ તેમના પર વિશ્વાસ કરી શકાતો નથી. - **ગુરુ ગોવિંદ સિંહ**

## 10.1.2 ઇસ્લામ, કુરાન, હદીસ, શરિયા અને સુન્નાહનો વિકાસ

*(ઘણાં બધાં વાચકોને ઇસ્લામ પંથની જાણકારી નહી હોય તેમના માટે જ આ લખ્યું છે).*

**કુરાન** - મુસ્લિમો માને છે કે કુરાન ખુદા દ્વારા અંતિમ પયગંબર, મુહમ્મદ દ્વારા મૌખિક રીતે પ્રગટ કરવામાં આવ્યો હતો. જ્યારે મહંમદ 40 વર્ષનાં હતા ત્યારથી લગભગ 23 વર્ષના સમયગાળામાં સન 632 માં તેમના મૃત્યુ સુધી તે ક્રમશ: સંભળાવતા રહ્યાં અને લખાવતા રહ્યાં. અમુક લોકો એમ માને છે કે કુરાનનું લખાણ એમના સમયમાં નહી પણ તેમના અનુયાયિઓ દ્વારા જે સાંભળેલું તે પાછળથી લખાયું. તેનાં લીધે લખાવાવાળાના પોતાના અર્થઘટનોનાં હિસાબે લખાયું. છેવટે ખલીફા ઉથમાને એક પ્રમાણભૂત સંસ્કરણની સ્થાપના કરી, જે હવે ઉથમાનિક કોડેક્સ તરીકે ઓળખાય છે, જેને સામાન્ય રીતે આજે જાણીતા કુરાનનો મુખ્ય પ્રકાર માનવામાં આવે છે. જો કે કુરાનના વિવિધ સંસ્કરણો ઉપલબ્ધ છે. કુરાનનો પાઠ ફક્ત અરબીમાં કરવામાં આવે છે.

**હદીસ** – હદીસમાં કુરાનની વ્યાખ્યાઓ કરવામાં આવી છે અને અનેક અસ્પષ્ટતા અને વિરોધાભાસોનું નિરાકરણ કરવામાં આવ્યું છે.

**શરિયા** - ઇસ્લામિક કાયદાઓ નું પાલન કરવાની વ્યવસ્થા શરિયામાં આપેલી છે. મુસ્લિમ દેશો શરિયા પ્રમાણે જ ચાલે છે. શરીયાના કાયદાઓ ખુબ જ કડક છે. શરિયા એ ઇસ્લામિક કાયદાઓનો સંગ્રહ છે. શરીયાનું અર્થઘટન કરવાની સત્તા મૌલવીઓને આપવામાં આવી છે. મૌલવી જે પણ અર્થઘટન કરે તે માનવું પડે છે.

**સુન્નાહ** – કુરાન સંમત એવા નિયમોનો સંગ્રહ છે જે માનવા જોઈએ પણ બંધનકર્તા નથી.

હવે આપણે મુસ્લિમો દ્વારા ઉપયોગમાં લેવાતા કેટલાક શબ્દો અને તેમના અર્થઘટનને સમજીએ.

**કાફિર** - હું જે સમજું છું તે એ છે કે કાફિર, ઇસ્લામિક લખાણ મુજબ, તે મુસ્લિમ છે જેણે ઇસ્લામનું કડક પાલન કર્યું ન હોય. આવા કાફિરોને ઇસ્લામને અનુસરવા માટે સમજાવવા જોઈએ. તે પછી પણ જો તે ઇસ્લામનું બરાબર પાલન ના કરે તો તેને સજા આપવી જોઈએ. કોઈ પણ સમાજમાં શિસ્ત પાળવાના નિયમો હોય જ.

પરંતુ આ શબ્દ તમામ બિન-મુસ્લિમો માટે લાગુ કરવામાં આવ્યો. તેનાં લીધે સમસ્ત વિશ્વમાં બિન-મુસ્લિમોનું ઇસ્લામમાં બર્બર રૂપાંતર શરૂ થયું. અને જે ઇસ્લામમાં માનવાનો ઇનકાર કરે તેની કતલ કરવામાં આવી. ભારતમાં આવી બર્બરતા 1000 વર્ષ પહેલા શરૂ થઈ હતી જ્યારે મુસ્લિમોએ મોહમ્મદ ગૌરીથી ભારત પર આક્રમણ કરવાનું શરૂ કર્યું હતું. લાખો હિન્દુઓનું તેમના સૂફી નેતા મોઈનુદ્દીન ચિશ્તીના નેતૃત્વમાં

અજમેર અને તેની આસપાસ ધર્માંતરણ કરવામાં આવ્યુ. જે હિન્દુઓએ નાં પાડી તે માર્યા ગયાં. આ પ્રક્રિયા ઔરંગઝેબના મૃત્યુ સુધી ચાલુ રહી. અત્યારે પણ કટ્ટર મુસ્લિમો દ્વારા સ્વતંત્ર ભારતમાં તેનું પાલન કરવામાં આવી રહ્યું છે જ્યાં વિવિધ પદ્ધતિઓ દ્વારા ધર્માંતરણ કરવામાં આવી રહ્યું છે. પાકિસ્તાની આતંકવાદી હાફિઝ સૈયદ દ્વારા કટ્ટર ભારતીય મુસ્લિમોને એક આદેશ-પત્રિકા (Toolkit) આપવામાં આવી છે જે ધર્મ પરિવર્તનની વિવિધ પદ્ધતિઓનું વર્ણન કરે છે. કટ્ટર મુસ્લિમો પોતાના એવા મુસ્લિમોનું પણ કતલ કરે છે જે સુન્ની નથી અને શરીયાનું પાલન નથી કરતાં. અફઘાનિસ્તાનમાં તાલીબાન મુસ્લિમો આ જ કરી રહ્યાં છે. તેમના પ્રમાણે સ્ત્રીઓ માટે ખુબ જ કડક કાયદાઓ છે જે જંગલીપણાની હદોને પાર કરે છે. તો પણ ભારતનાં ઘણાં મુસલમાનો તાલીબાનીયોનું સમર્થન કરે છે.

**જેહાદ** – જેહાદનો ખરો અર્થ છે સ્વ-સાક્ષાત્કાર. તમારી જાતને ઉન્નત કરો. પરંતુ કટ્ટરપંથી મુસ્લિમો દ્વારા તેનું ખોટું અર્થઘટન કરવામાં આવ્યું છે અને તેઓ સમગ્ર વિશ્વને બર્બર પદ્ધતિઓ દ્વારા ઇસ્લામમાં પરિવર્તિત કરવા માંગે છે અને આને તેઓ જેહાદ કહે છે. ઇસ્લામના જુદા જુદા અર્થઘટનોને કારણે મુસ્લિમ દેશો જેવાકે ઇરાન અને ઇરાક એકબીજા સાથે યુદ્ધમાં છે. ભારતનાં પરિપ્રેક્ષ્યમાં, મુસ્લિમોનું ધ્યેય છે ગઝવા-એ-હિન્દ. મતલબ ભારત એક ઇસ્લામિક દેશ બનવો જોઈએ. તે માટે અનેક કટ્ટર પંથી ભારતીય મુસલમાનોને વિદેશથી આર્થિક સહાયતા પણ મળે છે. સમગ્ર વિશ્વમાં મુસલમાનોનું ધ્યેય ગઝવા-એ-આલમ છે.

આ કેવી રીતે ચલાવી લેવાય?

**મૂર્તિ-પૂજા પર પ્રતિબંધ અને મંદિરો અને મૂર્તિઓનો નાશ** - ઇસ્લામનો જન્મ રણમાં થયો હતો જ્યાં માટી અને પાણીની અછત હતી. હું માનું છું કે ઉપલબ્ધ માટી અને પાણીની જાળવણી માટે પયગમ્બરે મૂર્તિપૂજા પર પ્રતિબંધ મૂક્યો હોવો જોઈએ કારણ કે મૂર્તિઓ માત્ર માટી અને પાણીના મિશ્રણથી જ બની શકે છે.

પણ કટ્ટર મુસ્લિમોએ માત્ર ભારતમાં જ નહીં પરંતુ સમગ્ર વિશ્વમાં મૂર્તિઓ અને મંદિરોનો નાશ કરવાનું શરૂ કર્યું. જે મંદિરો અથવા ચર્ચનો નાશ થઈ શક્યો તેને માત્ર બાહ્ય, સુપરફિસિયલ કોસ્મેટિક, ફેરફારો કરીને મસ્જિદોમાં રૂપાંતરિત કર્યા. વર્ષ 2021 નું સૌથી નવું ઉદાહરણ - તુર્કી દ્વારા સોફિયા ચર્ચને મસ્જિદમાં રૂપાંતરિત કરવાનું છે. (મેં વર્ષ 2018 માં તુર્કીમાં સોફિયા ચર્ચની વ્યક્તિગત મુલાકાત લીધી છે). પણ આજે એ મસ્જીદ બની ચુકી છે. મતલબ એ છે કે જેહાદ કાંઈ ઇતિહાસમાં જ ન હતો થયો. આજે પણ તે ચાલુ જ છે.

### 10.1.3 બિન-મુસ્લિમ દેશો પર ઇસ્લામની અસર જેથી તેઓ ઇસ્લામિક રાજ્યો બન્યા

ચાલો જોઈએ કે તે બિન-મુસ્લિમ દેશોમાં શું થયું જ્યાં ઇસ્લામનો વિકાસ થયો:

- સૌપ્રથમ 622 થી 634 દરમિયાન તમામ મૂર્તિપૂજક આરબો 12 વર્ષમાં રૂપાંતરિત થયા.
- 634 થી 651 સુધી 17 વર્ષમાં પર્શિયા ઈરાન નામના ઈસ્લામિક સ્ટેટમાં રૂપાંતરિત થયું. મહેરબાની કરીને નોંધ કરો કે આજે ભારતમાં અસ્તિત્વ ધરાવતો પારસી સમુદાયે

પર્શિયાથી ભાગીને ગુજરાતમાં આશ્રય લીધો હતો. હવે તેઓ આદરણીય ભારતીય નાગરિકો છે અને તેમની વસ્તી ભારતમાં લગભગ 1 – 2 લાખ છે.

- એ જ સમયગાળામાં મેસોપોટેમીયા, એક અત્યંત સંસ્કારી દેશ, હવે ઇરાક તરીકે ઓળખાતા ઇસ્લામિક સ્ટેટમાં રૂપાંતરિત થયો.
- 640 થી 655 માં 15 વર્ષમાં મિશ્રને ઇસ્લામિક રાજ્યમાં રૂપાંતરિત કરવામાં આવ્યું જેને હવે ઇજિપ્ત કહેવાય છે.
- 640 થી 711 સુધી, અલ્જેરિયા, ટ્યુનિશિયા અને મોરોક્કો વગેરે જેવા ઉત્તર આફ્રિકન દેશો ઇસ્લામિક રાજ્યોમાં રૂપાંતરિત થયા.
- તુર્કીને ઇસ્લામિક સ્ટેટમાં રૂપાંતરિત કરવા માટે 651 થી 751 સુધી 100 વર્ષ લાગ્યા. આજે તુર્કી એક પ્રચંડ ઇસ્લામિક રાજ્ય છે જે અન્ય દેશોનાં બિન-મુસ્લિમોને પરિવર્તિત કરવામાં મદદ કરી રહ્યું છે. મહેરબાની કરીને નોંધ કરો કે ગાંધીએ ભારતમાં મુસ્લિમ તુષ્ટિકરણ માટે વર્ષ 1921 માં તુર્કીમાં ખિલાફત આંદોલનને ટેકો આપ્યો હતો.
- ઈન્ડોનેશિયા માત્ર 1260 થી 1300 સુધીના 40 વર્ષમાં ઈસ્લામિક સ્ટેટમાં ફેરવાઈ ગયું.
- પાલેસ્તીન, સીરિયા, લેબેનોન અને જોર્ડન 634 થી 650 દરમિયાન ઇસ્લામિક સ્ટેટમાં રૂપાંતરિત થયા.
- ભારત પર 700 વર્ષ થી ઘણા આક્રમણ થયા હતા પરંતુ તે બધા બહાદુર ભારતીય રાજાઓના હાથે હારી ગયા હતા. પૃથ્વીરાજ ચૌહાણે મોહમ્મદ ગૌરીને 16 વખત હરાવ્યો અને દરેક વખતે માફી આપી. જો કે, વધુ સારી તાકાત, યોગ્ય આયોજન, જાસૂસી અને રાજા જયચંદ જેવા દેશદ્રોહી સાથે,

> તેઓ તેમના 17 માં પ્રયાસમાં સફળ થયા અને તેનાથી ભારતીય સ્વતંત્રતાનું પતન શરૂ થયું. તેમ છતાં, બહુ ઓછી મુસ્લિમ વસ્તીની સરખામણીમાં વિશાળ હિન્દુ વસ્તીને કારણે થોડાક મુસ્લિમ ક્ષેત્રો સિવાય ભારતને ઇસ્લામિક રાજ્ય બનાવી શકાયું નથી.

ઉપરોક્ત પૃષ્ઠભૂમિની સામે, વાચકે જાણવું જોઈએ કે ભારતે તેના સમગ્ર ઇતિહાસમાં અન્ય કોઈ દેશ પર ક્યારેય વિસ્તરણ માટે આક્રમણ કર્યું નથી. જોકે હિન્દુ ધર્મ, તત્વજ્ઞાન, વિજ્ઞાન અને સંસ્કૃતિ પૂર્વમાં જાપાન, બર્મા, ઇન્ડોનેશિયા, વિ. ક્ષેત્રોમાં, ઉત્તરમાં ચીન, દક્ષિણમાં શ્રીલંકા અને પશ્ચિમમાં ગ્રીસ સુધી આજ  પણ વ્યાપક છે. હિન્દુ ધર્મનો આ ફેલાવો ક્યારેય બળ દ્વારા નહીં પરંતુ શાંતિપૂર્ણ પ્રયાસો દ્વારા થયો હતો. રામ લીલા હજુ પણ મુસ્લિમ ઇન્ડોનેશિયામાં રમાય છે. આપણા પ્રાચીન ભારતીય મંદિરો અથવા તેમના અવશેષો હજુ પણ સર્વાંગી ઉપલબ્ધ છે. તાજી ખબર એ છે કે હવે ઇન્ડોનેશિયા મુસ્લિમ મટીને હિન્દુ દેશ થઇ રહ્યો છે.

## 10.1.4 મુસ્લિમોના બર્બર કૃત્યો

મુસ્લિમોમાં મુખ્ય 3 પક્ષો સુન્નીઓ, શિયાઓ અને વહાબીઓ છે, જોકે તે બધા તેમની રીતે ઇસ્લામને અનુસરે છે. ત્રણેય પક્ષોને એકબીજા સાથે બનતું નથી અને આપસમાં તેમના ખૂન ખરાબા થાય છે તે સર્વવિદિત છે. મુસ્લિમ બર્બરતાના કેટલાક ઉદાહરણો નીચે આપેલ છે:

- સન 632 માં મુહમ્મદના મૃત્યુ પછી શું થયું? મુસ્લિમ સમુદાયને કટોકટીનો સામનો કરવો પડ્યો હતો કારણ કે

મુહમ્મદે કોઈ અનુગામી નિયુક્ત કર્યો ન હતો અને તેનો કોઈ પુરુષ વારસદાર નહોતો. તેણે પોતાના અનુયાયીઓને અનુગામી કેવી રીતે શોધવું તે પણ કહ્યું ન હતું. મુહમ્મદના અવસાન પછી, ઇસ્લામ ઝડપથી ફેલાવા લાગ્યો. ખલીફા તરીકે ઓળખાતા શ્રેણીબદ્ધ નેતાઓ, મુહમ્મદના અનુગામી બન્યા. નેતૃત્વની આ વ્યવસ્થા, જે મુસ્લિમ શાસક દ્વારા ચાલતી હતી, ખિલાફત તરીકે જાણીતી બની. પ્રથમ ખલીફા અબુ બકર હતા, મહંમદના સસરા અને ગાઢ મિત્ર.

- પયગંબર સાહેબના મૃત્યુ પછી, મુસ્લિમોમાં વારસદાર કોણ થાય તે માટે મોટો ઝઘડો થયો. સુન્નીઓ માનતા હતા કે મુહમ્મદના અનુગામી અબુ બકર અને ઓમર હોવા જોઈએ, અને શિયાઓ માનતા હતા કે તેમના અનુગામી અલી હોવા જોઈએ. આ માટે કરબલાનું પ્રખ્યાત યુદ્ધ હતું જેને સંપૂર્ણ પુસ્તકની જરૂર છે. તે મુસ્લિમોના બે જૂથો વચ્ચે ભયંકર લોહિયાળ યુદ્ધ હતું.
- સાંપ્રત સમયમાં અફઘાનિસ્તાનમાં શિયા મુસલમાન અને તાલિબાન વચ્ચે સતત યુદ્ધ ચાલી રહ્યું છે.
- ઔરંગઝેબે તેના પિતાને જેલમાં નાખ્યા અને ભારતના સમ્રાટ બનવા માટે તેના ભાઈ દારા શિકોહની હત્યા કરી.
- મુસ્લિમોએ તેમના મુસ્લિમ નેતાઓ અને આપણા હિન્દુ નેતાઓની અત્યંત જઘન્ય રીતે હત્યા કરી. તેઓએ યુરોપિયન દેશોમાં પાકિસ્તાન, બાંગ્લાદેશ અને ચર્ચોને પણ છોડ્યા નહીં.
- કેટલાક ઉદાહરણો નીચે મુજબ છે જે તેમની સહજ બર્બર પ્રકૃતિને સમજાવે છે:

- આયશાની મુસ્લિમોએ હત્યા કરી હતી
- ફાતિમાને મુસ્લિમોએ મારી હતી
- અલીને મુસ્લિમોએ માર્યો હતો
- હુસૈનને મુસ્લિમોએ માર્યો હતો
- હસનની મુસ્લિમોએ હત્યા કરી હતી
- અબુ બકરની  હત્યા મુસ્લિમો દ્વારા કરવામાં આવી હતી
- ભાઈ તરુ પોપટ, ગુરુ નાનક દેવ (1469-1539) ના પ્રથમ શીખ-અનુયાયી હતા. ભાઈ તરુ મોગલ બાદશાહ બાબર વિરુદ્ધ બોલ્યા હતા એટલે તેમને બાબરના સૈનિકોએ જીવતા જલાવી દીધા હતા.
- ગુરુ અરજણ દેવજીને સળગતી ગરમ થાળી પર બેસાડવામાં આવ્યા હતા અને તેમના ચહેરા પર ગરમ રેતી રેડવામાં આવી હતી.
- ગુરુ તેગ બહાદુરે મોગલ બાદશાહ ઔરંગઝેબના આદેશ પર બળજબરીથી ધર્મપરિવર્તન અને અન્ય ધાર્મિક લાદનો સામે લડ્યા હતા. મુસલમાનોએ તેમનો શિરચ્છેદ કર્યો હતો. દિલ્હીમાં ચાંદની ચોક ગુરુદ્વારા સીસગંજનું નામ તે પરથી રાખવામાં આવ્યું છે.
- ગુરુ ગોવિંદ સિંહને મુગલ કમાન્ડર વજીર ખાને ઊંઘમાં છરી મારી હતી. તે ઘાના કારણે તેમનું મોત થયું હતું.

- ગુરુ ગોવિંદ સિંહના સૌથી નાના પુત્રો, સાહિબઝાદા ઝોરાવર સિંહ, 5 વર્ષ અને સાહિબઝાદા ફતેહ સિંહ, 8 વર્ષ, ઉપર ત્રાસ ગુજારવામાં આવ્યા હતા અને પછી તેમને ઇસ્લામ સ્વીકારવાનો ઇનકાર કર્યા પછી તેમને જીવંત દિવાલમાં ચણી દેવામાં આવ્યા હતા.
- 11 માર્ચ 1689 ના રોજ મોગલો દ્વારા સંભાજીની હત્યા કરવામાં આવી હતી, અહેવાલ મુજબ તેને આગળ અને પાછળથી વાઘ નખથી ફાડી નાખવામાં આવ્યો હતો અને પુણે નજીક ભીમા નદીના કિનારે તુલાપુર ખાતે કુહાડીથી શિરચ્છેદ કર્યો હતો.
- 1989-90માં કાશ્મીરમાં હજારો કાશ્મીરી પંડિતો માર્યા ગયા હતા અને લાખો લોકોને ફક્ત તેમના કપડાં અને કોઈપણ મિલકત વિના કાશ્મીર છોડવાની ફરજ પડી હતી. કાશ્મીરી મુસ્લિમો દ્વારા તેમની સંપત્તિ જપ્ત કરવામાં આવી હતી.
- 2020 માં, મુસ્લિમો દ્વારા શાહીન બાગના આંદોલન દરમિયાન, IB અધિકારી અંકિત શર્માને તેના પોસ્ટ મોર્ટમ રિપોર્ટ મુજબ 12 વાર ચાકુ મારવામાં આવ્યા હતા અને 51 ઈજાઓ થઈ હતી.
- તાજેતરમાં પશ્ચિમ બંગાળમાં ચૂંટણી પછી ભાજપના સેંકડો મતદારો માર્યા ગયા હતા.

આ બધાં જ પ્રસંગોમાં એક વસ્તુ સામાન્ય દેખાય છે કે મુસ્લિમો તેમના વિરોધીયોની હત્યા કરપીણ બર્બર રીતે કરે છે. માણસાઈ તેમની નજીક પણ ફરકતી નથી.

## 10.1.5 કેટલાક બિન-મુસ્લિમ દેશોમાં મુસ્લિમોની દુર્દશા

ઇસ્લામિક આતંકવાદને કારણે, કેટલાક દેશોએ મુસ્લિમો પર પ્રતિબંધો જાહેર કર્યા છે જે નીચે મુજબ છે:

| | |
|---|---|
| ચીન | રોઝા, રમઝાન, દાઢી અને બુર્કા ઉપર પ્રતિબંધ |
| બર્મા | શૂટ એટ સાઈટ, બધી જ મસ્જીદો નષ્ટ કરી દીધી |
| જાપાન | ઇસ્લામ પર પ્રતિબંધ, ઇસ્લામનો પ્રચાર ત્યાં ગુનો ગણાય છે, મુસ્લિમોને શરણ નહી |
| અંકોલા | ઇસ્લામ પર પ્રતિબંધ |
| ફ્રાંસ | 210 મસ્જીદો એક જ દિવસમાં જમીનદોસ્ત |
| ઓસ્ટ્રેલિયા | મુસ્લિમો દેશના સંવિધાનનું પાલન કરે યા દેશ છોડી દે |
| બ્રિટેન | મુસ્લિમો દોયમ નાગરિક ગણાય છે |
| અમેરિકા | મુસ્લિમોનો એરપોર્ટ પર થર્ડ ડિગ્રી ચેકપ |
| ઇઝરાયલ | મુસ્લિમોનો કટ્ટર દુશ્મન |
| શ્રીલંકા | બુર્કા પર પ્રતિબંધ અને મસ્જિદોનું અવારનવાર ઇન્સ્પેકશન |

ઘણા પશ્ચિમી દેશો જેવા કે પોલેન્ડ, યુગોસ્લાવિયા વગેરેમાં મુસ્લિમોને આદર નથી મળતો. ત્યાં કામ કરતા પાકિસ્તાનીઓ પોતાને ભારતીય તરીકે રજૂ કરે છે.

**મારો વ્યક્તિગત અનુભવ** - એનટીપીસી દ્વારા મને એક મહિના માટે ઇટાલી મોકલવામાં આવ્યો હતો. મેં ફ્રાન્સ અને સ્વીત્ઝર્લેન્ડ જેવા પડોશી દેશોના શહેરો સહિત ઘણા સ્થળોની મુલાકાત લીધી. મારા ઇટાલિયન સાથીએ સૂચવ્યું કે હું યુગોસ્લાવિયાનાં સરહદી શહેરની મુલાકાત લઉં. જ્યારે અમે સરહદ પર પહોંચ્યા, ત્યારે યુગોસ્લાવિયન કસ્ટમ અધિકારીએ મારા દેખાવના આધારે મને પ્રવેશ આપવાની ના પાડી. તેણે વિચાર્યું કે હું પાકિસ્તાની છું. જ્યારે મારા ઇટાલિયન મિત્રએ તેને કહ્યું કે હું ભારતીય છું અને મેં તેને મારો સફેદ પાસપોર્ટ બતાવ્યો, ત્યારે તે યુગોસ્લાવિયને મને સલામ કરી, માફી વ્યક્ત કરી અને અમને શહેરમાં જવાની પરવાનગી આપી. ભારતીયોને તમામ દેશોમાં સામાન્ય રીતે ઉચ્ચ આદર મળે છે જે પાકીસ્તાનીયોને નથી મળતો.

## 10.1.6 મુસ્લિમ દેશોમાં મુસ્લિમોની દુર્દશા

| ક્રમ | દેશ | સ્થિતિ |
|---|---|---|
| 1 | પાકિસ્તાન | શિયા-સુન્ની રમખાણો, લગભગ 4000 શિયા અને અહેમદીયા મુસલમાનોની હત્યા |
| 2 | અફઘાનિસ્તાન | અરાજકતા, બોમ્બ વિસ્ફોટ, નિર્દોષ મુસ્લિમોની નૃશંસ હત્યા |

| | | |
|---|---|---|
| 3 | ઈરાક | શિયા-સુન્ની રમખાણો, બોમ્બ વિસ્ફોટ |
| 4 | ઈરાન | સુન્ની મુસ્લિમો પ્રત્યે અને સાઉદી અરેબિયા તરફ ધૃણા |
| 5 | લિબ્યા | બોમ્બ વિસ્ફોટ |
| 6 | સિરિયા | બોમ્બ વિસ્ફોટ અને રમખાણ |
| 7 | ઈજિપ્ત | શિયા-સુન્ની રમખાણો |
| 8 | બાંગલાદેશ | બોમ્બ વિસ્ફોટ અને રમખાણ |

## 10.1.7 મુસ્લિમ કાયદા ભારતમાં અનુસરવામાં આવ્યા પરંતુ અન્ય મુસ્લિમ દેશોમાં નહીં

**ટ્રિપલ તલાક** - અન્ય મુસ્લિમ દેશોમાં જ્યાં ત્વરિત તલાક પર પ્રતિબંધ છે તે છે પાકિસ્તાન, તુર્કી, સાયપ્રસ, ટ્યુનિશિયા, અલ્જેરિયા, મલેશિયા, જોર્ડન, ઇજિપ્ત, ઇરાન, ઇરાક, બ્રુનેઇ, યુએઇ, ઇન્ડોનેશિયા, લિબિયા, સુદાન, લેબેનોન, સાઉદી અરેબિયા, મોરોક્કો અને કુવૈત.

પણ ભારતમાં મુસ્લિમ તુષ્ટિકરણને કારણે સ્વતંત્રતા પછી 70 વર્ષ સુધી ટ્રિપલ તલાક ચાલુ રહ્યો. નરેન્દ્ર મોદીએ સંસદના બંને ગૃહોમાં કાયદા દ્વારા 28 ડીસેમ્બર 2017 માં તેને નાબૂદ કર્યો. સુપ્રીમ કોર્ટ એ પણ તેને સમર્થન આપ્યું. જો કે, મુસ્લિમો અને સ્યુડો-સેક્યુલર પક્ષો હજુ પણ તેની તરફેણમાં નથી.

**બહુપત્નીત્વ** - ટ્યુનિશિયા જેવા કેટલાક મુસ્લિમ રાજ્યોએ પણ બહુપત્નીત્વ પર પ્રતિબંધ મૂક્યો છે. બીજી બાજુ, જોર્ડન, લેબેનોન અને

મોરોક્કો જેવા કેટલાક મુસ્લિમ બહુમતી ધરાવતા દેશોએ પત્નીઓને પતિઓ સાથેના વૈવાહિક કરાર હેઠળ બીજા લગ્નો પર પ્રતિબંધ મૂકવાનો અધિકાર આપ્યો છે. જો કે, ભારતમાં, તે ચાલુ જ છે. 7 વર્ષોથી નરેન્દ્ર મોદી પણ તેને હટાવી શક્યા નથી.

## 10.1.8 ભારતમાં મુસ્લિમ નાગરિકો દ્વારા માણવામાં આવેલી સ્વતંત્રતા જે ઘણા મુસ્લિમ દેશોમાં ઉપલબ્ધ નથી

ભારતમાં ઘણા મુસ્લિમ નેતાઓ જેમ કે ભૂતપૂર્વ ઉપરાષ્ટ્રપતિ હામિદ અંસારી, અમીર ખાન, નસીરુદ્દીન શાહ અને ઘણા મુફ્તીઓ, મૌલવીઓએ વ્યક્ત કર્યું છે કે મુસ્લિમો ભારતમાં સુરક્ષિત નથી અને દબાયેલા લાગે છે. જો કે, તેઓ ભારતમાં રહેવાનું પસંદ કરે છે અને વધુ સારા મુસ્લિમ દેશોમાં સ્થળાંતર કરતા નથી. તેમનો દંભ નીચે મુજબ પ્રકાશમાં આવે છે:

- હકીકત એ છે કે તેઓ ટીવી ચેનલો અને જાહેર મેળાવડા જેવા ખુલ્લા પ્લેટફોર્મ પર આવા શબ્દો ઉચ્ચાર કરી શકે છે, સરકાર દ્વારા તેમના પર કોઈ કાર્યવાહી નથી થતી. આ કેવો વિરોધાભાસ છે?
- તેઓ તિરંગાનું અપમાન કરી શકે છે. પણ તેમના ઉપર કોઈ પણ સરકારી કાર્યવાહી નથી થતી. કોઈ પણ દેશમાં આવું ચલાવી લેવાય?
- તેઓ ભારતમાતાની  જય નથી બોલતા અને કહે છે કે તે કુરાન સંમત નથી. કોઈ પણ નાગરિક પોતાના દેશનું અપમાન કેવી રીતે કરી શકે? જે ધરતી આપણને પોષે છે તેની જય

ધર્મ વિરુદ્ધ કેવી રીતે હોઈ શકે? એવો ધર્મ શું કામનો? જોકે અનેક બુદ્ધિશાળી મુસલમાનોને આ વાતનો છોછ નથી. દુર્ભાગ્ય એ છે કે બહુસંખાયક મુસલમાનો અશિક્ષીત છે અને માત્ર ને માત્ર મૌલવીઓનું જ કહ્યું માને છે. બહુસંખ્યક મૌલવીઓ જ તેમનામાં રાષ્ટ્ર વિરુદ્ધ ઝેર ભરે છે. મોટી સંખ્યામાં મદરસાઓમાં આવું જ શીખવાડવામાં આવે છે.

- તેઓ હિન્દુ દેવી-દેવતાઓના અભદ્ર ચિત્રો બનાવી શકે છે. સરકાર તેમને કાંઈ પણ કરતુ નથી. આ તુષ્ટિકરણ નથી તો શું છે? આની સામે જો કોઈ પયગંબર વિષે કાંઈ પણ ઘસાતું બોલે તો હિન્દુ-મુસ્લીમ રમખાણો થઇ જાય છે.
- તેઓ વડાપ્રધાન અને અન્ય નેતાઓનું અપમાન કરી શકે છે, ગાળો આપી શકે છે. વાણી સ્વાતંત્ર્યનો આ શું દુરુપયોગ નથી?
- તેઓ બોલી શકે છે કે જો પોલીસને હટાવી દો તો તેઓ 15 મિનિટમાં 100 કરોડ હિન્દુઓની હત્યા કરી શકે છે. આ રીતે તેઓ હિન્દુઓને ડરાવી શકે છે કારણકે આપણું ન્યાયતંત્ર ગમે તે બોલવાની છૂટ આપે છે.
- તેઓ કહી શકે છે કે 15 કરોડ મુસ્લિમો 100 કરોડ હિન્દુઓને સમાપ્ત કરી શકે છે.
- તેઓ કહી શકે છે કે બ્રિટિશરો આવ્યા તે પહેલા તેઓએ 800 વર્ષ સુધી ભારત પર શાસન કર્યું. તેથી બ્રિટિશરોએ તેમને ભારત પરત આપવું જોઈતું હતું.
- તેઓ કહી શકે છે - હંસકે લીયા પાકિસ્તાન, લડકે લેંગે હિન્દુસ્તાન.
- તેઓ પાકિસ્તાન ઝિંદાબાદ, હિન્દુસ્તાન મુર્દાબાદ કહી શકે છે.

- તેઓ કહી શકે છે કે હિન્દુસ્તાન મેં રહના હોગા તો અલ્લાહ-ઓ-અકબર કહના હોગા.
- તેઓ કાશ્મીર, કૈરાના, મેવાત અને પશ્ચિમ બંગાળના કેટલાક વિસ્તારોમાંથી હિંદુઓની હિજરત કરાવી શકે છે.
- તેઓ રોહિંગ્યા અને બાંગ્લાદેશીઓને આશ્રય આપી શકે છે.
- તેઓ હંમેશા હિન્દી ફિલ્મોમાં એક સારા મુસ્લિમ, એક બદમાશ બનિયા, એક હિન્દુ વિલનનું ચિત્રણ કરી શકે છે. પણ એથી ઉલ્ટું નથી કરતા જાણે કે મુસ્લિમો હંમેશા પાકસાફ હોય છે.
- તેઓ હિન્દુઓની ખરાબ બાજુ દર્શાવતી ફિલ્મો અને ટીવી એપિસોડ બનાવી શકે છે પરંતુ ટ્રિપલ તલાક, હલાલા, બુરખા, બહુપત્નીત્વ, જેહાદ, આતંકવાદ વગેરે પર ક્યારેય ફિલ્મો/ટીવી એપિસોડ બનાવતા નથી.
- જો કોઈ મુસ્લિમ છોકરી ભારતીય ફિલ્મોમાં અભિનય કરતી હોય અથવા શાળાના કાર્યોમાં ગીતાનું પઠન કરતી હોય તો તેઓ ફતવો બહાર પાડી શકે છે.
- જો ટીવી મંત્રણામાં મુસ્લિમ મહિલા પ્રવક્તા બુરખામાં ન હોય તો તેઓ તેને ગાળો આપી શકે છે.

આ બધું કોઈ પણ દેશમાં ચલાવી ન લેવાય પણ આપણે ત્યાં ચલાવાય છે કારણકે આપણે સહિષ્ણું છીએ. તેનો ભરપૂર લાભ મુસ્લિમો લે છે. તે છતાં ય કહે છે કે તેઓ ભારતમાં સુરક્ષિત નથી. વિશ્વમાં 57 મુસ્લિમ દેશો છે. તો તેઓ ત્યાં કેમ નથી જતા? એક જ કારણ છે તે ગઝ્વા-એ-હિન્દ.

## 10.1.9 ભાગલા પછી ભારત અને પાકિસ્તાનમાં અમુક મુસ્લિમોની દુર્દશા

જ્યારે બધા મુસ્લિમો દાવો કરે છે કે તેઓ ઇસ્લામ હેઠળ એક છે પણ વાસ્તવિકતા અલગ છે. બાંગ્લાદેશનું આગમન એક જ્વલંત ઉદાહરણ છે. હકીકતો નીચે મુજબ છે:

- મુસ્લિમોની બહુમતીએ પાકિસ્તાન માટે મત આપ્યો હતો. તેમના અધિસંખ્ય મુસ્લિમો યુપી અને બિહારનાં હતા જ્યાં મુસ્લિમોની વસ્તી સૌથી વધુ હતી. પણ તેઓ ક્યારેય પાકિસ્તાન ગયા નહી અને ભારતમાં જ રહ્યા.
- પાકિસ્તાની શાસકોએ પાકિસ્તાનને ઇસ્લામિક સ્ટેટ તરીકે જાહેર કર્યું અને યોગ્ય ઉર્દૂ ન બોલી શકતા દરેક પર ઉર્દૂ લાદી દીધું. આમ બિન-ઉર્દૂ બોલતા લોકોને આર્મી સહિત સરકારી નોકરીઓમાં જગ્યા નાં મળી. ઉર્દૂ ભાષી અધિકારીઓ હંમેશા અગ્રણી રહેતાં. પશ્ચિમનાં પાકિસ્તાનીઓને પૂર્વ પાકિસ્તાનમાં તૈનાત કરવામાં આવતા હતા અને તેઓ પૂર્વ પાકીસ્તાનીયોને અંગ્રેજોની જેમ દબાવતા હતા. ભાષાની પણ કઠિનાઈ હતી. બંગાળી વંશીયતા લાંબા સમય સુધી આ સહન કરી શકી નહીં અને તેઓએ બળવો કર્યો. ઘણા બાંગ્લાદેશીઓ શરણાર્થી તરીકે ભારત આવવા લાગ્યા. તેઓ ભારતીય સંસાધનો પર બોજ હતા. આમ ભારતના વડાપ્રધાન ઈન્દિરા ગાંધીની મદદથી બાંગ્લાદેશની રચના થઈ. ટૂ-નેશન થ્યોરીનો અંત તો અહીં જ થઇ ગયો.

- યુપી અને બિહારથી પાકિસ્તાન ગયેલા કેટલાક મુસ્લિમો પાકિસ્તાનમાં મુજાહિર તરીકે ઓળખાતા હતા અને તેમને દોયમ નાગરિક તરીકે ગણવામાં આવતા હતા.
- મક્કામાં હજ માટે જતા પાકિસ્તાન અથવા ભારતના મુસ્લિમો ત્યાં હિન્દુ-મુસલમાન તરીકે જ હજુ પણ ઓળખાય છે.

## 10.1.10 ભારતીય મુસ્લિમોમાં સામાજિક વિભાગો

પ્રિય વાચક, હિન્દુ મુસ્લિમ સંબંધો અંગેના વર્તમાન માહોલને સમજવા માટે કેટલાક નક્કર તથ્યો જાણવાની જરૂર છે.

તે હકીકત છે કે એક પણ આક્રમણખોર મુસ્લિમ તેના પરિવાર સાથે ભારત આવ્યો ન હતો. તે બધા મુઠ્ઠીભર સૈનિકો અને યોદ્ધાઓ સાથે આવ્યા હતા. આક્રમણકારે અમુક વિસ્તાર જીતી લીધા પછી તે ભારતમાં સ્થાયી થયો. તેમણે સ્થાનિક મહિલાઓ સાથે લગ્ન કર્યા અને તેમનો રાજવંશ ચાલુ રહ્યો. આથી તેમની આગામી પેઢી પહેલેથી જ 50% ભારતીય મૂળનું છે. ઇસ્લામિક કાયદાઓને કારણે, તેમને 4 પત્નીઓને મંજૂરી આપવામાં આવી હતી. આથી તેમની વસ્તી વધી. આજે ભારતમાં, મૂળ મુસ્લિમો કદાચ 4%ની આસપાસ છે. 96% મુસ્લિમ વસ્તી ધર્માન્તરિત છે. મુસ્લિમો પણ આ વાત સારી રીતે જાણે છે. હવે, શિયા, સુન્ની અને વહાબીઓ સિવાય, તેઓ મુખ્યત્વે માત્ર 2 કેટેગરીમાં વહેંચાયેલા છે. આવું દરેક સમુદાયમાં થાય છે. વાસ્તવિક વિભાજન HAVEs અને HAVE-NOTs વચ્ચે છે. જેમ કે અશરફ અને પસમંદા તરીકે ઓળખાતા 2 વાસ્તવિક જૂથો છે.

અશરફ મુસ્લિમો ઉચ્ચ જાતિનાં અને સમૃદ્ધ ગણાય છે. જો કે તેમાં પણ અનેક વિભેદ છે. તેવી જ રીતે, પસમંદાઓ નીચલી જાતિના છે અને તેમની પણ ગ્રેડેશન છે. તે લગભગ પ્રવર્તમાન હિન્દુ જાતિ પ્રણાલી સમાન છે. પસમંદાઓનાં પહેરવેશ, ધાર્મિક વિધિઓ અને ખાવાની આદતો લગભગ હિન્દુઓ જેવી જ છે. નોંધનીય છે કે પાકિસ્તાનની રચના માટે મુસ્લિમો વચ્ચે મતદાન દરમિયાન પસમંદાને મતદાનનો અધિકાર નહોતો. પસમંદાઓ અશરફ જેવા હાર્ડ-કોર નથી. સામાન્ય રીતે અશરફ અને પસમન્દાઓ વચ્ચે કોઈ સામાજિક સંબંધો નથી હોતા કારણ કે અશરફ પોતાને ઉચ્ચ જાતિના માને છે.

**વક્રોક્તિ** - વક્રોક્તિ એ છે કે મુસ્લિમોમાં માત્ર 4% જ કટ્ટર છે. તેઓ ટ્રિપલ તલાક, યુસીસી, સીએએ, અને કોમી રમખાણોનો વિરોધ કરવા માટે તમામ સમસ્યાઓનું એન્જિનિયરિંગ કરી રહ્યા છે જેના માટે તેમને વિદેશી દેશોમાંથી વિપુલ ભંડોળ મળે છે. 96% મુસ્લિમો માત્ર ટોળાતંત્રની માનસિકતાને અનુસરે છે. તેઓ સામાન્ય રીતે મૌન રહે છે અને કટ્ટરપંથી મુસ્લિમો દ્વારા કરવામાં આવેલા અત્યાચારો માટે મૂંગા પ્રેક્ષક બની રહે છે. કટ્ટરપંથી મુસ્લિમોને મુસ્લિમ વોટ બેન્કો માટે કોંગ્રેસ, સામ્યવાદીઓ અને સ્યુડો-સેક્યુલરવાદીઓ દ્વારા ટેકો આપવામાં આવે છે.

અમુક સ્યુડો-સેક્યુલરવાદીઓ મુસ્લિમોને હિન્દુઓ વિરુદ્ધના ગુનાહિત કૃત્યોને ધ્યાનમાં લીધા વગર ટેકો આપે છે. ગાંધી તેમાંથી એક હતા. આ બધી વાતો જાહેર ક્ષેત્રમાં ઉપલબ્ધ છે. વાચકોએ એવી ઉપલબ્ધ સામગ્રીઓ જોવી જોઈએ. આ પુસ્તક માત્ર દિશા નિર્દેશ માટે લખ્યું છે.

### 10.1.11 ઇસ્લામને ધર્મ ન કહી શકાય, તે માત્ર એક પંથ છે

સ્થાનિક લોકોમાં સામાજિક શિસ્ત લાવવા માટે સ્થાનિક આદિવાસીઓની સુધારણા માટે ઇસ્લામની શરૂઆત 1400 વર્ષ પહેલા પ્રોફેટ મોહમ્મદ દ્વારા અરબી રણમાં કરવામાં આવી હતી. પાછળથી, મોહમ્મદના શબ્દો કુરાનના હુકમો બન્યા બાદમાં હદીસ અને શરિયા હદીસમાંથી બંધનકર્તા શબ્દો તરીકે લેવામાં આવ્યા હતા જે ભારતીય મુસ્લિમો દ્વારા સખત રીતે ત્યાં અનુસરવામાં આવે છે જ્યાં તે તેમને અનુકૂળ હોય છે. જ્યાં શરિયા કઠોર છે ત્યાં ભારતીય મુસ્લિમો ભારતીય બંધારણને અનુસરે છે. ઉદાહરણ તરીકે, બહુપત્નીત્વ, ટ્રિપલ તલાક, હલાલા અને મહિલા અધિકારો માટે તેઓ શરિયાને અનુસરે છે. ચોરી માટે, શરિયા ચોરના હાથ કાપવાનું ફરમાન કરે છે. પરંતુ અહીં તેઓ ભારતીય સંવિધાનને અનુસરે છે.

બંધારણમાં આવા અનેક ઉદાહરણો આ રીતે ટાંકવામાં આવી શકે છે. આથી શરિયા સુવિધાનું સાધન બની ગયું છે.

ઇસ્લામ એક પંથ છે જે કુરાનના આદેશોથી બંધાયેલ છે ભલે તે કેટલાક કિસ્સાઓમાં વૈજ્ઞાનિક રીતે ખોટું હોય. ઉદાહરણ તરીકે, કુરાન કહે છે કે પૃથ્વી સપાટ છે. જો કે દુનિયા જાણે છે કે પૃથ્વી ગોળ છે પરંતુ કટ્ટર મુસ્લિમો આને સ્વીકારતા નથી. કુરાનને સમય, કાલ અને સત્યતાની સામે બદલી શકાતું નથી. એટલે જ તે ધર્મ નથી પણ પંથ છે. ધર્મ તો એક વિજ્ઞાનની માફક લચીલો હોય જે સત્યતાને સ્વીકારીને પોતાનામાં તર્કસંગત પરિવર્તન કરી શકે.

ઇસ્લામ રેખીય સમય (Linear time)માં માને છે. તેઓ માને છે કે તેમના જીવનની શરૂઆત કયામતના દિવસે થશે. મૃત્યુ પછી તેમના મૃતદેહોને દફનાવવાનો આ આધાર છે જાણે કે આ મૃતદેહો કયામતના દિવસે જીવંત થઈ જશે. તેઓ પુનર્જન્મમાં વિશ્વાસ નથી કરતા.

મુસ્લિમો માત્ર અલ્લાહ માં માને છે. તેઓ કહે છે કે આ પૃથ્વી પરના દરેક વ્યક્તિએ તેનામાં વિશ્વાસ કરવો જ જોઇએ અન્યથા તેઓ કાફિર છે. આ કટ્ટર માન્યતા માત્ર ભારતમાં જ નહીં પરંતુ સમગ્ર વિશ્વમાં મુસ્લિમ મુદ્દાઓનું મૂળ કારણ છે. તેઓ અન્ય ધર્મો પ્રત્યે અત્યંત અસહિષ્ણુ છે.

## 10.1.12 કુરાનને સુધારવાની જરૂર છે

ઘણા મુસ્લિમ નેતાઓ અને ભૂતપૂર્વ મુસ્લિમો માને છે કે કુરાનના અમુક ભાગ આધુનિક સમય સાથે સુસંગત નથી અને તેને દૂર કરવા જ જોઈએ. આવા મુસ્લિમોને તેમના સમુદાયોમાં બહિષ્કૃત કરવામાં આવે છે. શિયા મુસ્લિમ નેતા, વસીમ રિઝવીએ, કુરાનની 26 આયતોને સમાપ્ત કરવાનું કહ્યું છે જેનાથી મુસ્લિમ કટ્ટર બને છે. આ એક પ્રશંસનીય પ્રયાસ છે.

## 10.1.13 ભારતમાં કટ્ટર મુસ્લિમોના મુદ્દાઓને કેવી રીતે સમાવી શકાય?

ભારતમાં વિશાળ વસ્તી ધરાવતા મુસ્લિમોની હાજરી હવે વાસ્તવિકતા છે. તેઓ હવે ભારતનો જ એક કાયમી ભાગ છે. આ વસ્તુસ્થિતિ સ્વીકારવી જ રહી. એકમાત્ર સવાલ થોડા ધર્માંધ મુસ્લિમોની વફાદારીનો છે. તેમના માટે તેમનો ધર્મ પહેલા અને પછી રાષ્ટ્ર છે. બદમાશો

ગઝવા-એ-હિન્દ ઈચ્છે છે જેને સ્વીકારી શકાય નહીં. ઉદારવાદી મુસ્લિમો ભીડતંત્રના દબાણ હેઠળ મૌન રાખે છે. ચાલો જોઈએ કે શક્યતાઓ શું છે.

**વિકલ્પ-1** - કેટલાક કટ્ટર હિન્દુઓ ઇચ્છે છે કે જે મુસ્લિમો મુસ્લિમ પર્સનલ લો અને શરિયાને ચાલુ રાખવા માંગે છે તેઓ આ દેશ છોડીને જે દેશમાં જવા માંગતા હોય ત્યાં જાય. અનેક મુસ્લિમ દેશો ભારતીય મુસ્લિમોને ત્યાં રહેવા માટે સ્વીકારતા નથી અને/અથવા ભારતીય મુસ્લિમો કેટલાક મુસ્લિમ દેશોમાં અનુસરવામાં આવેલા કડક શરિયા કાયદાથી ડરે છે. તેથી આ વ્યવહારીક રીતે શક્ય નથી.

**વિકલ્પ-2** - કેટલાક કટ્ટર હિન્દુઓ મુસ્લિમોની ઘર-વાપસી ઇચ્છે છે. આ એક વિશાળ કાર્ય છે. 35 કરોડ મુસ્લિમોની કુલ વસ્તીમાંથી 96% ધર્માંતરિત 33.6 કરોડ છે. યોગ્ય સલામતી, તેમના મૂળ જૂથ/જાતિમાં સ્વીકાર્યતા, સમાજમાં તેમને યોગ્ય આદર આપવા માટે કેટલાક નાગરિક સુધારા જરૂરી છે. આ પગલું ઘાતક પણ હોઈ શકે. વાચક સમઝદાર છે.

અનેક દેશોમાં હવે મુસ્લિમો અને ક્રીશ્ચીયનોમાં પણ ધર્મ પ્રત્યે જાગરૂકતા આવી છે અને તેઓ પોતાનો પંથ છોડીને સનાતન ધર્મમાં માનવા લાગ્યા છે. આવો જ ટ્રેન્ડ ભારતમાં પણ શરુ થશે અને બહુસંખ્યક ધર્માંતરિત મુસ્લિમો ઘર-વાપસી કરશે તેવી આશા અસ્થાને નથી.

**વિકલ્પ-3** - સૌથી મોટી સમસ્યા દેશની બહાર અમુક મુસ્લિમોની નિષ્ઠા છે. બાંગ્લાદેશ અને બર્માથી મુસ્લિમોની સતત ઘૂસણખોરી છે. જેમનાં માટે CAA, NPR, NRC, UCC અને વસ્તી નિયંત્રણ બિલનો કડક અમલ

જરૂરી છે. આ એક લાંબી પ્રક્રિયા છે અને વિરોધ પક્ષોનો આમાં સાથ નથી.

**વિકલ્પ-4** - ભારતને UCC અને NRC સાથે હિન્દુ રાષ્ટ્ર તરીકે જાહેર કરવામાં આવે. નાગરિક હેતુઓ લક્ષી કોઈ પણ પર્સનલ લો માટે કોઈ જગ્યા નથી. ભારત એક સહજ બિનસાંપ્રદાયિક રાષ્ટ્ર છે જ્યાં આપણે **વસુધૈવ કુટંબકમ**માં માનીએ છીએ. આપણે તમામ પંથો પ્રત્યે સહિષ્ણુ છીએ. લાઉડ-સ્પીકર અજાન જેવી ખોટી ધાર્મિક પ્રથાઓ, બકરા અને ગાય જેવા પ્રાણીઓની કતલ પર પ્રતિબંધ કરવો જરૂરી છે. આ પગલા માટે સંસદના બંને સદનોમાં રાષ્ટ્રીય પક્ષની 2/3 બહુમતી જોઈએ જે આજની તારીખમાં શક્ય નથી.

## મદરસાઓમાં શિક્ષણનું આધુનિકરણ

કટ્ટર મુસ્લિમો છડેચોક કહે છે કે મુસ્લિમોએ 800 વર્ષો સુધી ભારત પર રાજ કર્યું. તો આવી પ્રજા અશિક્ષિત અને ગરીબ કેમ રહી ગઈ? નેહરુવાદી મુસ્લિમ તુષ્ટિકરણનાં લીધે મદરસાઓને અઢળક નાણા અપાયા છે જે આજ સુધી ચાલુ છે. તો મદરસાઓમાં કેવું શિક્ષણ અપાય છે તે યક્ષ પ્રશ્ન છે. અનેક ઉદાહરણો જાહેરમાં ઉપલબ્ધ છે કે મદરસાઓમાં હિંદુઓ પ્રત્યે નફરત અને ગઝવા-એ-હિન્દનું શિક્ષણ આપવામાં આવે છે. મદરસાઓના શિક્ષણનું આધુનિકરણ અત્યંત આવશ્યક છે. મુસ્લિમો પણ આ દેશનાં નાગરિક છે. ભારતીય નાગરિકતાનું કર્તવ્ય નિભાવવાની ફરજ પ્રત્યેક નાગરિકને હોવી જ જોઈએ. આ એક સર્વ માન્ય ઉપાય છે.

**વિકલ્પ-5** - યુરોપિયન દેશોની જેમ સાર્ક દેશોનું સંગઠન થવા દો જ્યાં દરેક દેશનું પોતાનું સ્વ-શાસન હશે. પરંતુ ચલણ, સંરક્ષણ અને વિદેશી બાબતોમાં એક સમાન કેન્દ્રિત અભિગમ હશે. કોઈપણ સાર્ક દેશમાં જવા માટે વિઝાની જરૂર નથી. આ પગલું સરહદ પારના આતંકવાદને દૂર કરશે. આવું કોન્ફેડરેશન વિશ્વ નેતા બનશે કારણ કે તેમના સંસાધનો ટાળી શકાય તેવી હથિયારોની રેસમાં તેમજ સરહદોની સુરક્ષામાં પણ બગાડવામાં આવશે નહીં. આ સંસાધનોનો ઉપયોગ વ્યક્તિગત દેશોના વિકાસમાં થઈ શકે છે. અલબત્ત, વિગતવાર ચર્ચા અને સંપૂર્ણ દસ્તાવેજીકરણ અને અમલીકરણ એજન્સીઓ જરૂરી છે. આ વિચારને રજૂ કરી શકાય અને તેને આકાર આપવા માટે એક નિષ્ણાત બંધારણ સભાની રચના કરી શકાય. આ વિકલ્પ આજે અસંભવ દેખાઈ શકે છે પરંતુ સૌથી વધુ વ્યવહારુ છે.

હું 27 દેશો ધરાવતા યુરોપિયન યુનિયનનું ઉદાહરણ આપું છું. એક દેશના નાગરિકો વિઝા વગર બીજા દેશમાં જઈ શકે છે, ત્યાં રહી શકે છે, જમીન ખરીદી શકે છે, નોકરીઓ શોધી શકે છે, કોઈ બેવડો કરવેરો નથી, સભ્ય દેશો પર કોઈ આક્રમકતા નથી. સામાન્ય સંસદ, સામાન્ય વેપાર, કોઈપણ પ્રકારની આફતો સામે એકતા વગેરે હોવા છતાં ઘણા કાયદાઓ હજુ પણ તેમની પ્રાથમિકતામાં છે. માર્ગદર્શક સિદ્ધાંત આર્થિક વૃદ્ધિ અને સામાન્ય છત્ર હેઠળ નાગરિકોનું કલ્યાણ છે.

*********

**આ એક જ્વલંત Law and Order અને રાજનૈતિક સમસ્યા છે. મુસ્લિમો સમજી ગયા છે કે તેઓ લોહીયાળ જેહાદમાં તો નહી જ ફાવે તેથી તેઓ**

હવે રાજનૈતિક અને સામાજિક રીતે સ્વયંને શક્તિશાળી બનાવી રહ્યાં છે. અમુક મૂઢ રાજનૈતિક લોકો મુસ્લિમોનાં વોટ બેંક નાં લીધે આત્મઘાતી રીતે તેમનો સાથ આપી રહ્યાં છે. જેહાદનું સ્વરૂપ બદલાઈ રહ્યું છે. તેમાંની અમુક રીતો નીચે પ્રમાણે છે:

**લવ-જેહાદ** – મુસ્લિમ યુવા વર્ગને હિન્દુ કન્યાઓ અને સ્ત્રીઓને હનીટ્રેપમાં ફસાવીને તેમને મુસ્લિમ બનાવવા. જરૂરત પડે તો હિન્દુ નામ રાખીને પણ આ કામ કરવું.

**લેન્ડ-જેહાદ** – વકફ બોર્ડના માધ્યમથી હિન્દુઓની જગ્યા પર દાવો કરવો. અને ત્યાં મુસ્લિમ વસ્તીઓ સ્થાપિત કરાવી. રોહીન્ગ્યાઓને વસાવવા.

સડકો પર અને મંદિરો પાસે પહેલાં એક નાની કબર બનાવવી, પછી તેને મજારનું રૂપ આપીને ધાર્મિક સ્થળ બનાવી દેવું. ત્યાં ચાદર ચઢાવીને મન્નત માંગવી. ધર્મભીરુ હિંદુઓમાં એવો પ્રચાર કરવોકે અહી મન્ન્ત માંગવાથી ઈચ્છાઓ સફળ થાય છે. દિલ્લીમાં તો એક ફ્લાઇઓવર પર મજાર બનેલી છે. અને પાગલ હિંદુઓ જ તેની રક્ષા કરે છે.

**મોહલ્લા-જેહાદ** – હિન્દુઓના મોહલ્લાઓમાં વધુ રકમ આપીને ફ્લેટ ખરીદવા. પછી માંસ રાંધવું. શાકાહારી હિંદુઓ માંસની વાસ સહન નથી કરી શકતા. એટલે નાં છુટકે તે જગ્યા છોડીને જતા રહે છે. ધીરે ધીરે હિન્દુ બહુલ મોહલ્લો મુસ્લિમ બહુલ બની જાય છે. બાકીના હિન્દુઓને ત્રાસ આપીને, ધમકાવીને ચાલ્યા જવાનું કહેવામાં આવે છે.

**હોટલ-જેહાદ** – હાઈવે ઉપર બહુસંખ્યામાં શુદ્ધ શાકાહારી હોટલો બન્યા છે. તેમના નામો પણ છેતરામણા હોય છે જેવાકે SUPREME, DECENT, FUNCITY, SHAALIMAAR, FORK N SPOON, GREENERY, GREEN ONION, RED CHILLI, વિ. આ બધાં જ હોટલો બહુધા મુસ્લિમોનાં જ હોય છે.

**વ્યવસાય-જેહાદ** – અમુક વ્યવસાયમાં તો હવે માત્ર ને માત્ર મુસ્લિમો જ જોવા મળે છે. જેમકે – જાવેદ હબીબ જેવા હજામ, મોચી, દરજી, ચૂડીવાળા, સરબતવાલા, પન્કચરવાલા, લારીવાળા, ફળ વિક્રેતા, ફૂલવાળા, રદ્દીવાલા, ગાદલાવાલા, વિ.

**પરિણામ** – સુજ્ઞ પાઠકો, ભારતના પ્રજાતંત્રમાં હાલમાં તો વોટોનું જ મહત્વ છે. જેની સંખ્યા અને સંગઠન વધારે તેનાં વોટ વધારે. અને શાસન તો જેને વધારે વોટ મળે તેનું જ હોય. મુસ્લિમોને વ્યવસાયની ચિંતા નથી. તેઓ માત્ર ને માત્ર વસ્તી વધારવામાં જ માને છે. તેમને સરકારી કે બિન-સરકારી નોકરીયોની જરૂરત નથી. તેઓ ગમે તેવો નાનો મોટો વ્યવસાય કરવા તૈયાર છે. તેની વિપરીત હિંદુઓમાં નોકરીની બહુ ફિકર હોય છે. તેઓને નાનાં સડક છાપ વ્યવસાય ગમતા નથી. એટલે તેઓ આર્થિક સ્થિતિ પ્રમાણે પરિવાર નિયંત્રણ કરે છે. તમે મોટા નોકરશાહ હો, જજ હો, ડોક્ટર હો, ઇજનેર હો, વેપારી હો, ગમે તે હો, ગમે તેટલો ટેક્ષ આપતા હો તો પણ તમારો વોટ એક જ છે. તેની સામે ટેક્ષ ન આપનારા પંકચર વાળાનો પણ એક વોટ છે. હિન્દુઓના વોટ વહેંચાયેલા છે જ્યારે મુસ્લિમો એકમત થઈને મતદાન કરે છે. વિચાર કરો. 70% હિન્દુઓના વોટ અનેક ભાગોમાં વહેંચાયેલા છે. માની લો કે ચાર ભાગમાં. તો એક પાર્ટીને 25% ટકા મળ્યાં. મુસ્લિમોનાં વોટ

30% છે. એમાંથી 20% ટકા જેને મળે તેનાં 45% ટકા થઇ જાય એટલે એ જ પાર્ટી જીતે. હાલમાં બંગાળમાં આ જ થયું. મુસ્લિમ તુષ્ટીકરણનું કારણ આ જ ગણિત છે. એક વખત એવો આવશે કે એક મુસલમાન આપણો વડા પ્રધાન બનશે. ત્યારે સંવિધાન નહી રહે. માત્ર શરિયા જ રહેશે. કોઈ પણ મુસ્લિમ દેશ સંવિધાનથી નથી ચાલતો. શરીયાથી જ ચાલે છે. એ વખતે યા તો આપણે મુસલમાન બનવું પડશે યા જજિયા કર ભરવો પડશે. આપણે દોયમ નાગરિક બની જઈશું. જીવવું એટલું જ કઠિન બની જશે જેટલું મુઘલકાળમાં હતું.

## 10.2 બ્રિટીશ યુગ, ખ્રિસ્તી ધર્મના મુદ્દાઓ અને અંગ્રેજ શિક્ષણ પદ્ધતિ

ભારતમાં કટ્ટરપંથી મુસ્લિમોની સરખામણીમાં ભારતમાં બ્રિટિશ યુગ એક મોટો મુદ્દો છે. તે ભારતીય સમાજ માટે ધીમું ઝેર હતું અને છે. અંગ્રેજોએ આપણા ઇતિહાસને જાણીજોઈને વિકૃત કરીને બગાડ્યો. લોર્ડ મેકોલેએ આપણી શિક્ષણ વ્યવસ્થાનો નાશ કર્યો. IPC, ન્યાયતંત્ર અને પોલીસ હજુ પણ તેમની જૂની ભૂમિકામાં છે. પશ્ચિમી સંસ્કૃતિએ આપણા નાગરિક પરિવેશમાં પ્રવેશ કર્યો છે. લોકશાહી અને વાણી સ્વાતંત્ર્યની આડમાં ખ્રિસ્તી ધર્મમાં રૂપાંતર અવિરતપણે ચાલુ છે. નેહરુવાદી નીતિઓ આ સાથે ચાલુ રહી અને તેમને એટલા ઉંડા મૂળિયા બનાવ્યા કે લાંબા સમય સુધી આ વિનષ્ટકારી વર્તુળોમાંથી (vicious circle)બહાર આવવું મુશ્કેલ છે. આપણે સ્વતંત્ર વિચારવાળા ઉદ્યોગસાહસિકો અને ચિંતકો કરતાં તમામ સ્તરે ગૌરવપૂર્ણ કારકુનો અને સંચાલકો ઉત્પન્ન કરી રહ્યા છીએ.

ભારતીય સંસ્કૃતિને પરત લાવવા માટે ઉચ્ચ સ્તરનું આમૂલચૂલ પરિવર્તન (Disruption) જરૂરી છે જેની શરૂઆત શિક્ષણ વ્યવસ્થાથી જ થઇ શકે. આપણી પાસે દરેક ગામમાં ગુરુકુળ હતા અને લગભગ દરેક જણ સાક્ષર હતા. આજે અભ્યાસક્રમ એટલો ભારે અને બિનઉપયોગી છે કે વિદ્યાર્થીઓ પાસે વિષયને સમજવાને બદલે તેને ગોઠણપટ્ટી કરવા સિવાય કોઈ વિકલ્પ નથી. આર્ટસ, સાયન્સ અથવા એન્જિનિયરિંગના કોઈપણ સ્ટ્રીમના સ્નાતક જ્યારે કોલેજ/યુનિવર્સિટીમાંથી બહાર આવે ત્યારે ઉદ્યોગ/નોકરી માટે તૈયાર નથી હોતા. તેમને ફરીથી ટ્રેઈન કરવા પડે છે. શ્રેષ્ઠ સ્નાતકો વિદેશમાં સ્થળાંતર કરે છે. ગૂગલ, નાસા અને માઈક્રોસોફ્ટ વગેરે જેવી વર્લ્ડ ક્લાસ કંપનીઓમાં લગભગ 33% ભારતીય સ્ટાફ છે.

**ખ્રિસ્તી ધર્મ** - ખ્રિસ્તી ધર્મ કોઈ ધર્મ નથી પણ એક પંથ છે. તેમનું ધાર્મિક પુસ્તક બાઇબલ છે. તેઓ એક ઈશ્વરમાં માને છે. બાઇબલમાં આદેશો છે (Ten Commandments) જેનું પાલન કરવું આવશ્યક છે. જે ખ્રિસ્તીઓ બાઇબલમાં સંપૂર્ણ રીતે નથી માનતા તેમને સજા કરવામાં આવે છે. તે રીતે, મુસ્લિમો અને ખ્રિસ્તીઓ કટ્ટરતામાં સમાનાત્મક છે. એક જ્વલંત ઉદાહરણ છે - બાઇબલ કહે છે કે સૂર્ય પૃથ્વીની પ્રદક્ષિણા કરે છે. એક મહાન વૈજ્ઞાનિક, ગેલિલિયોએ શોધી કાઢ્યું કે પૃથ્વી સૂર્યની પ્રદક્ષિણા કરે છે. બાઇબલ વિરુદ્ધ બોલવા બદલ તેને ફાંસીની સજા આપવામાં આવી હતી. તે એક બર્બર કૃત્ય હતું. ખ્રિસ્તીઓ પણ રેખીય સમય (Linear Time)માં માને છે અને તેમના મૃતદેહોને દફનાવે છે એ આશામાં કે મરણોત્તર જીવનના દિવસે, તમામ મૃતદેહો જીવંત થશે અને સ્વર્ગનો આનંદ માણશે. પંથ હંમેશા કટ્ટરવાદી હોય છે જ્યારે ધર્મ હંમેશા

ઉદારવાદી અને પ્રગતિશીલ હોય છે. વિજ્ઞાનની માફક નવા સત્યોને સ્વીકારે છે. જડ નથી હોતો.

અંગ્રેજો ભારતમાં માત્ર વેપાર માટે આવ્યા હતા. જો કે, તેમનો હેતુ વિશ્વમાં ખ્રિસ્તી ધર્મ ફેલાવવાનો હતો. તેઓ માત્ર ભારતમાં જ આવ્યા ન હતા પરંતુ વેપારના વેશમાં વિશ્વમાં અનેક જગ્યાએ ગયા. જ્યાં પણ તેઓએ શાસન કર્યું ત્યાં ખ્રિસ્તી ધર્મ ફેલાવ્યો. બ્રિટિશ કોમનવેલ્થ દેશો તેનું જ્વલંત ઉદાહરણ છે. બ્રિટીશ કોમનવેલ્થમાં આફ્રિકા, એશિયા, અમેરિકા, યુરોપ અને પેસિફિકનાં 54 દેશો છે. આમાંથી મોટાભાગના દેશો, ભારત સિવાય, ખ્રિસ્તી ધર્મને તેમના શાસકીય ધર્મ તરીકે અનુસરે છે.

## 10.3 સનાતન ધર્મ (હિન્દુ ધર્મ)

આપણે  સનાતન ધર્મને અનુસરીએ છીએ. સનાતન એટલે શાશ્વત.

હવે ચાલો અનેક ધર્મો વિષે એક ક્વિઝ રમીએ:

| | |
|---|---|
| ઇસ્લામની સ્થાપના કોણે કરી? - | પૈગમ્બર મોહમ્મદ |
| ખ્રિસ્તી ધર્મની સ્થાપના કોણે કરી? - | ઈસુ ખ્રિસ્ત |
| હિન્દુ ધર્મની સ્થાપના કોણે કરી?- | ? ? ? |
| | (કોઈ જાણતું નથી) |

હિન્દુ ધર્મ એટલો જૂનો છે કે આપણે એ પણ જાણતા નથી કે તેને કોણે શરૂ કર્યો. આ એવું છે કે, આપણને આપણા 8 મા પૂર્વજનું નામ યાદ નથી. શું તેનો અર્થ એ છે કે તે અસ્તિત્વમાં નથી?

સનાતન ધર્મ કોઈ પંથ નથી. તેમાં કોઈ આદેશ નથી. આપણા ભગવાન/દેવી, ધાર્મિક વિધિઓ, ઉપાસના પદ્ધતિઓ પસંદ કરવા માટે સંપૂર્ણ સ્વતંત્રતા છે. કોઈ પણ પંથ કે નાસ્તિકતા પ્રત્યે કોઈ અસહિષ્ણુતા નથી. આપણે મંતવ્યોનું સન્માન કરીએ છીએ. આપણે મંતવ્યો સાબિત કરવા માટે ચર્ચાઓ કરીએ છીએ. પરંતુ આપણે ક્યારેય કોઈને ય કોઈ ચોક્કસ પંથનું પાલન કરવા દબાણ કર્યું નથી અનર કરતાં નથી. આપણે ક્ષેત્રીય કે ધાર્મિક વિસ્તરણ માટે ક્યારેય કોઈ દેશ પર આક્રમણ કર્યું નથી. આપણે અન્ય પંથનાં શરણાર્થીઓને આશ્રય આપ્યો છે જેમ કે પારસીઓ, સાકાઓ, હૂણ વગેરે.

સનાતન ધર્મ અત્યંત વૈજ્ઞાનિક છે. પુરાણો અને વેદો ઘણાં વૈજ્ઞાનિક પુરાવાઓથી ભરેલા છે જે 5000 વર્ષથી વધુ જૂના છે. આપણા પ્રાચીન પુસ્તકોમાં તત્વજ્ઞાન, ખગોળશાસ્ત્ર, અવકાશ વિજ્ઞાન, બ્રહ્માંડ, અંકગણિત, ધાતુશાસ્ત્ર, રસાયણશાસ્ત્ર, તબીબી વિજ્ઞાન, નીતિશાસ્ત્ર, ન્યાયતંત્ર, સંરક્ષણ વગેરેનો વિશાળ ઉલ્લેખ કરવામાં આવ્યો છે. ઈસુ ખ્રિસ્તે પણ ભારતની બે યુનિવર્સિટીઓમાં અભ્યાસ કર્યો હતો. ભારત જ્ઞાનનું કેન્દ્ર હતું. વિજ્ઞાનની જેમ સનાતન ધર્મ પણ સતત વિકસિત થતો રહ્યો છે. વિજ્ઞાનની જેમ જ ચર્ચા અને શક્ય સુધારાઓ શક્ય છે. તે વક્રોક્તિ છે કે જે લોકો હિન્દુ ફિલસૂફીનો અભ્યાસ કરતા નથી તેઓ હિન્દુ ધર્મની વિરુદ્ધ સૌથી વધુ બોલે છે.

*(હાલમાં જ એ શોધી કઢાયું છે કે ન્યૂટનના સિદ્ધાંતો ન્યૂટન થી સેંકડો વર્ષ પહેલાં ભારતીય ઋષિઓ પ્રતિપાદિત કરી ચુક્યા છે. પણ ભારતીયોને જ તેની ખબર નથી.)*

આર્ય, હિન્દુ અને ભારતીય શબ્દો વચ્ચે વિવાદ ઉભો કરવામાં અંગ્રેજો સફળ રહ્યા હતા. તેઓએ કહ્યું કે આર્યો પણ ભારતના આક્રમણકારો છે. ભારત પર ઘણી સંસ્કૃતિઓ દ્વારા આક્રમણ કરવામાં આવ્યું હતું અને તેઓ અહીં સ્થાયી થયા હતા. તેથી તેઓ પણ અહીં સ્થાયી થઈ શકે છે. હિન્દુ શબ્દ મુઘલ આક્રમણકારો દ્વારા રચવામાં આવ્યો હતો જે અંગ્રેજોને કારણે ભારતીયોમાં રૂપાંતરિત થયો. વિકિપીડિયા પણ ભારતીય વિદ્વાનોએ આપેલા તમામ પુરાવાઓને અવગણીને તે જ દાવો કરે છે કે આર્યો બહારથી આવ્યા હતા. આપણી મોટાભાગની યુવા પ્રજાને પણ આવું જ ભણાવવામાં આવે છે. આપણા પ્રાચીન સાહિત્ય અને સંદર્ભોના કેટલાક ઉદાહરણો છે જે 5000 વર્ષથી વધુ જૂના છે કે હિન્દુ અને હિન્દુસ્તાન વિશ્વની સૌથી પ્રાચીન સંસ્કૃતિ અને દેશો છે. આર્યો આ ભૂમિના મૂળ નિવાસી છે.

ઋગ્વેદના બૃહસ્પતિ આખ્યાનમાં નીચે મુજબ શ્લોક છે:

“હિમાલયં સમરભ્ય યાદ્વ ઇન્દુસરોવરં.

તં દેવનિર્મિતં દેશં હિંદુસ્તાન પ્રક્ષેતે. "

અર્થ - હિમાલયથી હિંદ સાગર વચ્ચેની આશીર્વાદિત જમીનને હિન્દુસ્થાન કહે છે.

શૈવ લિપિઓમાં લખેલું છે કે:

"હિના ચ દૃષ્યતેવ હિંદુરિત્યુચ્ય તે પ્રિયા."

અર્થ - જે નિરક્ષરતાને છોડી દે છે અને હીનતાને દૂર કરે છે તે હિન્દુ છે.

સમાન શ્લોક કલ્પદ્રમમાં આપેલો છે.

પારિજાત હરણમાં નીચેના શ્લોક આપવામાં આવ્યા છે:

"હિનસ્તિ તાપમાન પાપાં દૈહિકં દુષ્ટં.

હેતિભિ શ્ શત્રુવર્ગં ચ સ હિંદુર્ભિધ્યાતે."

અર્થ - જે પોતાની સિદ્ધિથી દુશ્મનો, દુષ્ટ લોકો અને પાપોનો નાશ કરે છે તે હિન્દુ છે.

માધવ દિગ્વિજયમાં ઉલ્લેખ છે કે:

ઓંકારમંત્રમૂલાઢ્ય પુનર્જન્મ દ્રધ્યાય:

ગૌભક્ત ભારત: ગરુર્હિન્દુર્હિંસન દૂષક:

અર્થ - જે માને છે કે ઓમ એ દિવ્ય-ધ્વનિ છે, જે કર્મમાં માને છે, જે ગાયની પૂજા કરે છે અને જે દુષ્ટતાથી દૂર છે તે હિન્દુ છે.

આવા ઘણા વધુ ઉદાહરણો આપણા પ્રાચીન શાસ્ત્રોમાંથી આપી શકાય છે. તે સાબિત કરે છે કે આર્યો (હિન્દુઓ) આ પવિત્ર ભૂમિના મૂળ નિવાસી છે.

સનાતન ધર્મ ચક્રીય સમય (Circular Time - જે આધુનિક વિજ્ઞાન દ્વારા સ્વીકારવામાં આવ્યો છે) માં માને છે અને પુનર્જન્મમાં માને છે. તેથી જ આપણે મૃતદેહોને બાળી નાખીએ છીએ અને માનીએ છીએ કે આત્મા અક્ષુણ છે અને તેના કર્મોના આધારે નવો જન્મ મેળવે છે.

તમામ બુદ્ધિજીવીઓ અને ભારતની સર્વોચ્ચ અદાલતસ્વીકારે છે કે હિન્દુ ધર્મ જીવન પદ્ધતિ છે અને તે કોઈ પંથ નથી.

### 10.3.1 હિન્દુ ધર્મ વિષે પશ્ચિમી બૌદ્ધિકો શું કહે છે

**લીઓ ટોલ્સટોય (1828-1910)** - હિન્દુ ધર્મ અને હિન્દુઓ એક દિવસ આ વિશ્વ પર રાજ કરશે કારણ કે તે જ્ઞાન અને ડહાપણનું મિશ્રણ છે.

**હર્બર્ટ વેલ્સ (1846-1946)** - જ્યાં સુધી હિન્દુ ધર્મ સારી રીતે સમજાય નહીં ત્યાં સુધી અનેક પેઢીઓ અત્યાચાર અને હત્યાઓનો સામનો કરશે. પરંતુ વિશ્વ એક દિવસ હિન્દુત્વથી પ્રેરિત થશે. ફક્ત તે દિવસે જ વિશ્વ મનુષ્યો માટે સ્થાયી અને રહેવા માટેનું સ્થળ બનશે.

**આલ્બર્ટ આઈન્સ્ટાઈન (1879-1955)** - તે (હિંદુઓ) જે કરે છે તે યહૂદીઓ ન કરી શકે. શાંતિ તરફ દોરી જવાની શક્તિ માત્ર હિન્દુ ધર્મમાં છે.

**હ્યુસ્ટન સ્મિથ (1919)** - હિન્દુત્વ આપણી જાત કરતા વધારે વિશ્વાસપાત્ર છે. જો આપણે આપણા વિચારો અને હૃદયને હિન્દુત્વ તરફ ફેરવી શકીએ, તો તેનાથી આપણને ફાયદો થશે.

**માઇકલ નોસ્ટ્રાડેમસ (1503-1566)** - હિંદુ ધર્મ યુરોપનો શાસક ધર્મ બનશે. યુરોપનું પ્રખ્યાત મહાનગર હિન્દુઓની રાજધાની બનશે.

**બર્ટ્રાન્ડ રસેલ (1872-1970)** - મેં હિન્દુ ધર્મ વિષે વાંચ્યું. મને લાગે છે કે સમગ્ર વિશ્વમાં આ માનવજાતનો ધર્મ છે. હિંદુ ધર્મ સમગ્ર યુરોપમાં ફેલાશે. હિંદુ ધર્મનો અભ્યાસ કરતા ઘણા વિદ્વાનો યુરોપમાં દેખાશે. એક દિવસ એવી પરિસ્થિતિનો વિકાસ થશે જ્યાં માત્ર હિન્દુઓ જ વિશ્વનું નેતૃત્વ કરશે.

**કોસ્ટા લોબાન (1841-1931)** - હિન્દુઓ માત્ર શાંતિ અને સમાધાનની વાત કરે છે. હું ખ્રિસ્તીઓને તેના વખાણ કરવા, બદલવા અને તેમાં વિશ્વાસ કરવા આમંત્રણ આપું છું.

**બર્નાર્ડ શો (1856-1950)** - એક દિવસ આ દુનિયા હિન્દુ ધર્મ સ્વીકારશે. હિન્દુ ધર્મનું સાચું નામ ભલે નાં સ્વીકારે પણ તેના સિદ્ધાંતોને સ્વીકારશે. પશ્ચિમી રાષ્ટ્રો ચોક્કસપણે એક દિવસ હિંદુ ધર્મમાં પરિવર્તિત થશે. વિદ્વાનોનો ધર્મ હિન્દુ ધર્મ સમાન છે.

**જોહાન કીથ (1749-1832)** - જો આજે નહીં, તો એક દિવસ આપણે હિંદુ ધર્મ સ્વીકારવો પડશે. કારણ કે એ જ સાચો ધર્મ છે.

આપણે આપણા વખાણ કરીએ તો કોણ માનશે? પણ વિશ્વનાં બુદ્ધિજીવીઓ શું ખોટું કહે છે?

## 10.4 હિન્દુ ધર્મમાં વિકૃતિ અને મનુ સ્મૃતિ વિષે ગેરસમજો

બ્રિટિશરો, સામ્યવાદીઓ અને સ્યુડો-સેક્યુલરવાદીઓ દ્વારા મનુ સ્મૃતિને લગતી ઘણી ગેરમાન્યતાઓ ફેલાવવામાં આવી કે હિન્દુ સમાજમાં વિવિધ વિભાગો છે, હિંદુઓ વિભક્ત છે અને તેથી હિન્દુઓ એક રાષ્ટ્ર નથી પરંતુ વિભાજિત જૂથો છે.

મુઘલ કાલીન સમય દરમિયાન હિન્દુઓમાં કેટલીક વિકૃતિઓ પણ આવી ગઈ જેને ઓળખવાની જરૂર છે અને તેનું નિરાકરણ કરવાની જરૂર છે. ચાલો સત્યતા જોઈએ.

### 10.4.1 જાતિવાદ (વર્ણ વ્યવસ્થા)

ઘણા હિન્દુઓ દ્વારા તેનો પ્રચાર અને વિશ્વાસ કરવામાં આવ્યો છે કે મનુસ્મૃતિએ ઉતરતા ક્રમમાં હિંદુઓને 4 વર્ણો (જાતિઓ) માં વહેંચ્યા છે - બ્રાહ્મણ, ક્ષત્રિય, વૈશ્ય અને શુદ્ર (દલિત). શૂદ્ર અસ્પૃશ્ય છે. આ ઘોર જૂઠ છે.

આપણા વેદ અને જૂના શાસ્ત્રોમાં તેનો ઉલ્લેખ છે કે – કમ્મણા ભવતિ બમ્મણો. આનો અર્થ એ છે કે કોઈ વ્યક્તિ તેના કર્મો દ્વારા બ્રાહ્મણ બની શકે છે. આપણા પ્રાચીન પુસ્તકોમાં વિશ્વામિત્ર, વાલ્મીકી વગેરે જેવા ઘણા સંતો અને ઋષિઓ છે જે કોઈ બ્રાહ્મણ પરિવારમાં જન્મ્યા ન હતા પણ બ્રાહ્મણ બન્યા હતા અને તેમના કર્મોને કારણે તેઓ ઋષિ તરીકે ઓળખાતા હતા.

એ સાચું છે કે બ્રાહ્મણ બનવું એ સરળ કામ નથી. બ્રાહ્મણ બનવા માટે ઘણી વિધિઓ અને તપસ્યાઓ જરૂરી છે. એવું છે કે દરેક વ્યક્તિ પીએચડી ન કરી શકે. વિદ્વાન તરીકે તેના માટે ઘણું સંશોધન અને જ્ઞાન જરૂરી છે.

સંજોગોવશાત્, દરેક સમાજમાં આ 4 વર્ણ હોય જ છે. શિક્ષકોને બ્રાહ્મણ કહી શકાય, આર્મી જવાનને ક્ષત્રિય કહી શકાય, વેપારીઓને વૈશ્ય કહી શકાય અને શ્રમીકોને શૂદ્ર કહી શકાય. જો કે, એક પણ વર્ણ સારું કે હલકી ગુણવત્તાવાળું નથી. કોઈ પણ વ્યક્તિ દ્વારા કરવામાં આવેલા સારા કાર્યની પ્રશંસા કરવામાં આવે છે, પછી ભલેને તે ગમે તે વર્ણનો હોય. *(તાજેતરમાં નરેન્દ્ર મોદીની સરકારે જનસામાન્ય વર્ગમાંથી આવતાં પણ અસાધારણ કામ કરતા લોકોને પદ્મશ્રી થી નવાજિત કર્યા. આ પહેલાં માત્ર ભદ્ર વર્ગનાં લોકોને જ પદ્મ પુરસ્કાર મળતા હતાં).*

શુદ્ર લોકો જોડે બાકીનાં વર્ણોએ અમાનવીય સામાજીક વ્યવહાર કર્યો હતો. આ વિકૃતિ આપણા બંધારણની શરૂઆતથી જ દલિતો (એસસી/એસટી અને ઓબીસી) ને આરક્ષણ સ્વરૂપે આપવામાં આવતી યોજનાઓથી સુધારાઈ રહી છે. હવે નીચી જાતિઓ સામે બહુ ઓછો ભેદભાવ છે. જે બાકી છે તેને નાબૂદ કરવાની જરૂર છે. જો કે, રાજકારણીઓ દલિતોને વોટ બેન્કો માટે ઉચ્ચ જાતિ સામે ઉશ્કેરે છે. દલિતોમાં ઉચ્ચ શિક્ષણ દર અને વોટ બેંકની રાજનીતિની તેમની સમજને કારણે આ સ્થિતિ પણ ધીરે ધીરે સુધરી રહી છે.

### 10.4.2 બાલ વિવાહ

બાલ વિવાહને હવે પ્રતિબંધિત કરવામાં આવ્યો છે અને મોટા પ્રમાણમાં ઘટાડવામાં આવ્યો છે. કેટલાક દૂરના ગામોમાં, તે હજુ પણ આચરણમાં છે. ઉચ્ચ સાક્ષરતા સાથે, આ પણ સંપૂર્ણપણે નાબૂદ થશે.

### 10.4.3 દહેજ

દહેજની પ્રથા ભારતમાં એક મુદ્દો હતો. જોકે તેના પર પ્રતિબંધ મૂકવામાં આવ્યો છે છતાં તે હજુ પણ શિક્ષિત વર્ગમાં પણ પ્રચલિત છે. જો કે, છોકરીઓમાં વધુ સાક્ષરતા અને મોટી સંખ્યામાં છોકરીઓ વ્યાવસાયિક બને છે અને આર્થિક રીતે આત્મનિર્ભર બને છે, તેનાં લીધે સમાજ ધીમે ધીમે સુધરી રહ્યો છે જેને વેગ આપવાની જરૂર છે.

### 10.4.4 કન્યાઓની ભ્રુણ હત્યા

મુઘલ સમયમાં મુઘલો દ્વારા હિન્દુઓના દમનને કારણે અને સ્ત્રીઓ અને કન્યાઓ સામે અમાનવીય અભદ્રતાના કારણે હિંદુઓમાં બાળકીઓને

મારી નાખવાની પ્રથા હતી. પાછળથી, આ પ્રથા ગરીબીને કારણે ચાલુ રહી.  ગર્ભાવસ્થા દરમિયાન લિંગ નિર્ધારણ સામે હવે કડક કાયદાઓ છે. છોકરીઓ લગભગ તમામ ક્ષેત્રોમાં છોકરાઓ કરતા વધુ સારી રીતે આગળ વધી રહી છે. તેથી લગભગ તમામ રાજ્યોમાં છોકરાઓ અને છોકરીઓના ગુણોત્તરના સંતુલનમાં પ્રતિબિંબિત થતાં ભ્રુણ હત્યામાં ભારે ઘટાડો થયો છે.

## 10.4.5 મહિલા સશક્તિકરણ

પ્રાચીન ભારતથી મહિલાઓને આદરભર્યું સ્થાન આપવામાં આવ્યું છે. આપણી પાસે લક્ષ્મી, સરસ્વતી, દુર્ગા જેવી ઘણી દેવીઓ છે જે પૈસા, શિક્ષણ અને શક્તિ દર્શાવે છે જે કોઈપણ પ્રગતિશીલ સમાજના મુખ્ય ઘટકો છે. મુઘલ સમયમાં હિંદુઓ પર અત્યાચાર અને મહિલાઓ પર બળાત્કાર દરમિયાન મહિલા સશક્તિકરણમાં ઘટાડો થયો. છોકરીઓને શિક્ષણ માટે શાળાઓમાં મોકલવામાં આવતી ન હતી. તેઓને બાળપણમાં પરણાવી દેવાતી હતી. અને તેઓ પરદા સિસ્ટમનાં લીધે અવાંછિત તત્વોથી સુરક્ષિત રહેતી. આઝાદી પછી પણ તેની અસરો ચાલુ રહી કારણ કે લાંબા સમયથી સ્થાપિત વિધિઓ નાબૂદ થવામાં સમય લે છે. જોકે, આજકાલ જીવનના તમામ ક્ષેત્રોમાં છોકરીઓ માટે સંપૂર્ણ સ્વતંત્રતા છે. આધુનિક ભારતમાં વસ્તુઓ ધરમૂળથી બદલાઈ ગઈ છે. હજુ પણ જે સમાજો અને ગામો જે હજુ સુધર્યા નથી તેમાં ઘણી જાગૃતિ જરૂરી છે.

### 10.4.6 એવી ભ્રમણા કે હિન્દુઓ વિભાજિત છે

ઘણા હિન્દુઓ, બ્રિટિશ પ્રચાર, સામ્યવાદી વિચારો, સ્યુડો-સેક્યુલરિસ્ટ્સના પ્રભાવ હેઠળ તેમની વોટબેંકો માટે, ભ્રમિત થયા છે કે હિન્દુઓનાં અનેકો પંથ, વિવિધ ભાષાઓ, વિવિધ ખોરાકની આદતો, વિવિધ ધાર્મિક વિધિઓ, જુદા જુદા વસ્ત્રો, વિવિધ જીવનશૈલી અને ખાનપાનની વિવિધતાઓને કારણે વિભાજિત છે. તેઓ માને છે કે મુસ્લિમો અને ખ્રિસ્તીઓ એક જ ભગવાન, સમાન પવિત્ર પુસ્તક, સમાન ભાષા, સમાન વસ્ત્રો, સમાન ખોરાકની આદતો, સમાન સંસ્કૃતિ અને સમાન જીવનશૈલીને કારણે વધુ શક્તિશાળી છે. આવા હિન્દુઓ માને છે કે હિન્દુઓ નબળા જ રહેશે અને અન્ય લોકો દ્વારા શાસિત રહેશે કારણ કે તેમની પાસે ક્યારેય એક જ ભગવાન, એક પવિત્ર ગ્રંથ, સમાન ખોરાકની આદતો વગેરે નહીં હોય.

ભારત નાના યુરોપીયન દેશો કે મુસ્લિમ દેશો જેવો નાનો દેશ નથી. આપણા મોટાભાગના રાજ્યો જમીન વિસ્તાર તેમજ વસ્તીના પ્રમાણે ઘણા યુરોપિયન, આફ્રિકન અને મુસ્લિમ દેશો કરતા પણ મોટા છે. તે એક નાગરિક હકીકત છે કે ભાષા, ધાર્મિક વિધિઓ, ખોરાકની આદતો, પહેરવેશ દર 20 માઇલે બદલાય છે. આવું પ્રત્યેક દેશમાં થાય છે. હિન્દુ ધર્મ એ પંથ નથી. તે એક ધર્મ છે, જીવન જીવવાની રીત છે. દેશની લંબાઈ અને પહોળાઈમાં હિન્દુ ધર્મ સમાન છે. હિન્દુ સંસ્કૃતિ, હિન્દુ તત્વજ્ઞાન અને હિન્દુ રાષ્ટ્રવાદ સમગ્ર દેશમાં સમાન છે. તેથી જ આપણે તેને હિન્દુ રાષ્ટ્ર કહીએ છીએ.

હિન્દુ ફિલસૂફી અનહદ ખુલ્લાપણાની પરવાનગી આપે છે. આપણે **વસુધૈવ કુટુમ્બકમ** અને **સર્વે સંતુ નિરામય**માં માનીએ છીએ. આપણે બધા પંથો અને આસ્થાઓને સહઅસ્તિત્વની મંજૂરી આપીએ છીએ. કોઈપણ વ્યક્તિ કોઈપણ પંથ, સાકાર વા નિરાકાર પૂજા પદ્ધતિને અનુસરી શકે છે. આપણે નાસ્તિકોને પણ સ્વીકારીએ છીએ. આપણી એકતા વૈવિધ્યમાં છે. અનેકતામાં એકતા છે.

કાશ્મીરથી કન્યા કુમારી અને દ્વારકાથી પુરી સુધીનો કોઈપણ હિન્દુ વેદ, પુરાણ, હિન્દુ સંસ્કૃતિ અને તત્વજ્ઞાનમાં માને છે. આપણે બધા શાસ્ત્રાર્થ (ચર્ચાઓ) માં માનીએ છીએ. આપણી શક્તિ હિન્દુ રાષ્ટ્રમાં છે.

એક જ અલ્લાહને માનનારા મુસ્લિમો ઈરાન અને ઈરાકમાં એકબીજા સાથે લડી રહ્યા છે, તાલિબાનીઓ અફઘાનિસ્તાનીઓ સાથે લડી રહ્યા છે, શિયાઓ સુન્નીઓ સાથે લડી રહ્યા છે. અહમાંદીયાઓને અને કુરેશીઓને તો ઘણાં કટ્ટર મુસલમાનો મુસલમાન જ નથી માનતા. કેથોલિક ખ્રિસ્તીઓ અને પ્રોટેસ્ટંટ ખ્રિસ્તીઓ વચ્ચે ઝઘડા થાય છે.

પણ આપણે ત્યાં પંથોમાં આપસમાં લોહીયાળ ઝઘડા નથી થતાં. બધાં એકબીજાનું સન્માન કરે છે. આપણા બધાં જ પંથોનું મૂળ તો હિન્દુ ધર્મમાં જ છે.

### 10.4.7 1000 વર્ષની ગુલામી દરમિયાન હિન્દુ ધર્મ શા માટે નાબૂદ થઈ શક્યો નથી?

વિશ્વની અનેક પ્રાચીન સંસ્કૃતિઓ હવે માત્ર સંગ્રહાલયોમાં જ સીમિત થઇ ગઈ છે. અગાઉ ચર્ચા કરવામાં આવી હતી કે ઘણા બિન-ઇસ્લામિક દેશોને ઇસ્લામિક સ્ટેટ્સમાં રૂપાંતરિત કરવામાં આવ્યા છે. એ જ રીતે

ઘણા બિન-ખ્રિસ્તી દેશો ખ્રિસ્તી રાજ્યોમાં રૂપાંતરિત થયા. આવી વસ્તુઓ 15 વર્ષથી 100 વર્ષ સુધીના સમયગાળામાં બની છે.

પરંતુ 1000 વર્ષના લાંબા ગુલામીનાં સમયગાળા પછી પણ આપણા હિન્દુ દેશે પોતાનો હિંદુ ધર્મ ગુમાવ્યો નથી જો કે ઘણા હિન્દુઓ માર્યા ગયા હતા અથવા મુસ્લિમો અને ખ્રિસ્તીઓમાં પરિવર્તિત થયા હતા. આ કેવું રહસ્ય છે? હજારો વર્ષો પહેલાં રચાયેલા  પવિત્ર વેદના શબ્દો અને મંત્રો આજે પણ બોલાય છે. શ્રુતિ અને સ્મૃતિ દ્વારા હિન્દુ ધર્મ અક્ષુણ રહી શક્યો છે.

હિન્દીમાં પ્રચલિત કહેવત છે - બાત કુછ ઐસી હૈ કિ હસ્તી મિટતી નહીં હમારી. આનો અર્થ એ છે કે કંઈક એવું છે જે આપણને લુપ્ત થવાથી અટકાવે છે અને રક્ષણ આપે છે. તો તે કંઈક શું છે? ચાલો સમીક્ષા કરીએ.

હિન્દુઓથી નફરત કરવાવાળાઓની પ્રચારિત ફેશન છે કે આપણે 1000 વર્ષ સુધી ગુલામ હતા. હા, આપણે 1000 વર્ષ પહેલા ઘણા આક્રમણોનો સામનો કરવો પડ્યો હતો. પરંતુ મોટાભાગના આક્રમણકારીઓ હારી ગયા હતા. કેટલાક નાના વિસ્તારો કેટલાક આક્રમણકારો દ્વારા જીતી લેવામાં આવ્યા હતા પરંતુ હિન્દુની શક્તિ સામે લાંબા સમય સુધી ટકી શક્યા ન હતા. અફસોસની વાત છે કે અંગ્રેજો દ્વારા લખવામાં આવેલા અને નેહરુ શાસનના સમયમાં નેહરુવાદી નીતિઓ અને મુસ્લિમ શિક્ષણ મંત્રીઓ દ્વારા નિયુક્ત સામ્યવાદી ઇતિહાસકારો (હિન્દુ બાઈટર્સ) દ્વારા આપણા ઈતિહાસમાં આવી બાબતો શીખવવામાં આવતી નથી. છેલ્લા 90 વર્ષનાં બ્રિટિશ શાસનને બાદ કરતાં કોઈપણ આક્રમણખોર ભારતને ક્યારેય સંપૂર્ણ રીતે જીતી શક્યું ન હતું. વાચકને સંત ગોરખનાથ, બાપ્પા

રાવલ, ભક્તિ ચળવળના સ્વરૂપમાં ધાર્મિક ઉર્ધ્વવિકરણ, સંત તુકારામ, નામદેવ, ગુરુ નાનક, ચૈતન્ય મહાપ્રભુ, કબીર, શ્રીમદ-વલ્લભાચાર્ય, દક્ષિણ ભારતના વિજયનગર સામ્રાજ્ય, રાજા કૃષ્ણદેવરાય, રાજપૂત રાજ્યો વિષે વાંચવા માટે પ્રોત્સાહિત કરવામાં આવે છે. ઓરિસ્સાના ગજપતિ રાજાઓ, પંજાબના જશરથ ખોખર, રાણા સાંગા, રાણા પ્રતાપ, છત્રપતિ શિવાજી, મરાઠા, જાટ, સતનામી, અહોમ, બુંદેલા વગેરેના વિનાશક મોજામાં, મુઘલ સામ્રાજ્ય તૂટી પડ્યું અને તેના ખંડેર પર અનેક હિન્દુ શાસિત રાજ્યો ઉભા થયા. *(અફસોસની વાત છે કે આ બધું આપણને સ્કૂલ/કોલેજોમાં ભણાવવામાં નથી આવતું).*

હવે ચાલો કેટલાક મૂળભૂત ખાતરીપૂર્વકના કારક શોધીએ. આધુનિક વિજ્ઞાનમાં DNA પર ઘણું સંશોધન થયું છે. હિન્દુ ધર્મ એ વિશ્વની સૌથી જૂની સંસ્કૃતિ છે જેને આજે સમસ્ત વિશ્વએ સ્વીકારી છે. આપણી હિન્દુ સંસ્કૃતિ ઓછામાં ઓછી 10,000 વર્ષ જૂની છે. વિશ્વ દ્વારા સ્વીકૃત તરીકે આપણો DNA વિશ્વનો સૌથી મજબૂત DNA છે. ભારતીય મગજ સર્વશ્રેષ્ઠ છે. ગૂગલ, નાસા, ફેસબુક, માઈક્રોસોફ્ટ વગેરે જેવી વર્લ્ડ ક્લાસ કંપનીઓમાં ભારતીયોનો ઓછામાં ઓછો 33% સ્ટાફ છે. આવી ઘણી કંપનીઓના સીઈઓ ભારતીય છે. આપણે વૈદિક સંસ્કૃતિને વળગી રહ્યા હોવાથી આ DNA સદીઓથી આપણી પાસે છે. રાખમાંથી પણ સજીવન થવાની આ DNA ની સહજ લાક્ષણિકતા છે. આ DNA આપણામાં અસ્તિત્વ માટે ઉત્સાહ જગાડે છે. આપણને હિંદુ ધર્મની ખૂબ સમૃદ્ધ સંસ્કૃતિ વારસામાં મળી છે. તેથી જ આ દેશને દેવોના દેશ તરીકે ઓળખવામાં આવે છે.

ઉપરોક્ત સત્ય હોવા છતાં, આપણે પશ્ચિમીકરણને કારણે સાંસ્કૃતિક પલટામાંથી પસાર થઈ રહ્યા છીએ, આપણા મૂલ્યોને મંદ કરી રહ્યા છીએ અને આપણા ભવ્ય ભૂતકાળ વિષે અજાણ બની ગયા છીએ. કોઈ પણ સમુદાય તેના ઈતિહાસ વગર ટકી શકતો નથી. જે પોતાનો ઇતિહાસ ભૂલી જાય તો સમુદાય વિનાશ પામે છે.

અનેક પ્રાચીન સંસ્કૃતિઓ સાથે આવું જ થયું જેઓ પોતાનો ઇતિહાસ ભૂલી ગયા. 1948 સુધી પોતાની જમીન ન હોવા છતાં બચી ગયેલા યહૂદીઓને જુઓ. ઇઝરાયેલ હવે પશ્ચિમી સંસ્કૃતિ, પશ્ચિમી ભાષાને અનુસર્યા વિના અને તેમના ભવ્ય ઇતિહાસને વળગી રહ્યા હોવાથી આજે એક વિકસિત દેશ છે.

## 10.5 આંતરિક બળવો - નક્સલવાદ, ખાલિસ્તાન, કાશ્મીર

વિવિધ પૂર્વવર્તી સરકારો, વેપારીઓ અને ઉદ્યોગપતિઓ દ્વારા વિકાસની આડમાં ગરીબ અને અશિક્ષિત આદિવાસીઓ, જનજાતિઓ અને વનવાસીઓની મિલકતોની લૂંટને કારણે નક્સલવાદ શરૂ થયો. હવે આ સમસ્યાઓને મોટા પ્રમાણમાં હલ કરવામાં આવી રહી છે. પણ આ દરમિયાન, નક્સલવાદીઓએ તેમની એકતાની શક્તિ જાણી લીધી છે અને તેમણે ચીન પાસેથી અને આર્મી અને પોલીસનાં ભ્રષ્ટ લોકોથી હથિયારો હસ્તગત કર્યા છે. નક્સલવાદી આંદોલને વિદ્રોહની ખોટી દિશા પકડી છે. વધુ સાક્ષરતા અને સરકારની ન્યાયી સારવાર અને નીતિઓ દ્વારા પરિસ્થિતિ ધીમે ધીમે સુધરી રહી છે. તેમ છતાં આદિવાસી વિસ્તારોમાં વિકાસના ફળને વધુ વિવેકપૂર્ણ રીતે વહેંચવા માટે ઘણું કામ કરવાની જરૂર છે.

**ખાલિસ્તાન** – કેનેડા, યુકે અને અમેરિકામાં સ્થાયી થયેલા કેટલાક અસંતુષ્ટ અને ગેરમાર્ગે દોરાયેલા શીખો દ્વારા ભારતમાં ખાલિસ્તાન બનાવવાની એક અત્યંત વિકૃત અને ખૂબ જ નબળી ચળવળ છે. તેઓ પંજાબમાં કેટલાક સ્થાનિક શીખ જૂથોમાં બળવો જગાડવા માટે ઘણું ભંડોળ મોકલે છે. મોટાભાગના શીખો રાષ્ટ્રવાદી છે અને આવાં ખાલિસ્તાનીઓને ધિક્કારે છે. આ સમસ્યા બહુ મોટો સ્વરૂપ લઇ શકે એવી નથી પણ સમસ્યા તો છે જ.

**કાશ્મીર** - કલમ 370 અને 35A નાબૂદ કરવાથી કાશ્મીરની મુખ્ય સમસ્યાઓ ઉકેલાઈ ગઈ છે. હવે વિકાસના દરવાજા ખુલી ગયા છે. સરહદી રાજ્ય હોવાના કારણે પાકિસ્તાન દ્વારા કાશ્મીરમાં મુશ્કેલી ઉભી કરવા માટે આતંકવાદીઓ મોકલે છે. જ્યારે પહેલા તેમને સ્થાનિક સમર્થન મળતું હતું તે હવે ધીરે ધીરે ઘટી રહ્યું છે કારણ કે કાશ્મીરીઓને કલમ 370 અને 35A હેઠળની વિકાસ વિરુદ્ધ નીતિઓ, ભેદભાવની અન્યાયી સત્તાઓ સાથે અગાઉના શાસનોના ગેરવહીવટમાંથી મુક્ત કરવામાં આવ્યા છે. આગામી 10 થી 15 વર્ષમાં કાશ્મીર ફરી એકવાર સ્વર્ગ બનવા જઈ રહ્યું છે.

## 10.6 પાકિસ્તાન

પાકિસ્તાન ન તો કોઈ કુદરતી દેશ છે કે ન કોઈ રાષ્ટ્ર. તે મોહમ્મદ અલી ઝીણા જેવા કટ્ટર મુસ્લિમોની અકુદરતી રચના, ગાંધીની નબળાઈ અને નેહરુના નેતૃત્વમાં તત્કાલીન કોંગ્રેસી નેતાઓ દ્વારા સત્તાની લાલસાનાં લીધે એક દુર્ઘટના બનીને રહી ગયું છે.

પ્રથમ ખામી એ હતી કે તે ધર્મ પર આધારિત એક અકુદરતી અને ખૂબ જ નબળા 2 રાષ્ટ્ર સિદ્ધાંત (Two Nation Theory) પર રચાયું. અને તેને 2 ભાગોમાં વહેંચવામાં આવ્યું. એક ભાગ પશ્ચિમ પાકિસ્તાન જે - વિભાજિત પંજાબ, સિંધ, બલુચિસ્તાન અને પશ્તુન જિલ્લાઓ સાથે, કેટલીક જમીન પીઓકે તરીકે પણ તેમાં છે અને ગિલગિટ અને બાલ્ટિસ્તાનમાં ભારતીય જમીન પર કબજો; અને બીજો ભાગ પૂર્વ પાકિસ્તાન જે પૂર્વી બંગાળમાં છે. આમાંના કોઈપણ વિસ્તારોમાં સાંસ્કૃતિક સમાનતા નથી, સિવાય કે તે મુસ્લિમ વસવાટો છે જ્યાંથી હિન્દુઓને કાઢી મૂકવામાં આવ્યા અથવા માર્યા ગયા અથવા ધર્માંતરણ કરવામાં આવ્યા.

Two Nation Theory ત્યારે નિષ્ફળ થઇ ગઈ જ્યારે પૂર્વ પાકિસ્તાને પશ્ચિમી પાકિસ્તાન જોડે બળવો કર્યો અને ભારતીય સૈન્યનાં આધારે પાકિસ્તાન થી અલગ થઈને પોતાને બાંગલાદેશ ઘોષિત કર્યો.

પાકિસ્તાનની હુકુમત પાકિસ્તાની આર્મીનાં કબજામાં જ રહે છે જેમાં પંજાબી મુસ્લિમોનું પ્રભુત્વ છે. પંજાબ સિવાયનાં પાકિસ્તાનના અન્ય પ્રાંતોમાં જેમકે સિંધ, બલોચિસ્તાન, પખ્તુન પ્રદેશ, POK અને ગીલગિત-બાલ્તીસ્તાનનાં લોકોનું કંઇ ચાલતું નથી. ત્યાં અવારનવાર વિદ્રોહ થતાં જ રહે છે. લોકોનું ધ્યાન ત્યાંથી હટાવવા માટે પાકિસ્તાન અવારનવાર કાશ્મીર ઘાટીમાં છમકલાં કર્યા કરે છે. અમુક કાશ્મીરી મુસલમાનોનું પાકિસ્તાનને સમર્થન પણ છે કેમકે તેમણે ત્યાંથી પુષ્કળ ભંડોળ મળે છે. પાકિસ્તાનમાં બેઠેલાં અમુક આતંકવાદીઓ ગઝ્વા-એ-હિંદના સપના જુએ છે અને તેમણે ભારતમાં ભારતીય મુઝાહિદીન નામના સંગઠન દ્વારા ભારતમાં અનેક સ્લીપર સેલ બનાવી રાખ્યા છે.

નરેન્દ્ર મોદીનાં નેતૃત્વમાં આ સમસ્યાઓનો ભરપૂર સામનો થઇ રહ્યો છે.  રહ્યો છે. પાકિસ્તાન પ્રેરિત આતંકવાદનાં લીધે ભારતને સક્ષમ સામનો કરવામાં ઘણો બધો ખર્ચ થઇ રહ્યો છે જે ચિંતાનો વિષય છે પણ તે ખર્ચ અપરિહાર્ય છે. આનો એક જ ઉપાય છે કે કાશ્મીરી જનજીવનને સમૃદ્ધ બનાવવું. કલમ 370 અને 35 A ની નાબૂદીથી કાશ્મીરમાં વિકાસના માર્ગ ખુલી ગયા છે.

શરૂઆતથી જ પાકિસ્તાને ભારત સાથે ઘણા યુદ્ધો કર્યા છે. સૌથી પ્રખ્યાત યુદ્ધો 1965, 1971 અને કારગિલ યુદ્ધ હતા. તમામ યુદ્ધોમાં પાકિસ્તાનનો પરાજય થયો.

આવા હુમલાઓ ભારતીય તિજોરીને મોટા પ્રમાણમાં નુકસાન કરે છે. ભારતની આણવિક અને સામરિક શક્તિ પાકિસ્તાનનો મુકાબલો કરવા ભરપૂર સક્ષમ છે. નરેન્દ્ર મોદીના નેતૃત્વમાં હવે રાજકીય ઈચ્છાશક્તિનો પણ સમાવેશ થવાથી પાકિસ્તાનની સમસ્યાનો અંત જલ્દી જ આવશે તેવી આશા છે. આવી સમસ્યાઓનો કાયમી ઉકેલ ભવિષ્યના ગર્ભમાં છે.

## 10.7 ચીન

1960 થી ચીન વિસ્તરણવાદી મહત્વાકાંક્ષા ધરાવે છે. ચીની શાસકોએ જવાહરલાલ નેહરુને બેવકૂફ બનાવ્યા અને 1962 માં યુદ્ધ કર્યું જે ભારતને મોંઘુ પડ્યું અને ભારતીય જમીનનો મોટો હિસ્સો ગુમાવ્યો. ચીન અરુણાચલ પ્રદેશ અને લદ્દાખમાં સતત મુશ્કેલીઓ ઉભી કરી રહ્યું છે. જો કે, તાજેતરમાં, નરેન્દ્ર મોદી સરકારે એલએસીની બહારના કોઈપણ આંદોલન સામે કડક વલણ અપનાવ્યું છે. નરેન્દ્ર મોદી સરકારે

અનેક રસ્તાઓ, પુલો અને હવાઈ પટ્ટીઓની સ્થાપના કરી છે જે સંરક્ષણ કર્મચારીઓ અને સાધનોની ઝડપી સામૂહિક હિલચાલને સક્ષમ બનાવે છે. આ ઉપરાંત, ભારતે એક ખૂબ જ અસરકારક મિસાઇલ સિસ્ટમ વિકસાવી છે જે ચીની ષડયંત્ર સામે પ્રચંડ નિવારક તરીકે કામ કરે છે.

વક્રોક્તિ એ છે કે ચીનની ખૂબ જ ઝડપી ઔદ્યોગિક અને આર્થિક પ્રગતિને કારણે ભારત ચીની સંસાધનો પર ખૂબ નિર્ભર છે. ભારત ચીની ચીજવસ્તુઓનો સૌથી મોટો આયાતકાર છે. ભારત અને ચીન વચ્ચે ખૂબ મોટી વેપાર ખાધ છે. આ સ્થિતિ ત્યારે જ બદલાઈ શકે છે જ્યારે ભારત ત્વરિત રીતે વિકસિત થાય અને ચીની સંસાધનો પર ખૂબ જ ઓછો નિર્ભર બને. નરેન્દ્ર મોદીની સરકારે ભારતને આત્મનિર્ભર બનવાની દિશામાં અનેક પગલાં લીધાં છે જેનું પરિણામ આવતા અમુક સમય તો લાગશે જ.

રાહતનો શ્વાસ એ છે કે હવે ભારતને લશ્કરી રીતે કોઈ પડકારી શકે તેમ નથી. જો કે, યુદ્ધની દિશા લશ્કરી યુદ્ધમાંથી જૈવિક યુદ્ધમાં રૂપાંતરિત થઈ છે. ભારતે આ દિશામાં ઘણું કરવાનું છે.

## 10.8 અન્ય મુદ્દાઓ

તેમાં કોઈ શંકા નથી કે ભ્રષ્ટાચાર, અનામત, ગરીબી, અસંતુલિત આવક, આયાત પર નિર્ભરતા, કતારમાં છેલ્લા માણસ સુધી પહોંચવું વગેરે ઘણા મુદ્દાઓ છે જેને હલ કરવા માટે ઘણો સમય જોઈએ. વિકાસશીલ દેશનાં આ અંતરવિરોધો અવરોધો અને પડકારો છે જે સમયસર દૂર કરવા પડશે.

મુખ્ય ભય એ છે કે આ દેશ હિન્દુ ધર્મનું પોતાનું સામાજિક માળખું ન ગુમાવે અને ઇસ્લામિક સ્ટેટ બનવા તરફ કૂચ ન કરે અને ન તેની મૌલિકતા ગુમાવે અને ફરી એકવાર દાયકાઓ કે સદીઓ સુધી પીડાય.

આપણે પ્રાચીન કાળથી 2021 સુધીના ઇતિહાસની ચર્ચા કરી. આપણે હજારો સમસ્યાઓમાંથી કેટલીક મૂળભૂત સમસ્યાઓ સ્પષ્ટ કરી. હવે આપણે શક્ય ઉકેલો તરફ આગળ વધી રહ્યા છીએ. આપણે જાણીએ છીએ કે મોટાભાગની સમસ્યાઓ સંકલિત (Attendant) સમસ્યાઓ છે, વાસ્તવિક સમસ્યાઓ નથી. તેઓ કારણોની અસરો છે. કારણનો સામનો કરવો પડે છે. અસરો સાથે વ્યવહાર કરવાથી સમસ્યાઓ હલ નહીં થાય. વિવિધ વિદ્વાનોએ શક્ય ઉકેલો માટે સૂચનોની ભરમાર આપી છે. જો કે, મુખ્યત્વે તેઓએ ચૂંટણીમાં સંકળાયેલા બ્લેક મનીના ઉચ્ચ સ્તરને કારણે ચૂંટણી સુધારા પર ધ્યાન કેન્દ્રિત કર્યું છે. તે જરૂરી અનિષ્ટ બની ગયું છે. એક પગલા તરીકે ચૂંટણી લડવા માટે તમામ રાજકીય પક્ષોને રાજ્ય ભંડોળ માટે સૂચનો છે. મૂળ પ્રશ્ન એ છે કે શું તે ભ્રષ્ટાચાર બંધ કરશે? તો પછી કાળા નાણાંને કેમ રોકી શકાતી નથી? જો કાળું નાણું ઉત્પન્ન જ નાં થાય તો તેનો દુરુપયોગ કેવી રીતે થઈ શકે?

આથી આપણે મૂળિયાં (fundamentals) સુધી જવું પડશે. જ્યાં સુધી અને જ્યાં સુધી સામાજિક માળખું અવિરત ન બને અને કાળાં નાણાં ઉત્પન્ન કરવાના કોઈ રસ્તા ન હોય ત્યાં સુધી સમસ્યાઓ ઉકેલી શકાતી નથી. ચાલો મુખ્ય મુદ્દાઓની ચર્ચા કરીએ. મુખ્ય મુદ્દાઓ લોક જાગરણ, લોક શિક્ષા, લોક સંસ્કાર અને લોક શક્તિ છે.

એક વ્યક્તિગત ઉદાહરણ - હું વર્ષ 2016 માં અમેરિકામાં કાર ચલાવતો હતો. અમેરિકામાં વિવિધ ક્ષેત્રોમાં 15 માઇલ પ્રતિ કલાકથી 80 માઇલ પ્રતિ કલાકની ગતિમર્યાદા છે. હું બહારના રસ્તા પર એક હાઇવે પર હતો જ્યાં આગળ અનેક માઈલો સુધી એક ખાલી રસ્તો હતો. રસ્તાઓ શાનદાર હતા, કાર શાનદાર હતી, અને દ્રશ્યો શાનદાર હતા. અમે ડ્રાઇવનો આનંદ માણી રહ્યા હતા. મેં જોયું નહી કે અજાણતાં મારી ગતિ તે વિસ્તારમાં 65 માઇલ પ્રતિ કલાકની ગતિ સામે 90 માઇલ પ્રતિ કલાકની ઉપર હતી. અચાનક ત્યાં સાયરનિંગ કરતી અને લાઈટો ઝબકાવતી, પાછળથી અમારી નજીક ખૂબ ઝડપથી એક પોલીસ કાર આવી રહી હતી. મારી નેવિગેટર પુત્રી કવિતાએ મને ચેતવણી આપી કે હું ધીમો પડી જાઉં અને રસ્તાની બાજુમાં થોભું. પોલીસ અમારી પાસે આવી, પાસપોર્ટ અને ડ્રાઇવિંગ લાઇસન્સ માંગ્યા. મેં તેમને બતાવ્યું. મારું લાયસન્સ નવસારી RTO નું હતું. તેણે મને કહ્યું કે મારી ગતિ ૬૫ માઇલ પ્રતિ કલાકની સામે 90ની છે. મેં તેને સોરી કહ્યું અને કહ્યું કે તે મારી પ્રથમ સહેલગાહ હતી અને રસ્તો ખાલી હતો તેથી મેં નોંધ્યું ન હતું કે કારની ઝડપ વધી છે. પોલીસકર્મીએ હસીને પૂછ્યું કે શું તમે ભારતીય છો? મેં હા પાડી અને મારી ભૂલ સ્વીકારી. તેમણે મને એક સરળ ચેતવણી આપી કે ફરી પાછો જો હું સ્પીડનું ઉલ્લંઘન કરીશ તો દંડ USD 600નો થશે. સમગ્ર બાબત 5 મિનિટમાં સમાપ્ત થઈ. શું આપણે એવું વિચારી શકીએ કે ભારતમાં આવું થશે? મને ડર છે, કોઈ ભારતીય પોલીસકર્મીએ મને છોડ્યો ન હોત. સંભાવના છે કે તેણે મને છોડતા પહેલા અને લગભગ અડધો કલાક બગાડીને મોટો દંડ ફટકાર્યો હોત. આપણે હજુ ભારતમાં આવા ધોરણો સુધી પહોંચવાનું બાકી છે.

# પ્રકરણ 11: જરૂરી સુધારાઓ

વર્તમાન સમસ્યાઓની સમીક્ષા કર્યા પછી, દેશને યોગ્ય દિશામાં વિકાસ કરવા માટે જરૂરી મૂળભૂત સુધારાઓ તરફ પ્રયાસ કરવામાં આવે છે. નેહરુવાદી નીતિઓ અને પરિવર્તન સામે પ્રતિકારનાં સહજ માનવીય મનોવિજ્ઞાન કારણે વિવિધ સુધારાઓ લાવવાનું સરળ નથી. હજી સુધી વિધાયિકા, કાર્યપાલિકા અને ન્યાયપાલિકા બ્રિટીશ રાજ દરમિયાન જે રીતો  હતી તે જ રીતો ચાલી રહી છે. પરમાણુ, અવકાશ અને ઔદ્યોગિક ક્ષેત્રોમાં અમુક સિદ્ધિઓ છે પરંતુ મૂળભૂત બાબતોનું શું? જાપાન, જર્મની, વિયેતનામ, દક્ષિણ કોરિયા અને ઇઝરાયેલ જેવા ઘણા દેશો બ્રિટીશ પ્રણાલીઓને અનુસરતા નથી અને છતાં પણ વિકાસ પામ્યા છે અને પ્રગતિના શિખરો પ્રાપ્ત કર્યા છે. આ તમામ દેશોએ 1945 પછી જ પોતાનું પુનઃનિર્માણ કરવાનું શરૂ કર્યું છે. આ બધા દેશોમાં એક સામાન્ય લક્ષણ એ છે કે તેઓએ તેમના બાળકોને પોતાની માતૃભાષા અને સંસ્કૃતિમાં શિક્ષિત કર્યા છે. કોઈ પણ દેશનું યુવાધન માતૃભાષા અને રાષ્ટ્રીય સંસ્કૃતિથી પ્રેરિત ના હોય અને માત્ર પૈસા ખાતર વિદેશ ચાલ્યું જતું હોય તે દેશ વિકસિત અને સમૃદ્ધ કેવી રીતે થાય?

જીવનના તમામ ક્ષેત્રોમાં આપણા સમૃદ્ધ ભારતીય મૂલ્યો અને સંસ્કૃતિની પ્રતિસ્થાપના કરવા માટે પુનર્વિચાર કરવો જ પડશે. તે વગર ગતિ નથી એ સમજવાનો સમય આવી ગયો છે. રાષ્ટ્રનું યુવાધન રાષ્ટ્રપ્રેમથી થનગનતું હોય, રાષ્ટ્રહિતનું ચિંતન કરવા માટે ઉત્સુક હોય અને રાષ્ટ્રનાં વિકાસ માટે સર્વસ્વ અર્પણ કરવા માટે તત્પર હોય તેવી વ્યવસ્થા નિર્માણ કરવી તે જ શાસનનું અને મનીષીઓનું કર્તવ્ય છે. આપણે એવું

શાસન લાવી શકીએ અને શાસનને લોકહિતમાં યોગ્ય નિર્ણયો લેવા માટે વિવશ કરી શકીએ તે આપણું કર્તવ્ય છે.

ચાલો જોઈએ કે આપણે આપણી જાતને કેવી શ્રેષ્ઠ રીતે સુધારી શકીએ.

## 11.1 ઇતિહાસ અને શિક્ષણ

આપણી શાળાઓ અને કોલેજોમાં યોગ્ય ઈતિહાસ ભણાવવામાં ન આવે તો આપણી આગામી પેઢી આપણા રાષ્ટ્ર પર ગર્વ નહિ કરે. જે ઈતિહાસ શીખવવામાં આવે છે તે ખોટો છે, પરાજિત છે, આપણા આક્રમણકારોને મહિમાવંત કરે છે અને આપણા બહાદુર યોદ્ધાઓને અવગણે  છે.

ગુરૂકુળ શિક્ષણ પ્રણાલીને ભારતીય વાતાવરણ, ભારતીય પહેરવેશ અને અભ્યાસક્રમના વ્યાજબી ભારણ સાથે પુનઃસ્થાપિત કરવી પડશે. ચોથા કે પાંચમા ધોરણમાં ભણતા આપણા  નાના બાળકો તેમની 5 કિલોથી વધુની ભારે સ્કૂલ બેગ સાથે જોવા મળે છે જેથી તેમનાં કાંધા અને કમ્મર દુખી જાય છે. તેમને શિક્ષા મળે છે પણ જ્ઞાન નથી મળતું. આ વાત આપણા પ્રમુખ અને પ્રતિષ્ઠિત ઉદ્યોગપતિ રતન ટાટા કહે છે. એક પ્રમુખ દાખલો આપ્યો. જગુઆર, BMW, Audi, ફેરારી જેવી મોંઘી કારોનાં TV પર વિજ્ઞાપન નથી આવતાં કારણકે તેને ખરીદવાવાળા લોકો પાસે TV જોવાનો સમય જ નથી હોતો. આપણા બાળકો અને યુવાઓ તો TV અને મોબાઈલમાં જ રચ્યાપચ્યા રહે છે. શિક્ષણ પદ્ધતિ જ એવી છે.

જર્મની અને યુકેમાં સંસ્કૃત શીખવવામાં આવે છે, ગીતા, મહાભારત અને રામાયણ સાઉદી અરેબિયામાં શીખવવામાં આવે છે. આપણા બંધારણમાં કલમ 30 છે જે લઘુમતીઓના શિક્ષણની સ્થાપના અને સંચાલન માટે

લઘુમતીઓના અધિકારોને સ્પષ્ટ રીતે વ્યાખ્યાયિત કરે છે પરંતુ બિન-લઘુમતી શૈક્ષણિક સંસ્થાઓ વિષે મૌન છે. તે જોગવાઈ કરે છે કે આવી લઘુમતી સંસ્થાઓ પર કોઈ સરકારી નિયંત્રણ રહેશે નહીં. જો કે, બિન-લઘુમતી સંસ્થાઓમાં, સરકારી નીતિઓ લાગુ કરવામાં આવે છે.

ઉપરોક્તનું પરિણામ એ છે કે બાઇબલ ખ્રિસ્તી શાળાઓમાં ભણાવી શકાય, કુરાન મદરેસામાં ભણાવી શકાય. પરંતુ સરકારની કહેવાતી બિનસાંપ્રદાયિક નીતિઓને કારણે 70 વર્ષથી બિન-લઘુમતી શાળાઓમાં હિન્દુ ધર્મ ભણાવવામાં આવતો નથી.

ભાજપ સરકાર પણ આ કાયદાને રદ કરી શકી નથી. આ નેહરુવાદી નીતિઓની અસર છે જે સિસ્ટમમાં એટલી જકડાયેલી છે કે વિક્ષેપ (Disruption) વગર આવા પગલાં લઈ શકાતા નથી. વધુમાં, ગીતા, મહાભારત અને રામાયણ ધાર્મિક કોમી પુસ્તકો નથી જ્યારે કુરાન અને બાઇબલ છે. આવો ભેદભાવ અન્ય કોઈ દેશમાં જોવા મળતો નથી. મને તે શરમજનક અને ધૃણાસ્પદ લાગે છે. લોર્ડ મેકોલેની શિક્ષણ વ્યવસ્થાને ખોરવી નાખવાની જરૂર છે. શિક્ષણ રોજગાર અને વ્યવસાયની જરૂરિયાતો સાથે સુસંગત હોવું જોઈએ જેથી શિક્ષણનું સ્તર પૂર્ણ કરનાર વિદ્યાર્થીને નોકરી મળવી જોઈએ અથવા ઉદ્યોગસાહસિક બનવું જોઈએ. આજના સ્નાતકો યોગ્ય રીતે બેંકનો ચેક પણ લખી શકતા નથી. મોટા ભાગે તેઓ નોકરી કરવાની લાયકાત જ નથી ધરાવતા. તેઓને ફરીથી ટ્રેઈનીંગ આપીને નોકરી માટે સુસંગત કરવા પડે છે. તેથી કેટલી બધી પૂંજી અને માનવ-કલાકોનો નિરર્થક વ્યય થાય છે.

શિક્ષણ એક વિશાળ વિષય છે અને પ્રાથમિક શિક્ષણની ગુરુકુળ પદ્ધતિ શ્રેષ્ઠ છે. તેને ભારતમાં પુનર્જીવિત કરવી જોઈએ. 12 મા ધોરણ સુધીનું

શિક્ષણ દરેક માટે મફત હોવું જોઈએ. સંસ્કૃતને ફરજિયાત ભાષા બનાવવી જોઈએ. હવે પશ્ચિમી જગતે સ્વીકાર્યું છે કે આર્ટિફિશિયલ ઈન્ટેલિજન્સ અને આધુનિક કોમ્પ્યુટર માટે માત્ર સંસ્કૃત ભાષા જ યોગ્ય છે. વાચકને યુટ્યુબ પર સુષ્મા સ્વરાજનું સંસ્કૃત પરનું વ્યાખ્યાન જોવા માટે પ્રોત્સાહિત કરવામાં આવે છે.

આ એકમાત્ર રસ્તો છે જે લોક જાગરણ, લોક શિક્ષા અને લોક સંસ્કારનો માર્ગ મોકળો કરે છે.

લોકો એક શિક્ષિત વ્યક્તિ પાસેથી શું અપેક્ષા રાખે છે?

**એક વ્યક્તિગત ઉદાહરણ** - BHU થી ઇલેક્ટ્રિકલ એન્જિનિયરિંગમાં પીજી પૂર્ણ કર્યા પછી હું UPSEB માં જોડાયો અને રામ ગંગા હાઈડલ સર્કલમાં આસિસ્ટન્ટ એન્જિનિયર (ડિઝાઇન) તરીકે પોસ્ટ થયો. પહેલો દિવસ પરિચય અને આનંદમાં ગયો. બીજા દિવસે, અધિક્ષક ઇજનેરે મને બોલાવ્યો અને મને પાવર હાઉસ માટે એર-કન્ડીશનીંગ અને વેન્ટિલેશન સિસ્ટમ અને વર્કશોપના વિષયો ફાળવ્યા. પાવર હાઉસ સંપૂર્ણપણે પાણીમાં ડૂબી ગયેલાં તરીકે ડિઝાઇન કરવામાં આવ્યું હતું. જમીનના સ્તરની નીચે 5 માળ હતા અને ફરજિયાત વેન્ટિલેશન વિના કોઈપણ માળમાં તાજી હવા પહોંચી શકતી ન હતી. મેં મારા બોસને નમ્રતાપૂર્વક કહ્યું કે હું ઇલેક્ટ્રિકલ એન્જિનિયર છું અને મને ફાળવવામાં આવેલા મેકેનિકલ વિષયો વિષે કંઈપણ જાણતો નથી. તેણે મને પૂછ્યું કે હું એન્જિનિયર છું કે નહીં? જો તમે એન્જિનિયર હોવ તો કૃપા કરીને સિસ્ટમો ડિઝાઇન કરો અથવા રાજીનામું આપો. હું તમને ડિઝાઇન પૂર્ણ કરવા છ મહિના આપું છું. રાજીનામું આપવાનો સવાલ જ નહોતો. મેં એકડે એકથી આ વિષયોનો અભ્યાસ કર્યો, સિસ્ટમો ડિઝાઇન કરી,

રેખાંકનો બનાવ્યા, ટેન્ડર દસ્તાવેજો તૈયાર કર્યા, ટેન્ડરોની ચકાસણી કરી, contract આપ્યાં, અને પાવર હાઉસના બાંધકામ દરમિયાન સિસ્ટમોના અમલીકરણની દેખરેખ પણ કરી. અલબત્ત, બોસે મને સિસ્ટમ ડિઝાઇન અને એક્ઝેક્યુશનના દરેક તબક્કે મદદ કરી. મારા દ્વારા ડિઝાઇન અને ઇન્સ્ટોલ કરેલી સિસ્ટમ વર્ષોથી સફળતાપૂર્વક ચાલી રહી છે.

જો હું ગુરુકુળ પ્રણાલીમાં શિક્ષિત થયો હોત તો હું શરૂઆતમાં અચકાયો ન હોત જ્યાં ચારિત્ર્ય અને આત્મવિશ્વાસ નિર્માણ અને આલોચનાત્મક વિચાર સહિત સર્વાંગીણ શિક્ષણ આપવામાં આવે છે.

## 11.2 હિંદુ મંદિરો

લગભગ તમામ મોટા મંદિરો સરકારની માલિકીના ટ્રસ્ટો દ્વારા ચલાવવામાં આવે છે. આ મંદિરોની વાર્ષિક આવકો હજારો કરોડથી વધુ છે. સરકાર આ ભંડોળનો મોટો હિસ્સો મુસ્લિમ મદરસા, મસ્જિદો, વક્ફ બોર્ડ અને ચર્ચો પર ખર્ચે છે. આમાંના મોટા ભાગના મદરેસાઓ કુરાન શીખવે છે અને બાળકોને  ભારત વિરુદ્ધ કરી નાખે છે. ચર્ચો આ ભંડોળનો ઉપયોગ ખ્રિસ્તી પંથનાં પ્રચાર અને ધર્માંતરણ કરવા માટે કરે છે. મસ્જિદોનાં ઈમામને માસિક પગાર સરકાર તરફથી અપાય છે પણ હિન્દુ મંદિરોના પુજારીયોને એક પૈસો પણ સરકાર તરફથી નથી મળતો. આ બિન-હિન્દુઓનું કેવું ભયાનક, અતાર્તિક અને સાંપ્રદાયિક  તુષ્ટિકરણ છે? આમાં કેવી રીતે સેક્યુલરવાદ જળવાય છે? હિન્દુ મંદિરોનું ભંડોળનું વિતરણ બિન-હિંદુઓમાં કરવાથી સામાજિક તણાવ પેદા થઇ રહ્યો છે. આને તાત્કાલિક અટકાવવું જોઈએ. મંદિરોને સામાન્ય રીતે હિન્દુઓના

કલ્યાણ અને ખાસ કરીને EBC (આર્થિક રીતે પછાત વર્ગ) માટે આ ભંડોળનું સંચાલન કરવા દો. તેનાથી હિન્દુઓમાં આત્મવિશ્વાસ વધશે. અને EBC માટે ઉચ્ચ શિક્ષણ અને તબીબી સુવિધાઓનો માર્ગ મોકળો કરે છે જેના પરિણામે અમીર અને ગરીબ વચ્ચેનો સામાજિક ભેદભાવ ઓછો થાય.

હિન્દુ મંદિરોના ભંડોળનો ઉપયોગ 5 લાખથી ઓછી વસ્તી ધરાવતા તમામ ગામો અને નગરો માટે મફત આરોગ્યસંભાળ સુવિધાઓમાં પણ થઈ શકે છે.

લોકોનું શિક્ષણ સુધરશે અને આરોગ્યનાં વ્યાજબી ધોરણ સુધરશે, તો ઘણી સમસ્યાઓ આપમેળે અદૃશ્ય થઈ જશે.

## 11.3 અર્થતંત્ર

ઔદ્યોગિકરણના ક્ષેત્રમાં વિશાળ પરિવર્તન માટે ભારત પાસે ક્ષમતા છે. વિદેશીઓ ભારતમાં રોકાણ કરવા ઉત્સુક છે. જોકે, આપણે બિઝનેસમાં સરળતા લાવવામાં ઘણા પાછળ છીએ. ઈઝ ઓફ ડુઈંગ (Ease of Doing) બિઝનેસની સાંકળો સુધારવા માટે નરેન્દ્ર મોદી સરકારે ચોક્કસ પગલાં લીધા છે, તેમ છતાં આ દિશામાં સઘન પ્રયાસોની આવશ્યકતા છે. આપણી આયાતોમાં ધરખમ ઘટાડો થવો જોઈએ અને નિકાસ વધવી જોઈએ જેથી GDP એક શક્તિ બની શકે. આજે આપણે ચીન અને અન્ય દેશોની આયાત પર ખૂબ નિર્ભર છીએ. વેપાર ખાધ તદ્દન ઉંચી છે. આ પરિસ્થિતિમાં સુધારો કરવો પડશે.

હું એમ કહેતા અચકાતો નથી કે જ્યારે ભાજપ રાષ્ટ્રવાદમાં શ્રેષ્ઠ છે, ત્યારે તે આર્થિક નીતિયોમાં બહુ કુશળ નથી. કારણ સ્પષ્ટ છે કે RSSની

શિક્ષા રાષ્ટ્રવાદ સુધી જ સીમિત રહી ગઈ છે. હવે સમય આવી ગયો છે કે RSS શાસનતન્ત્રને ભારતીય સ્વરૂપ આપવા માટે પણ વ્યવસ્થાઓનું નિર્માણ કરવાની દિશામાં યોગ્ય કાર્યવાહી કરે. જો કે, નરેન્દ્ર મોદીએ મેક-ઇન-ઇન્ડિયા અને આત્મનિર્ભર ભારત યોજનાઓ શરૂ કરી છે જે ખરેખર ત્યારે જ સફળ થશે જ્યારે વ્યવસાય કરવાની સરળતામાં ધરખમ સુધારો થશે.

આમાં સંરક્ષણ ક્ષેત્રનો પણ સમાવેશ થાય છે જ્યાં આપણે સંરક્ષણ સાધનોની આયાત પર ખૂબ જ નિર્ભર છીએ. તાજેતરમાં, સંરક્ષણ સાધનોની નિકાસ કરીને તેમાં સુધારો થઈ રહ્યો છે. ખાનગી સાહસોને આમંત્રિત કરીને સંરક્ષણ ક્ષેત્રનું ઉદારીકરણ એ સમયની જરૂરિયાત છે.

## 11.4 કૃષિ

આપણે મૂળભૂત રીતે એક કૃષિપ્રધાન દેશ છીએ પરંતુ વિદેશ પ્રાયોજિત ઉર્વરકોના લીધે ખેતીનો વ્યાપક નાશ થયો છે. ગૌવંશ આધારિત અને પરંપરાગત જૈવિક ઉર્વરક આધારિત ખેતી અત્યંત સક્ષમ હતી અને છે. આજે સમસ્ત વિશ્વ જૈવિક ખેતી તરફ વળી રહ્યું છે. તે ઉપરાંત અત્યંત નબળા આર્થિક વ્યવસ્થાપનને કારણે આપણા ખેડૂતો મોટા પાયે આત્મહત્યા કરી રહ્યા છે. ખેડૂતને તેની યોગ્ય કિંમત મળી રહી નથી અને ઉપભોક્તાને ખેત પેદાશો ખૂબ ઊંચા ભાવે મળી રહી છે. ઉપભોક્તા ભાવ અને ખેડૂતને મળતા ભાવનો તફાવત 2 ગણાથી 10 ગણો છે. 50% થી વધુ ખેત પેદાશો વ્યવસ્થાઓની ખામીઓને કારણે નકામી બની જાય છે. આ ક્ષેત્રમાં ભ્રષ્ટાચાર ખૂબ જ ઉચ્ચ સ્તરે છે. ખેડૂતો પર કોઈ આવકવેરો નથી. તેમને સબસિડીવાળી વીજળી, બિયારણ અને

ખાતર મળે છે. હજુ પણ ગરીબ ખેડૂત ગરીબ અને દેવાદાર જ રહે છે. શ્રીમંત ખેડૂતો દિવસેને દિવસે વધુ અમીર બની રહ્યા છે. મામલાનું મૂળ એ છે કે શ્રીમંત ખેડૂત આખરે આડતીયા બની જાય છે, તે અન્ય ખેડૂત પાસેથી બહુ જ ઓછા ભાવે ખેત પેદાશો ખરીદે છે અને ઉપભોક્તાઓને અનેકગણી કિંમતે વેચે છે. તે ખેડૂત હોવાથી તેણે આવકવેરો પણ ભરવો પડતો નથી. આવી વિસંગતતાઓ દૂર કરવી પડશે. આ ક્ષેત્રમાં વિશાળ નાણાકીય રોકાણ આકર્ષવા માટે કૃષિ ક્ષેત્રને પણ મોટા પાયે ઉદારીકરણ અને ખાનગીકરણની જરૂર છે. વક્રોક્તિ એ છે કે વિપક્ષી રાજકીય પક્ષો ખેડૂતોને ગેરમાર્ગે દોરી રહ્યા છે અને આ ક્ષેત્રમાં સુધારાની મંજૂરી આપી રહ્યા નથી. તાજેતરનું કહેવાતું ખેડૂતોનું આંદોલન તેનું જ્વલંત ઉદાહરણ છે.

## 11.5 ગૌહત્યા

તે આશ્ચર્યજનક અને નિરાશાજનક વાત છે કે ભાજપના શાસન દરમિયાન ગૌમાંસની નિકાસ વધી છે. ગૌહત્યાના લીધે આપણે મૂલ્યવાન સંપત્તિ ગુમાવી રહ્યા છીએ. આપણા પ્રાચીન શાસ્ત્રોમાં ગાયને માતા માનવામાં આવી છે. આ એક સ્વતંત્ર પુસ્તકનો વિષય છે. ગૌહત્યા પર પ્રતિબંધ મૂકવાથી આપણા કૃષિ અને આર્થિક ક્ષેત્રો પર ભારે હકારાત્મક અને મૂલ્યવર્ધન અસર પડશે. *(ક્રોએશિયા એક નાનો દેશ છે જેની જનસંખ્યા માત્ર 35 લાખ છે. તેનાં દરેક ઘરમાં 4 ગાયો છે. પ્રત્યેક ઘર તેની આવશ્યકતાથી 4 ગણું ઉત્પાદન કરે છે. તેઓ અનેક બાબતોમાં આત્મનિર્ભર છે. સામાજીક અને રમતગમતનાં ક્ષેત્રમાં તેઓ અંતરરાષ્ટ્રીય ક્ષેત્રે આપણાથી ઘણાં આગળ છે. વિચારવાનો વિષય છે કે આપણે કેમ દરેક ક્ષેત્રમાં*

*પાછળ છીએ? માત્ર આપણા મૌલિક ચિંતનના બદલે વિદેશી રીતોનું અંધપાલન.)*

## 11.6 લોહી પાણી કરતા જાડું છે (Blood is thicker than water)

**સિંહની આગેવાનીમાં ગધેડાઓની સેના જીતી જશે. અને ગધેડાનાં નેતૃત્વમાં સિંહોની સેના હારી જશે. આ એક પરમ સત્ય છે.**

તેમાં કોઈ શંકા નથી કે ભારત પર મુસ્લિમ આક્રમણકારોએ 800 વર્ષ સુધી અને બ્રિટિશરો દ્વારા 90 થી વધુ વર્ષો સુધી શાસન કર્યું હતું. હિન્દુઓમાં પર્યાપ્ત એકતાની નબળાઈ હતી. ખીલજીના મુઠ્ઠીભર સૈનિકોએ (માત્ર 12) નાલંદા યુનિવર્સિટી પર હુમલો કર્યો અને તેની લાઇબ્રેરી સળગાવી દીધી. યુનિવર્સિટીમાં 10,000 વિદ્યાર્થીઓ હાજર હતા. પરંતુ માત્ર 12 સૈનિકો સાથે લડવાને બદલે તેઓ ભાગી ગયા. અહિંસાનો ઉપદેશ આપતા તે સમયે બૌદ્ધ ધર્મ તેની ટોચ પર હતો.

જો આપણે મુસ્લિમો દ્વારા હિંદુ હત્યાકાંડ અને તેમના દ્વારા હિંદુઓ પરના જુલમના ઇતિહાસની સમીક્ષા કરીએ, તો આપણે જાણીએ છીએ કે મુસ્લિમોની સંખ્યા હિંદુઓ કરતાં ઘણી ઓછી હતી પરંતુ હિંદુઓની જાનહાનિ અને વેદના ઘણી વધારે હતી. તાજેતરનું ઉદાહરણ કાશ્મીરમાંથી લગભગ 5 લાખ કાશ્મીરી પંડિતોની હિજરત છે. વર્ષ 2013 માં મુંબઈ હત્યાકાંડ માત્ર 10 પાકિસ્તાની મુસ્લિમ આતંકવાદીઓ દ્વારા કરવામાં આવ્યો હતો જેમણે મુંબઈમાં લગભગ 400 લોકોની હત્યા કરી હતી.

**વ્યક્તિગત ઉદાહરણ** - હું બનારસ હિંદુ યુનિવર્સિટીમાં એન્જિનિયરિંગનો અભ્યાસ કરતો હતો. વિદ્યાર્થી સંઘની ચૂંટણી દરમિયાન, સામ્યવાદી ઉમેદવાર, એનપી સિંહ (મને તેમનું ચોક્કસ નામ યાદ નથી), પ્રમુખ તરીકે ચૂંટાયા હતા. તેણે તરત જ વિદ્યાર્થીઓને હડતાળનું એલાન આપ્યું. ઘણાં વાચકો BHU ને જાણતા નહી હોય. ત્યાં બધી કોલેજો એક લાઇનમાં છે અને છાત્રાલયો કોલેજોની સમાંતર વિરુદ્ધ દિશામાં છે જેમની વચ્ચે મેદાનો છે. છાત્રાલયો ચોક પ્રકારનાં છે જે માત્ર એક જ દ્વાર દ્વારા નિયંત્રિત થાય છે. દરેક છાત્રાલયમાં આશરે 200 - 250 વિદ્યાર્થીઓ છે. જો ગેટ પર 2 ગુંડાઓ કેટલાક હથિયાર સાથે ઉભા થઇ જાય તો 200 વિદ્યાર્થીઓ છાત્રાલયની બહાર આવવાનું જોખમ નહી લે.

અમારી પાસે દરેક છાત્રાલયમાં RSS નાં સ્વયંસેવકોની અમુક સંખ્યા હતી - લગભગ 5 થી 10. અમે હડતાળની પૂર્વસંધ્યાએ નક્કી કર્યું હતું કે અમારે આ હડતાળ નિષ્ફળ કરવી પડશે કારણ કે મોટાભાગના વિદ્યાર્થીઓ અભ્યાસ માટે આવ્યા છે અને કોઈ હડતાલ નથી માંગતા.

અમને ખબર હતી કે સવારે આર્ટસ કોલેજના 2 ગુંડા તત્વો દરેક એન્જિનિયરિંગ હોસ્ટેલની સામે ઉભા રહેશે અને વિદ્યાર્થીઓને ડરાવશે. અમે એ પણ જાણતા હતા કે ડરપોક વિદ્યાર્થીઓને હડતાલનો વિરોધ કરવા અને ગુંડાઓનો સામનો કરવા માટે સમજાવવું વ્યર્થ છે. તેથી અમે નક્કી કર્યું કે દરેક હોસ્ટેલમાંથી ઓછામાં ઓછા 5 RSSનાં સ્વયંસેવકો સવારે બહાર આવશે અને કોલેજો તરફ કૂચ કરશે. આર્ટસ કોલેજના ગુંડા તત્વો સાથે ગેટ પર નજીવી ઝપાઝપી થઈ હતી. પરંતુ તેઓ અમારા 5 સામે માત્ર 2 હતા. તેઓએ વિચાર્યું કે કોલેજમાં ભણતા

5 વિદ્યાર્થીઓ હડતાળને અસર નહીં કરે. તેથી તેઓએ અમને જવા દીધા.

હવે, એન્જિનિયરિંગના વિદ્યાર્થીઓ માટે, હાજરી અને તેના પર આધારિત સેશનલ માર્ક્સ એ ખૂબ મોટી સ્કોરિંગ ઘટના છે જેનો સીધો સંબંધ તેમની વાર્ષિક પરીક્ષાના પરિણામ જોડે છે. બાકીના 195 વિદ્યાર્થીઓએ વિચાર્યું કે અમે 5 તેમના કરતા વધારે ગુણ મેળવી લઈશું. એ તેમનાથી સહન ન થયું. તેથી તેઓએ હિંમત દાખવી અને 5 અને 10 ના જૂથમાં બહાર આવ્યા. અડધા કલાકમાં વિદ્યાર્થીઓ તેમના વર્ગમાં હતા અને હડતાલ નિષ્ફળ ગઈ.

હું જે કહેવા માંગુ છું તે એ છે કે સમાજે ગુંડા તત્વો સામે હિંમત ભેગી કરવી જોઈએ જે હંમેશા સંખ્યામાં ઓછા હોય છે.

**ગોધરાનો ચમત્કાર** – એ ખૂબ જ દુર્ભાગ્યપૂર્ણ હતું કે કેટલાક કટ્ટર મુસ્લિમોએ રામ સેવકોને લઈને અયોધ્યાથી પરત આવતી રેલગાડીની 2 બોગીઓ ગોધરા સ્ટેશનના બાહ્ય સિગ્નલ પર સળગાવી દીધી. તેમાં 56 લોકોને જીવતા સળગાવી દેવામાં આવ્યા. બોગીના દરવાજા બહારથી તોફાનીઓએ બંધ કરી દીધા હતા જેથી કોઈ બહાર નીકળી ન શકે. ક્રૂર મુસ્લિમ ભીડ બોગીઓની બહારથી બારીઓ પર પેટ્રોલ અને કેરોસીન છાંટી રહી હતી. અંદર નિર્દોષ યુવાઓ, સ્ત્રીઓ અને બાળકોનો ચિત્કાર થઇ રહ્યો હતો. તે અસહાય હતા. સહાયતા માટે ક્રંદન કરી રહ્યાં હતા. કોઈ સાંભળવા તૈયાર ન હતું. બાજુની બોગીનાં લોકો પણ નિઃસહાય થઈને આ દૃશ્ય જોઈ રહ્યાં હતાં. તેઓ મુસ્લિમ ટોળાથી ડરી ગયા હતાં. કોઈ પણ મરતા લોકોની વહારે ન આવ્યું. નિર્દોષ લોકોને

જીવતા સળગવાનું દૃશ્ય અસહનીય હતું. આ ઘટનાના વિડિઓ ફૂટેજ સાર્વજનિક ડોમેનમાં ઉપલબ્ધ છે.

આ રામ સેવકો બધા હિન્દુ હતા અને ગુજરાતના જુદા જુદા ભાગોમાંથી આવ્યા હતા પરંતુ મોટાભાગે અમદાવાદથી આવ્યા હતા.

જ્યાંથી રામ સેવકો અયોધ્યા ગયા હતા તે દરેક હિન્દુ પરિવાર માટે ગૌરવની વાત હતી. લોકો તેમના ઉષ્માભર્યા સ્વાગત માટે પરત આવવાની આતુરતાથી રાહ જોઈ રહ્યા હતા. તેના બદલે આ જઘન્ય ઘટના બની હતી.

ગુજરાતી લોહીને સૌથી ઠંડુ અને સહનશીલ લોહી માનવામાં આવે છે. આર્મી, નેવી અથવા એરફોર્સમાં ભાગ્યે જ કોઈ ગુજરાતીઓ છે. ગુજરાતીઓ માર્શલ રેસ નથી. વેપારી વર્ગ છે. પણ ઠંડુ લોહી ઉકળી ગયું. નિર્દોષ સંબંધીઓનો રેલવે બોગીઓમાં અગ્નિકાંડ અસહ્ય હતો. આત્મસન્માન ખૂબ જ ઘાયલ થયું. મનની શાંતિ નાશ પામી. ગાંધીની અહિંસા ધૂળમાં મળી ગઈ.

મુસ્લિમ બહુમતીવાળા વિસ્તારોમાં હિંદુઓ પર સતત અત્યાચારની પૃષ્ઠભૂમિનો ગુસ્સો ધીમે ધીમે એકઠો થઈને તેની પરાકાષ્ઠા પર પહોંચ્યો હતો. શિશુપાલની  આ 100 મી ભૂલ હતી. ના....ના...ના. હવે આ સહન નથી કરી શકાતું. કૃષ્ણની વાંસળીના બદલે તેનાં સુદર્શન ચક્રની જરૂરત આવી ગઈ છે. હર હર મહાદેવ. ભૂલભરેલા મુસ્લિમોને કાયમી પાઠ ભણાવવો પડશે. સદા શાંત રહેતું ગુજરાતી લોહી ઉકળી ઉઠ્યું અને રાજ્યભરમાં તેની તીવ્રતાનો સ્વયંભૂ પડઘો પડ્યો. ગાંડપણ પ્રવર્ત્યું. ગુજરાતી હવે ડરી ન હતો રહ્યો. પ્રેશર કૂકરમાં દાયકાઓથી અકુદરતી સહિષ્ણુતા અને અહિંસા ઉકળતા હતા. નોઝલ પરનું વજન એટલું વધી

ગયું હતું કે અંદરનું દબાણ બહાર કાઢી શકાયું ન હતું. પ્રેશર કૂકર ફૂટી ગયું. જીવનની કોઈ કિંમત ન હતી. શઠમ પ્રતિ શાઠ્યમ એ સર્વોચ્ચ વિચાર હતો. યા...હોમ. કરો ય મરો. Do or Die માટે ગુજરાતી લોહી ઉકળી ગયું. બધા જ સમજી ગયા કે સમસ્યાને હમેશ માટે એક જ ઘામાં અને આપણે જ  ઉકેલવી પડશે. સરકારી સહાયતાની અપેક્ષા ન હતી.

લોકજ્વાળનો ઉછાળો મોદી સરકારના નિયંત્રણની બહાર હતો. મોદીએ પાડોશી રાજ્યો - મહારાષ્ટ્ર, મધ્યપ્રદેશ અને રાજસ્થાન પાસેથી તેમના નિયંત્રણ હેઠળની પોલીસ અને સેનાને મોકલવા માટે મદદ માંગી. પરંતુ આ રાજ્યોમાં કોંગ્રેસનું શાસન હતું અને ગુજરાતમાં ભાજપનું શાસન હતું. આથી મદદ સમયસર મળી ન હતી. મોદીએ રમખાણોને કાબૂમાં લેવા માટે 3 દિવસનો સમય લીધો હતો. લગભગ 300 હિન્દુઓ માર્યા ગયા હતા અને તેની સામે 700 જેટલા મુસ્લિમો માર્યા ગયા હતા.

ગુજરાતીઓને તેમની શક્તિનો અહેસાસ થયો. સંઘે શક્તિ કલૌયુગે. મુસ્લિમોને સમજાયું કે ગુજરાતી જાગૃત થયો છે. 2002 થી 2021 સુધી ગુજરાતમાં એક પણ હિંદુ-મુસ્લિમ રમખાણ નથી. તેઓ શાંતિ સાથે સહઅસ્તિત્વ ધરાવે છે. તેઓ એકબીજાના તહેવારોમાં ભાગ લે છે. વિકાસના ફળ કોઈપણ ભેદભાવ વિના બંને સમુદાયો સુધી સમાનરૂપે પહોંચ્યા છે. ગુજરાતના મુસ્લિમો અન્ય રાજ્યોના મુસ્લિમોની સરખામણીમાં સૌથી સંતુષ્ટ સમુદાય છે. રાજકીય  ભંડોળ તોફાનોને નિયંત્રિત કરવા અને જંગી ખર્ચે કાયદો અને વ્યવસ્થા જાળવવાને બદલે વિકાસમાં ખર્ચવામાં આવે છે. ગુજરાતે વિકાસનો દાખલો બેસાડ્યો છે.

તારું લોહી, મારું લોહી અને એમનું લોહી સરખું જ ગાઢ છે. ઓમ શાંતિ અને આમીન. **આ જ ગોધરાકાંડનો ચમત્કાર છે.**

## મુસ્લિમો પર ઓશો – ઓશો સાથે એક પ્રખ્યાત વાર્તાલાપ:

પ્ર: જેહાદીઓ અમારી મિલકતો લૂંટી રહ્યા હોય અને સળગાવી રહ્યા હોય ત્યારે આપણે શું કરવું જોઈએ? શું આપણે 'હિન્દુ-મુસ્લિમ ભાઈ-ભાઈ'નો આશરો લેવો જોઈએ કે આપણા બચાવની કાળજી લેવી જોઈએ?

**ઓશો**: એવું લાગે છે કે તમે ઇતિહાસમાંથી શીખ્યા નથી. સોમનાથ મંદિર સૌથી મોટું અને ધનિક મંદિર હતું જ્યારે મેહમુદ ગઝનીએ તેના પર હુમલો કર્યો હતો. મંદિરમાં 1400 ભક્તો હતા. તેઓએ વિચાર્યું કે આપણે દિવસ-રાત ભગવાનને પ્રાર્થના કરીએ છીએ જેથી ભગવાન આપણું રક્ષણ કરશે. તેઓએ ગઝનીને રોકયો ન હતો અને જે લોકો ગઝનીને રોકવા માંગતા હતા તેમને ગઝનીને રોકવા ન દીધા. પરિણામ એ આવ્યું કે ગઝનીએ લાચાર અને હથિયારો વગરના હજારો હિન્દુઓને મારી નાખ્યા અને મંદિર લૂંટીને ચાલ્યો ગયો.

ઓશોએ કહ્યું, હવે આ છેલ્લી લડાઈ છે. જો તમે હારી જાઓ છો, તો પછી તમે તમારા ધર્મ અને લોકોને જેહાદીઓથી સુરક્ષિત કરી શકતા નથી. ઓશોએ હિન્દુ દેવી -દેવતાઓનું ઉદાહરણ આપ્યું કે દરેક સારી રીતે શસ્ત્રોથી સજ્જ છે અને દરેક દેવતાએ દુષ્ટોને દબાવવા માટે અને  વિરોધીઓ સામે લડવા માટે તેમના હથિયારોનો ઉપયોગ કર્યો હતો.

# પ્રકરણ 12: રાષ્ટ્રીય સ્વયં સેવક સંઘ (RSS) - જેમ હું સમજું છું

ભાજપે જે રાજકીય માન હાંસલ કર્યું છે કે તેમાં RSSનો મોટો ફાળો છે. હું બાળપણથી આજ સુધી RSS નો સ્વયંસેવક હોવાને કારણે, મેં રાષ્ટ્ર નિર્માણમાં RSS અને સંઘ પરિવારની ભૂમિકા જોઈ છે, જેમાં હિંદુ ધર્મ સમર્પિત અનુયાયીઓનું નિર્માણ કરવામાં આવે છે જે રાષ્ટ્ર માટે જીવનનું બલિદાન આપવા માટે હંમેશા તૈયાર રહે છે. RSS વિષે મારા વાચકોને સમજાવવું પ્રાસંગિક છે કારણ કે RSS વિશે સ્યુડો-સેક્યુલરિસ્ટ અને સામ્યવાદીઓ દ્વારા ફેલાયેલી ઘણી બધી ગેરસમજો પ્રવર્તે છે. જો કે મેં RSS વિષે મારી અપેક્ષાઓ અને અણગમતા મુદ્દાઓને પણ આવરી લીધા છે.

RSS વિષે પબ્લિક ડોમેનમાં ઘણાં પુસ્તકો અને સાહિત્ય ઉપલબ્ધ છે. એટેલે હું આરએસએસ વિષેની મારી સમજણ પર ધ્યાન આપીશ. RSSનો મુખ્ય ધ્યેય (Mission) ચરિત્ર નિર્માણ છે. RSS દૈનિક શાખા, વિવિધ શિબિરો, વિવિધ ઉત્સવો વગેરે દ્વારા તેના સ્વયંસેવકોના વ્યક્તિનિર્માણનું કામ કરે છે. મુખ્ય નીતિયો (Vision) છે - હિન્દુ ધર્મના સિદ્ધાંતોને અનુરૂપ લોક જાગરણ, લોક શિક્ષા, લોક સંસ્કાર અને લોક શક્તિ. મુખ્ય કાર્યપદ્ધતિ છે – દૈનિક શાખાઓમાં સ્વયંસેવકોનું એકત્રીકરણ અને તેમાં વિવિધ કાર્યક્રમો દ્વારા વ્યક્તિવિકાસ. સંઘની કાર્યપદ્ધતિનું વિવેચન આગળના ઉપખંડમાં કર્યું છે.

## 12.1 RSS ના જન્મના કારણો

સંઘનાં સંસ્થાપક, ડૉ. કેશવ બલિરામ હેડગેવાર, બાલ ગંગાધર તિલક, વીર સાવરકર અને સ્વામી વિવેકાનંદથી પ્રભાવિત હતા. તેમણે કૉંગ્રેસમાં કામ કર્યું, જેલમાં પણ ગયા. પરંતુ ગાંધીના ખિલાફત આંદોલનને સમર્થન આપવાના આહ્વાન અને પરિણામે મલબારમાં હજારો હિંદુઓની મુસ્લિમો દ્વારા હત્યાકાંડ, જે મોપલા કાંડ તરીકે પ્રખ્યાત છે, તેનાથી તેઓ કૉંગ્રેસની નીતિઓથી વિમુખ થયા.

ડૉ. હેડગેવારે કલકત્તામાં અનુશીલન સાથે પણ કામ કર્યું જે એક ક્રાંતિકારી સંસ્થા હતી. તેમણે મૂલ્યાંકન કર્યું કે સ્વતંત્રતા મેળવવા માટે તે પૂરતું નથી. તો પછી શું? જો રાષ્ટ્રનું સામાજિક માળખું મજબૂત ન હોય, સંયુક્ત ન હોય અને હિન્દુત્વના કોઈ મૂલ્યો ન હોય તો અરાજકતા સર્જાશે.

> "The Hindu culture is the life-breath of Hindusthan. It is therefore clear that if Hindusthan is to be protected, we should first nourish the Hindu culture. If the Hindu culture perishes in Hindusthan itself, and if the Hindu society ceases to exist, it will hardly be appropriate to refer to the mere geographical entity that remains as Hindusthan. Mere geographical lumps do not make a nation. The entire society should be in such a vigilant and organized condition that no one would dare to cast an evil eye on any of our points of honour.
>
> Strength, it should be remembered, comes only through organization. It is therefore the duty of every Hindu to do his best to consolidate the Hindu society. The Sangh is just carrying out this supreme task. The present fate of the country cannot be changed unless lakhs of young men dedicate their entire lifetime for that cause. To mould the minds of our youth towards that end is the supreme aim of the Sangh.

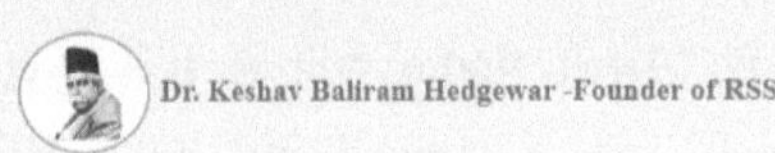


આથી તેમણે વર્ષ 1925 માં માત્ર 5 સ્વયંસેવકો સાથે RSSની શરૂઆત કરી હતી. તેમણે તેમને પ્રશિક્ષિત કરીને દેશના વિવિધ ભાગોમાં મુખ્યત્વે

ઉત્તર ભારત અને મધ્ય ભારતમાં સંઘનાં પ્રચાર માટે મોકલ્યા. આજે લાખો શાખાઓ અને કરોડો સ્વયંસેવકો છે.

## 12.2 RSS કાર્યપદ્ધતિ

RSSની મુખ્ય પદ્ધતિ ખૂબ જ સરળ છે. મુખ્ય કોર દૈનિક શાખા છે. શાખાઓ દરરોજ સવારે અને સાંજે યોજાય છે. રોજ આપણે સંઘની પ્રાર્થના બોલાવી પડે છે. પ્રાર્થનામાં ફક્ત 3 મુખ્ય ઘટકો છે:

**નમસ્તે સદા વત્સલે માતૃભૂમિ** – આપણે આ દેશને ભારતમાતા માનીએ છીએ. તેથી નમસ્તે હે માતા.

**વયમ હિન્દુ રાષ્ટ્રાંગભુતા** - અમે આ રાષ્ટ્રના અંગ છીએ.

**પતત્વેષ કાયો નમસ્તે નમસ્તે** - મારું શરીર રાષ્ટ્રના ઉદ્દેશ્યમાં અર્પણ થાય.

1 કલાકની દૈનિક શાખામાં, કેટલીક જૂથ રમતો રમાય છે, વર્તમાન બાબતો પર કેટલીક ચર્ચાઓ કરવામાં આવે છે, જે સ્વયંસેવકો ગેરહાજર હોય છે તેમની શાખાના અંતે મુલાકાત લેવાય છે કે તે ઠીક છે અથવા કોઈ મદદની જરૂર છે. શાખાનું ભૌતિક ક્ષેત્ર સારી રીતે વહેંચાયેલું છે. ગટ-નાયક તેમના વિસ્તારના કેટલાક 5 થી 10 સ્વયંસેવકોને નિયંત્રિત કરે છે, તેમની સંભાળ રાખે છે અને શાખામાં દરરોજ તેમની હાજરી જાળવી રાખે છે. RSSમાં કોઈ જાતિ ભેદભાવ નથી. અમે સામાન્ય એકબીજાને તેમના પ્રથમ નામ 'જી' પ્રત્યય સાથે બોલાવીએ છીએ.

બીજો ભાગ શિબિર છે. કિશોરો માટે 7 દિવસનો શિબિર અને પુખ્ત વયના લોકો માટે 30 દિવસનો અધિકારી તાલીમ શિબિર છે. ત્યાં 3 OTCs છે જેને 1st year, 2nd year અને 3rd year કહેવાય છે. 3 જો વર્ષ સર્વોચ્ચ ગ્રેડ છે અને હંમેશા નાગપુરમાં યોજાય છે. મેં ગુરુજીના માર્ગદર્શન હેઠળ વર્ષ 1967 માં ત્રીજા વર્ષમાં હાજરી આપી હતી. આ શિબિરોમાં સવારના 05:00 કલાકથી સાંજના 09:00 કલાક સુધી વિવિધ પ્રવૃત્તિઓ છે. આ શિબિરોમાં શારીરિક કસરત, સમૂહ શિસ્ત વગેરે શીખવવામાં આવે છે.

તે ઉપરાંત આપણા ભવ્ય ઇતિહાસનું શિક્ષણ, જે એટલું વિશાળ છે કે તેને આવરી લેવા માટે 30 દિવસ પૂરતા નથી. આ શિબિરોમાં ચરિત્ર નિર્માણ થાય છે.

યોગ્ય સમયે, RSSને કેટલાક અંશકાલિક અને કેટલાક પૂર્ણકાલિક પ્રચારકો મળે છે. અંશકાલિક પ્રચારક સામાન્ય રીતે 2 થી 3 વર્ષ માટે હોય છે. પૂર્ણકાલિક પ્રચારકો આજીવન પ્રચારક રહે છે. પ્રચારકો સામાન્યતયા અવિવાહિત રહે છે. વિદ્વાન ઇજનેરો, ડોકટરો, પ્રોફેસરો, વ્યાવસાયિકો, ઉદ્યોગપતિઓ પોતાને પ્રચારક બનવા ઓફર કરે છે. મેં અનેક સંઘ પ્રચારકો સાથે કામ કર્યું છે - ડૉ. લક્ષ્મી શંકર શુક્લા, ડૉ. શ્યામ ગુપ્તા, ડૉ. શંકર તત્વવાદી, અશોક સિંઘલ (સ્નાતક ધાતુશાસ્ત્રી ઇજનેર), પ્રો. રજ્જુ ભૈયા (અલાહાબાદ યુનીવર્સીટીના ફીસીક્સના HOD, જેઓ બાદમાં સરસંઘચાલક બન્યા), માધવ રાવ મુલે, ભાઉરાવ દેવરસ, વિ. ગુરુજી પોતે M.Sc હતા. અને તેમણે શરૂઆતના દિવસોમાં BHU માં ભણાવ્યું હતું. કે એન ગોવિંદાચાર્ય BHU માં M.Sc કરી રહ્યા હતા ત્યારે હું ઇલેક્ટ્રિકલ એન્જિનિયરિંગમાં PG કરી રહ્યો હતો. અમે વિદ્યાર્થી

જીવનમાં ઘણું કામ સાથે કર્યું છે. સાથે કબડ્ડી રમ્યા છીએ. તેઓ પૂર્ણકાલિક પ્રચારક થયાં અને ભાજપમાં ખુબ કામ કર્યું.

સંઘ પરિવારના ઘટકોનું સ્વતંત્ર સંગઠન, ઉદ્દેશ્ય, બંધારણ અને કાર્યપદ્ધતિ હોય છે. RSS ક્યારેય તેમના કામમાં દખલ કરતું નથી. જો કે, કેટલીકવાર 2 ઘટકોના ઉદ્દેશ્યો એકબીજા સાથે ઘર્ષણમાં આવી શકે છે. નીચેના ઉદાહરણો છે –

- જ્યારે નરેન્દ્ર મોદી ગુજરાતના સીએમ હતા, ત્યારે ખેડૂતો મહારાષ્ટ્ર અને પંજાબની તર્જ પર મફત વીજળી ઇચ્છતા હતા. મોદીએ વિચાર્યું કે ખેડૂતોને પાકને પાણી આપવા માટે પાણીના પંપ ચલાવવા માટે વીજળી જોઈએ છે. જેથી તેમણે ખાતરી આપી હતી કે સિંચાઈની યોગ્ય વ્યવસ્થા સાથે પાણી ઉપલબ્ધ કરાવવામાં આવશે. તેમણે મફત વીજળી આપવાનો ઇનકાર કર્યો હતો. સંઘ પરિવારના સભ્ય ભારતીય કિસાન સંઘ 2 મહિનાથી ધરણા પર ગયા હતા. RSS તરફથી કોઈએ હસ્તક્ષેપ કર્યો નથી.
- બીજું ઉદાહરણ વધુ રસપ્રદ છે. વિશ્વ હિંદુ પરિષદના વડા અશોક સિંઘલ RSS પદાનુક્રમમાં નરેન્દ્ર મોદીથી ઘણા ઉપર હતા, જ્યારે ગાંધી નગરના રસ્તાઓ પહોળા કરવામાં આવી રહ્યા હતા ત્યારે તેઓ વચમાં આવતા મંદિરોને તોડી પાડવાના વિરોધમાં હતા. VHPની ચેતવણી છતાં નરેન્દ્ર મોદી ડગ્યા નહી અને ગાંધીનગરના વિકાસ હેતુ મંદિરો તોડવા પડ્યા તો તોડ્યા. આ બાબતમાં RSS એ હસ્તક્ષેપ કર્યો નથી.

એવી અફવાઓ ફેલાવાય છે કે સંઘ પરિવારની તમામ બાબતોમાં RSS રિમોટ કંટ્રોલ તરીકે કામ કરે છે. લોકશાહી સંગઠનમાં તે વ્યવહારીક રીતે શક્ય નથી.

હું સમજુ છું કે આનાથી વિશેષ સંઘની કાર્યપદ્ધતિનો પરિચય આપવાની જરૂરત નથી. તે માટે એક સ્વતંત્ર પુસ્તક લખવી પડે જે માર્કેટમાં ઘણી બધી ઉપલબ્ધ છે.

## 12.3 ગાંધીની હત્યા અને RSS પર પ્રતિબંધ

કોંગ્રેસે હિન્દુ મહાસભા, વીર સાવરકર સામે લાંબા સમયથી સંઘર્ષ કર્યો હતો કારણ કે તેઓએ ક્યારેય 2-રાષ્ટ્રના સિદ્ધાંતને સ્વીકાર્યો ન હતો અને ક્યારેય ભાગલાની તરફેણમાં ન હતા. જ્યારે ગાંધીની હત્યા કરવામાં આવી હતી, ત્યારે RSS અને અન્ય વિરોધીઓને પ્રતિબંધિત કરવા અને બદનામ કરવાનું કોંગ્રેસને ફાવતું આવ્યું હતું. તેથી RSS પર પ્રતિબંધ મુકવામાં આવ્યો હતો. RSSની તરફેણમાં બોલવા માટે સમગ્ર સમાજમાં કોઈ નહોતું. જો કે, કોર્ટ કેસની તપાસ દરમિયાન, RSSને કોઈપણ દોષ વિના નિર્દોષ જાહેર કરવામાં આવ્યો હતો. સરદાર વલ્લભભાઈ પટેલે પોતે એક પત્ર લખ્યો હતો કે ગાંધીની હત્યામાં RSSનો કોઈ હાથ નથી.

આ પ્રતિબંધે RSS અને ગુરુજીને ઊંડાણપૂર્વક વિચારવા અને સમાજમાં તેમની પાંખો ફેલાવવા માટે પ્રેરિત કર્યા અને એક રાજનૈતિક પાર્ટી **જનસંઘ**નો જન્મ થયો.

## 12.4 શ્રી ગુરૂજી, માધવરાવ સદાશિવરાવ ગોલવલકરનું સંઘ અને સમાજમાં યોગદાન

જો ડો. હેડગેવારે RSS નું હાડપિંજર માળખું આપ્યું હોય તો ગુરુજીએ તે હાડપિંજરને માંસ અને લોહી આપ્યું હતું અને RSS ની પ્રાણ-પ્રતિષ્ઠા કરી. RSS આજે જે છે તે તેમના અવિરત યોગદાન, પ્રયત્નો, દેશભરમાં અસંખ્ય પ્રવાસો, ઉત્કૃષ્ટ સંગઠન શક્તિ, પ્રભાવશાળી વ્યક્તિત્વ, ઉગ્ર રાષ્ટ્રવાદ, તીક્ષ્ણ વક્તૃત્વ, નિર્ભય અભિગમ અને અગ્રણી નેતૃત્વનાં કારણે છે.

ગુરુજીનો જન્મ 1906 માં નાગપુર નજીક રામટેકમાં થયો હતો. તેમણે M.Sc માટે BHUમાં અભ્યાસ કર્યો હતો. બાદમાં તેમણે BHU માં ત્રણ વર્ષ ભણાવ્યું. દાઢી, લાંબા વાળ અને સરળ ઝભ્ભાને કારણે તેમના વિદ્યાર્થીઓ તેમને "ગુરુજી" કહેતા હતા, બાદમાં આ ઉપનામ બધાએ સ્વીકારી લીધું.

તેઓ રાષ્ટ્રવાદી નેતા અને BHU ના સ્થાપક મદન મોહન માલવિયથી પ્રભાવિત હતા. 1931માં, ડૉ. હેડગેવાર બનારસની મુલાકાતે ગયા અને તપસ્વી ગુરૂજીથી પ્રભાવિત થયા. ગુરૂજી નાગપુર પરત ફર્યા. હેડગેવારે તેમને કાયદાની ડિગ્રી મેળવવા માટે પ્રોત્સાહિત કર્યા. તેમણે 1937 સુધીમાં કાયદાની ડિગ્રી

મેળવી. 1934માં હેડગેવારે તેમને મુખ્ય નાગપુર શાખાના સચિવ (કાર્યવાહ) બનાવ્યા. તેમણે કાયદાની પ્રેક્ટિસ શરૂ કર્યા પછી, હેડગેવારે તેમને અકોલા અધિકારીઓની તાલીમ શિબિરના સંચાલનની જવાબદારી સોંપી. ઓક્ટોબર 1936 માં, ગુરૂજીએ પશ્ચિમ બંગાળમાં રામકૃષ્ણ મિશન આશ્રમમાં સંન્યાસી બનવા માટે કાયદાની પ્રેક્ટિસ અને RSSનું કાર્ય છોડી દીધું. તેઓ સ્વામી અખંડાનંદના શિષ્ય બન્યા, જે રામકૃષ્ણના શિષ્ય અને સ્વામી વિવેકાનંદના સાથી સાધુ હતા. 13 જાન્યુઆરી 1937 ના રોજ ગુરૂજીએ દીક્ષા પ્રાપ્ત કરી. 1937માં તેમના ગુરુના અવસાન પછી તરત જ આશ્રમ છોડી દીધો. હેડગેવારની સલાહ લેવા માટે તેઓ હતાશા અને અનિર્ણયની સ્થિતિમાં નાગપુર પાછા ફર્યા. હેડગેવારે તેમને RSS માટે કામ કરવા સમજાવ્યા.

1939 માં, ગુરુદક્ષિણા ઉત્સવમાં, હેડગેવારે જાહેરાત કરી કે ગુરૂજી આગામી મહાસચિવ બનશે (Sarkaryvaah - RSS માં બીજું સૌથી મહત્વનું સ્થાન). 21 જૂન 1940 ના રોજ મૃત્યુ પામ્યાના એક દિવસ પહેલા, તેમણે ગુરૂજીને કાગળની એક ચીટ આપી હતી જેમાં તેમને RSS નેતા બનવાનું કહેવામાં આવ્યું હતું. 3 જુલાઈના રોજ, નાગપુરમાં પાંચ રાજ્ય-સ્તરના સંઘચાલકોએ હેડગેવારના નિર્ણયની જાહેરાત કરી.

નેતા તરીકે 30 થી વધુ વર્ષોથી, ગુરૂજીએ RSSને ભારતની સૌથી મજબૂત બિન રાજકીય સંસ્થા બનાવી. તેની સદસ્યતા 100,000 થી વધીને 10 લાખ સુધી વિસ્તરી, અને તે 50 મોરચા સંગઠનો દ્વારા રાજકીય, સામાજિક, ધાર્મિક, કૃષિ, શૈક્ષણિક અને શ્રમ ક્ષેત્રોમાં વિસ્તરી. RSS વિદેશી દેશોમાં પણ વિસ્તર્યું, જ્યાં ભારતીય સ્વયંસેવક સંઘ અથવા હિન્દુ સ્વયંસેવક સંઘ જેવી સંસ્થાઓમાં હિન્દુઓની ભરતી

કરવામાં આવે છે. વિશ્વ દૃષ્ટિકોણમાં RSS માટે એક મહત્વપૂર્ણ પરિવર્તન આવ્યું હતું. ગુરૂજીની મુખ્ય નીતિયોમાં એક સામ્યવાદી વિરોધી, સમાજવાદ વિરોધી વિચારધારા હતી, જેનું સૂત્ર "સમાજવાદ નહીં પરંતુ હિન્દુત્વ" હતું.

RSS 1940 માં જમ્મુ-કાશ્મીરમાં વિસ્તર્યું, જ્યારે બલરાજ મધોકને પ્રચારક તરીકે અને પ્રેમ નાથ ડોગરાને સંઘચાલક તરીકે મોકલવામાં આવ્યા. શ્રીનગરમાં એક શાખાની સ્થાપના કરવામાં આવી હતી.

ગુરૂજીએ 1946માં શહેરની મુલાકાત લીધી. 18 ઓક્ટોબર 1947ના રોજ, તેઓ ભારતમાં વિલય માટે રાજી કરવા, ભારતના ગૃહ પ્રધાન વલ્લભભાઈ પટેલની વિનંતી પર, મહારાજા હરિ સિંહને મળ્યા હોવાના અહેવાલ છે. તેમની સાથે દિલ્હીના પ્રચારક વસંતરાવ ઓક અને સંયુક્ત પ્રાંત સંઘચાલક નરેન્દ્રજીત સિંહ પણ હતા. જો કે એવું માનવામાં આવે છે કે મહારાજા આ પ્રસ્તાવ માટે સંમત થયા હતા.

ભારતે તેની સંભવિતતાને સાકાર કરવા માટે ગુરૂજીના જીવન અને ઉપદેશોની ફરીવાર જોવાની જરૂરત છે.

## 12.5 રાજકીય પક્ષ તરીકે જનસંઘની જરૂરિયાત, તેનું વિસર્જન અને ભારતીય જનતા પાર્ટીનો જન્મ

તે સમયે સંસદમાં RSSનો બચાવ કરવા માટે કોઈ નહોતું. કોંગ્રેસના વિરોધ સામે શૂન્યાવકાશ અનુભવાયો હતો. ગાંધીએ નેહરુને કોંગ્રેસને વિખેરી નાખવાની સલાહ આપી હતી જેથી અન્ય રાજકીય પક્ષો અને કોંગ્રેસનો નવો પક્ષ સમાન ધરાતલ પર આવી જાય અને કોંગ્રેસને અજુગતી રાજકીય લીડ ના મળે. પણ નેહરુ માટે ગાંધીની જરૂરિયાત

પૂરી થઈ ગઈ હતી. નેહરુએ ગાંધીની વાત ન માની કારણ કે તે જાણતા હતા કે કોંગ્રેસની રાજકીય પૂંજીનો ઉપયોગ તે ઘણાં વર્ષો સુધી કરી શકશે. તે ખરા પડ્યા. નેહરુ રાજવંશે 70 લાંબા વર્ષો સુધી સ્વતંત્રતાનું ફળ મેળવ્યું અને ભારત પર મનસ્વી રીતે રાજ કર્યું.

જનસંઘનો જન્મ 1952માં થયો. ડૉ. શ્યામા પ્રસાદ મુખર્જી તેના પહેલાં પ્રમુખ બન્યા. RSSએ પોતાના બે દિગ્ગજ પ્રચારક દીનદયાળ ઉપાધ્યાય અને અટલ બિહારી વાજપેયીને જનસંઘમાં મોકલ્યા. પાછળથી, લાલ કૃષ્ણ અડવાણીએ અટલ બિહારી વાજપેયીના સચિવ તરીકે કામ કર્યું. કાશ્મીર જેલમાં શંકાસ્પદ સંજોગોમાં ડૉ. મુખર્જીના દુઃખદ અવસાન પછી દીનદયાલ ઉપાધ્યાય જનસંઘના પ્રમુખ બન્યા. દીન દયાલ ઉપાધ્યાય પણ મુગલ સરાય રેલવે સ્ટેશન પર શંકાસ્પદ સંજોગોમાં મૃત હાલતમાં મળી આવ્યા હતા. ત્યારપછી અટલ બિહારી વાજપેયીએ પ્રમુખનું પદ સંભાળ્યું.

1975 થી 1977 ની કટોકટી પછી, જય પ્રકાશ નારાયણની હાકલ પર, જનતા પાર્ટી નામની નવી પાર્ટીમાં ઘણા પક્ષો વિલીન થયાં તેમાં જનસંઘ પણ વિલીન થયો. જનતા પાર્ટીએ 1977 ની ચૂંટણી જીતી અને મોરારજી દેસાઈ વડાપ્રધાન બન્યા. અટલ બિહારી વાજપેયી તે કેબિનેટમાં વિદેશ મંત્રી હતા. ટૂંક સમયમાં જ જનતા પાર્ટીમાં ભાગલા પડ્યા અને સરકાર અઢી વર્ષમાં પડી ગઈ. આનાથી ભૂતપૂર્વ જનસંઘ કેડરને ભારતીય જનતા પાર્ટી બનાવવા માટે પ્રેરિત કરવામાં આવી.

## 12.6 RSS વિષે વ્યક્તિગત અનુભવો, આકર્ષણ, અપેક્ષાઓ અને અંતર્વિરોધ

મને સ્વયંસેવકો, પ્રચારકો અને શિબિરોનાં ઘણા સુખદ અનુભવો થયા છે. RSSને એક ગુપ્ત સંગઠન તરીકે માનવામાં આવતું હતું અને તેનો પ્રચાર કરવામાં આવતો હતો. એક યુવાન વિદ્યાર્થી તરીકે, હું ઘણીવાર સાંભળતો હતો કે RSS ને સમજવું મુશ્કેલ છે. તેનાથી હું પણ વિચલિત થઇ જતો હતો કે શું ખરેખર એવું છે? પણ સમય જતાં મને સમજણ પડી કે તે માત્ર ને માત્ર વિરોધીયોનો દુષ્પ્રચાર જ છે.

**વર્ષ 1960માં અંબાલા કેમ્પ** - આ કેમ્પમાં પસંદગીનાં થોડા લોકોને જ મોકલવામાં આવ્યા હતા. હું 16 વર્ષની ઉંમરે તેમની વચ્ચે હતો. શિયાળા દરમિયાન અંબાલાના ઠંડા વાતાવરણમાં તે 2 દિવસનો કેમ્પ હતો. આ 2 દિવસ માટે ગુરુજી અનેક સભાઓ (બેઠક) લેવાના હતા. તેમણે RSSનો ઇતિહાસ શરૂઆતથી જ સમજાવ્યો હતો. ગાંધીની હત્યા, RSS પર ગેરકાયદેસર પ્રતિબંધ, પ્રતિબંધ હટાવવો, જનસંઘ અને અન્ય ભગિની સંસ્થાઓની રચના વિ. ની વિષદ સમજૂતી તેમણે આપી. આ શિબિરમાં હાજર રહેલા સેંકડો સ્વયંસેવકોને સંઘ વિષે સંપૂર્ણ જ્ઞાન આપવામાં આવ્યું હતું. મેં બલરાજ માધોક અને અટલ બિહારી વાજપેયીને ખૂબ નજીકથી જોયા અને તેઓ બધા સ્વયંસેવકો સાથે કેટલા સહજ અને સ્નેહાળ હતા.

ગુરુજીએ જાહેર કરેલી સૌથી મહત્ત્વની વાત જનસંઘ સહિતની ભગિની સંસ્થાઓ વિષે હતી. તેમણે સ્પષ્ટ કર્યું કે આ સંગઠનોને મજબૂત કરવા માટે RSS તેમના પ્રચારકોને તેમની મદદ માટે મોકલે છે. જો કે,

સંગઠનોને RSSની કોઈપણ દખલ વિના તેમની પ્રવૃત્તિઓ ચલાવવાની સંપૂર્ણ સ્વતંત્રતા છે. તેઓ હિન્દુત્વ માટે જ કામ કરવાના છે. જે દિવસે RSS ને લાગશે કે કોઈ ચોક્કસ સંસ્થા હિન્દુત્વની વિરુદ્ધ જઈ રહી છે તે દિવસે સંઘ તેના પ્રચારકોને પાછા બોલાવી લેશે.

**આકર્ષણ** – સંઘ પ્રત્યે મને ઘણું આકર્ષણ છે. મુખ્યત્વે આપણા સાચા ઈતિહાસના વર્ણન માટે. તેમની શારીરિક તાલીમ. વ્યક્તિત્વ વિકાસ, રાષ્ટ્રવાદી ઉત્સાહ અને ખુલ્લી ચર્ચાની સ્વતંત્રતા માટે. સંઘમાં કોઈ જાતિ ભેદભાવ નથી. આપણે ક્યારેય જાણતા નથી કે આપણો સાથી સ્વયંસેવક ઉચ્ચ વર્ગનો છે કે નિમ્ન વર્ગનો છે. અમે સાથે રમીએ છીએ, સાથે ગાઈએ છીએ, સાથે ખાઈએ છીએ અને સાથે વિચારીએ છીએ.

**અપેક્ષાઓ** – સંઘ 1925 થી આજ સુધી વ્યકિત નિર્માણની કાર્યપદ્ધતિ સરસ વખાણવા લાયક અને અનુકરણીય છે. સંઘે રાષ્ટ્રીય સેવિકા સમિતિ અને મુસ્લિમ રાષ્ટ્રીય મંચ સહિત અનેક સામાજિક સંસ્થાઓ બનાવી છે. આ તમામ સંસ્થાઓના સામાજિક હિન્દુત્વ પ્રેરિત ઉદ્દેશ્યો છે એટલે કે, પોતાના વર્તુળોમાં લોક જાગરણ, લોક શિક્ષા, લોક સંસ્કાર અને લોક શક્તિ. સંઘે ખરેખર તેનું અરાજકીય પાત્રતા જાળવી રાખી છે.

વિધિની વિચિત્રતા એ છે કે શાસનમાં હિન્દુત્વવાદી પાર્ટી આવી ગઈ છતાં ય અંગ્રેજોનાં જમાનાથી ચાલતી આવેલી વિધાયિકા, કાર્યપાલિકા અને ન્યાયપાલિકાની કાર્ય પ્રણાલીમાં કોઈ વિશેષ ફર્ક નથી લાવી શકી. કોંગ્રેસે જેમ યથાસ્થિત રાખી તેમ જ ભાજપા પણ એ જ માર્ગે ચાલી રહી છે. અસલમાં ઘણાં લોકોનું એવું મંતવ્ય છે કે ભાજપા એટલે માત્ર ને માત્ર કોંગ્રેસ-બી. નિ:સંદેહ પ્રણાલીગત ભ્રષ્ટાચાર ઓછો થયો છે.

શાસનમાં સ્ફૂર્તિ આવી છે. ગરીબો માટે કલ્યાણકારી યોજનાઓ બની છે. GDP માં સુધાર આવ્યો છે. પણ આમાં હિન્દુત્વ પ્રેરિત રાષ્ટ્નો સર્વાંગીણ વિકાસ ક્યાં છે? કાર્ય પ્રણાલીમાં શું બદલાવ આવ્યો? યુવા વર્ગ શું રાષ્ટ્રવાદી થયો? પોલીસ તંત્ર કે ન્યાયપ્રણાલીમાં કાંઈ ફરક આવ્યો? હિંદુઓઓની પ્રતાડનામાં કાંઈ ફરક પડ્યો?

ભાજપ છેલ્લા 7 વર્ષથી સરકારમાં હોવા છતાં નહેરુવાદી નીતિઓ ચાલુ જ છે. તેની સાથે તેનાં દુષણો પણ ચાલુ જ છે. ભાજપ શિક્ષણને પણ આકાર આપી શક્યું નથી કે કલમ 30ને તર્કસંગત બનાવી શકી નથી. નેહારુવાદી ભૂલોને સુધારવાની ધીમી પ્રક્રિયા છે જે પર્યાપ્ત નથી.

મારી અપેક્ષા છે કે વ્યક્તિ નિર્માણ થી આગળ વધીને ઋષિ મુનિઓની માફક શાસન કેવી રીતે ચલાવવું તેનાં ચિંતનનો સમય આવી ગયો છે. આ કામ કટ્ટર હિન્દુત્વવાદી સંગઠન જ કરી શકે. સંઘે આ વિષે વિચાર કરવાનું શરુ કરવું જોઈએ. ચાણક્યની નીતિઓને સાંપ્રત રીતે કેવી રીતે લાગુ કરવી તે માત્ર એક ત્વરિત પગલું હોઈ શકે.

**અંતર્વિરોધ** - તાજેતરમાં, સરસંઘચાલક મોહન ભાગવતજીએ વાત કરી હતી કે હિન્દુઓ અને મુસ્લિમોના DNA સમાન છે. આવું નિવેદન કોઈપણ હેતુને પૂર્ણ કરશે નહીં. શું DNA મુસ્લિમોના કેટલાક વર્ગોમાં કટ્ટરતા ઘટાડશે? આપણો ઉદ્દેશ્ય ભારતમાં નાગરિક તરીકે રહેતા દરેક વ્યક્તિમાં રાષ્ટ્રવાદ જગાવવાનો છે. આપણને કોઈ પંથ કે પૂજા પદ્ધતિઓ સામે વાંધો નથી. આપણે તો નાસ્તિકોને પણ ધિક્કારતા નથી. આપણે કોઈને કોઈ ચોક્કસ પંથનું પાલન કરવા દબાણ કરતા નથી. આપણે એટલું જ ઈચ્છીએ છીએ કે દરેક નાગરિકને આપણા રાષ્ટ્ર પ્રત્યે નિષ્ઠા હોવી જોઈએ. પાકિસ્તાન ઝિંદાબાદ પણ સ્વીકાર્ય છે. યોગ્ય

સમયે કંઈ ખોટું નથી. પરંતુ હિન્દુસ્તાન મુર્દાબાદ કે ટુકડે ટુકડે કે હર ઘર મેં અફઝલ સ્વીકારી શકાય તેમ નથી. આવા તત્વો કે જેઓ પોતાની જાતને સુધારવા માંગતા નથી તેમને સખત સજા થવી જોઈએ. લોકશાહી દેશદ્રોહી અને આતંકવાદીઓ માટે નથી. આમાં DNA ની વાત ક્યાં આવી?

રાજનીતિની મજબૂરીને કારણે ભાજપ આવા નરમ તુષ્ટિકરણનો આશરો લે તો મને વાંધો નથી. પરંતુ સંઘ DNA નાં વેશમાં રાષ્ટ્રવાદને મંદ કરી શકતું નથી. સંઘ  પાસે કોઈને ખુશ કરવાનો કોઈ ધંધો નથી. સંઘે પોતાનું મજબૂત અણીશુદ્ધ રાષ્ટ્રીય ચરિત્ર  જાળવવું પડશે જેમાં કોઈ સમાધાન નથી. સંઘે એક આદર્શ સંગઠન બની રહેવું જોઈએ જે હિન્દુ રાષ્ટ્રની ફિલસૂફીમાં વિશ્વાસ રાખે અને તેનો પ્રચાર કરે. હું રાષ્ટ્રવાદ માટે ગુરુજી શાળાનો વિદ્યાર્થી છું. તેમણે Bunch Of Thoughts માં  જે લખ્યું છે તે આજે પણ પ્રસ્તુત અને પ્રાસંગિક છે. તેમની બે વાતોનો વિરોધ થાય છે:

- **તિરંગો એ ભારતની કુદરતી પસંદગી અથવા પ્રતિનિધિત્વ નથી. ભગવો ધ્વજ સૌથી યોગ્ય ધ્વજ છે.**

  તેનો અર્થ એ નથી કે આપણે તિરંગાનું અપમાન કરીશું કે તેનો અનાદર કરીશું. જ્યાં સુધી તે આપણો રાષ્ટ્રધ્વજ છે, અમે તેને નમન કરીએ છીએ. શું તેનો અર્થ એ છે કે આપણે ક્યારેય તિરંગાને સુધારીશું નહીં? અમે યોગ્ય સમયે આ કરીને જ રહીશું.

- **ભારતીય બંધારણ માત્ર બ્રિટિશ નિયમોનો વારસો છે અને ઘણા વિદેશી દેશોના બંધારણની ખિચડી છે.**

> આજે દરેકને લાગે છે કે બંધારણના લગભગ 200 અનુચ્છેદોને રદ કરવાની જરૂર છે. રાષ્ટ્રવાદી ઉત્સાહ સાથે બંધારણને યોગ્ય રીતે ફરીથી લખાતું કેમ નથી? તેમ છતાં, અમે ભારતીય બંધારણનું સન્માન કરીએ છીએ અને તેનું પાલન કરીએ છીએ. બંધારણમાં સુધારો એક સ્વસ્થ પ્રથા છે. તેવી જ રીતે, IPC માં પણ ભારે સુધારો કરવાની જરૂરત છે.

**ગુરૂજીના શબ્દો ઇતિહાસમાં સ્વર્ણ અક્ષરોએ લખાશે. જો સંઘ તેના મૂળભૂત મૂલ્યોથી વિચલિત થશે તો તે તેની ચમક અને ઉપયોગિતા ગુમાવશે.**

## 12.7 RSSનું યોગદાન

રાષ્ટ્રીય સ્વયંસેવક સંઘ (RSS) એક ઉદાર, વૈચારિક અને સાંસ્કૃતિક સંસ્થા છે. વિશ્વના ઘણા દેશોમાં સંસ્થાની શાખાઓ છે જ્યાં વ્યક્તિનાં વ્યક્તિત્વમાં પરિવર્તિત કરવામાં આવી રહી છે. સંસ્થાનું સામાજિક અને સાંસ્કૃતિક યોગદાન અકલ્પનીય છે. આર્થિક આફતનો સમય હોય કે કટોકટીનો સમય હોય, પડોશી દેશો સાથે યુદ્ધની સ્થિતિ હોય કે કુદરતી આફત, કોવિડ 19 રોગચાળો હોય કે ધરતીકંપ હોય, રાષ્ટ્રીય સ્વયંસેવક સંઘે તેની ફરજો અડગપણે અને ખડે પગે નિભાવી છે. RSSનું મુખ્ય યોગદાન સમાજના વિવિધ પ્રવાહોમાં વિવિધ સંગઠનો બનાવવાનું છે. કેટલાક ઉદાહરણો છે:

**વિશ્વ હિન્દુ પરિષદ** - જે ફક્ત સનાતન ધર્મ, હિન્દુ સંસ્કૃતિ અને હિન્દુ મંદિરોની સંભાળ રાખે છે. અયોધ્યામાં રામ મંદિર માટે તેનું સફળ ધર્મયુદ્ધ નોંધપાત્ર છે.

**રાષ્ટ્રીય સેવિકા સમિતિ** - મહિલાઓના સશક્તિકરણ અને તેમની વચ્ચે હિન્દુત્વ કેળવવા માટે. સ્ત્રી તેના બાળકની પ્રથમ ગુરુ છે. આથી રાષ્ટ્રીય સેવિકા સમિતિ RSSના ઉદ્દેશ્યોને આગળ વધારવામાં મહત્વની ભૂમિકા ભજવી રહી છે.

**મુસ્લિમ રાષ્ટ્રીય મંચ** - RSS સનાતન ધર્મમાં માને છે, તેથી કોઈ પ્રત્યે દ્વેષ નથી. મુસ્લિમો પણ આ દેશના નાગરિક છે. મોટાભાગના મુસ્લિમો રાષ્ટ્રવાદી છે પરંતુ તેઓ અત્યંત અવાજવાળા કટ્ટર મુસ્લિમોના દબાણ હેઠળ મૌન રહે છે. મુસ્લિમ **રાષ્ટ્રીય** મંચના પ્રયાસો હવે કટ્ટર મુસ્લિમો સામે મુસ્લિમોમાં જાગૃતિના પરિણામો દર્શાવે છે.

**ભારતીય કિસાન સંઘ** - ખેડૂતોના સર્વાંગી વિકાસ માટે કાર્યરત છે.

**ભારતીય મજૂર સંઘ** - દેશનું સૌથી મોટું ટ્રેડ યુનિયન છે અને તે મજૂરોના કલ્યાણ માટે કામ કરી રહ્યું છે.

**સેવા ભારતી** - એ રાષ્ટ્રીય સ્વયંસેવક સંઘનો એક અદ્ભુત પ્રોજેક્ટ છે, જે આદિવાસીઓ અને વનવાસીઓને શિક્ષણ પૂરું પાડે છે.

**અખિલ ભારતીય વિદ્યાર્થી પરિષદ** - એ જ્ઞાન, શીલ, એકતાના સૂત્ર પર આધારિત વિશ્વનું સૌથી મોટું વિદ્યાર્થી સંગઠન છે.

**સ્વદેશી જાગરણ મંચ** - સ્વદેશી ઉદ્યોગ, સ્વદેશી ઉત્પાદનો અને ભારતીય સંસ્કૃતિને પ્રોત્સાહન આપવા માટે કાર્યરત છે.

**સરસ્વતી શિશુ મંદિર** - ભારતીય વિદ્યાર્થીઓને ભારતીય શિક્ષણ પ્રણાલી સાથે ભારતીય સંસ્કૃતિને પ્રોત્સાહન આપી રહ્યું છે.

**વિદ્યા ભારતી** - હેઠળ, સમાજને મદદ કરવા માટે 25,000 થી વધુ શાળાઓ અને કોલેજો છે. વિદ્યા ભારતીમાં 4.5 કરોડ વિદ્યાર્થીઓ અભ્યાસ કરે છે અને એક લાખથી વધુ શિક્ષકો ભણાવે છે.

**વનવાસી કલ્યાણ આશ્રમ** - કરોડો વનવાસીઓના સર્વાંગી વિકાસ માટે કાર્યરત છે.

આઝાદી પહેલા અને પછી ભારતના વિકાસમાં રાષ્ટ્રીય સ્વયંસેવક સંઘની ભૂમિકા નોંધપાત્ર રહી છે.

1947 માં, સ્વયંસેવકોએ કાશ્મીર સરહદે પાકિસ્તાની સેનાની ગતિવિધિઓની કાળજીપૂર્વક દેખરેખ રાખી અને ભારત સરકારને મદદ કરી. સ્વયંસેવકોએ માતૃભૂમિની રક્ષા માટે પોતાના જીવનનું બલિદાન આપ્યું.

1954 માં, દાદરા નગર હવેલીને પોર્ટુગીઝથી આઝાદી અપાવવામાં મહત્વની ભૂમિકા ભજવી હતી.

1961માં ગોવાની મુક્તિમાં મહત્વની ભૂમિકા ભજવી હતી.

1962 માં જ્યારે ચીને ભારત પર હુમલો કર્યો ત્યારે સ્વયંસેવકોએ ભારતીય સેનામાં મહત્વની ભૂમિકા ભજવી. તત્કાલીન વડાપ્રધાન જવાહરલાલ નહેરુએ ગણતંત્ર દિવસ પરેડ સમારોહમાં રાષ્ટ્રીય સ્વયંસેવક સંઘને ગર્વથી આમંત્રણ આપ્યું હતું.

1965માં ભારત-પાકિસ્તાન યુદ્ધ દરમિયાન, લાલ બહાદુર શાસ્ત્રીએ દેશમાં આંતરિક કાયદો અને વ્યવસ્થા જાળવવા માટે રાષ્ટ્રીય સ્વયંસેવક સંઘ પાસેથી મદદ માંગી હતી.

1971 નું ઓરિસ્સા વાવાઝોડું હોય કે 1984 નું ભોપાલ ગેસ દુર્ઘટના, 1984 ના શીખ રમખાણો અથવા 2001 નો ગુજરાતનો ભૂકંપ, 2004 માં સુનામી જે દક્ષિણ ભારતના દરિયાકાંઠાના વિસ્તારોમાં આવી કે 2013 ની ઉત્તરાખંડની કુદરતી આફત, RSS હંમેશા લોકોને મદદ કરવા માટે આગળ હોય છે.

રાષ્ટ્રીય સ્વયંસેવક સંઘની ફિલસૂફી ખૂબ જ સરળતાથી સમજી શકાય છે.

હિન્દુત્વ એ ધર્મનું નામ નથી. તેનો હિંદુ ધર્મ સાથે કોઈ સંબંધ નથી. તે ધાર્મિક શબ્દ નથી. હિન્દુત્વ એ જીવન જીવવાની રીત અને મનની સ્થિતિ છે. 'હિન્દુ' શબ્દ કોઈ ધાર્મિક ગ્રંથમાંથી લેવામાં આવેલો શબ્દ નથી. હિન્દુ શબ્દ સિંધુ નદી પરથી આવ્યો છે. જે લોકો સિંધુ નદીની પેલે પાર રહે છે તેમને હિન્દુ કહેવામાં આવે છે. ધર્મનો ખ્યાલ થોડા હજાર વર્ષ જૂનો છે. હિંદુ કહેવા પર કોઈ વાંધો ન હોવો જોઈએ. રાષ્ટ્રીય સ્વયંસેવક સંઘે ક્યારેય કોઈની સાથે જાતિ કે પંથના આધારે ભેદભાવ કર્યો નથી.

કલમ 370, સમાન નાગરિક સંહિતા, શરણાર્થી કાયદો અને રામજન્મભૂમિ આંદોલન અંગે રાષ્ટ્રીય સ્વયંસેવક સંઘના પ્રયાસો પ્રશંસનીય છે. RSSના કેટલાક સ્વયંસેવકો રાષ્ટ્રીય સ્વયંસેવક સંઘના શિક્ષણ અને સંસ્કૃતિની તાકાત પર ભારતના ઘણા રાજ્યોના વડા પ્રધાન, નાયબ વડા પ્રધાન, મુખ્યમંત્રીઓ અને રાજ્યપાલ બન્યા છે. આજે જરૂરી છે કે RSSના યોગદાન અને પ્રયત્નોને માન્યતા આપવામાં આવે.

# પ્રકરણ 13: ભાજપની રાજકીય મજબૂરીઓ અને તેનું સંભવિત ક્ષરણ

ઈન્દિરા ગાંધી દ્વારા લાદવામાં આવેલી 1975 - 77 ની કટોકટી પછી 1977 ની ચૂંટણી માટે પૂર્વ જનસંઘ જનતા પાર્ટીમાં ભળી ગયું. જનસંઘના અગ્રણીઓએ RSSના મોટાભાગના સ્વયંસેવકોની ઇચ્છા વિરુદ્ધ આ નિર્ણય લીધો હતો. પણ તેઓ ચૂપ રહ્યા. જનતા દળના જુદા જુદા વર્ગો વચ્ચે સત્તા માટેના સંઘર્ષને કારણે જનતા શાસનના 2 વર્ષની અંદર જુલાઈ 1979માં આ નિર્ણય બૂમરેન્ગ થયો.

તેથી, 1980 માં, ભારતીય જનતા પાર્ટીની રચના આ જ જનસંઘના અગ્રણીઓએ RSSના આશીર્વાદથી કરી હતી. ભાજપે ઘણો સંઘર્ષ કર્યો, પદયાત્રા, રથયાત્રા, રામ જન્મભૂમિ મુદ્દો વગેરે જેવા જન આંદોલનો કર્યા. 16મી મેથી 1લી જૂન 1996 સુધી 13 દિવસની ભાજપ સરકાર ભાગ્યે જ ચાલી.

ભાજપે ફરી એક વખત ગઠબંધન સરકાર બનાવી જે 19 મી માર્ચ 1998 થી 22 મે 2004 સુધી અટલ બિહારી વાજપેયીના નેતૃત્વમાં તેની પૂર્ણ મુદત સુધી  ચાલી. ગઠબંધન સરકાર હોવાથી કોમન મિનિમમ પ્રોગ્રામની મજબૂરી હતી. જેમાં રામમંદિર, કલમ 370 અને  ટ્રિપલ તલાક વગેરેનાં ભાજપના ચૂંટણી ઢંઢેરાને સમાવી ન શકાયા. 2014 માં, નરેન્દ્ર મોદીએ બહુમતી હોવા છતાં ગઠબંધન સરકાર બનાવી. ફરીથી એક કોમન મિનિમમ પ્રોગ્રામ બનાવવામાં આવ્યો અને ભાજપના ઢંઢેરાનાં કેટલાક પાસાઓનો અમલ થઈ શક્યો નહીં.

2019 માં, નરેન્દ્ર મોદી સંપૂર્ણ બહુમતીની સરકાર બનાવી. અને કલમ 370 અને 35A, ટ્રિપલ તલાકને રદ્દ કરી. CAA બિલ પાસ કરાવ્યું. ભાજપના ચૂંટણી ઢંઢેરાનો અમલ કરવામાં આવી રહ્યો છે.

તેમ છતાં, હજી ઘણી અડચણો છે. પશ્ચિમ બંગાળ, આંધ્ર, પંજાબ, તેલંગાણા, ઓરિસ્સા, કેરળ અને ચેન્નાઈમાં ભાજપ હજુ સુધી જીતી શક્યું નથી. વિપક્ષી પાર્ટીઓ અને કોંગ્રેસ, સામ્યવાદીઓ અને સ્યુડો-સેક્યુલરવાદીઓ હજુ પણ ભાજપના ઘણાં પ્રજાલક્ષી સુધારાઓને ટાળી શકાય તેવી સ્થિતિમાં છે અને રાષ્ટ્રીય પ્રગતિ અને વિકાસમાં અડચણો ઉભી કરવામાં સફળ છે.

સાંપ્રત હિન્દુ સમાજ મૌન દર્શક છે. એક બાજુ તેઓ ભાજપને મત આપે છે તો બીજી બાજુ  તેઓ સાંપ્રદાયિક અને સ્યુડો-સેક્યુલર શક્તિઓથી ડરે છે. તેમાંના મોટા ભાગના રાજકીય રીતે સાચા (Politically correct) રહેવા માંગે છે. તેમાંથી મોટાભાગના મુસ્લિમ બહુમતીવાળા વિસ્તારોમાં હિન્દુઓ પર મુસ્લિમોના અત્યાચારને અવગણે છે અથવા લાચાર રહે છે. કૈરાના અને મેવાત વિસ્તારમાંથી હિંદુઓની હિજરત થઇ ગઈ છે. પશ્ચિમ બંગાળમાં આ ટ્રેન્ડ શરૂ થયો છે.

વિપક્ષો એટલી બધી મુશ્કેલી ઉભી કરી રહ્યા છે કે મોટાભાગનો સમય અને રાજકીય કોષ કાયદો અને વ્યવસ્થાની સમસ્યાને ઉકેલવામાં વેડફાય છે. વિપક્ષ સંસદને કામ કરવા દેતું નથી. તેઓ ગુંડા અને ટપોરીઓની જેમ વર્તે છે.

આથી, ભાજપે વિરોધી રાજકીય પક્ષોના નેતાઓને ભાજપમાં શામિલ કરવા માટે કોંગ્રેસ દ્વારા શરૂ કરાયેલી પ્રથાનો આશરો લીધો છે. ક્યાંક

ને ક્યાંક તેઓ મધ્યપ્રદેશની જેમ સફળ પણ છે. ક્યાંક તેઓ પશ્ચિમ બંગાળની જેમ નિષ્ફળ જાય છે.

આ નીતિ ભાજપને મોટા પ્રમાણમાં નુકસાન પહોંચાડી રહી છે કારણ કે જૂની વફાદાર કેડર પક્ષપલટો કરનારા નેતાઓને ખુશ કરવા માટે બલિદાન આપે છે, ઓછી હિન્દુત્વની પૃષ્ઠભૂમિ ધરાવતા, ભાજપમાં જોડાય છે. આવા નેતાઓ ભાજપને વફાદાર રહેતા નથી. જ્યારે ભાજપ નબળું પડે ત્યારે તેઓ ફરીથી શાસક પક્ષમાં જોડાઈ જાય છે.

**મુસ્લિમ તુષ્ટિકરણ** - ભાજપે પણ અન્ય બિનસાંપ્રદાયિક પક્ષોની જેમ મુસ્લિમ તુષ્ટિકરણ શરૂ કર્યું છે કારણ કે મુસ્લિમ મતો એકજુટ થઈને વિપક્ષોને મત આપે છે. અમુક મુસ્લિમો ભાજપમાં આવી ગયા છે. પણ સમય જતા તેઓ પણ ભાજપ પાસે ઘણી અપેક્ષાઓ રાખશે.

**મુખ્ય સિદ્ધાંતો સાથે મતો માટે સમાધાન કરવું** - બિન-ભાજપ રાજકીય અગ્રણીઓને ભાજપમાં આમંત્રણ આપવું એ પણ ભાજપ માટે રાજકીય મજબૂરી બની રહી છે. આ પણ સમયાંતરે બૂમરેંગ થશે.

ઉપરોક્ત પરિબળોને લીધે, કે.એન. ગોવિંદાચાર્ય અને ગુરુજીની વિચારધારાના અનુયાયીઓ જેવા ભાજપનાં રાષ્ટ્રવાદી તત્વો નિરાશ થઈ જશે. એક સમય એવો આવશે કે મૂળ રાષ્ટ્રવાદીઓ અને સમાધાનીયોનાં ગજગ્રાહમાં ભાજપને બે જૂથોમાં વહેંચાવવું પડશે. એક RSS તરફી જૂથ અને બાકીનો બિન-RSS જૂથ. ભાજપના ક્ષરણનો સમય આ જ હશે.

# પ્રકરણ 14: આગામી પેઢીની ફરજો અને જવાબદારીઓ

સદનસીબે, વર્તમાન પેઢી વધુ શિક્ષિત અને જવાબદાર છે. તેઓ ઘણાં રાજકીય દાવપેચ સમજે છે અને તેમણે પોતાના અધિકારો અને રાષ્ટ્ર માટે શું સારું છે તે સમજવાનું શરૂ કરી દીધું છે. ઉચ્ચ શિક્ષાના લીધે તેઓ યોગ્ય નિર્ણયો લેવામાં સક્ષમ છે.

કમનસીબે, મતદાન પ્રક્રિયામાં આવા યુવાનોની સામે ચોક્કસ વર્ગની સંખ્યા વધી જાય છે, પરિણામે પ્રજાલક્ષી સુધારાઓમાં સમય લાગે છે કારણ કે રાષ્ટ્રવિરોધી વ્યક્તિઓ સુધારાઓમાં અવરોધ ઉત્પન્ન કરે છે.

વર્તમાન બાબતોની ઉજળી અને કાળી બંને બાજુઓ જાણ્યા પછી, ઉજળી બાજુને મજબૂત કરીને કાળી બાજુને દૂર કરવાની જરૂર છે. આનો અર્થ એ છે કે, વધુ લોકોને શિક્ષિત કરવા, તેમને ઉજ્જવળ બાજુથી વાકેફ કરવા અને રાષ્ટ્ર પ્રત્યેની તેમની ફરજો અને જવાબદારીઓ પ્રત્યે તેમને સભાન કરવા.

આ મુશ્કેલ લાગે છે, પરંતુ તે અશક્ય નથી.

સદભાગ્યે, સુકાનમાં યોગ્ય નેતૃત્વ છે, ત્યાં કોઈ છે જેના હાથમાં મશાલ છે અને તે રાષ્ટ્રની સુખાકારી માટે સંપૂર્ણપણે સમર્પિત છે. (નરેન્દ્ર મોદી).

આગામી પેઢીને માત્ર જાગૃત કરવાની છે. તેમની નિરાશા અને રાષ્ટ્રનાં પ્રતિ તેમની અકર્મણ્યતાને ઝકઝોરવાની છે.

વિશ્વએ સ્વીકાર્યું છે કે ભારતનું મગજ સર્વશ્રેષ્ઠ છે. આવું મગજ અનેક સર્જનો કરી શકે છે. પણ જાગૃતિ નથી.

**એક અંગત અનુભવ** - હું MSEDCL એન્જિનિયર્સને ફાયનાન્સિયલ મેનેજમેન્ટ અને એકાઉન્ટ્સ શીખવતો હતો. મારા પ્રવચન દરમિયાન નીચેની વાતચીત થઈ:

હું: એન્જિનિયર બનવા માટે તમારા શિક્ષણ માટે કોણે ચૂકવણી કરી છે?

પ્રેક્ષક: અમારા માતાપિતા.

હું: તમારા માતાપિતાએ કેટલું ચૂકવ્યું છે?

પ્રેક્ષક: આશરે રૂ. 5 લાખ.

હું: શું તે મકાન, પુસ્તકાલય, પ્રયોગશાળા, ફર્નિચર, વીજળી, જાળવણી, છાત્રાલય સુવિધાઓ અને અન્ય સવલતોના ખર્ચને આવરી લેશે?

પ્રેક્ષક: ના.

હું: તો પછી બેલેન્સ ખર્ચ કોણ ચૂકવે છે?

પ્રેક્ષક: સરકાર.

હું: તમારા ભણતર પાછળ સરકાર ક્યાંથી ખર્ચ કરે છે?

પ્રેક્ષક: સરકારની ટેક્સની આવકમાંથી.

હું: ટેક્સ કોણ ભરે છે?

પ્રેક્ષકો: આપણે બધા પ્રત્યક્ષ કે પરોક્ષ રીતે કર ચૂકવીએ છીએ.

હું: શું તમારી નોકરાણી, રિક્ષાવાલા, ધોબી, મજૂર, ખેડૂત, સુથાર વગેરે પરોક્ષ ટેક્સ ભરે છે?

પ્રેક્ષક: લાંબા વિરામ પછી..... હા.

હું: શું આ લોકો જાણે છે કે તેમનો ટેક્સ તમારા શિક્ષણમાં વપરાયો છે?

પ્રેક્ષક: લાંબા વિરામ પછી..... ના.

હું: જે સમાજ આપણા શિક્ષણ માટે ચૂકવણી કરી રહ્યો છે તેના પ્રત્યે આપણી કોઈ ફરજ કે જવાબદારી છે?

પ્રેક્ષક: હા.

આ સંવાદ એન્જિનિયરો માટે એક મહાન જાગૃતિ હતી. લગભગ 90% ઉચ્ચ શિક્ષિત લોકો આ સત્ય હકીકતને જાણતા નથી.

પ્રિય વાચક, નિરાશાવાદી અંદાજ પર, સરકાર એક ડોક્ટરને MBBS શિક્ષિત કરવા માટે આશરે રૂ. 3 કરોડ અને એક એન્જિનિયરને શિક્ષિત કરવા માટે આશરે રૂ. 1.5 કરોડ ખર્ચે છે. પણ પછી શું થાય છે? સૌથી તેજસ્વી ડોકટરો અને એન્જીનીયરો વિદેશમાં નોકરી શોધે છે. તેઓ સારા પગાર મેળવે છે અને ત્યાં લખલૂટ ખર્ચ કરે છે. તેથી વિકસિત દેશો એક પણ પૈસો ખર્ચ્યા વગર તૈયાર પ્રતિભા મેળવે છે અને તેમની અર્થવ્યવસ્થાને પણ મજબૂત બનાવે છે કારણ કે આપણી પ્રતિભાઓ ત્યાં ભવ્ય રીતે ખર્ચા કરે છે. જેમ ખર્ચા વધારે તેમ GDP વધે તે નિયમ છે. દેશનાં પૈસે તૈયાર થયેલાં ઉચ્ચ શિક્ષિત લોકોનું આપણને કાંઈ વળતર મળતું નથી.

એક અમેરિકન મહિલાએ સાચું કહ્યું - અમે કાચા માલ, મશીનો, દવાઓ નિકાસ અને આયાત કરીએ છીએ, પરંતુ અમે ભારતમાંથી પ્રતિભા આયાત કરીએ છીએ.

પ્રોફેશનલ્સની તેમના રાષ્ટ્ર પ્રત્યે અન્ય કરતાં વધુ ફરજો અને જવાબદારીઓ હોય છે. એવી ફરિયાદો છે કે તેજસ્વી પ્રતિભાઓને ભારતમાં સ્થાન નથી કારણ કે તેમને ભારતમાં સારું વળતર મળતું નથી.

પ્રિય વાચક, આ વાસ્તવિક સંઘર્ષ છે. શું આપણે સમસ્યાઓથી બચીને ભાગી જવું જોઈએ કે આપણે ઉકેલો શોધવા જોઈએ? આપણા માટે ઉકેલ કોણ શોધશે? ચીન, જાપાન, ઈઝરાયેલ, દક્ષિણ કોરિયા અને હવે તો વિયેતનામ અને તાઈવાન પણ કેવી રીતે વિકાસ પામી રહ્યા છે? તેઓ બધા ખૂબ જ ગરીબ હતા. પરંતુ તેમની યુવા પેઢીમાં એક મજબૂત રાષ્ટ્રવાદી ઉત્સાહ તેમને તેમના દેશોના વિકાસમાં તેમના જીવનનું બલિદાન આપવા માટે પ્રેરિત કરે છે. આ તમામ દેશોમાં તેમના શિક્ષણનું માધ્યમ અંગ્રેજી નથી. આ તમામ દેશોએ તેમનો સાચો ઈતિહાસ સાચવી રાખ્યો છે અને તેમના પાઠ શીખ્યા છે અને રાષ્ટ્રના વિકાસમાં યોગદાન આપ્યું છે.

ભારતમાતા વીર-ભોગ્યા વસુંધરા છે. આજના વીરને માત્ર યુદ્ધના મેદાનમાં જવાનું નથી. દેશનો આર્થિક વિકાસ પણ એટલો જ પડકારજનક છે અને આપણા યુવાનોએ અન્ય દેશો કરતાં આપણા પોતાના દેશ માટે કામ કરીને પોતાનું યોગદાન આપવું પડશે. તે આપણા અર્થતંત્રને મોટુ પ્રોત્સાહન આપશે અને ભારતમાં કામ કરતા અન્ય વ્યાવસાયિકોને પણ તેમનું શ્રેષ્ઠ પ્રદર્શન કરવા પ્રોત્સાહિત કરશે.

ઉચ્ચ સ્તરના લોકોમાં લોક-જાગરણ અને લોક-શિક્ષાની આવશ્યકતા છે. તેમણે સમાજ પ્રત્યે પોતાની જવાબદારી સમજવાની જરૂરત છે.

એ જરૂર છે કે આ એક લોકશાહી દેશ છે જ્યાં તેની સરકાર જનતા દ્વારા બનાવવામાં આવે છે અને તેણે લોકો માટે કામ કરવું જોઈએ. વિડંબના એ છે કે સરકાર જનતા દ્વારા બનાવવામાં આવે છે પરંતુ મોટાભાગે તેઓ પક્ષની વિચારધારા મુજબ સરકાર ચલાવે છે. સરકાર પોતાની ફરજ સાચી દિશામાં બજાવે તે માટે જનતાએ જાગ્રત રહેવું જોઈએ. સરકારો આવશે અને જશે. પરંતુ રાષ્ટ્રીય હિતોનું જતન આપણે જ કરવું પડશે. આ પુસ્તકમાં એવા અનેક દાખલા આપ્યા છે જ્યાં સરકાર ખોટી પડી છે. તેનાથી દેશની જનતાને નુકસાન થયું છે. સરકારો રાષ્ટ્રીય હિતોની વિરુદ્ધ તુષ્ટિકરણનો આશરો લે છે અને તેનાં લીધે જનસામાન્યને અપાર નુકસાન થાય છે.

આથી આ દેશના યુવાનોએ સૌથી પહેલા વર્તમાન બાબતોથી વાકેફ થવાની જરૂર છે અને રાજકીય પક્ષોના કાવતરાને ન સમજતા ભોળી જનતાને પણ જાગૃત કરવાની જરૂર છે. જો જનતા મજબૂત અને જાગૃત હોય તો સરકાર પ્રણાલીગત ભ્રષ્ટાચારમાં સામેલ થવાની હિંમત ન કરે, ભત્રીજાવાદ અને વંશવાદનું શાસન ન કરી શકે, વોટ બેંકની રાજનીતિમાં સામેલ ન થઈ શકે. જો તે આમ કરશે તો જાગૃત જનતા તેમને આગામી ચૂંટણીમાં જીતવા નહી દે.

# પ્રકરણ 15: અંતિમ ઉકેલ - હિન્દુ સંસ્કૃતિ આધારિત અખંડ ભારત

રાતોરાત કશું કરી શકાતું નથી. સમસ્યાઓની ભરમાર છે. ઘણા મૂળ કારણો છે અને બાકી તેની અસરો છે. અમુક સ્થાનિક છે અને અમુક આંતરરાષ્ટ્રીય છે. કેટલિક સામાન્ય અને માનવસર્જિત છે અને કેટલિક કુદરતી આફતો છે. તો ક્યાંથી શરૂઆત કરવી? એક કહેવત છે - મુંડે મુંડે મતિ ભિન્ન. તેથી કોઈ એક ચોક્કસ ઉકેલ નીકળી શકે નહીં. કોઈ ચોક્કસ વ્યૂહરચના અથવા પદ્ધતિ આપી શકવી શક્ય નથી. ઉકેલો ગતિશીલ (Dynamic) હોવા જોઈએ. લોકોએ વ્યવહારિક બનવું પડશે. ખામીઓ શોધવી સરળ છે (જે વિરોધિયોની ઓળખ છે). જરૂર છે રચનાત્મક ટીકાની અને ઉકેલો આપવાની.

ચાલો શરૂઆતથી શરૂઆત કરીએ અને મેનેજમેન્ટની દૃષ્ટિએ આપણા પ્રિય રાષ્ટ્ર માટે મિશન અને વિઝનને વ્યાખ્યાયિત કરીએ.

**મિશન (Mission)** - વિશ્વમાં સૌથી વધુ હેપીનેસ ઇન્ડેક્સ હાંસલ કરવો.

**દ્રષ્ટિ (Vision)** - કોઈપણ સમાજની પાયાની ન્યૂનતમ જરૂરિયાતો પૂરી કરવી તે સૌ પ્રથમ લક્ષ્ય. તે શું છે? –

- કોઈ ભૂખ્યું ન રહે.
- કોઈ પીવાના પાણી વિના ન રહે.
- કોઈ અભણ ન રહે.
- સામાન્ય તબીબી દેખરેખ દરેક માટે નિ:શુલ્ક ઉપલબ્ધ રહે.

આ હિન્દુ ધર્મનાં મૂળભૂત સિદ્ધાંત – **સર્વે સંતુ નિરામયા** નાં આધારે શાસનનાં અપરિહાર્ય કર્તવ્યો છે.

તે ઉપરાંત હિન્દુ ધર્મનાં બીજા સિદ્ધાંત **વસુધૈવ કુટુમ્બકમ** પ્રમાણે

- દરેક વ્યક્તિ કોઈપણ જાતના સતાવણી કે દબાણ વિના પોતાની શ્રદ્ધાનું પાલન કરી શકે.

ઉપરોક્ત મૂળભૂત જરૂરિયાતોને પૂરી કર્યા વિના કોઈ રાષ્ટ્રવાદ, સામ્યવાદ, બિનસાંપ્રદાયિકતા, નહેરુવાદ અથવા કોઈ પણ પ્રકારનો વાદ વિચારી શકાતો નથી.

પ્રશ્ન એ છે કે 70 વર્ષો સુધી આટલી નાની ઉપલબ્ધિઓ પણ આપણે કેળવી ના શક્યા? સામ્યવાદ અને સમાજવાદના વાઘા પહેરલાઓ આટલું પણ કરી ના શક્યા? જરૂર કંઇક સમસ્યાઓ તો રહી જ હશે. તે બધી સમસ્યાઓનું વર્ણન આપણે અગાઉનાં પ્રકરણમાં કરી ચુક્યા છીએ. હવે તો ઉકેલો માટે ચર્ચા કરવી રહી.

સમસ્યાઓને ટૂંકા ગાળા અને લાંબા ગાળામાં વિભાજિત કરી શકાય છે. ચાલો જોઈએ.

## 15.1 ટૂંકા ગાળાની સમસ્યાઓ જે એક/બે વર્ષના ગાળામાં તરત જ ઉકેલી શકાય છે

**વિકાસ માટે સૌથી પહેલાં ધન જોઈએ.** 2014 માં સરકારને તિજોરી ખાલી મળી. ઘણું બધું ધન કાયદા અને વ્યવસ્થાને સંભાળવામાં ખર્ચાઈ જાય છે. ઠેર ઠેર ઉપદ્રવો થાય છે, ધરણાઓ થાય છે, પબ્લિક અને પ્રાઈવેટ સંપત્તિઓને ઉપદ્રવી તત્વો દ્વારા નુકસાન પહોંચાડવામાં આવે

છે. અનેક શહેરોમાં અલગાવવાદીઓ અને આતંકવાદીઓથી નાગરિકોની સુરક્ષા માટે અતિરિક્ત પોલિસ અને સૈન્ય બળ વાપરવું પડે છે. અન્ય વિકસિત દેશોમાં મોટા ભાગનાં ટેક્સ આપવાવાળા લોકો ટેક્સ આપે છે જ્યારે આપણે ત્યાં માત્ર 3 – 5% લોકો જ આપે છે. પૂર્વ સરકારોએ સમાજવાદના સિદ્ધાંતોને અનુસરીને સફેદ હાથી જેવા હજારો કરોડોનું નુકસાન કરતાં સરકારી ઉપક્રમો સ્થાપેલાં છે. જમ્મુ-કાશ્મીર અને ચીનની સરહદો પર જે મબલખ ખર્ચો કરવો પડી રહ્યો છે તે પૂર્વની કોંગ્રેસ સરકારોથી વારસામાં મળ્યું છે.

નરેન્દ્ર મોદીએ શાસનમાં આવ્યા પછી અનેક સુધારાઓ કર્યા જેના લીધે અર્થતંત્રમાં સુધારો થવાનો શરુ થયો. Leakages અને wastages ને નિયંત્રિત કર્યા. Ease of Doing Businessમાં અંતરરાષ્ટ્રીય ક્ષેત્રે 2014માં ભારત 190 દેશોમાં 142માં સ્થાને હતું. હવે તે 63માં સ્થાને આવ્યું. ભારતની અર્થવ્યવસ્થાના વેગને અંતરરાષ્ટ્રીય માન્યતા મળી જેના લીધે અનેક દેશો ભારતમાં મૂડી રોકાણ કરી રહ્યા છે. આ ઉપલબ્ધિઓ માત્ર 7 વર્ષના ટૂંકા ગાળામાં મળી છે.

આ પ્રગતિ જ્યારે ઉત્તરોત્તર વધી રહી હતી ત્યારે જ સમસ્ત વિશ્વમાં કોરોના રૂપી વજ્રાઘાત થયો. ભારતમાં પણ તેની ખુબ ઉંડી અસર થઇ. લોકોનાં સ્વાસ્થ્ય માટે લોક ડાઉન કરવું પડ્યું. અર્થતંત્રને ગંભીર ફટકો પડ્યો. GDP નેગેટીવ થઇ. ભારતે કોરોના વેક્સીન બધાંને જ નિ:શુલ્ક આપી. અત્યાર સુધી (નવેમ્બર 2021) સુધી 120 કરોડ ડોઝ અપાઈ ચુક્યા છે જેનું મૂલ્ય લગભગ 84000 કરોડનો બોજ સકારી ખજાના પર પડ્યો. આ ખાધ ઘટાડવા માટે સરકારે પેટ્રોલીયમ પદાર્થો પર ટેક્સ વધારવા સિવાય કોઈ તાત્કાલિક ઉપાય ન હતો. જો કે આ એક

અલોકપ્રિય પગલું છે અને વિપક્ષ આનો ભરપૂર લાભ ઉઠાવે છે. આનાં વૈકલ્પિક  ઉપાયો છે - પેટ્રોલમાં ઇથેનોલનો વધુ ઉપયોગ અને ઇલેક્ટ્રિક વેહીકલ્સ નો વધુ ઉપયોગ. અલબત્ત આવા ઉપાયો ખુબ સમય માગી લે છે. સરકારે આ દિશાઓમાં કામ શરુ કરી દીધું છે.

તો સૌ પ્રથમ પગલું છે:

**જાહેર સાહસોનું ખાનગીકરણ**: આનાં લીધે જે લાભો થઇ શકે છે તે નીચે પ્રમાણે છે:

- સૌ પ્રથમ તો હજારો કરોડોનું વાર્ષિક નુકસાન બચશે. અત્યારે આ નુકસાન આપણે જ વેઠીએ છીએ.
- સરકારને તાત્કાલિક હજારો કરોડોની રકમ ડાઉન પેમેન્ટમાં મળશે.
- આ ઉદ્યોગો પ્રાઈવેટ સેક્ટરમાં જવાથી તેનું સંચાલન વ્યવસાયિક રીતે થશે અને તે નુકસાન કરવા કરતા લાભ કરતા થઇ જશે અને સરકારને dividend આપશે.

સરકારનું કામ વ્યાપાર કરવાનું નથી. ઉત્પાદકતા વધારવા માટે પ્રાઇવેટ સેકટરને પ્રોત્સાહિત કરવાનું છે.

આ પગલાને સાકાર કરવા માટે ભારતીય ખાનગી પેઢીઓ સક્ષમ છે. તેવાં ઘણાં ઉદાહરણ છે. કોંગ્રેસના સમયમાં જે જાહેર સાહસો વેચાયા તે હિન્દુસ્તાન ઝીંક, નાલ્કો, બાલ્કો વિ. સરકારને મોટા dividend આપી રહ્યાં છે. જરૂર પડે તો વિદેશી નિવેશ પણ લાવી શકાય.

ખાનગીકરણ સંસાધનોનો વધુ સારો ઉપયોગ અને વધુ ઉત્પાદકતા વૃદ્ધિ તરફ દોરી શકે છે. સરકાર આ રકમનો ઉપયોગ શિક્ષણ, આરોગ્ય,

ગ્રામીણ રસ્તાઓના વિકાસ અને સિંચાઈ માટે કરી શકે છે. ઉદ્યોગ અને વેપાર માટે ધન જોઈએ. જાહેર સાહસો જ્યારે ખાનગી ક્ષેત્રમાં જશે તો તેમને પણ મૂડી જોઇશે. યુપીએના વખતે આપણે જોયું કે બેંકો રાજકીય દબાવથી પૈસા ધીરતી હતી. મનમોહનસિંહે વિજય માલ્યાને પૈસા ધીરવા માટે બેંકો પર દબાણ કર્યું હતું. વિજય માલ્યા પૈસા ચુકવ્યા વિના જ વિદેશમાં ભાગી ગયા. આવો જ કિસ્સો નીરવ મોદીનો છે. તેણે પણ રાજકીય દબાવથી બેન્કોથી હજારો કરોડોનું ઉધાર લીધું અને તે પણ ચુકવ્યા વિના ભાગી ગયો. આવા અનેક કિસ્સાઓ છે. આ બધી જ બેંકો જાહેર ક્ષેત્રની હતી. તે નુકસાન તો છેવટે જનતાએ જ ભોગવવું પડે છે. આ પરિસ્થિતિમાં બેંકોમાં સુધાર કરવાની અત્યંત આવશ્યકતા છે જેથી એક તરફ બેંકોના નાણા ખોટી રીતે ન વપરાય અને સાથે જ ઈમાનદાર ઉદ્યોગપતિ યા વેપારીને ધિરાણમાં અડચણો ના આવે.

**બેંકોમાં સુધાર** : ભારતમાં કાર્યરત ખાનગી અને વિદેશી બેંકોની સરખામણીમાં બેંકોના રાષ્ટ્રીયકરણ પછી ભારતીય જાહેર ક્ષેત્રની બેંકો (PSBs) ની તબિયત બગડી છે, જે નાણાકીય કટોકટી તરફ દોરી જાય છે. નોન-પર્ફોર્મિંગ એસેટ્સ (NPAs) અથવા PSBs પર તમામ એડવાન્સિસની ટકાવારી તરીકે બેડ લોન 2008 માં 3.5% થી વધીને 2017 માં 15.6% થઈ ગઈ. આ જ સમયગાળા દરમિયાન ખાનગી અને વિદેશી બેંકો બેડ લોનને 5% થી નીચે રાખવામાં સફળ થઈ. PSBs ને કંપનીઝ એક્ટ હેઠળ લાવવી જોઈએ. બેંક નેશનલાઈઝેશન એક્ટમાં ફેરફાર કરવો જોઈએ. તે સરકારને કેટલીક સધ્ધર બેંકોનું ખાનગીકરણ કરવામાં મદદ કરી શકે છે, કેટલીક સુધારણા કરી શકે છે અને કેટલીક બેંકોને નાની બેંકોમાં ફેરવી શકે છે. અલબત્ત પીએસબી અને ખાનગી

બેંકોને જવાબદાર બનાવવા માટે તેમના નિયમનમાં સુધાર કરવા જોઈએ.

**સરકારી તંત્રનું પુનર્જીવન**: વિવિધ સરકારી વિભાગોમાં ઘણી જગ્યાઓ કોર્ટથી પોલીસ સુધી ખાલી છે. અન્ડરસ્ટાફિંગ, સ્વતંત્રતાનો અભાવ અને નિપુણતાનો અભાવ ઘણા ક્ષેત્રોમાં નિયમનને અસર કરે છે. જાહેર-ખાનગી ભાગીદારી અને ઈન્ફ્રાસ્ટ્રક્ચર સેવાઓનું નિરીક્ષણ નબળું છે. પ્રોજેક્ટો સમયસર સંપૂર્ણ ના થવાના લીધે તેમનો કેપિટલ ખર્ચ વધી જાય છે તેમની આર્થિક સદ્ધરતા શંકાસ્પદ થતી જાય છે. સરકારી તંત્રમાં સુધારાની જરૂર છે જેથી જનહિતને પ્રથમ સેવા મળે. કોઈ ચોક્કસ નોકરીઓ માટે યોગ્ય ઉમેદવારની ભરતી કરવાથી સરકારને ઉદ્દેશ્ય પૂર્ણ કરવામાં મદદ મળી શકાશે.

**રોજગાર સર્જન**: ભારતને શ્રમ-સઘન (હર હાથકો કામ) સાહસોની જરૂર છે જે તેની યુવાન વસ્તી માટે રોજગારીનું સર્જન કરી શકે. ઓટોમેશન પહેલેથી જ સેટ થઈ રહ્યું છે અને તે આગામી કેટલાક દાયકાઓમાં નોકરીઓ ઘટાડી શકે છે. ભારતમાં શ્રમ કાયદામાં સુધારાની જરૂર છે. ઔદ્યોગિક વિવાદ અધિનિયમ 100 થી વધુ કામદારો ધરાવતા સાહસો માટે સરકારની પરવાનગી વિના સ્ટાફ કાપવાનું મુશ્કેલ બનાવે છે. વધુમાં, કોન્ટ્રાક્ટ લેબર એક્ટ કંપનીઓને શ્રમ ઘટાડવા અને શ્રમ-સઘન વ્યવસાયોમાં ઓછું રોકાણ કરવા પ્રોત્સાહિત કરે છે. કાયદામાં ફેરફાર કરવાથી શ્રમ-સઘન સાહસોને પ્રોત્સાહન આપવામાં મદદ મળી શકે છે. સામ્યવાદી અને સમાજવાદલક્ષી શ્રમિક કાયદાઓ દેશની ઉત્પાદન ક્ષમતામાં અવરોધરૂપ છે. હાયર એન્ડ ફાયરની નીતિઓ અમલમાં

લાવવાનો સમય આવી ગયો છે. આપણે લોકશાહી દેશ છીએ એટલે સામ્યવાદના કાંઠલાઓથી દેશ નહી ચાલી શકે.

**ભાવ નિયંત્રણ અને સબસિડી:** ખોરાક, બળતણ, વીજળી, પાણી, રેલ ભાડા અને ખાતરો પર ભાવ નિયંત્રણ આ ક્ષેત્રમાં ખાનગી રોકાણને નિરાશ કરે છે. ભાવ નિયંત્રણ સબસિડી દ્વારા પ્રાપ્ત થાય છે, જે રાજકોષીય ગણિતને અસર કરે છે. કેટલાક કિસ્સાઓમાં, સબસિડી લીકેજને કારણે તેમના અંતિમ હેતુને પૂર્ણ કરવામાં નિષ્ફળ જાય છે. કેન્દ્ર અને રાજ્યની સબસિડી ભારતની જીડીપીના 6% જેટલી છે. સબસિડી દૂર કરવી, ભાવ નિયંત્રણો દૂર કરવા અને સીધા રોકડ ટ્રાન્સફરને પ્રોત્સાહન આપવાથી ગરીબો તેમજ સરકારને ફાયદો થઈ શકે છે. તે નાણાકીય બચત તરફ દોરી શકે છે. ચૂંટણી વખતે પાર્ટીઓ freebies ની ઘોષણાઓ કરીને સરકાર બનાવી લે છે. તે freebies આપણે આપેલા ટેક્સમાંથી જ અપાય છે. શું આપણને પૂછીને આ freebies અપાય છે? freebies પણ કેવી? લેપટોપ, સાયકલો, શિવણ મશીન, મફત વિજળી, કરજ માફી વિ. આપણા આપેલાં ટેકસનો શું આ દુરુપયોગ નથી? ભારતના ચૂંટણી પંચે આ વિષે સખત કાયદા બનાવવા જોઈએ.

**સમાન નાગરિક સંહિતા (UCC):** આપણા બંધારણમાં UCCનો ઉલ્લેખ છે. પણ મુસ્લિમ તુષ્ટિકરણના લીધે કોંગ્રેસે તેનો અમલ કર્યો નહી. જ્યારે UCC લાગુ કરવામાં આવશે ત્યારે ઘણી બધી સમસ્યાઓ ઉકેલાઈ જશે. ટૂકમાં વધુ કહ્યું છે. સુજ્ઞ પાઠક સમજી જાઓ.

**શાળાઓ અને કોલેજો માટે સાચો ઇતિહાસ ફરીથી લખવો:** કોઈપણ રાષ્ટ્રને તેના ભવ્ય ઇતિહાસથી વંચિત રાખી શકાય નહીં. આપણી શૈક્ષણિક સંસ્થાઓમાં જે ભણાવવામાં આવે છે તે દેખાવટી, પક્ષપાતી

અને ખોટો ઈતિહાસ છે જે આપણા યુવાનોને નિરાશ કરે છે. આપણો ઈતિહાસ અતિ ઉજ્જવળ અને દૈદીત્યમાન છે પણ ભણાવવામાં જ નથી આવતો. અંગ્રેજો, નેહરુ, સામ્યવાદીઓ અને સ્યુડો-સેક્યુલારીસ્તોનું આ કાવતરું છે. નેહરુવાદી પોલિસીઓ નાં કારણે અને કાર્યપાલિકાની સ્ટીલ ફ્રેમનાં કારણે નરેન્દ્ર મોદી પણ 7 વર્ષોમાં કાંઈ વિશેષ નથી કરી શક્યા.

**ગુરુકુલ શિક્ષણ પ્રણાલી**: આપણી પ્રાચીન ગુરુકુલ પદ્ધતિ આદર્શ હતી. તે દિવસોમાં કોઈ નિરક્ષર ન રહ્યું. લોર્ડ મેકોલે દ્વારા ઘડવામાં આવેલી અને આજ સુધી ચાલુ રહેલ બ્રિટિશ પ્રણાલી માત્ર કારકુનો, મહિમા મંડિત કારકુનો અને વધુ મહિમા મંડિત (glorifed) કારકુનોનું ઉત્પાદન કરે છે. પ્રાથમિક અને મધ્યમ કક્ષાના વિદ્યાર્થીઓ પર જબરદસ્ત ભારણ છે જેમને બિનજરૂરી વિષયો શીખવવામાં આવી રહ્યા છે જેનું તેમના સમગ્ર જીવનમાં કોઈ વ્યવહારિક મૂલ્ય નથી. સંસ્થાઓમાંથી બહાર આવતા મોટાભાગના એન્જીનીયર અને કોમર્સ સ્નાતકો રોજગાર-યોગ્ય નથી બનતાં. તેઓને ફરીથી પ્રશિક્ષિત કરવાની જરૂર પડે છે જેથી પ્રચંડ સંસાધનોનો બગાડ થાય છે.

**બંધારણ અને IPCને ફરીથી** લખવાની જરૂરત: બંધારણ અને IPC પર ફરીથી વિચાર કરવાનો અને આજના સંદર્ભમાં તેને ફરીથી લખવાનો સમય આવી ગયો છે. તેનાથી ઘણી ટાળી શકાય તેવી સમસ્યાઓ દૂર થશે. આ છટકબારીઓને દૂર કરવી જોઈએ જેથી કરીને ગુનેગારો કોર્ટમાં ટકી ન શકે અને ન્યાયમાં વિલંબ ન કરી શકે.

**સાંસદો અને ધારાસભ્યોના પગાર, લાભો અને પેન્શન**: દરેક ધારાસભ્ય અને સાંસદને જીવનભર પેન્શન મળે તે હાસ્યજનક છે. તે વધુ હાસ્યાસ્પદ છે કે, ધારાસભ્ય જો સાંસદ બને તો તેને ધારાસભ્ય

અને સાંસદ બંને માટે પેન્શન મળે છે. સાંસદો/ધારાસભ્યોને તેમના પગારમાં સ્વયમેવ સુધારો કરવાની છૂટ છે જે હિતોનો સંઘર્ષ છે (conflict of interest). આ સિસ્ટમને ભારે તર્કસંગત બનાવવાની અને સીમિત કરવાની જરૂરત છે. તેઓને જે વિશાળ લાભો મળે છે તે સાર્વજનિક ડોમેનમાં ઉપલબ્ધ છે.

**આરક્ષણ:** જાતિ આધારિત અનામતની વર્તમાન વ્યવસ્થા નાબૂદ થવી જોઈએ. બંધારણમાં તેનો સમય માત્ર 10 વર્ષ હતો. પણ નિહિત રાજકીય સ્વાર્થોને કારણે કોંગ્રેસે તેને લંબાવ્યે રાખ્યું. હવે ભાજપ પણ એ જ રાસ્તે ચાલી રહ્યો છે જે વોટ બેન્કની મજબૂરી  છે. હિમ્મત તો કરવી પડશે. આરક્ષણ હવે દૂષણ બનતું જાય છે અને વર્ગભેદને સશક્ત કરતુ જાય છે જે દેશહિતમાં નથી. જાતિને ધ્યાનમાં લીધા વિના આર્થિક રીતે નબળા વર્ગોને માત્ર શિક્ષણ માટે અનામત આપવી જોઈએ.

**જનસંખ્યા નિયંત્રણ:** ભારત જેવા દેશ માટે જનસંખ્યા નિયંત્રણ દેશનાં સંસાધનો માટે એક પડકાર છે. વિશેષતઃ મુસ્લિમ સમુદાય માં બહુપત્નીત્વની પ્રથાનાં લીધે અને તેઓ જન્મને ઈશ્વરપ્રદત્ત મેહરબાની માને છે. અનેક હિન્દુ પ્રજા પણ વસ્તીના સંતુલન માટે જનસંખ્યા વધારવામાં માને છે. આ એક vicicious circle છે. આ સ્થિતિ અમુક હદ સુધી સમાન નાગરિક ધારાથી નિયંત્રિત કરી શકાય પણ સામાજિક શિક્ષાની પણ બહુવિધ આવશ્યકતા છે. કોઈ પણ અબાધિત સંસાધનો ઉત્પન્ન નાં કરી શકે. અનેક દેશોમાં જનસંખ્યા નિયંત્રણના કાયદાઓ છે.

આવાં અનેક ટૂકા ગાળાના પગલાં લઇ શકાય જેથી જનજીવન સામાન્ય થાય.

આ ટૂંકા ગાળાના પગલાં આપણા દેશના સામાજિક માળખામાં થોડી સ્થિરતા લાવશે. જો કે, લાંબા ગાળાના ઉકેલો જરૂરી છે.

## 15.2 લાંબા ગાળાના ઉકેલો

દેશને એકવાર વ્યવસ્થિત કર્યા પછી તે વ્યવસ્થા ટકી રહે તેનાં માટે લાંબા ગાળાના આયોજનની આવશ્યકતા હોય છે. તે વ્યવસ્થાઓ બહુધા અંતરરાષ્ટ્રીય વ્યવસ્થાઓથી સંકલિત હોય છે.

આજની દુનિયામાં, કોઈપણ દેશ લાંબુ ટકી ના શકે જો તેની પાસે આંતરરાષ્ટ્રીય બાબતોમાં કોઈ સ્થાન ન હોય. આ કહેવત વેપાર, અર્થતંત્ર, વિદેશનીતિ, અને દેશના સંરક્ષણને નિયંત્રિત કરે છે. 2014 સુધી સ્થિતિ એવી હતી કે અંતરરાષ્ટ્રીય બાબતોમાં આપણે દરજો દોયમ હતો. અમેરિકા અને રશિયા જેવા દેશો માત્ર તેમના સરંક્ષણ સંસાધનો વેચવા માટે આપણી જોડે સંબંધ રાખતા હતા. ચીન માટે આપણે એક મોટું માર્કેટ જ છીએ. પણ નરેન્દ્ર મોદીએ આપણા દેશનું નામ વિશ્વમાં ઉજ્જવળ કર્યું છે. આજે આપણે વિશ્વમાં પૂછાઈ રહ્યાં છીએ. અનેક દેશો આપણા દેશમાં પોતાના કારખાના નાખવા ઉત્સુક છે. ઘણા તો ચાલુ પણ થઇ ગયા છે.

નરેન્દ્ર મોદીની વિદેશનીતિ ના કારણે અખિલ વિશ્વ ભારત તરફ જોઈ રહ્યું છે. આપણા સંબંધો માત્ર ચીન અને પાકિસ્તાનને છોડીને લગભગ બધાં જ દેશો જોડે સુધર્યા છે.

આ સ્થિતિ સારી હોવા છતાં પર્યાપ્ત નથી.

આજની સ્થિતિ એ છે કે દરેક સાર્ક દેશોમાં વંશીય સંઘર્ષો છે. સ્થાનિક વસ્તીઓ હેવ્સ (Haves) અને હેવ નોટ્સ (Have Nots) વચ્ચે વહેંચાયેલી છે. વચ્ચે, ટાળી શકાય તેવી ધાર્મિક ઉથલપાથલ છે. હિંદુ અને મુસ્લિમો વચ્ચે, સુન્ની અને શિયા મુસ્લિમો વચ્ચે, ખ્રિસ્તી અને બૌદ્ધ સમુદાયો વચ્ચે, નાગરિકો અને માર્શલ લો વચ્ચે લડાઈઓ છે.

ભારતવર્ષ કેટલું મોટું હતું તેનો ખ્યાલ આપણામાંથી ઘણાં લોકોને નહી જ હોય અને તે સ્વાભાવિક છે કેમકે તેવું શિક્ષણ આપણને અપાયું જ નથી.

ચાલો આપણે અંગ્રેજો દ્વારા તેમના હિતમાં બનાવેલી વિભાજનકારી શક્તિઓને સમજીએ. શું આપણે જાણીએ છીએ કે ભારતના કેટલા ભાગલા થયા હતા? સામાન્ય માન્યતા એવી છે કે 1947 માં જ ભાગલા પડ્યા હતા. આ ભારતીય માનસની સુશુપ્તાવસ્થા (Hibernation) છે. આપણે સત્ય જાણવું જોઈએ કે અંગ્રેજોનાં છેલ્લા 71 વર્ષોમાં અંગ્રેજો દ્વારા ભારતના કેટલા વિભાજન થયાં:

- 1876 માં અફઘાનિસ્તાન ભારતથી અલગ થયું હતું
- 1904માં નેપાળ
- 1906માં ભૂટાન
- 1907માં તિબેટ
- 1935માં શ્રીલંકા
- 1937માં મ્યાનમાર (બર્મા).

- 1947માં પાકિસ્તાન

નેહરુ માટે ચીનને થાળી પર તિબેટ આપવું તર્કસંગત ન હતું.

સાર્ક દેશોના સંઘના રૂપમાં અંતિમ ઉકેલ અખંડ ભારત છે જ્યાં ચલણ (Currency), વિદેશ નીતિ અને સંરક્ષણ (Defence) બધાં દેશોમાં એક સમાન હોય. તમામ સભ્ય દેશોનું એક સંસદ હોય. અલબત્ત સ્થાનિક સ્વરાજ (Local Self Government) પ્રત્યેક દેશનું પોતાનું હોય. એક દેશથી બીજા દેશમાં વિઝા-મુક્ત હિલચાલ હોય, ક્યાંય પણ રહેવા માટે નોકરી મેળવવામાં, વેપાર કરવામાં, ઉદ્યોગો નાખવામાં અને મિલકતો ખરીદવામાં કોઈ પ્રતિબંધ નહીં હોય વગેરે. સાર્કસંઘ તેનું પાલન અને નિયંત્રણ કરશે. સનાતન ધર્મનાં બે નિર્દેશક સિદ્ધાંતો સાથે, એટલે કે, **વસુધૈવ કુટુમ્બકમ** અને **સર્વે સંતુ નિરામય** સાર્કસંઘ તેનું સંચાલન કરશે. દરેક પંથ, પૂજા પદ્ધતિ અને  નાસ્તિકો માટે પણ સ્વતંત્રતા હોય. સત્ય શોધવા માટે ધર્મ હંમેશા વિકસતો રહે છે. કોઈ ધાર્મિક આદેશ હશે નહીં. દરેક વ્યક્તિને તેના દેશ પર ગર્વ થશે. વિજ્ઞાન અને ટેક્નોલોજીના ક્ષેત્રોમાં, વ્યવસાયિક સાહસોમાં, ફાર્મા ક્ષેત્રમાં, કૃષિ ક્ષેત્રે વગેરેમાં આપસમાં સંપૂર્ણ સહકાર હશે, કોમન કાર્યપાલિકા, ન્યાયપાલિકા અને આર્થિક પ્રબંધન હોય.

આ દૃશ્યમાં, વંશીય સમસ્યાઓ શા માટે હોવી જોઈએ? 27 યુરોપીયન દેશોથી બનેલું યુરોપિયન યુનિયન તેનું ઉજ્જવળ ઉદાહરણ છે. તેઓ શાંતિથી જીવી રહ્યા છે.

જો કે, આ એક લાંબા ગાળાનો ઉકેલ છે અને ભારતે આ દિશામાં આગેવાની લેવી પડશે. કદાચ આગામી 15 - 20 વર્ષમાં આપણે આવા સંઘના ફળ જોઈ શકીએ.

# ઉપસંહાર

પુસ્તકનો ઉદ્દેશ ભૂતકાળથી વર્તમાન સુધીનો કોઈ ગ્રંથ લખવાનો નથી. આથી વાચકને અમુક સત્ય જાણવા માટે, અમુક દંતકથાઓનો પર્દાફાશ કરવા માટે માત્ર અમુક ઝલક અને ભૂતકાળ અને વર્તમાનની ઝાંખી આપવામાં આવી છે. યુવાવર્ગની સમસ્યા એ છે કે તેઓ થોડું જાણે છે, થોડો આભાસ છે પણ સમસ્યાનું મર્મ નથી જાણતા અથવા જાણવા મળતું નથી તેથી તેઓ ઉદાસીન થઇ જાય છે. આપેલ વિવરણ તેમને મુખ્ય સમસ્યાઓથી વાકેફ કરવા માટે પૂરતું છે, એવું હું માનું છું.

સ્વામી વિવેકાનંદના બે પ્રસિદ્ધ અવતરણ નીચે મુજબ:

**ગર્વ  સે કહો હમ હિન્દુ હૈ**

**ઊઠો, જાગો અને બુદ્ધિશાળી થાવ**

લોકમાન્ય તિલકે કહ્યું - **સ્વતંત્રતા હમારા જન્મસિદ્ધ અધિકાર હૈ.**

ગાંધી સ્વદેશી અને સ્વરાજ ઇચ્છતા હતા.

આપણે આ ઉદ્દેશ્યોથી માઈલો દૂર છીએ. Silver Lining એ છે કે રાષ્ટ્ર 15મી ઓગસ્ટ 1947ના ઉલ્લાસની તંદ્રામાંથી બહાર આવ્યું છે.

દેશ તેના નાગરિકોના અથાક પ્રયત્નો અને યુવાનોના યોગદાનથી મહાન બને છે. આપણું DNA, વિશ્વનું સૌથી જૂનું હોવાને કારણે, સ્વાભાવિક રીતે ખૂબ જ સમૃદ્ધ, સંસ્કૃતિ અને ઉચ્ચ સ્તરની બુદ્ધિ સાથે વિકસેલું છે. રાષ્ટ્રહિત માટે તેનો ઉપયોગ કરવાની જરૂર છે.

પ્રવર્તમાન પ્રણાલીનું સતત મંથન અને વિસર્જન જરૂરી છે. આ ચોક્કસ આગામી પીઢી દ્વારા કરી શકાય છે.

**"અભ્યુત્થાનમ અધર્મસ્ય તદાત્માનમ્ સૃજામ્યહમ્"**

હે મારા યુવાન નાગરિક, કોઈ તમારા બચાવમાં આવશે નહીં. હિન્દુ ધર્મના રક્ષણ અને તમારી પોતાની ઓળખના અસ્તિત્વ માટે, તમારે તમારી અને સાથી હિન્દુઓની મદદ કરવી પડશે. તમારું DNA મર્યાદા પુરુષોત્તમ રામ, પૂર્ણ પુરુષોત્તમ કૃષ્ણ, વીર છત્રપતિ શિવાજી, મહાન મહારાણા પ્રતાપ, મહાન ગુરુ ગોવિંદ સિંહ, શહીદ ભગત સિંહ, નેતાજી સુભાષ ચંદ્ર બોઝ અને ઘણા જાણીતા અને અજાણ્યા આત્માઓનું છે જેમણે આપણા માટે પોતાનું જીવન સમર્પિત કર્યું. તમે બધા આ માટીના સંતાનો છો. તેથી ઊઠો, જાગો અને સમજદાર બનો.

અહમ બ્રહ્માસ્મિ - હું કરી શકું છું. (I Can Do).

તત્વમસી, વિજયી ભવઃ અને તથાસ્તુ.

*ગોરૈયા (નાના પક્ષી) વિષે એક જાણીતી વાર્તા છે. જંગલમાં લાગેલી આગ દરમિયાન, તેઓ મોંમાં થોડું પાણી ભેગી કરીને આગ પર છાંટીને આગ ઓલવવાનો પ્રયાસ કરી રહી હતી. તેને જોઇને અનેક લોકો આગ બુઝાવામાં લાગી ગયાં. એક કાગડો તેના પ્રયત્નો જોઈ રહ્યો હતો અને ઉપાલંભમાં આનંદિત થઈ રહ્યો હતો. ગોરૈયાનાં કેટલાંક ચક્કરો જોયા પછી, તેણે તેને પૂછ્યું, શું તારા પ્રયત્નોથી આગ ઓલવાઈ જશે? તેઓએ જવાબ આપ્યો કે આગ ગમે તે રીતે ઘણા લોકોના સંયુક્ત પ્રયાસોથી ઓલવાઈ જશે અને જેમણે આગ ઓલવવાના પ્રયત્નો કર્યા છે તેમાં મારું નામ પણ લેવામાં આવશે. કોઈ પણ મૂક દર્શકનો ઉલ્લેખ કરશે નહીં, જેમણે કટોકટીની ઘડીમાં કોઈ પ્રયત્નો કર્યા ન હતા.*

# અમુક પ્રશ્નોત્તર

**પ્રશ્ન1:** ધર્મ અને પંથ વચ્ચે શું તફાવત છે?

**જ1:** ધર્મ જીવન જીવવાની રીત છે. તે સતત વિકસતી રહે છે અને તેમાં નવા સત્યના પ્રકાશમાં સુધારા અને ફેરફાર થઈ શકે છે. તે સમય અને સ્થળ સાથે બદલાય છે. પંથમાં કેટલાક આવશ્યક આદેશો, ધાર્મિક વિધિઓ અને ભગવાનની પૂજા કરવાની રીતો હોય છે જેનું ઉલ્લંઘન કરી શકાતું નથી. આજ્ઞાનું પાલન ન કરવા બદલ સજા થાય છે. ખ્રિસ્તી, ઇસ્લામ, બુદ્ધ, જૈન વગેરે પંથ છે. સનાતન ધર્મ એ એકમાત્ર એવો ધર્મ છે જે સતત વિકાસશીલ છે. ધર્મની વ્યાખ્યા કરવા માટે કોઈ અંગ્રેજી શબ્દ ઉપલબ્ધ નથી.

**પ્રશ્ન2:** પંથ (Religeon) અને આધ્યાત્મિકતા (Spirituality) વચ્ચે શું તફાવત છે?

**જ2:** ઉપર સમજાવ્યા મુજબ પંથ એ અમુક આદેશો અને ધાર્મિક વિધિઓ અને ભગવાનની ઉપાસનાની રીત ધરાવે છે. આધ્યાત્મિકતા સંપૂર્ણપણે સ્વ સાથે સંબંધિત છે. તે સ્વયંનું ઉર્ધ્વીકરણ કરવાનો માર્ગ છે. યોગ અને પ્રાણાયામ ઉચ્ચ આધ્યાત્મિકતા પ્રાપ્ત કરવામાં મદદ મળે છે. હિન્દુ ધર્મમાં આધ્યાત્મિકતાનું ખૂબ મહત્વ છે. ભારતમાં યોગ અને પ્રાણાયામનું વિજ્ઞાન ખૂબ વિકસિત થયું છે.

**પ્રશ્ન3:** હિન્દુ ધર્મનું મૂળ શું છે?

**જ3:** હિન્દુ ધર્મ એક ખૂબ જ પ્રાચીન સનાતન ધર્મ છે જે ઉત્ક્રાંતિ, **વસુધૈવ કુટુમ્બકમ** અને **સર્વે સંતુ નિરામય**માં માને છે. સનાતન ધર્મની ઉત્પત્તિની જાણ જાણીતી નથી કારણ કે તે ખૂબ જ પ્રાચીન છે.

**પ્રશ્ન4:** હિન્દુ ધર્મ વિશ્વનો સૌથી મોટો ધર્મ કેમ છે?

**જ4:** હિન્દુ ધર્મમાં કોઈ આદેશ નથી. તે ઉત્ક્રાંતિમાં માને છે. દરેક વ્યક્તિને તેની શ્રદ્ધા અને પૂજા/વિધિ કરવાની છૂટ છે. નાસ્તિકો પણ સ્વીકાર્ય છે. કોઈ જબરદસ્તી નથી. હિંદુ ધર્મ ચક્રીય સમય (Cyclic Time) અને પુનર્જન્મમાં માને છે. હિંદુ ધર્મની તુલનામાં, ખ્રિસ્તી અને ઇસ્લામ પંથ છે. તેઓ લીનિયર ટાઈમમાં માને છે. તેઓ પુનર્જન્મમાં માનતા નથી. તેમની પાસે આદેશો છે. દરેક ખ્રિસ્તીએ બાઇબલના આદેશોનું પાલન કરવું જોઈએ. દરેક મુસ્લિમે કુરાનનું પાલન કરવું જોઈએ. જો તમે તેમના આદેશમાં વિશ્વાસ ન કરો તો તમને સજા કરવામાં આવે છે. મહાન પ્રસિદ્ધ ચિંતકો, વૈજ્ઞાનિકો, અને રાજકારણીઓ માને છે કે હિન્દુ ધર્મ દ્વારા જ વિશ્વ ટકી શકશે.

**પ્રશ્ન 5:** આપણા ધર્મમાં આપણી શ્રદ્ધા કેવી રીતે બનાવી શકીએ?

**જ5:** આપણે પહેલા સનાતન ધર્મમાં વિશ્વાસ કરવો પડશે. આ બાળપણથી જ શરૂ થવું જોઈએ પછી ભલે તે શાળાના અભ્યાસક્રમમાં હોય કે ન હોય. જો આપણે તેનો અર્થ ન સમજીએ તો પણ વિવિધ મંત્રોના જાપમાં મોટી શક્તિ છે. ખાસ કરીને ગાયત્રી મંત્ર અને ઓમના જાપ મંત્રો આપણી નર્વસ સિસ્ટમને શુદ્ધ કરે છે, આપણો આત્મવિશ્વાસ વધારે છે, આપણી માનસિક શક્તિને શક્તિ આપે છે અને વાતાવરણમાં પણ સુધારો કરે છે. માતાપિતા બાળકના પ્રથમ ગુરુ છે. સદનસીબે કેટલાક ગુરુકુલો હજુ પણ વિવિધ પંથ દ્વારા ચલાવવામાં આવે છે જેમ કે જૈનો દ્વારા તપોવન, સ્વામી નારાયણ સંપ્રદાયના ગુરુકુળો અને શ્રી શ્રી રવિશંકરના ગુરુકુળો.

**પ્રશ્ન6:** હિન્દુ ધર્મના સાચા શેષ મૂલ્યો શું છે?

**જ6:** હિંદુ ધર્મ 2 સિદ્ધાંતોમાં વ્યાપકપણે માને છે, એટલે કે, **વસુધૈવ કુટુંબકમ**, એટલે કે બ્રહ્માંડના તમામ મનુષ્યો એક પરિવાર છે, અને **સર્વે સંતુ નિરામય**, એટલે કે આપણે દરેકના સારા સ્વાસ્થ્ય માટે પ્રાર્થના કરીએ છીએ. તે સતત વિકસતા વિજ્ઞાન જેવું છે. આપણે વિપક્ષનું પણ સન્માન કરીએ છીએ. આપણે નાસ્તિકતાને પણ માન આપીએ છીએ. આપણે વિવિધતામાં એકતામાં માનીએ છીએ. આપણે ભેદભાવમાં માનતા નથી. આપણે સ્ત્રીઓને પણ સમુચિત સન્માન આપીએ છીએ. આપણે ત્યાં સંસ્કારવાન અમીર અને ગરીબને સમાન રીતે સન્માન આપવામાં આવે છે.

**પ્રશ્ન7:** હિંદુ ધર્મના કયા સાચા મૂલ્યો ખોવાઈ ગયા?

**જ7:** બૌદ્ધના અનુયાયીઓ દ્વારા અહિંસાનું ખોટું અર્થઘટન કરવામાં આવ્યું જેણે રાષ્ટ્રને નબળું પાડ્યું. ગાંધીની અહિંસા પણ ધર્મ સંમત ન હતી. *(ગાંધી કહેતા હતા કે જો કોઈ તમને એક ગાલ પર થપ્પડ મારે તો તેને બીજો ગાલ આપો.)*. ગીતા કહે છે શઠમ પ્રતિ શાઠયમ સમાચારેત - એટલે કે ગુનેગારોને સજા થવી જ જોઇએ. એ પણ અહિંસા છે. જો આપણે જુલમ કરનારને સહન કરીએ તો સમાજ ટકી શકશે નહીં. આપણા બધા દેવી -દેવતાઓ હંમેશા હથિયારો સાથે જોવામાં આવે છે. તેઓ ગુનેગારોને સજા આપવા માટે હથિયારોનો ઉપયોગ કરતા હતા. આથી અહિંસા શબ્દનો અર્થ એવો નથી કે તમે અન્યાય કે અત્યાચારનો વિરોધ કરશો નહીં. તેનો તર્કસંગત રીતે ઉપયોગ કરવો જોઈએ. હિંદુઓએ વિભાજનકારી શક્તિઓ સામે એક થવાની જરૂર છે. આપણે

સંઘે શક્તિ કલૌયુગેમાં માનીએ છીએ. જાતિવાદ અને સ્ત્રીઓનો અનાદર જેવી કેટલીક વિકૃતિઓ આપણા સમાજમાં ઘૂસી ગઈ છે જેને નાબૂદ કરવાની જરૂર છે.

બીજું સૌથી મહત્ત્વનું મૂલ્ય જે આપણે ગુમાવ્યું છે તે છે ગુરૂકુલ પ્રણાલીનું શિક્ષણ. લોર્ડ મેકોલે દ્વારા આપવામાં આવેલ વર્તમાન શિક્ષણ પ્રણાલી મનુષ્યના વિકાસમાં અધૂરી છે કારણ કે તે ધ્યાન, યોગ, પ્રાણાયામ, પ્રાચીન હિંદુ સંસ્કૃતિ અને વાસ્તવિક ઈતિહાસ અને માનવ વ્યક્તિત્વના સર્વાંગી વિકાસ વિષે શીખવતી નથી જે રીતે ગુરુકુલ પ્રદાન કરતું હતું.

જ્યારે અંગ્રેજો ભારતમાં આવ્યા ત્યારે 7,32,000 ગુરુકુળ હતા. ભારતમાં 7,50,000 ગામો હતા. એટલે કે લગભગ દરેક ગામમાં ગુરુકુળ હતું. આમ સાક્ષરતા દર ખૂબ ઉંચો હતો. પાછળથી લોર્ડ મેકોલેની તર્જ પર શિક્ષણ પ્રણાલીની રજૂઆતને કારણે, ગુરુકુલો નાશ પામ્યા.

**પ્રશ્ન8:** શું પ્રાચીન ભારતીય સાહિત્ય અને/અથવા મનુ-સ્મૃતિ જાતિવાદનો પ્રચાર કરે છે?

**જ8:** બિલકુલ નહીં. કોઈપણ સમાજમાં 4 વર્ગો હશે જ - શિક્ષકો, સંરક્ષણ કર્મચારીઓ, વેપારીઓ/ઉત્પાદકો અને મજૂરો. આ મનુસ્મૃતિમાં વ્યાખ્યાયિત બ્રાહ્મણ, ક્ષત્રિય, વૈશ્ય અને શુદ્રની સમકક્ષ છે. તમામ વર્ગોને સમાન રીતે સન્માન આપવામાં આવે છે. લોકો એક વર્ગમાંથી બીજા વર્ગમાં ક્રોસઓવર કરી શકે છે. આજે પણ આપણી પાસે એક જ પરિવારમાં ડોક્ટર, મેનેજર અને કારકુન હોય છે. તેમ છતાં, છેલ્લા 1000 વર્ષો દરમિયાન કેટલિક વિકૃતિઓ આવી પરંતુ મનુ સ્મૃતિને

કારણે નહીં પરંતુ હિન્દુ સમાજ દ્વારા. તેને સુધારવાની જરૂર છે અને તેને સુધારવામાં આવી રહી છે.

**પ્રશ્ન9:** વિશ્વ પ્લેટફોર્મમાં આપણે વિકાસમાં કેમ પછાત રહી ગયા?

**જ9:** આપણે લગભગ 1200 વર્ષ પહેલાં વિશ્વ પ્લેટફોર્મમાં સૌથી આગળ હતા. આપણી GDP 25% હતી. જો કે, બૌદ્ધ ધર્મની અહિંસાને તેમના અનુયાયીઓ દ્વારા ખોટી રીતે અર્થઘટન કરવામાં આવી હતી. તેથી આક્રમણકારીઓને હરાવ્યા છતાં દર વખતે તેમને ક્ષમા કરી દેતા હતા. એકવાર આપણે આક્રમણકારો સામે હારવાનું શરૂ કર્યું તે પછી અનેક વર્ષો સુધી તેમનો સુદૃઢ પ્રતિકાર ના કરી શક્યા. આક્રમણકારીઓએ આપણા મંદિરો અને પુસ્તકાલયોનો નાશ કર્યો. તે પછી જે પણ ઉપલબ્ધ હતું તે ગુપ્ત રાખવામાં આવ્યું. આક્રમણકારીઓના દમનના પરિણામે સતી પ્રથા, પરદા, બાલ વિવાહ, સ્ત્રીના સન્માનની રક્ષા માટે ભ્રુણ હત્યા જેવી ખોટી પ્રથાઓ પ્રચલિત થઇ. તેનાં પરિણામે કન્યાઓની અછતને કારણે દહેજ અને જાતિવાદી સર્વોપરિતાની અસરો આવી. એક સમાજ તરીકે આપણું ખુબ જ પતન થયું.

પછી બ્રિટિશ રાજ દરમિયાન, લોર્ડ મેકોલે એક શિક્ષણ પ્રણાલી લાવ્યા, જે આજે પણ પ્રચલિત છે, જેના કારણે આપણા લોકો સંસ્કૃત શીખી શક્યા નહીં અને સંસ્કૃત શાસ્ત્રોમાં ઉપલબ્ધ ખજાનો શોધી શક્યા નહીં. આપણે ગુરુકુલ શિક્ષણ પ્રણાલીમાં પાછા નહીં ફરવાની ભારે કિંમત ચૂકવી રહ્યા છીએ.

**પ્રશ્ન10:** ઉપરોક્ત દૃશ્ય બદલવા માટે આપણે શું કરી શકીએ?

**જ10:** પ્રકરણ 11, 14 અને 15 આ ખૂબ જ મહત્વપૂર્ણ પ્રશ્નને સંબોધિત કરે છે.

**પ્રશ્ન11:** શું ભગવદ્ ગીતા એક ધાર્મિક પુસ્તક છે?

**જ11:** મહાભારતના યુદ્ધના પ્રથમ દિવસે, ભગવાન કૃષ્ણ દ્વારા અર્જુનને ગીતાનું સંબોધન કરવામાં આવ્યું હતું. ગીતામાં ક્યાંય કોઈ ધર્મની વ્યાખ્યા કરવામાં આવી નથી. તે મનુષ્યની વિવિધ સ્થિતિઓ અને બ્રહ્માંડ સાથેના તેના/તેઓના સંબંધના સાર્વત્રિક સત્યોનું નિરૂપણ કરે છે અને તે સ્થિતિમાં કર્મ કરવાની તેની/તેઓની ફરજ શું છે તેની વ્યાખ્યા કરે છે.

રવીન્દ્રનાથ ટાગોરને વર્ષ 1913 માં તેમની પુસ્તક ગીતાંજલિ માટે નોબેલ પુરસ્કાર મળ્યો, જે ભગવદ ગીતાથી ખૂબ પ્રભાવિત હતી.

**પ્રશ્ન12:** ઇસ્લામમાં જેહાદ શું છે?

**જ12:** આને પ્રકરણ - 10.1.2 માં વિસ્તૃત કરવામાં આવ્યું છે.

**પ્રશ્ન13:** ઇસ્લામમાં કાફિર કોણ છે?

**જ13:** આને પ્રકરણ - 10.1.2 માં વિસ્તૃત કરવામાં આવ્યું છે

**પ્રશ્ન14:** લવ-જેહાદ શું છે?

**જ14:** પાકિસ્તાની આતંકવાદી હાફિઝ સૈયદે કટ્ટરપંથી ભારતીય મુસ્લિમો માટે હિંદુઓને મુસ્લિમ બનાવવા માટે ટૂલકિટ જારી કરી છે. એક સાધન એ છે કે યુવાન હિંદુ છોકરીઓને લગ્ન માટે લલચાવવાનું

અને તેમને ઇસ્લામમાં ધર્માંતરિત કરવી આને લવ-જેહાદ કહેવાય છે. તે હવે ઘણા ભારતીય રાજ્યોમાં પ્રતિબંધિત છે.

**પ્રશ્ન15:** હલાલા શું છે?

**જ15:** તે અમુક મુસ્લિમો દ્વારા કરવામાં આવતી ખૂબ જ ખરાબ વિધિ છે. ક્યારેક પતિ ગુસ્સામાં પત્નીને તલાક, તલાક, તલાક આપે છે. પછી તેને પોતાની ભૂલનો અહેસાસ થાય છે અને તે તેની પત્ની સાથે ફરીથી લગ્ન કરવા માંગે છે. જ્યાં સુધી પત્ની બીજી વ્યક્તિ સાથે લગ્ન ન કરે, તેની સાથે પત્નીની જેમ ન રહે અને બીજી વ્યક્તિ પાસેથી તલાક ન મેળવે ત્યાં સુધી આ શક્ય નથી. પછી તે તેના પહેલા પતિ સાથે ફરીથી લગ્ન કરી શકે છે.

**પ્રશ્ન16:** હલાલ શું છે?

**જ16:** મુસ્લિમોમાં ખૂબ જ ક્રૂર પ્રથા છે કે જ્યાં તેઓ પ્રાણી, મરઘી અથવા બકરીને ધીરે ધીરે મારે છે. એક ઝટકામાં મારતા નથી. આવા માંસને હલાલ કહેવામાં આવે છે. હિન્દુઓમાં તે પ્રતિબંધિત છે. હિંદુઓ ઝાટકાનું માંસ લે છે.

**પ્રશ્ન17:** મક્કા-મદીના શું છે?

**જ17:** આ 2 શહેરો લગભગ 400 કિમી દૂર છે. મક્કા તેના પવિત્ર સ્થળ માટે પ્રખ્યાત છે જ્યાં મુસ્લિમો હજ માટે જાય છે. મદીના એ છેલ્લું સ્થળ હતું જ્યાં પ્રોફેટ મોહમ્મદનું અવસાન થયું.

**પ્રશ્ન18:** લઘુમતી શું છે?

**જ18:** પ્રવર્તમાન સમજ મુજબ, લઘુમતી એવી વસ્તી છે જે કુલ વસ્તીના 2 - 3 % જેટલી હોય. બંધારણ તેમના ધાર્મિક અધિકારોનું

રક્ષણ કરે છે. જો કે, નેહરુવાદી નીતિઓ દ્વારા લઘુમતી શબ્દનો ખૂબ જ દુરુપયોગ થાય છે. મુસ્લિમ વસ્તી ભારતમાં બીજી સૌથી મોટી વસ્તી છે. તેને લઘુમતી ન કહી શકાય. વિડંબના એ છે કે જમ્મુ-કાશ્મીર જેવા મુસ્લિમ બહુમતીવાળા રાજ્યોમાં, જ્યાં હિંદુઓ ભાગ્યે જ 5% છે ત્યાં પણ મુસ્લિમોને લઘુમતી કહેવામાં આવે છે અને તેમને તમામ લાભો મળે છે જ્યારે હિંદુઓ લઘુમતીમાં હોવાને કારણે તેમને કોઈ લાભ મળતો નથી. આ બધું નેહરુવાદ નીતિઓના લીધે છે.

**પ્રશ્ન19:** કયા દેશો અગાઉના ધર્મોમાંથી ઇસ્લામિક સ્ટેટ્સમાં રૂપાંતરિત થયા હતા?

**જ19:** આને પ્રકરણ - 10.1.3 માં વિસ્તૃત કરવામાં આવ્યું છે

**પ્રશ્ન20:** કયા મુસ્લિમ દેશોએ ટ્રિપલ તલાક પર પ્રતિબંધ મૂક્યો છે?

**જ20:** આ પ્રકરણ - 10.1.7 માં વિસ્તૃત કરવામાં આવ્યું છે

**પ્રશ્ન21:** કયા મુસ્લિમ દેશો લોકશાહી છે?

**જ21:** મોટાભાગના મુસ્લિમ દેશો નિરંકુશ છે અને મોટા પ્રમાણમાં શરિયાનું પાલન કરે છે.

**પ્રશ્ન22:** કયા દેશોમાં ઇસ્લામ પર પ્રતિબંધ છે?

**જ22:** આને પ્રકરણ - 10.1.5 માં વિસ્તૃત કરવામાં આવ્યું છે.

**પ્રશ્ન23:** મોહરમ શું છે?

**જ23:** સમગ્ર વિશ્વમાં મુસ્લિમો દ્વારા મોહરમ ઇસ્લામિક નવા વર્ષના આગમન તરીકે ઉજવવામાં આવે છે. સમુદાય દ્વારા તેને પવિત્ર અને મહત્વપૂર્ણ તહેવાર તરીકે ગણવામાં આવે છે. તે મુસ્લિમો માટે વર્ષના

ચાર પવિત્ર મહિનામાંનો એક છે. ભારતીય અથવા ખ્રિસ્તી નવા વર્ષની જેમ, મુસ્લિમો નવા વર્ષની શુભેચ્છાઓ કહેતા નથી.

મોહરમ કરબલાના યુદ્ધની વર્ષગાંઠને પણ ચિહ્નિત કરે છે, જ્યાં ઇસ્લામિક પયગંબર મુહમ્મદના પૌત્ર ઇમામ હુસૈન ઇબ્ન અલી મુસ્લિમો દ્વારા જ માર્યા ગયા હતા. તેઓ 10મા દિવસે, આશુરાના રોજ થયેલા હત્યાકાંડને યાદ કરે છે, જેમાં કેટલાક ઉપવાસ કરવાનું પસંદ કરે છે. શુભેચ્છાઓ પ્રોત્સાહિત કરવામાં આવતી નથી.

**પ્રશ્ન24:** કયા અગ્રણી મંદિરો/સંરચનો હિન્દુમાંથી ઇસ્લામિકમાં રૂપાંતરિત થાય છે?

**જ24:** લગભગ 40,000 મંદિરો જેહાદી મુસ્લિમો દ્વારા નાશ પામ્યા હતા અથવા મસ્જિદમાં રૂપાંતરિત થયા હતા. ઔરંગઝેબના આદેશ હેઠળ ઘણા મંદિરોને તોડી પાડવાના આદેશ આપવામાં આવ્યા હતા અને તોડી પાડયા હતા. આવા પુરાવા જાહેર ક્ષેત્રમાં ઉપલબ્ધ છે. મસ્જિદમાં રૂપાંતરિત 3 અગ્રણી મુખ્ય મંદિરો છે:

**અયોધ્યામાં રામ મંદિર** – બાબરના સમયમાં રામ મંદિર તોડીને ત્યાં મસ્જીદ જેવું વિવાદિત ઈમારત બનાવવામાં આવી હતી. તેનાં માટે હિંદુઓ અદાલતી કેસોમાં લગભગ 500 વર્ષ સુધી લડ્યા અને છેવટે, 2019 માં, ભારતની સર્વોચ્ચ અદાલતે રામ મંદિરની તરફેણમાં ચુકાદો આપ્યો.

**વારાણસીમાં જ્ઞાનવાપી મસ્જિદ** - આ મૂળ કાશી વિશ્વનાથ મંદિર છે જેને મસ્જિદમાં રૂપાંતરિત કરવામાં આવ્યું હતું. આ વિવાદ હજુ ઉકેલાયો નથી.

**મથુરામાં કૃષ્ણ મંદિર** - આ મંદિરને પણ મસ્જિદમાં રૂપાંતરિત કરવામાં આવ્યું હતું અને વિવાદનો ઉકેલ થવાનો બાકી છે.

જ્યારે ઘણા તર્કસંગત મુસ્લિમો સ્વીકારે છે કે મુસ્લિમોએ આ મસ્જિદો હિન્દુઓને પરત કરી દેવી જોઈએ, છતાં કેટલાક કટ્ટરપંથી મુસ્લિમો આનો વિરોધ કરે છે. લોકશાહી દેશમાં, ક્યાં તો અદાલતે આનો નિર્ણય લેવાનો હોય છે અથવા સંસદ આ મુદ્દાઓને ઉકેલી શકે છે. આજ સુધી કોઈ પણ સરકારે સંસદ દ્વારા આ મુદ્દાને ઉકેલવાની કોશિશ પણ કરી નથી. મુસ્લિમ તુષ્ટિકરણ માટે આ મુદ્દે હિન્દુઓની નબળાઈ છતી થાય છે. તેમાં ભાજપ સરકાર પણ અસહાય દેખાય છે.

**પ્રશ્ન25:** શું નથુરામ ગોડસે આતંકવાદી હતો?

**જ25:** તે આતંકવાદી નહોતો. ગાંધીનો વધ કર્યા પછી, નાથુરામ ગોડસે ભાગ્યા ન હતા પરંતુ આત્મસમર્પણ કર્યું હતું. તેના કૃત્યને ન્યાયી ઠેરવી શકાય નહીં પરંતુ તે દેશદ્રોહી ન હતો. ટ્રાયલ દરમિયાન કોર્ટમાં તેમના નિવેદન પર કોંગ્રેસ સરકારે 60 વર્ષ માટે પ્રતિબંધ મૂક્યો હતો. પ્રતિબંધ હટાવ્યા બાદ જનતાને ખબર પડી કે ગોડસેએ ગાંધીનો વધ શા માટે કર્યો.

**પ્રશ્ન26:** હિન્દુ આતંકવાદ શું છે?

**જ26:** આ શબ્દ જ ખોટો અને ભ્રામક છે. કોંગ્રેસે મુસ્લિમ તુષ્ટિકરણ માટે બનાવ્યો છે. વિવિધ રાજકીય પક્ષોના ઘણા નેતાઓ એ વાત પર સહમત છે કે આતંકવાદનો કોઈ ધર્મ હોતો નથી. માત્ર નરેન્દ્ર મોદીએ જ કહેવાની હિંમત એકઠી કરી – દરેક મુસ્લિમ આતંકવાદી નથી, પરંતુ

દરેક આતંકવાદી મુસ્લિમ છે. લગભગ તમામ દેશોમાં મુસ્લિમ આતંકવાદી સંગઠનો છે. હિન્દુ આતંકવાદ જેવું કંઈ નથી.

**પ્રશ્ન27:** આપણે દેશમાં વધુ મોદી કેવી રીતે બનાવી શકીએ?

**જ27:** જવાબ માટે જુઓ પ્રકરણ 12 અને 14.

**પ્રશ્ન28:** ભારતમાં જાહેર ક્ષેત્રની શું જરૂર હતી?

**જ28:** 1947 પછીના શરૂઆતના વર્ષોમાં, ખાનગી ક્ષેત્ર પાસે થર્મલ અને હાઇડલ પાવર પ્લાન્ટ્સ અને સ્ટીલ બનાવવાના કારખાનાઓ વગેરે જેવા મોટા સાહસો જેવા મોટા પ્રોજેક્ટ માટે આર્થિક અને તકનીકી ક્ષમતા ન હતી. સંસાધનો ખૂબ ઓછા હતા. કાંડા ઘડિયાળો સહિત લગભગ દરેક વસ્તુ આયાત કરવામાં આવી હતી. સમયની જરૂરિયાત એ હતી કે સરકારે રોજગાર પેદા કરવા તેમજ દેશના વિકાસ માટે આ પ્રોજેક્ટ્સ અને ફેક્ટરીઓ શરૂ કરવી જોઈએ. તેથી વિદેશી સહાય (પ્રમુખ રીતે રશિયન સહાય) દ્વારા જાહેર ક્ષેત્રોની  શરૂઆત થઇ.

**પ્રશ્ન29:** હવે શા માટે જાહેર ક્ષેત્રનાં સાહસોનું ડિસઇન્વેસ્ટમેન્ટ કરાય છે?

**જ29:** સમય જતાં, જાહેર ક્ષેત્રના મોટાભાગના સાહસો સુસ્ત, બિનકાર્યક્ષમ, ભ્રષ્ટ અને નુકશાનકારક બન્યા. સામાન્ય લોકો દ્વારા ચૂકવવામાં આવતા કરનો મોટો હિસ્સો આ નુકશાનકારક સાહસોને જાળવવા માટે વપરાય છે. તેથી, આવા PSUs માટે ડિસઇન્વેસ્ટમેન્ટ એ શ્રેષ્ઠ ઉપાય છે. અનેક PSU ખોટમાં ચાલી રહ્યા છે. તેની સામે ખાનગી ક્ષેત્રે મોટા પ્રોજેક્ટ્સ અને સાહસોને નફા સાથે સંભાળવાની ક્ષમતા પ્રાપ્ત થઇ છે. કોંગ્રેસની સરકારો દ્વારા PSU નું વિનિવેશ શરૂ

કરવામાં આવ્યું હતું. તેઓએ હિન્દુસ્તાન ઝીંક, નાલ્કો, બાલ્કો ઈત્યાદી ખોટમાં જતા રહેલાં સાહસોનું DISINVESTMENT કર્યું. આજે તેજ સાહસો ખાનગીકારણ પછી નફો રળી રહ્યાં છે.

ડિસઇન્વેસ્ટમેન્ટના ઘણા ફાયદા છે. પ્રથમ તો આવા પીએસયુ દ્વારા થતી ખોટ અટકાવવામાં આવી હતી. બીજું, સરકાર આમાંથી કેટલીક આવક પેદા કરી શકે છે જેનો ઉપયોગ વિકાસમાં થાય છે. ત્રીજું એ છે કે ખાનગી ક્ષેત્રે આ ખોટ ખાતાં PSUs ને નફાકારક બનાવી શકાય છે.

ચાણક્ય નીતિ મુજબ, સરકારે વ્યવસાયમાં ન પડવું જોઈએ.

# પરિશિષ્ટ: વિગતવાર માહિતી માટે ભલામણ કરેલ થોડા પુસ્તકો /યુટ્યુબ વીડિયો

Unbreaking India - સંજય દીક્ષિત

My Frozen Turbulance In Kashmir - જગમોહન

17000+ અખંડ ભારતીય સંસ્કૃતિના વર્ષો - નિલેશ નીલકંઠ ઓક - YouTube પર

An Eye On British Raj – ડો. શશી થરૂર - YouTube પર

The Unending Game - ભૂતપૂર્વ R&AW ચીફ - YouTube પર

પુષ્પેન્દ્ર કુલશ્રેષ્ઠ - YouTubes પર વિવિધ વિડિયો

સીતારામ ગોયલ - વિવિધ પુસ્તકો

India Wins Freedom - મૌલાના અબુલ કલામ આઝાદ

Half Lion – How PV Narsimharao Changed India - વિનય સીતાપતિ

https://youtu.be/kS3WO8LpfwA - હરીશ સાલ્વે સાથે અર્નબ ગોસ્વામી

# લેખક વિષે

**ઘનશ્યામ જયંતીલાલ મણિયાર**, શ્રીમતી જસુમતી અને શ્રી જયંતીલાલ ચુનીલાલ મણિયારના પુત્ર, નો જન્મ 21 માર્ચ, 1944 ના રોજ દિલ્હીમાં થયો. વર્ષ 1969 માં બનારસ હિંદુ યુનિવર્સિટીમાંથી ઇલેક્ટ્રિકલ એન્જિનિયરિંગમાં PG પાસ કર્યું. UPSEB, NHPC અને NTPC માં DGM સુધી કામ કર્યું. પછી કન્સલ્ટિંગ એન્જિનિયરિંગ સર્વિસીસ અને લુઇસ બર્જર ગ્રુપમાં તેમણે MSEDCL અને J&KPDDમાં તેમના ઇન્ફ્રાપ્લાન પ્રોજેક્ટ્સમા સલાહકાર તરીકે કામ કર્યું. તેઓએ વ્યાપકપણે ઇટાલી, જર્મની, જાપાન, યુકે અને યુરોપિયન દેશો, અમેરિકા, કેન્યા, યુગાન્ડા, નેપાળ અને થાઈલેન્ડનો પ્રવાસ કર્યો છે.

તેમણે પોતાનું પ્રથમ પુસ્તક "રેલીશિંગ મોમેન્ટ્સ ..." ખાનગી વિતરણ માટે લખ્યું. તેમણે શ્રી હરેકૃષ્ણ શર્માના પુસ્તક “સૂર્પનખા કી શિવપૂજા”નો અંગ્રેજી અને ગુજરાતીમાં અનુવાદ કર્યો છે. તેમની રુચિ વર્તમાન બાબતો અને આધ્યાત્મિકતા છે. તેમનો શોખ બાળકો અને યુવાનોને રાષ્ટ્રનાં હિતચિંતન માટે પ્રોત્સાહિત કરીને પ્રેરણા આપવાનો છે.

તેઓ 14 વર્ષની ઉંમરે RSSમાં જોડાયા અને ત્રીજા વર્ષ સુધીની અધિકારીઓની તાલીમ શિબિર (ઓટીસી) પણ પસાર કરી. તેમણે BHU ની ABVP માં સક્રિય ભાગ લીધો હતો.

તેમને 4 ભાઈઓ, 2 પુત્રો, પરીક્ષિત અને સમન્વય અને એક પુત્રી, કવિતા છે.

આખરે 75 વર્ષની ઉંમરે વ્યાવસાયિક જીવનમાંથી નિવૃત્ત થઈને નવસારીમાં સ્થાયી થયાં છે.

www.ingramcontent.com/pod-product-compliance
Ingram Content Group UK Ltd.
Pitfield, Milton Keynes, MK11 3LW, UK
UKHW040004200726
13854UKWH00001B/35